കറന്റ് ബുക്സ്
CURRENT BOOKS THRISSUR
ESTD:1952

നാലുകെട്ട്

ജ്ഞാനപീഠം ജേതാവ് എം. ടി. വാസുദേവൻനായരുടെ
കേരളസാഹിത്യ അക്കാദമി അവാർഡ് നേടിയ നോവൽ

Malayalam
Naalukettu
Novel by
M.T. Vasudevan Nair
First Impression: August 1958
20th Impression: 2006
Reprinted : September 2007, January 2008, February 2008, July 2008, September 2008, January 2009, June 2009, September 2009, July 2010, June 2011, October 2011, February 2012, July 2012, September 2012, November 2012, March 2013, August 2013, September 2013, February 2014, July 2014, October 2014, January 2015, August 2015, October 2015, December 2015, July 2016, November 2016, May 2017, November 2017, September 2018, February 2019, August 2019, February 2020, November 2020, July 2021, January 2022, June 2022, July 2022, May 2023, July 2023, January 2024, May 2024, September 2024, December 2024,
66th Impression April 2025
67th Impression October 2025
68th Impression May 2026
Cover Design: Shyam Sagar
Illustration: Namboodiri
Type Set: Current Books Thrissur

Printed at
Ebenezer Thrissur
Publishers
Current Books Thrissur-680 001 Keralam
e-mail:currentbooksthrissur@gmail.com
www.currentbooksonline.in
Distribution
CosmoBooks
Thrissur, Kochi, Kozhikode, Kottayam
e-mail: cosmobooks@asianetindia.com
ISBN 978-81-226-1387-2

3089 CBT 2026-48-5000

നാലുകെട്ട്

എം.ടി. വാസുദേവൻനായർ

ചിത്രങ്ങൾ

നമ്പൂതിരി

കറന്റ് ബുക്സ് തൃശൂർ

എം.ടി.വാസുദേവൻനായർ
(1933–2024)

പൊന്നാനി താലൂക്കിൽ കൂടല്ലൂരിൽ 1933 ജൂലായ് 15ന് ജനനം.

അച്ഛൻ: ടി.നാരായണൻനായർ, അമ്മ: അമ്മാളുഅമ്മ. കുമരനെല്ലൂർ ഹൈസ്കൂളിൽ പ്രാഥമിക വിദ്യാഭ്യാസം. പാലക്കാട് വിക്ടോറിയ കോളേജിൽ നിന്ന് 1953–ൽ ബി.എസ്സി (കെമിസ്ട്രി) ബിരുദം. അദ്ധ്യാപകൻ, പത്രാധിപർ, കഥാകൃത്ത്, നോവലിസ്റ്റ്, തിരക്കഥാകൃത്ത്, സിനിമാസംവിധായകൻ എന്നീ നിലകളിൽ പ്രശസ്തനായി. മുറപ്പെണ്ണ് എന്ന സിനിമയ്ക്ക് ആദ്യതിരക്കഥ എഴുതി. നിർമ്മാല്യം, കടവ്, ഒരു വടക്കൻ വീരഗാഥ, സദയം, പരിണയം തുടങ്ങിയ ചലച്ചിത്രങ്ങൾക്ക് ദേശീയ അവാർഡും, ഓളവും തീരവും, ബന്ധനം, ഓപ്പോൾ, ആരൂഢം, വളർത്തുമൃഗങ്ങൾ, അനുബന്ധം, തൃഷ്ണ, ഇടവഴിയിലെ പൂച്ച മിണ്ടാപൂച്ച, അമൃതം ഗമയഃ, പെരുന്തച്ചൻ, സുകൃതം, ഒരു ചെറുപുഞ്ചിരി, തീർത്ഥാടനം എന്നിവയ്ക്ക് സംസ്ഥാന ബഹുമതികളും ലഭിച്ചു. തിരക്കഥയെഴുതി സംവിധാനം ചെയ്ത 'കടവ്' സിങ്കപ്പൂർ, ജപ്പാൻ എന്നിവിടങ്ങളിൽ നടന്ന ചലച്ചിത്രോത്സവങ്ങളിലും അവാർഡുകൾ നേടി. മലയാള സിനിമയ്ക്ക് നൽകിയ സംഭാവനകൾക്ക് പ്രേംനസീർ അവാർഡ് ലഭിച്ചിട്ടുണ്ട്. നല്ല സീരിയലിനുള്ള 1996 ലെ കേരള സംസ്ഥാന ടെലിവിഷൻ അവാർഡ് നാലുകെട്ടിന് ലഭിച്ചു. രണ്ടാമൂഴം വയലാർ അവാർഡും മുട്ടത്തു വർക്കി ഫൗണ്ടേഷൻ അവാർഡും നേടി. നാലുകെട്ട്, സ്വർഗ്ഗം തുറക്കുന്ന സമയം, ഗോപുരനടയിൽ എന്നീ കൃതികൾക്ക് കേരള സാഹിത്യ അക്കാദമി അവാർഡും കാലം എന്ന നോവലിന് കേന്ദ്ര സാഹിത്യ അക്കാദമി അവാർഡും വാനപ്രസ്ഥത്തിന് ഓടക്കുഴൽ അവാർഡും ലഭിച്ചിട്ടുണ്ട്. 1996–ൽ ജ്ഞാനപീഠം പുരസ്കാരത്തിനർഹനായി. കാലിക്കറ്റ് സർവ്വകലാശാലയും മഹാത്മാഗാന്ധി സർവ്വകലാശാലയും 1996–ൽ ഓണററി ഡി.ലിറ്റ് ബിരുദം നല്കി ആദരിച്ചു. 2005–ലെ പത്മഭൂഷൺ ലഭിച്ചു. 2005–ൽ കേരള സാഹിത്യ അക്കാദമിയുടെ വിശിഷ്ടാംഗത്വം ലഭിച്ചു. 2011–ൽ കേരള സർക്കാരിന്റെ എഴുത്തച്ഛൻ പുരസ്കാരത്തിന് അർഹനായി. 2013–ൽ കേന്ദ്ര സാഹിത്യ അക്കാദമി ഫെലോഷിപ്പ് നല്കി ആദരിച്ചു. മാതൃഭൂമി പീരിയോഡിക്കൽസ് പത്രാധിപർ, കേരള സാഹിത്യ അക്കാദമി പ്രസിഡന്റ്, കേന്ദ്ര സാഹിത്യ അക്കാദമി എക്സിക്യൂട്ടിവ് മെമ്പർ, തുഞ്ചൻ സ്മാരക സമിതി അദ്ധ്യക്ഷൻ എന്നീ സ്ഥാനങ്ങൾ വഹിച്ചിട്ടുണ്ട്. ഫിലിം ഫിനാൻസ് കോർപ്പറേഷൻ, നാഷണൽ ഫിലിം ഡവലപ്മെന്റ് കോർപ്പറേഷൻ, ഫിലിം സെൻസറിങ് കമ്മറ്റി എന്നിവയിൽ അംഗമായിരുന്നിട്ടുണ്ട്. 1998 ലെ ഇന്ത്യൻ പനോരമ ചെയർമാനായിരുന്നു. 2008–ൽ കൊൽക്കത്ത നേതാജി ഓപ്പൺ യൂണിവേഴ്സിറ്റി ഡി.ലിറ്റ് നൽകി ആദരിച്ചു.

പ്രധാനകൃതികൾ: മഞ്ഞ്, കാലം, നാലുകെട്ട്, അസുരവിത്ത്, വിലാപയാത്ര, പാതിരാവും പകൽവെളിച്ചവും, അറബിപ്പൊന്ന്, രണ്ടാമൂഴം, വാരാണസി (നോവലുകൾ). ഇരുട്ടിന്റെ ആത്മാവ്, ഓളവും തീരവും, കുട്ട്യേടത്തി, വാരിക്കുഴി, പതനം, ബന്ധനം, സ്വർഗ്ഗം തുറക്കുന്ന സമയം, നിന്റെ ഓർമ്മയ്ക്ക്, വാനപ്രസ്ഥം, എം.ടിയുടെ തിരഞ്ഞെടുത്ത കഥകൾ, ഡാർ എസ്. സലാം, രക്തം പുരണ്ട മൺതരികൾ, വെയിലും നിലാവും, കളിവീട്, വേദനയുടെ പൂക്കൾ, ഷെർലക്ക് (കഥകൾ). ഗോപുരനടയിൽ (നാടകം). കാഥികന്റെ കല, കാഥികന്റെ പണിപ്പുര, ഹെമിംഗ്വേ ഒരു മുഖവുര, കണ്ണാന്തളിപ്പൂക്കളുടെ കാലം (പ്രബന്ധങ്ങൾ). ആൾക്കൂട്ടത്തിൽ തനിയെ (യാത്രാവിവരണം). എം.ടി.യുടെ തിരക്കഥകൾ, പഞ്ചാഗ്നി, നഖക്ഷതങ്ങൾ, വൈശാലി, പെരുന്തച്ചൻ, ഒരു വടക്കൻ വീരഗാഥ, നഗരമേ നന്ദി, നിഴലാട്ടം, ഒരു ചെറുപുഞ്ചിരി, നീലത്താമര, പഴശ്ശിരാജ (തിരക്കഥകൾ). സ്നേഹാദരങ്ങളോടെ, അമ്മയ്ക്ക് (ഓർമ്മകൾ). ചിത്രത്തെരുവുകൾ (ചലച്ചിത്ര സ്മരണകൾ). ഇംഗ്ലീഷിലേക്കും ഇതരഭാഷകളിലേക്കും കൃതികൾ വിവർത്തനം ചെയ്യപ്പെട്ടിട്ടുണ്ട്.

2024 ഡിസംബർ 25ന് അന്തരിച്ചു.

കേരളീയ സമൂഹഘടനയുടെ പരിണാമത്തിലെ ഒരു പ്രത്യേക ഘട്ടത്തെ പ്രതീകവത്കരിക്കുന്നു 'നാലുകെട്ട്.' പാരമ്പര്യത്തിന്റെ ആർദ്രമായ അംശങ്ങളും ആധുനികതയും തമ്മിലുള്ള സംഘർഷം ആവിഷ്ക്കരിക്കുന്ന 'നാലുകെട്ടി' ന്റെ ആദ്യപതിപ്പ് 1958-ൽ തൃശൂർ കറന്റ് ബുക്സ് പ്രസിദ്ധീകരിച്ചു. ആ വർഷത്തെ കേരള സാഹിത്യ അക്കാദമി അവാർഡ് ലഭിച്ച കൃതിയുടെ പുതിയ പതിപ്പ്.

കറന്റ് ബുക്സ് തൃശൂർ

ഒന്ന്

വളരും. വളർന്നു വലിയ ആളാവും. കൈകൾക്കു നല്ല കരുത്തുണ്ടാകും. അന്ന് ആരെയും ഭയപ്പെടേണ്ടതില്ല. തലയുയർത്തിപ്പിടിച്ചുകൊണ്ടു നില്ക്കാം. 'ആരെടാ' എന്നു ചോദിച്ചാൽ പരുങ്ങാതെ ഉറച്ച സ്വരത്തിൽ പറയാം: 'ഞാനാണ്, കോന്തുണ്ണിനായരുടെ മകൻ അപ്പുണ്ണി.'

അന്ന്, അന്നൊരിക്കൽ, സെയ്താലിക്കുട്ടിയെ കണ്ടുമുട്ടാതിരിക്കില്ല. എന്നിട്ടുവേണം പകരം ചോദിക്കാൻ. സെയ്താലിക്കുട്ടിയുടെ കഴുത്തു കൈകളിൽക്കിടന്നു പിടയുമ്പോൾ പറയും: 'നീയല്ലേ, നീയല്ലേ എന്റെ...."

—അതോർക്കുമ്പോൾ അപ്പുണ്ണിയുടെ കണ്ണുകൾ നനയും.

സെയ്താലിക്കുട്ടിയുമായി ഏറ്റുമുട്ടുന്ന ആ രംഗം പലപ്പോഴും കാണാറുള്ളതാണ്; ഉറക്കംവരാതെ കണ്ണടച്ചു കിടക്കുമ്പോഴും കുണ്ടുങ്ങൽക്കാരുടെ പടിക്കലെ കുങ്കുമച്ചുവട്ടിൽ ഉച്ചത്തണലിൽ തനിയെ ഇരിക്കുമ്പോഴുമെല്ലാം.

ആരാണ് സെയ്താലിക്കുട്ടി? അപ്പുണ്ണി കണ്ടിട്ടില്ല. കാണരുതെന്ന് അവൻ പ്രാർത്ഥിക്കാറുണ്ട്. കുറേക്കൂടി കഴിഞ്ഞിട്ടു മതി; വളർന്നു വലുതായശേഷം. അപ്പോൾ കണ്ടുപിടിച്ചുകൊള്ളാം.

പക്ഷേ സന്ധ്യയ്ക്ക് അങ്ങാടിയിലേയ്ക്ക് പുറപ്പെടുമ്പോൾ അവൻ സെയ്താലിക്കുട്ടിയെപ്പറ്റി ഓർത്തിരുന്നില്ല; ആ മനുഷ്യനെ കാണുമെന്നു കരുതിയിരുന്നതുമില്ല.

സ്ക്കൂൾ വിട്ടു വീട്ടിലെത്താൻ വൈകി. അമ്പലവട്ടത്തു കൂട്ടുകാരുടെ കൂടെ നടന്നു. ഷാരത്തെ മേൽപ്പുറത്തെ പറങ്കിമാവിൻതോട്ടത്തിൽനിന്നു മാങ്ങയെറിഞ്ഞു വീഴ്ത്തി. പറങ്ങോടന്റെയും അച്ചുതക്കുറുപ്പിന്റെയും പറങ്കിമാവിൻതോപ്പുകളിൽനിന്നും മാങ്ങ പൊട്ടിക്കുന്ന കാര്യം നോക്കണ്ടാ. അവർ വല്ലാത്ത കൂട്ടരാണ്. കണ്ടുപിടിച്ചാൽ തന്തയ്ക്കും തള്ളയ്ക്കുമാണ് പറയുക. ഷാരടിയോടു ചോദിച്ചാൽ സമ്മതം തരും. വയസ്സന് അണ്ടിയെല്ലാം കിട്ടണമെന്നേയുള്ളൂ. അയാൾക്കു മക്കളില്ലാത്തതുകൊണ്ടാണത്രേ, കുട്ടികളോടിത്തിരി സ്നേഹം.

അതും കഴിഞ്ഞു കുന്നിൻപുറത്തെത്തിയപ്പോൾ നനഞ്ഞുനില്ക്കുന്ന പുല്ക്കട്ടകൾ ചവിട്ടിയടർത്തി വഴുക്കുചാലുണ്ടാക്കി കളിച്ചു നില്ക്കുകയും ചെയ്തു. നേരം പോയതറിഞ്ഞില്ല.

നേരെ സ്ക്കൂൾവിട്ടു വീട്ടിലെത്തുന്ന ദിവസങ്ങളിൽ അമ്മ ഇല്ലത്തുനിന്നു തിരിച്ചെത്തിയിട്ടുണ്ടാവില്ല. അടുക്കളയിൽ ഉറിയിലാക്കി അടച്ചുവെച്ച കഞ്ഞിക്കിണ്ണമെടുത്ത് ഒറ്റവീർപ്പിനു മോന്തിക്കുടിച്ച്, കൊട്ടിലിലെ 'മുത്താച്ചി'യുടെ അടുത്തുപോയി രണ്ടു ഞായം പറഞ്ഞിരിക്കുമ്പോഴേയ്ക്കും അമ്മ എത്തുകയായി.

അന്നവൻ വന്നുകയറിയപ്പോൾ അമ്മ അത്താഴംകയറ്റിയ അടുപ്പിലേയ്ക്ക് ഉമിയെറിഞ്ഞു കത്തിക്കുകയാണ്.

'എന്തേടാ, ഇത്ര വൈഗ്യേ?'

'ഒന്നൂല്ല്യാമ്മേ.'

'എത്ര പറഞ്ഞതാ, അപ്പുണ്ണ്യേ, സന്ധ്യാമ്പളയ്ക്ക് വീട്ട്ലെത്തണംന്ന്.'

അതിനവനൊന്നും പറഞ്ഞില്ല. അവനറിയാം, ഏറിയാൽ അമ്മ അത്രയേ ശകാരിക്കുകയുള്ളൂ.

കഞ്ഞി നിന്നുകൊണ്ടുതന്നെ മോന്തി. അപ്പോഴാണ് അമ്മ പറയുന്നത്:

'ന്റെ മോൻ പോയിട്ടാ ഈസ്പ്പിന്റെ പീട്യേന്ന് രണ്ടണയ്ക്ക് വെളിച്ചെണ്ണ വാങ്ങിക്കൊണ്ടന്നാ.'

അവൻ പുറത്തേയ്ക്ക് നോക്കി. വെയിൽ തീരെ മാഞ്ഞു കഴിഞ്ഞു. ഇരുട്ടു വന്നുകയറിയിട്ടില്ല. മാനം കറുത്തു നില്ക്കുന്നു. ഇരുട്ടായാൽ, ഇരുവശത്തും കൈതക്കാടുകൾ വളരുന്ന ആ ഇടവഴിയിലൂടെ പോകാനിത്തിരി ഭയമുണ്ട്. ആ വഴിയുടെ വക്കിലാണത്രേ മന്ത്രവാദി ഏരോമനെ ദഹിപ്പിച്ചത്. അല്പം മടിതോന്നി.

'ഇനി നാളെ മത്യമ്മേ.'

'ഒരു തുള്ളി തൊട്ടുപെരട്ടാൻ കൂടില്ല്യേടാ. ഒറ്റോട്ടത്തിനു വാ.'

അവൻ വീണ്ടും സംശയിച്ചുനിന്നു. പേടിയുടെ കാര്യം പറഞ്ഞാൽ അമ്മ പോകേണ്ടെന്നു പറയും. പക്ഷേ അതു കുറവല്ലേ? അവനത്ര ചെറിയ കുട്ടിയൊന്നുമല്ലല്ലോ. എട്ടിലാണവൻ പഠിക്കുന്നത്. ക്ലാസിലെ മോണിറ്ററാക്കിയത് മാഷ് അവനെയാണ്.

'ഉം ചെല്ല്, അപ്പുണ്ണ്യേ, വേഗം കൊണ്ടന്നാൽ ഉള്ളിമൂപ്പിച്ചു ചോറു തരണ്ട്.'

പിന്നെ അവനു സംശയമുണ്ടായില്ല.

'കാശും കുപ്പീം എടുത്തോരൂ.'

ഉള്ളി മൂപ്പിച്ച ചോറ് എന്നുവെച്ചാൽ ചെറിയ ഒരു കാര്യമല്ല. രണ്ടോ മൂന്നോ തവണയേ അതിന്റെ സ്വാദറിഞ്ഞിട്ടുള്ളൂ. ചീനച്ചട്ടിയിൽ ഉള്ളിയരിഞ്ഞിട്ടു വെളിച്ചെണ്ണയൊഴിച്ച് അടുപ്പത്തു വെയ്ക്കും; ഉള്ളി പുകയാൻ തുടങ്ങുമ്പോൾ അമ്മ ചട്ടുകംകൊണ്ട് ചോറു കോരിയിടുന്നു. അതു കിണ്ണത്തിലാക്കി മുമ്പിലെത്തിയാൽ ഒരു മണം പൊങ്ങാനുണ്ട്!

ഹായ്, ഓർക്കുമ്പോൾ ഒരു കുടം വെള്ളമൂറും വായിൽ.

അണ ചുവന്ന ട്രൗസറിന്റെ പോക്കറ്റിലിട്ടു കുപ്പിയുമെടുത്ത് അവൻ പുറത്തേയ്ക്കൊരോട്ടം കൊടുത്തു.

കൈതക്കാടുകൾക്ക് നടുക്കുള്ള ഇടവഴിയുടെ തുടക്കത്തിലെത്തിയപ്പോൾ ഒരു നിമിഷം ഒന്നു സംശയിച്ചു നിന്നു. ഇല്ല, അത്രയ്ക്കിരുട്ടായിട്ടൊന്നുമില്ല. എങ്കിലും ഇടതൂർന്ന കൈതക്കൂട്ടമല്ലേ ഇരുപുറത്തും? കൈതക്കൂട്ടത്തിന്നിടയിലെ മാളങ്ങളിലാണത്രേ മൂർഖൻപാമ്പുകൾ താമസിക്കുക. കൈതപ്പൂവിന്റെ മണം പാമ്പിന് ഇഷ്ടമാണത്രേ. നല്ല മണം, നല്ല പാട്ട്, ചന്തമുള്ള പെണ്ണുങ്ങൾ- ഇതൊക്കെയാണ് വല്ലാത്ത വിഷമുള്ള മൂർഖൻ പാമ്പിന് ഇഷ്ടം. വിഷമുള്ള പാമ്പുകൾക്കുമാത്രമാണാവോ ഇത്?

ഇടവഴിയിലെ ഓരോ കല്ലും പടവും കുഴിയും അവനു സുപരിചിതമാണ്. പതുക്കെ പോകുമ്പോഴല്ലേ പേടിക്കാനുള്ളൂ? കുതിച്ചൊരോട്ടം കൊടുത്തു. മറുതലയിൽ പാടത്തിന്റെ മുഖത്തെത്തിയപ്പോഴേ നിന്നുള്ളൂ.

ഒരു കണ്ടം കടന്നാൽ അങ്ങാടിയായി. പുഴവക്കത്തുതന്നെയാണ് അങ്ങാടി. എല്ലാം വൈക്കോൽ മേഞ്ഞ പീടികകളാണ്. ഓടിട്ട പീടിക. ഒന്നേയുള്ളൂ. അതിൽ കച്ചവടമില്ല. മുകളിൽ ആരോ താമസമാണ്.

പീടികകളിൽ വിളക്കു കത്താൻ തുടങ്ങിയിരിക്കുന്നു. മിക്കതും മുനിയുന്ന പതിന്നാലാംനമ്പർ വിളക്കുകളാണ്. യൂസുപ്പിന്റെ പീടികയിൽ മാത്രമേ പെട്രോമാക്സ് വിളക്കുള്ളൂ. അതാണ് ഗ്രാമത്തിലെ വലിയ പീടിക. അവിടെ മാത്രമേ വിഷുവടുത്താൽ പടക്കം വില്പനയ്ക്ക് വെയ്ക്കാറുള്ളൂ. പുതുതായി

പട്ടാമ്പിയിൽനിന്ന് ഒരു തുന്നൽക്കാരൻ വന്നിട്ടുണ്ട്. കൂടല്ലൂരിലെ ആദ്യത്തെ തുന്നൽക്കാരനാണ്. അവൻ മെഷീൻവെച്ചു തുന്നാനിരിക്കുന്നതും യൂസുപ്പിന്റെ പീടികയിലാണ്.

യൂസുപ്പിന്റെ പീടികയിൽ പോകുന്നത് അപ്പുണ്ണിക്കിഷ്ടമാണ്. കൂട്ടത്തിൽ തുന്നുന്നതും കാണാമല്ലോ. സൂചി കടകടയെന്നു ശബ്ദിച്ചുകൊണ്ടു ധൃതിയിൽ താണുപൊങ്ങുന്നതും വർണ്ണമുള്ള തുണികൾ ചുരുൾചുരുളായി വരുന്നതും കാണേണ്ട ഒരു കാഴ്ചയാണ്.

കുറെ ദിവസമായി വിചാരിക്കുന്നു, ഇനി കുപ്പായം റാവുത്തരുടെ കൈയിൽനിന്നു വാങ്ങേണ്ടെന്നു അമ്മയോടു പറയാൻ. അവന്റെ മൂന്നു കുപ്പായങ്ങളും റാവുത്തർ വിളിച്ചുകൊണ്ടുപോകുമ്പോൾ വാങ്ങിയതാണ്. രണ്ടെണ്ണം വലുപ്പം ജാസ്തിയാണ്. ഒന്നു വല്ലാതെ കുടുക്കം. തുണിവാങ്ങി തുന്നൽക്കാരന്റെ കൈയിൽ കൊടുക്കാം. എന്നാൽ പീടികയിലുള്ളവർ നോക്കിനില്ക്കെ അവന്റെ അളവെടുക്കും. ടേപ്പ്വെച്ച് അളവെടുത്തു തുന്നിയാൽ കൃത്യമായിരിക്കും. അതു വെട്ടുന്നതും തുന്നുന്നതുമൊക്കെ കുറച്ചൊരവകാശത്തോടെ തന്നെ നോക്കിനില്ക്കാമല്ലോ.

അപ്പുണ്ണി യൂസുപ്പിന്റെ പീടികയിൽ ചെന്നു കയറിയപ്പോൾ നല്ല തിരക്കായിരുന്നു. പണികഴിഞ്ഞു വല്ലി വാങ്ങിവരുന്ന ചെറുമികൾ സാമാനം വാങ്ങുന്ന സമയമാണ്.

'രണ്ടുക്കാലിനു കാസർട്ട്.'

'നായിപ്പ്.'

'ഒരുക്കാലിനു വെത്തിലേം പൊകലേം കൂടി.'

'ന്നെ ഒന്നു വേഗം ഒയ്വാക്കീം, മൊയ്ല്യാരേ.'

യൂസുപ്പ് പെട്ടിയുടെ മുമ്പിലിരിക്കുകയേ ഉള്ളൂ. കൊറ്റനാടിനെപ്പോലെ ചങ്കിലേയ്ക്കു വളഞ്ഞ വെള്ളത്താടിയുള്ള മുസല്യാരാണ് എടുത്തു കൊടുക്കുന്നത്. നല്ല തിരക്കുതന്നെ. ചെറുമികൾ ധൃതികൂട്ടുന്നതിനിടയ്ക്ക് തമ്മിൽ ത്തമ്മിൽ ചാളയിലെ കാര്യങ്ങളും 'തമ്പുരാൻ പടിക്ക'*ലെ വിശേഷങ്ങളും പറയുന്നുണ്ട്. തലയിൽ രണ്ടു മുക്കാലിന്റെ വെളിച്ചെണ്ണ ഒഴിച്ചു കൊടുത്തതിൽ ഒരു തുള്ളി നിലത്തുപോയകാരണം ഒരു ചെറുപ്പക്കാരിച്ചെറുമി മുസല്യാരെ കുറേ പ്രാകി.

തുന്നൽക്കാരൻ യന്ത്രം പീടികയ്ക്കകത്തേയ്ക്ക് കയറ്റിയിട്ടു പോയിരിക്കുന്നു.

അപ്പുണ്ണി കോലായിൽ ഒതുങ്ങിനിന്നു. നേരം വൈകിയല്ലോ, ഈശ്വരാ!

കൈതക്കാടുകളിലാണ് മൂർഖൻപാമ്പുകൾ സന്ധ്യയ്ക്ക് കുടി പാർക്കാൻ വരുന്നത്.

വഴിവക്കത്തുതന്നെയാണ് മന്ത്രവാദി ഏരോമനെ ദഹിപ്പിച്ചിരിക്കുന്നത്.

'രണ്ടണയ്ക്ക് വെളിച്ചെണ്ണ.'

ചെറുമികളുടെ തിരക്കിനിടയിൽ മുസലിയാർ അതു കേട്ടില്ല.

അവർക്കിടയിലൂടെ ഒന്നു തിരക്കിക്കയറാൻ ഒരു ശ്രമം അവൻ നടത്തി

---

* പണിയെടുക്കുന്ന വീട്.

നോക്കി. അയിത്തമാവുന്നതുകൊണ്ട് വിരോധമൊന്നുമില്ല. ചെന്നിട്ട് ഏതായാലും കുളിക്കുന്നതാണ്. അവരുടെ കറുത്ത ശരീരത്തിനടുത്തെത്തുമ്പോൾ വിയർപ്പും മെഴുക്കും ചളിയും ചേർന്ന മനംപുരട്ടുന്ന ഒരു മണം. അവൻ പിൻവാങ്ങി പെട്രോമാക്സിനു ചുറ്റും പൊടിപ്പാറ്റകൾ പാറുന്നതു നോക്കി തെല്ലിട നിന്നു.

അപ്പോഴാണ് രണ്ടുപേർ കയറിവന്നത്. വെള്ള ഷർട്ടും നരയോടിയ കുറ്റിമീശയുള്ള ഒരു തടിച്ച കുറിയ മനുഷ്യൻ. മറ്റേതു തോണിക്കടവിന്നടുത്തു കുറേക്കാലം ചായക്കച്ചവടം ചെയ്തു പൊളിഞ്ഞുപോയ പത്മനാഭൻ നായരാണ്. അപ്പുണ്ണിക്ക് അയാളെ അറിയാം. അയാളുടെ രണ്ടു മക്കൾ അവന്റെ ക്ലാസ്സിൽ പഠിക്കുന്നുണ്ട്.

അപ്പുണ്ണി കുറേക്കൂടി അരുകിലേയ്ക്കു മാറി, നിരപ്പലക ചുവരിനോട് ചേർത്ത് അടുക്കിവെച്ചിട്ടുള്ളതിൽ ചാരിനിന്നു.

'പൊടിപൊടിക്ക്ണ്ണ്ടല്ലോ മൊയലാളി'

തടിച്ച് ഉയരംകുറഞ്ഞ വെള്ളഷർട്ടുകാരൻ വിളിച്ചു പറഞ്ഞു. ചെറുമികൾ ശബ്ദം കേട്ടു തിരിഞ്ഞു നോക്കി. മേശയ്ക്കടുത്തിരുന്നു ചില്ലറയെണ്ണുന്ന യൂസുപ്പ് ആളെ കണ്ടില്ല.

'ആരാത്?'

തേക്കിലയിൽ കൊത്തമല്ലി പൊതിയുന്ന മുസലിയാർ ചുവന്ന പല്ലുമുഴുവൻ കാട്ടി ചിരിച്ചു പറഞ്ഞു;

'ഇദാരാന്റെ റബ്ബേ! ജജ്നീം മയ്യത്തായിട്ടില്ലേ പഹയാ?'

'ഞമ്മള് റെഡ്യാ, ഇസറായലിനു വേണ്ടാച്ചിട്ടാവും, മൊയ്ല്യാരേ.'

യൂസുപ്പ് എഴുന്നേറ്റു വെള്ളഷർട്ടുകാരനെ നോക്കിയപ്പോൾ അയാളും പറഞ്ഞു:

'ഓന്റെ പടച്ചോനെ, ഇദാരാ?'

മുസലിയാൽ ചോദിച്ചു.

'ജ്ജെപ്പോഴേടോ വന്ന്?'

'അഞ്ചരവണ്ടിക്ക്.'

മുസലിയാർ പൊതി കെട്ടുന്നതിനിടയിൽ പറഞ്ഞു:

'പഹേനൊന്നു നന്നായ്ക്ക്ണൂ, ഇല്ലേ, പപ്പനാവൻനായരേ?'

തിണ്ണയിൽ ബീഡി കത്തിച്ചു വലിച്ചു ചെറുമികളെ നോക്കി ഇരിക്കുന്ന പത്മനാഭൻനായർ പറഞ്ഞു:

'ഉം, അന്യനാട്ടിലെ ചോറല്ലേ?'

തിരിഞ്ഞു മുറ്റത്തേയ്ക്ക് തുപ്പാൻ ഭാവിക്കുമ്പോഴാണ് അയാൾ അപ്പുണ്ണിയെ കണ്ടത്.

'എന്താടോ?'

ഒന്നുമുണ്ടായിട്ടല്ല. അപ്പുണ്ണിക്ക് ഒരു വ്യസനം തോന്നി. കുറേ കഴിഞ്ഞാൽ കരഞ്ഞേയ്ക്കുമോ എന്നൊരു ഭയം. അവൻ മുഖത്തു നോക്കാതെ പറഞ്ഞു:

'വെളിച്ചെണ്ണ വാങ്ങാനാ.'

ചെറുമികളുടെ ഇടയിൽ ഒരു പിറുപിറുപ്പുണ്ടായി.

'ഏതാ ഈ കുട്ടി?'

വെള്ളഷർട്ടുകാരൻ പത്മനാഭൻനായരോട് ചോദിച്ചു.

'നമ്മുടെ കോന്തുണ്ണ്യാരുടെ മകൻ. വടക്കേപ്പാട്ടെ—"

അപ്പുണ്ണി മുഖമുയർത്തിയില്ല.

ചെറുമികൾ പെട്ടെന്നു നിശ്ശബ്ദരായി. അപ്പുണ്ണിയുടെ അടുത്തായി നിന്നിരുന്ന രണ്ടുപേർ എന്തോ സ്വകാര്യം പറഞ്ഞു. മുന്നിൽ നിന്നിരുന്നവർ ഒന്നു മാറി നിന്നു. ഇപ്പോൾ മുട്ടിയുരുമ്മാതെ മുന്നിലെത്താം. മുസലിയാർ കുപ്പി വാങ്ങി നാളംവെച്ചു ചെറിയ തവി ടിന്നിൽ മുക്കി രണ്ടുവട്ടം വീഴ്ത്തി; ഒരു തുള്ളി വേറെയും.

കാശു കൊടുത്തു കുപ്പി മൊളിയില ചുരുട്ടിയടച്ചു പുറത്തു കടക്കാൻ ഭാവിക്കുമ്പോൾ ആ വെള്ളഷർട്ടുകാരൻ ചോദിച്ചു:

'തന്ന്യാ പോണ്?'

അവനോടാണെന്ന് ആദ്യം ഓർത്തില്ല.

'പൊറത്ത് ഇരുട്ട്ണ്ടലോ, കുട്ട്യേ?'

അപ്പോൾ അവൻ ആരും കേൾക്കാത്ത വിധത്തിൽ എന്തോ പിറുപിറുത്തു. അധികാരിയുടെ പടിക്കൽ പണിയെടുക്കുന്ന തള്ളച്ചെറുമി കോച്ചി വിളിച്ചു പറഞ്ഞു:

'നിക്കീ, ചെറ്യമ്പ്രാ, തന്നെ പോണ്ടാ. അടേ്യനുംണ്ടാവയിക്ക്.'

കോച്ചി കൈതോലകൊണ്ടുണ്ടാക്കിയ, കാശും മുറുക്കാനുമിടുന്ന വട്ടിയും പീടികയിൽനിന്നു വാങ്ങിയ സാധനങ്ങൾ മുഴുവനും വലിയ മടിയിൽവെച്ചു പിന്നാലെ ഇറങ്ങി. അടുത്ത പീടികക്കാരന്റെ ഇരട്ടച്ചിമ്മിനിയിൽനിന്നു ഓല ച്ചൂട്ടു കത്തിച്ചു പറഞ്ഞു: 'നടന്നോളീ, ചെറ്യമ്പ്രാ.'

അപ്പുണ്ണിയുടെ ഭയം തീർന്നു. ഇടവഴി കടക്കുമ്പോൾ കൈതപ്പൂവിന്റെ നേർത്ത ഗന്ധം തങ്ങിനില്ക്കുന്നുണ്ടെന്നു തോന്നി. എങ്കിലും കാല്ക്കൽ വെളി ച്ചമുണ്ട്.

വഴിക്ക് അവൻ ചോദിച്ചു:

'ആരാ കോച്ച്യേ, അത്?'

'ഏത്, ചെറ്യമ്പ്രാ?'

'ഈസ്പ്പ്ന്റെ പീട്യേല്—'

'അത് സെയ്താലിക്കുട്ട്യാപ്പ്ളല്ലേ?'

'ഏത് സെയ്താലിക്കുട്ടിയാണ്?'

'മുണ്ടാത്തായത്തെ— നാട്ടുന്നു പോയിട്ട്മ്മ്ണി കാലായിലോ.'

സെയ്താലിക്കുട്ടി!

അവന്റെ ശരീരത്തിലൂടെ ഒരു കോരിത്തരിപ്പ് കടന്നുപോയതു പോലെതോന്നി. തടിച്ച് കുറുകിയ പരുക്കൻ കൈകൾ, ശരീരം നിറയെ രോമം, ചോര നിറമുള്ളവ ട്ടക്കണ്ണുകൾ— അതാണ് സെയ്താലിക്കുട്ടി. അവനെയാണ്—

അമ്പലമുറ്റത്തു കഥകളിയുണ്ടായപ്പോൾ പുലർച്ചയ്ക്ക് കണ്ണുതുറന്നപ്പോൾ കണ്ട കാഴ്ചയാണ് ആദ്യം ഓർമ്മവന്നത്. ദുശ്ശാസനന്റെ നെഞ്ചത്തു കയറി യിരുന്നു ഭീമൻ വയർ കീറിപ്പൊളിച്ചു കുടൽമാല പുറത്തെടുക്കുന്നു. അതു പോലെ സെയ്താലിക്കുട്ടിയുടെ നെഞ്ചിൽ–

പക്ഷേ അവനു ശക്തി പോരാ. വലുതായിട്ടില്ല.

അപ്പുണ്ണി കിതയ്ക്കുകയായിരുന്നു.

എന്നാലും കല്ലുവെട്ടുകുഴിയുടെ വക്കിലൂടെയോ ആനപ്പാറയുടെ താഴെ യുള്ള ഇടവഴിയിലൂടെയോ പോകുമ്പോൾ ഒന്നുന്തിയാൽ–

ഒരു കല്ലെടുത്തു തലക്കിട്ടാൽ—

'ചെറ്യമ്പ്രാൻ ഞ്ഞി പൊക്കോളീ.'

അപ്പോഴാണവൻ കാണുന്നത്: പടിക്കലെത്തിയിരിക്കുന്നു.

'അപ്പുണ്ണ്യേ.'

അമ്മയുടെ വിളികേട്ടു. പടിക്കൽത്തന്നെ വെമ്പലോടെ അമ്മ കാത്തു നില്ക്കുകയാണ്.

അവൻ കിതച്ചുകൊണ്ട് പടികടന്ന് അമ്മയുടെ അടുത്തെത്തി.

'ന്റെ ഗുരുകാരണോമ്മാരേ, ഞാൻ ഉള്ളുകത്തി നില്ക്കേര്ന്ന്.'

അവനൊന്നും മിണ്ടിയില്ല. കല്ലുവെട്ടുകുഴിയിലേക്ക് നോക്കുമ്പോൾ ചതഞ്ഞ കുറ്റിത്തലയിൽനിന്നു ചോര ഒഴുകുകയാണ്....

'എന്തേ, അപ്പുണ്ണ്യേ ത്ര വൈക്യേ?'

'അവിടെ വല്ലാത്ത തെരക്കായ്ര്ന്ന്.'

മുഷിഞ്ഞ തോർത്തുമാത്രം ചുറ്റി കിണറ്റിൻകരയിലേക്ക് കുളിക്കാൻ പോയി; അമ്മ തലയിൽ വെള്ളം കോരിയൊഴിച്ചു. ഇപ്പോഴും അമ്മയാണ വനെ തേച്ചുകുളിപ്പിക്കുന്നത്. ആദ്യം അവൻ തല തോർത്തും. എങ്കിലും അവ സാനം തലമുടി പിടിച്ചുനോക്കി. വെള്ളം തോർന്നിട്ടില്ലെന്നു പറഞ്ഞ് അമ്മ ഒന്നുകൂടി അമർത്തിത്തോർത്തും.

ഉള്ളി മൂപ്പിച്ച ചോറിനു എന്തോ വേണ്ടത്ര രുചി തോന്നിയില്ല.

ഉമ്മറവാതിലും അടുക്കളവാതിലും അടച്ച്, പാത്രങ്ങൾ മോറിക്കമഴ്ത്തി യശേഷം അകത്താകെയുള്ള മുറിയിൽ അമ്മ അവന്റെ കോസറി വിരിച്ചു; അടുത്തുതന്നെ അമ്മയുടെ പായും.

വിളക്കണഞ്ഞ് ഇരുട്ടായപ്പോൾ അവന്ന് അകാരണമായി ഭയം തോന്നി. കുറ്റിത്തലയും ചോരനിറമുള്ള രണ്ടു കണ്ണുകളും അവൻ ഇരുട്ടിൽക്കാണുന്നു.

'അമ്മ ഒറങ്ങ്യോ?'

'ഇല്ല്യ, എന്തേ?'

'ഉം ഉം.'

കണ്ണിറുക്കെ ചിമ്മി അവൻ വേഗം ഉറക്കം വരണേ എന്നു പ്രാർത്ഥിച്ചു.

'അമ്മേ-'

അവന്റെ പുറത്തുകൂടെ കൈയിട്ടു പിടിച്ചുപൂട്ടിക്കൊണ്ട് അമ്മ ചോദിച്ചു:

'എന്തേടാ?'

വീണ്ടും സംശയിച്ചു. പറയണോ?

'പിന്നേയ്-ഞാൻ സെയ്താലിക്കുട്ടീനെ കണ്ടു.'

ഏതു സെയ്താലിക്കുട്ടിയെ എന്ന് അമ്മ ചോദിച്ചില്ല.

അവനെ ഒന്നുകൂടി അടക്കിപ്പിടിച്ച് അവന്റെ പുറത്ത് മുഖമമർത്തിക്കൊണ്ട് അമ്മ പറഞ്ഞു:

'ന്റെ മോനൊറങ്ങിക്കോ.'

അമ്മ ആ ചരിത്രം മകനോട് പറഞ്ഞിട്ടില്ല. കുറെയൊക്കെ മനസ്സിലായത് കൊട്ടിലിലെ മുത്താച്ചിയിൽനിന്നു പലപ്പോഴായിട്ടാണ്.

അവരുടെ വളപ്പിൽത്തന്നെ തെക്കേഭാഗത്തായാണ് കൊട്ടിൽ. അതിലാണ് മുത്താച്ചി പാർക്കുന്നത്. ഒഴിവുള്ളപ്പോഴെല്ലാം അവനവിടെ ചെന്നിരിക്കും.

പക്ഷേ മുത്താച്ചി എല്ലായ്പ്പോഴും അവിടെ ഉണ്ടായെന്നു വരില്ല. ചിലപ്പോൾ മഞ്ഞനിറത്തിലുള്ള രോമസ്സാൽവയും പുതച്ച് മുത്താച്ചി രാവിലെ വടികുത്തി പുറത്തിറങ്ങും. (ആ സാൽവ കൊളമ്പിൽനിന്നു കൊണ്ടുവന്നതാണത്രേ). പിന്നെ രണ്ടുമൂന്നു ദിവസം കഴിഞ്ഞേ മടങ്ങൂ. പതിവായി ചില സ്ഥലങ്ങൾ സന്ദർശിക്കാറുണ്ട്. തേന്തേത്തില്ലത്തും, മാങ്കോത്തില്ലത്തും പോവും. രണ്ടു മൂന്നു തറവാടുകളിലും പോകാറുണ്ട്. അവിടെനിന്നെല്ലാം അരിയും നാളി

കേരവും കിട്ടും. ചോദിക്കാതെതന്നെ എല്ലാവരും കൊടുത്തു കൊള്ളണം. ഇടയ്ക്കിടെ സമാധാനിക്കാൻ മുത്താച്ചി പറയും: 'ഞാനേയ് എരക്കാൻ നട ക്ക്വെന്നല്ല.'

കൊട്ടിലിലെ മുത്താച്ചിയെ അറിയാത്തവർ കൂടല്ലൂരില്ല. ചെറുപ്പത്തിൽ മൂന്നു ഭർത്താക്കന്മാരുണ്ടായി, പ്രസവിച്ചില്ല. ആദ്യത്തെ ഭർത്താവ് മുത്താച്ചിയെ ഉപേക്ഷിച്ചു. രണ്ടാമത്തേയും മൂന്നാമത്തേയും ഭർത്താക്കന്മാരെ മുത്താച്ചിയും ഉപേക്ഷിച്ചു. എഴുപതു കഴിഞ്ഞ മുത്താച്ചി ചെറിയ കുട്ടിക ളുടെ കൂടെ ഇപ്പോഴും തിരുപ്പറക്കും, കൈകൊട്ടിക്കളിക്കും. ഭേദപ്പെട്ട വീടുക ളിൽ പോയാൽ ഒന്നോ രണ്ടോ ദിവസം താമസിക്കും. പോരുമ്പോൾ പെണ്ണു ങ്ങൾ അരി കൊടുക്കണം. ചെറുപ്പക്കാർ അണ കൊടുക്കണം. അരിയോ കാശോ കിട്ടിയാൽ ആ വീട്ടുകാരുടെ നല്ല മനസ്സും സ്ഥിതിയുമൊക്കെ നാട്ടിൽ മുഴുവൻ നടന്നുപറയും.

മുത്താച്ചിയുടെ 'ആയ' കാലത്തു പ്രസവവും രോഗവുമുള്ള വീടുകളി ലെല്ലാം എത്തും. നാട്ടിൽ കാണുന്ന പലരേയും പിറപ്പിച്ചെടുത്തത് മുത്താച്ചി യാണ്. പലരെയും മരിപ്പിച്ചിട്ടുമുണ്ട്. മുത്താച്ചിയെ കാലൻ വിളിക്കുന്ന കാര്യം പറഞ്ഞാൽ അവർക്ക് രസിക്കില്ല.

'മുത്താച്ച്യെ തെക്കേ കണ്ടത്തിലേയ്ക്കെടുക്കാൻ തെരക്കായി, ഇല്ല്യേടാ മക്കളേ' എന്നാണ് ചോദ്യം. എന്നിട്ട് സ്വയം സമാധാനിക്കും:

'ന്റേ ചീട്ട് അങ്ങനൊന്നും ചീന്തില്ല്യ.'

ഒരു യാത്ര കഴിഞ്ഞു തിരിച്ചെത്തിയാൽ അഞ്ചാറുദിവസം കൊട്ടി ലിൽത്തന്നെ ഉണ്ടാവും. അപ്പോഴാണ് അപ്പുണ്ണിക്ക് രസം. കൊട്ടിലിലെ കയ റ്റുകട്ടിലിൽ ചെന്ന് ഇരുന്നാൽ മതി. യാത്രയ്ക്കിടയിൽ കിട്ടിയ ഒളോർമാങ്ങ, തേന്തേത്തില്ലത്തുനിന്നു കിട്ടിയ ചക്കപ്പപ്പടം അങ്ങനെ വല്ലതുമൊക്കെ നല്ല തുണ്ടെങ്കിൽ അപ്പുണ്ണിക്കാണ്. കേൾക്കാൻ രണ്ടു വയസ്സായ ഒരു കുട്ടിയെ കിട്ടിയാൽ മതി. മുത്താച്ചിക്ക് പറയാൻ ഒരു പിടി കാര്യങ്ങളുണ്ട്.

അച്ഛനെപ്പറ്റി കുറെയെല്ലാം അവനറിയുന്നത് മുത്താച്ചിയിൽ നിന്നാണ്.

'കോന്തുണ്ണി മരിക്കുമ്പോ, അപ്പോ, നീയിത്രേയുള്ളൂ.'

എല്ലാ ആൺകുട്ടികളേയും മുത്താച്ചി അപ്പുവെന്നാണ് വിളിക്കുക; എല്ലാ പെൺകുട്ടികളെയും അമ്മുവെന്നും.

അച്ഛൻ മരിക്കുന്ന കാലത്ത് അവൻ മുത്താച്ചിയുടെ ചൂണ്ടുവിരലിന്റെ പകു തിയേ ഉള്ളൂ! അപ്പുണ്ണിക്ക് തമാശ തോന്നി.

അതൊരു സാധാരണമരണമായിരുന്നില്ല. ആരോ വിഷംകൊടുത്തു കൊന്ന താണ്....

'ഓനെപ്പോലെ സ്നേഹം ഉള്ള ഒരാങ്കുട്ടി ഈ ദേശത്ത് ഉണ്ടായിട്ടില്ല. ആന പിടിച്ചാൽ എത്താത്ത തടി. എപ്പക്കണ്ടാലും മുത്താച്ചിക്ക് മുറുക്കാൻ വാങ്ങാൻ എന്തെങ്കിലും തരും....' എന്നിട്ടു മുത്താച്ചി നിറുത്തി അവന്റെ ശിരസ്സു തടവി ക്കൊണ്ടു പറയും:

'ഓളക്കതിനു ദൈവം കൊടുത്തുവെച്ചില്ല്യ.'

അച്ഛനെപ്പറ്റി വളരെ അവ്യക്തമായേ അപ്പുണ്ണിക്കോർമ്മയുള്ളൂ. എങ്കിലും

അവനെ കാണുന്നവരെല്ലാം അച്ഛനെപ്പറ്റിയാണ് പറയാറ്. നാട്ടിലുള്ള വർക്കെല്ലാം അച്ഛൻ വളരെ പ്രിയപ്പെട്ട ആളായിരുന്നു. എന്തിനും കോന്തു ണ്ണിനായർ വേണം. കല്യാണത്തിനും പതിനാറടിയന്തിരത്തിനും പുരകെട്ടിനും എല്ലാം ശ്രമിക്കാൻ അച്ഛനുണ്ടാവും. പക്ഷേ അച്ഛന്റെ വീട്ടുകാർക്ക് ചെറുപ്പ ത്തിൽത്തന്നെ അച്ഛനെ കണ്ടുകൂടായിരുന്നു.

'അവൻ പകിടേം തിരുമ്പി നടക്കട്ടെ. തോന്ന്യാസി' എന്നായിരുന്നുവത്രേ അച്ഛന്റെ അമ്മ പറഞ്ഞിരുന്നത്. അച്ഛൻ ഒറ്റ മകനായിരുന്നു. അച്ഛന്റെ അമ്മ മരിച്ചപ്പോൾ ഒറ്റത്തടിയായിരുന്നു.

കോന്തുണ്ണിനായർ പേരുകേട്ട പകിടകളിക്കാരനായിരുന്നു.

ഓണത്തിനും വിഷുവിനും തിരുവാതിരയ്ക്കും ഇപ്പോഴും ആൽത്തറയിൽ പകിടകളിയുണ്ടാവും. കൂടല്ലൂർദേശക്കാരും പെരുമ്പലം ദേശക്കാരും തമ്മി ലാണ് മത്സരം.

വലിയ വലിയ പകിടകളിക്കാരെല്ലാം പോയി. ഇപ്പോൾ ചില ചെറുപ്പക്കാരേ ഉള്ളു. 'കളിയിൽ പണ്ടത്തെയത്ര വാശിയില്ല' എന്നാണ് പഴയ ആളുകൾ പറയുന്നത്.

'കരു' തിരുമ്മുന്ന ശബ്ദം കേൾക്കുമ്പോൾ, ആർപ്പുവിളി മുഴങ്ങുമ്പോൾ, അച്ഛനെയാണ് ഓർമ്മവരിക; വേദനയെക്കാളുമേറെ അഭിമാനമാണ് തോന്നുക.

പറഞ്ഞു പകിടയെറിഞ്ഞ് എണ്ണം വീഴ്ത്താൻ ആ നാട്ടിൽ ഒരു കളിക്കാ രനേ ഉണ്ടായിട്ടുള്ളൂ; അതവന്റെ അച്ഛനാണ്.

'എന്റെ കൂട്ടരേ, ഞാൻ ന്റെ കണ്ണോണ്ടു കണ്ടതാണ്. പെരുമ്പലത്തുകാ രായുള്ള അവസാനത്തെ വരകളിയാണ്. അപ്പുറത്തു മാരാരാ കളിക്കണ്. അവ രടെ നേരുകൊമ്പു കെട്ടി മൂന്നാംകായ വീഴാൻ പോണ നേരം. തോറ്റാൽ മാനം പോയി. ഇരുന്നിട്ടു ഫലംല്ല്യ. കളിച്ചോര് കളിച്ചോര് മട്ത്ത്പോര്. അപ്രം മണ്ണാൻ ചോപ്പനെകൊണ്ട് മന്ത്രവാദം ചെയ്യിച്ചിട്ടുണ്ട്! പിന്ന്യല്ലേ നമ്മളറി ഞ്ഞത്. മുപ്പത്തിരണ്ടെണ്ണം കളിക്കണം നേരുകൊമ്പു കെട്ടാൻ. അച്ചുമ്മാൻ പകിടെടുത്ത് മാനം നോക്കി നില്ക്കാ....

'ചതിച്ചല്ലോ തമ്പ്രാനേയ്'— കള്ളി പറഞ്ഞാൽ അച്ചുമ്മാനും ധൈര്യല്ല്യ. ആ കയ്യീലു കെട്ടീല്ല്യെങ്കി തോറ്റതന്നെ. എന്നെ നോക്കി മൂപ്പരു പതുക്കനെ ചോയ്ച്ചു: 'എന്താടാ കുട്ടാ' ദേശത്തിന്റെ മാനാ പോണ്!

'അച്ചുമ്മാൻ ന്നാലും ഉശിരാ വിടില്ല. ഏതേര്ന്ന് പുള്ളി! തിരിഞ്ഞിട്ടു ചോയ്ക്ക്യാണ് ഒറക്കെ: 'കുട്ട്യോളാരെങ്കിലുംണ്ടോ?'

അപ്പോഴാണ്: 'കരുങ്ങട്ടു തന്നാട്ടെ, കാരണോരേ'

'നോക്കുമ്പോ കോന്തുണ്യാര്!'

'തെറ്റിക്കാൻ മാരാരും കൂട്ടരും മണ്ണിക്കെടന്ന നാട്ടിലുള്ള ദൈവങ്ങള്യൊക്കെ വിളിച്ച് അലറ്വാ. ആർപ്പു കൂര്വോഴീലു നിന്നാ കേക്കാം.

'ആ ഒരുമ്പെട്ടോളെ ഞാനെന്തിനാ സേവിക്കണ്?, കോന്തുണ്യാരു നെഞ്ച ത്തടിച്ചു നാലു ചീത്ത. ആരെ? ഭഗവതീനെ. പറേമ്പോന്റെ മേനി കോരിത്ത രിക്ക്വാണ്. കണ്ണടച്ചുനിന്ന് ഒരു നാഴിക ജപിച്ചുകൊണ്ടന്നൊരേറ്. പള്ങ്കു പള്ങ്കുപോലെ ഒരു പന്ത്രണ്ട്!

'കണ്ണൊക്കെ അങ്ങട്ടു ചോന്നിരിക്കുന്നു. കണ്ടാ വെറയ്ക്കും.'

'രണ്ടാമതും കൊണ്ടന്നെറിഞ്ഞു: പന്ത്രണ്ടന്നെ!'

'പിന്നെ കളിച്ചു, ഇരുമൂന്നാറ്.'

'കെട്ടിക്കോളിൻ കൊമ്പ്ന്നും പറഞ്ഞ്, ഒരേറും കൊടുത്തു മൂപ്പരങ്ങടു നടന്നു. മൂപ്പരു കളത്തിലെ പടിക്കലെത്ത്യപ്പളാ ഇവിടെ കരുനിന്നത്, നോക്കുമ്പോ പകിട!

'അങ്ങനത്തെ ഒരാങ്കുട്ടി ഇനിണ്ടാവില്ല.'

കൂടല്ലൂരെ ഇപ്പോഴത്തെ മുന്തിയ കളിക്കാരനായ കുട്ടൻനായർ പറയുകയാണ്.

ആ കളിക്കാരൻ ഇരുപത്തിയൊന്നാം വയസ്സിലാണത്രേ കുറ്റിപ്പുറത്തും വളാഞ്ചേരിയിലും ഒക്കെ സഞ്ചരിച്ച് അവിടുത്തെ പ്രഗല്ഭരായ കളിക്കാരെ കൊമ്പു കുത്തിച്ചത്.

തോൽവിയറിയാതെ നിന്നിരുന്ന ഒരു തെക്കൻ മണ്ണാനുണ്ടായിരുന്നു. അയാളുടെ മണ്ടകത്തിന്റെ മുമ്പിൽവെച്ചേ കളിക്കൂ. വരുന്നോരു വരുന്നോരു തോറ്റു. അവിടേയ്ക്ക് അച്ഛൻ ഓണം അവിട്ടത്തിന്റന്നു പുറപ്പെട്ടപ്പോൾ കൂടെ അപ്പുപ്പണിക്കരുണ്ടായിരുന്നു. അപ്പുപ്പണിക്കർ ഇപ്പോഴും അതു പറയാത്ത ദിവസമില്ല. കാലത്തു കളി തുടങ്ങിയിട്ടു മൂന്നാം ദിവസമാണ് അച്ഛൻ കൊമ്പുകെട്ടിയത്. മണ്ണാൻ പഠിച്ച പണിയൊക്കെ നോക്കി. ചൂതു വീണു കഴിഞ്ഞതു നാലം ദിവസം സന്ധ്യയ്ക്കാണ്. പൂഴിവാരിയിട്ടാൽ ഉതിരാത്തത്ര ആളുകൾ കളി കാണാൻ കൂടിയിരുന്നു. കൊമ്പത്തുനിന്ന് അച്ഛനെഴുന്നേറ്റപ്പോൾ തൊഴുതു കൊണ്ടു പറഞ്ഞു:

'ഇബ്ട്ത്തോട് അട്യേനിനി കളിക്കില്ല. ഇതട്യേന്റെ സന്തോഷത്തിനാ.'

നാലു റാത്തലുള്ള വെള്ളോടിൽ വാർത്ത പകിടക്കരു അന്നു മണ്ണാൻ സമ്മാനിച്ചതാണ്. ആ കരു എറിഞ്ഞാൽ ഇപ്പോഴത്തെ ചെറുപ്പക്കാരുടെ നെഞ്ചു കലങ്ങും. അതുകൊണ്ടു കളിച്ചാണ് കാനോത്തുപണിക്കന്മാരെ തോല്പിച്ചത്. അങ്ങനെ എന്തെല്ലാം പറയുവാനുണ്ട്! അതെല്ലാം അവന്റെ അച്ഛനെപ്പറ്റിയാണ്.

നാട്ടിലെ ചെറുപ്പക്കാർ പലരും അച്ഛന്റെ പിന്നാലെയാണ് നടന്നിരുന്നത്. എല്ലാവർക്കും വേണ്ടപ്പെട്ട ആളായിരുന്നു. കല്യാണത്തിനുശേഷമാണ് കൂട്ടുകാർ പലരും അച്ഛനെ കയ്യൊഴിച്ചത്. കാരണം അച്ഛൻ അമ്മയുടെ തറവാടിനെ അപമാനിച്ചതാണത്രേ!

വടക്കേപ്പാട്ടെ തറവാടിനെ അപമാനിച്ചതിൽ പലർക്കും അച്ഛനോട് വെറുപ്പു തോന്നിയത്ര.

അച്ഛനു തറവാടിത്തം കുറയും. പണ്ട്, മൂന്നോ നാലോ തലമുറകൾക്കു മുമ്പ്, അച്ഛന്റെ വീട്ടിലൊരു പെണ്ണു പിഴച്ചുപോയിട്ടുള്ളതാണ് കാരണം. പോരാത്തതിന് അച്ഛൻ എല്ലാ ജാതിക്കാരുടെയും കൂടെ നടക്കും. മാപ്പിളയുടെ പീടികയിൽനിന്ന് ചായകുടിക്കും. ചായകുടിക്കുന്നതുതന്നെ അന്നൊക്കെ തെറ്റാണ്. മാപ്പിളയുടെ ചായ ഹിന്ദുക്കൾ കുടിക്കാൻ പാടില്ലല്ലോ. അപ്പോൾ വലിയതെറ്റായി. പകിട കളിക്കുന്നതും വടക്കേപ്പാട്ടെ കാരണവരുടെ കണ്ണിൽ തെറ്റായി

രുന്നു. പിന്നെ, പകിട കളിക്കാൻ പോവുമ്പോഴൊക്കെ അച്ഛൻ കള്ളു കുടിച്ചിരുന്നുവത്രെ. അങ്ങനത്തെ ആൾക്കു വടക്കേപ്പാട്ടിലെ തറവാട്ടിലെ പെണ്ണിനെ നേരാംവഴിക്കു കല്യാണം കഴിച്ചു കൊടുക്കില്ല.

അമ്മയുടെ മരിച്ചുപോയ ഒരാങ്ങളയുണ്ടായിരുന്നു. അയാളെ അപ്പുണ്ണി വിളിക്കേണ്ടതു മാധവമ്മാമ എന്നാണ്. മാധവമ്മാമയും കോന്തുണ്ണിനായരും ചങ്ങാതിമാരായിരുന്നു.

വലിയമ്മാമ വീട്ടിലില്ലാത്ത ദിവസം. പത്തായപ്പുരയിൽ അന്നൊക്കെ ആളുകൾ പെരുമാറുക പതിവില്ല. സന്ധ്യയ്ക്കു പത്തായപ്പുരയുടെ മുകളിൽ മാധവമ്മാമയും അച്ഛനും സംസാരിച്ചിരുന്നു. നേരം വൈകിയതറിഞ്ഞില്ല. ഉമ്മറത്തുനിന്ന് വലിയമ്മാമയുടെ ശബ്ദം കേട്ടപ്പോഴാണ് ഞെട്ടിയത്.

'ആരെടാ, മാധവാ, അത്?'

അപ്പോൾ അച്ഛനാണ് മറുപടി പറഞ്ഞത്.

'ഇതു താഴത്തേലെ കോന്തുണ്ണിയാണ്.'

'അന്തികഴിഞ്ഞ നേരത്ത് അന്യപുരുഷന്മാർക്ക് ഇവിടെ എന്താ കാര്യം?'

അച്ഛൻ വിനയത്തോടെ പറഞ്ഞു:

'ഞാൻ വടക്കെ കെട്ടിലായിരുന്നില്ല. ഇവ്ട്ത്തെ ഒരാണിനോട് സംസാരിക്ക്യേര്ന്ന്.'

വലിയമ്മാമ ചുരമാന്തിക്കൊണ്ടു നടന്നു.

'ഉമ്മറത്തു നിന്നു സംസാരിക്ക്യാ, കാര്യം കഴിഞ്ഞാ പോവ്വാ. അല്ലാണ്ടെ വടക്കേപ്പാട്ടെ പത്തായപ്പെരേലു കയറിയിരിക്കാൻ താഴ്ത്തേലെ ആണുങ്ങൾക്കായിട്ടില്ല.'

അച്ഛൻ കോപമടക്കിക്കൊണ്ടു പറഞ്ഞു:

'ഞാൻ രഹസ്യം പിടിക്കാൻ വന്നതല്ല. ഇവ്ട്ന്നു പെണ്ണു വേണമെങ്കിൽ കോന്തുണ്ണിക്ക് എടുക്കാനും അറിയും.'

'പ്ഫാ!'

വലിയമ്മാമ മുഖത്ത് ആട്ടി.

അച്ഛൻ കാർക്കിച്ചു തുപ്പി പറഞ്ഞുവത്രേ:

'ഒരു തറവാട്ടുകാര്!'

—മുത്താച്ചിയാണ് അത് വിവരിച്ചത്.

തെക്കിനീലെ ചാരുപടിക്കു മുകളിലെ അഴിക്കൂടിനപ്പുറം ഒരാൾ അത് നോക്കി നിന്നിരുന്നു— അമ്മ.

അന്ന് അമ്മ പ്രായം തികഞ്ഞ പെൺകിടാവാണ്.

വടക്കേപ്പാട്ടെ കാരണവരുടെ ഇളയ മരുമകളായിരുന്നു അമ്മ. പുടമുറി പൊടിപാറിക്കഴിക്കാൻ നിശ്ചയിച്ചിരുന്നു. പന്ത്രണ്ടു നാഴിക ദൂരെ കാടും കുളങ്ങളുമുള്ള വലിയൊരു തറവാട്ടിൽ നിന്നായിരുന്നു സംബന്ധക്കാരൻ. മുറ്റം നിറച്ചു പന്തലിട്ടിരുന്നു. പൂമാൻതോടുമുതൽ കൈതക്കാടുവരെയുള്ള നായർവീടുകളിൽ അടച്ചു ക്ഷണമുണ്ടായിരുന്നു. ദേഹണ്ഡത്തിന് കൊടിക്കുന്നത്തുനിന്നാണ് കുട്ടിപ്പട്ടന്മാരെ വരുത്തിയത്.

പക്ഷേ ആ പുടമുറി നടന്നില്ല.

കല്യാണക്കാർ പടിക്കലെത്തിയപ്പോഴാണ് അകത്തുള്ളവർ കാര്യം മനസ്സിലാക്കിയത് പെണ്ണില്ല!

'അതെന്തേ, മുത്താച്ചി?'

അത്ഭുതം പിടഞ്ഞു കുറുകുന്ന നെഞ്ചോടെ അവൻ ചോദിച്ചു.

'കോന്തുണ്ണി പാറുക്കുട്ടീനെ കട്ട്വോണ്ടോയി. അതന്നെ.'

രാവണൻ പുഷ്പകവിമാനത്തിൽ കയറ്റി സീതയെ കട്ടുകൊണ്ടുപോയ കഥ കേട്ടിട്ടുണ്ട്. രാവണൻ ദുഷ്ടനായിരുന്നു. കാരണം, ശ്രീരാമന്റെ ഭാര്യയെ കട്ടുകൊണ്ടുപോയതു ദുഷ്ടത തന്നെയാണ്.

അർജ്ജുനൻ സുഭദ്രയെ കട്ടുകൊണ്ടുപോയ കഥയും ഓർത്തു. അർജ്ജുനൻ മഹാവീരനായിരുന്നു. വില്ലെടുത്തവരിൽ അർജ്ജുനനെ ജയിക്കാൻ കഴിയുന്നവർ ഉണ്ടായിരുന്നില്ലത്രേ. മലയാളം പാഠപുസ്തകത്തിൽ ആ കഥയുണ്ടായിരുന്നു, സന്യാസിയായി ശ്രീകൃഷ്ണന്റെ വീട്ടിൽ ചെന്നു കൂടി സുഭദ്രയേയും കൊണ്ട് ഒറ്റനടത്തം. മിടുക്കൻ! എതിർത്തുവന്ന് യാദവന്മാർക്കു തൊടാൻ കിട്ടിയില്ല....

സുഭദ്രയെ തേരിൽക്കയറ്റി കൊണ്ടുപോയ ഭാഗം വായിക്കുമ്പോൾ കൂനൻചാത്തുനായരുടെ വിവരണമാണ് ഉടനെ ഓർമ്മവരിക. അതു വിവരിക്കാനുള്ള അധികാരം അയാൾക്കുമാത്രമാണുള്ളത്.

'ഞാൻ കണ്ടതാ, ന്റെ കൂട്ടരെ അങ്ങനൊരാൺകുട്ടി ഇനി പെറക്കില്ല.'

അയാൾ വിവരിക്കും:

'കരിങ്കൊറ*യില് അന്നു മൊലയ്ക്കു വെള്ളം. തുരുതുരുന്നനെ അട്ട. അവിടെ എത്തിയപ്പോ, ദാ ഈർക്കലക്കൊടി എട്ക്കണപോലെ ഇങ്ങനെ കൈത്തണ്ടേല്ട്ത്തു പൊന്തിച്ച് ഒരു നടത്തം.'

റാന്തൽ കാണിച്ചു പിന്നാലെ നടക്കുന്ന കൂനൻ ചാത്തുനായർ ചോദിച്ചു: 'അവരു പിന്ന്ന്നു വന്നാലോ?'

അപ്പോൾ തിരിഞ്ഞുനിന്ന് ഒന്നു നോക്കി, എന്നിട്ടു പറഞ്ഞു: 'ചാത്ത്വോ, ഞാനൊരാണാ. ജനിച്ചാ ഒരിക്കലേ മരണള്ളു.'

മുത്താച്ചി കഥ പറഞ്ഞിരിക്കുമ്പോൾ, ചിലപ്പോൾ തച്ചോളി ചന്തുവിനെയും കോമപ്പനെയും ഓർമ്മവരും. കുട്ടിക്കാലത്തു കേട്ടിട്ടുള്ള കഥകൾ, അങ്കംവെട്ടി ജയിച്ച കഥകൾ....

'പക്ഷേ ഓൾക്ക് ദൈവം കൊട്ത്ത് വെച്ചില്ല്യ.'

കൊത്തലങ്ങാട്ടേതിൽക്കാരുടെ കയ്യാലയിലാണ് ഒരു ദിവസം താമസിച്ചത്. അതിലിടയ്ക്കു പാടത്തിന്റെ കരയിൽ ഇല്ലത്തുകാരുടെ കുറച്ചു സ്ഥലം ചാർത്തി വാങ്ങി. ഒഴിഞ്ഞ പറമ്പായിരുന്നു. അതിലച്ഛൻ ഒരു വീടുണ്ടാക്കി.

'രണ്ടുമൂന്നു കൊല്ലംകൊണ്ട് ഓനാ സ്ഥലം പൂങ്കാവാക്കി.'

അമ്മയുടെ വീട്ടുകാർ പുലകുളിച്ചു, തറവാടിന്റെ മാനം കെടുത്തിയ ആ സംഭവത്തെ മറക്കാൻ ശ്രമിച്ചു.

പെണ്ണിനെ തട്ടിക്കൊണ്ടുപോയ കോന്തുണ്ണിനായരെപ്പറ്റി നാട്ടിലെല്ലായിടത്തും സംസാരമായിരുന്നു കുറെ കാലം.

---

* വർഷക്കാലത്ത് വെള്ളം മുങ്ങിക്കിടക്കാറുള്ള വയൽപ്രദേശങ്ങൾ.

അപ്പുണ്ണിക്കു മൂന്നു വയസ്സേ ആയിട്ടുള്ളു അന്ന്. പുഴവക്കത്തെ കാലായ കൾ മുഴുവൻ അച്ഛൻ പാട്ടത്തിനെടുത്തു. സെയ്താലിക്കുട്ടിയും അച്ഛനും പങ്കുചേർന്നു കൊള്ളികുത്തി.

മുത്താച്ചി പറഞ്ഞത്:

'കൊള്ളികുത്തീച്ചാലോ- നമ്പ്രത്തെ പള്ള്യാലു മുതല്ക്കു വടക്കെ പൊഴ ക്കരവരെ.'

ആയിരം ഉറുപ്പിക ഏതു കണ്ണുപൊട്ടനും കൊടുക്കും. അത്ര മുന്തിയതാ യിരുന്നു കൊള്ളി. പള്ളിപ്പുറത്തുകാരായ കച്ചവടക്കാർ വന്ന് ഒട്ടാകെ കൊള്ളി കച്ചവടമാക്കി. അച്ചാരവും കൊടുത്തു.

അന്നു രാത്രി സെയ്താലിക്കുട്ടി അച്ഛനെ വിരുന്നിനു ക്ഷണിച്ചു.

അപ്പോൾ അപ്പുണ്ണി ഒരു സംശയം ചോദിച്ചു:

'മാപ്ലാരടെ ചോറു നമ്മളുണ്ണ്വോ' മുത്തശ്ശീ?'

'നെന്റച്ഛനല്ലേ ആള്!'

രാത്രി രണ്ടുപേരും ഇറച്ചിയും പത്തിരിയും കഴിച്ചു. ഇറച്ചിക്കു ദുസ്വാദു ണ്ടായിരുന്നു.

'മുത്ത്യാടിന്റെ എറച്ച്യായിട്ടാ' എന്നു സെയ്താലിക്കുട്ടി പറയുകയും ചെ യ്തു. മുത്തളിംകുന്നത്തെ പള്ളിക്കപ്പുറമാണ് സെയ്താലിക്കുട്ടിയുടെ വീട്. വിരുന്നു കഴിഞ്ഞിറങ്ങി. കല്ലത്താണിക്കടുത്തെത്തിയപ്പോൾ വയറ്റിനൊരു കൊളുത്തൽ, രണ്ടടി നടന്നപ്പോൾ ഛർദ്ദിച്ചു. തളർന്ന്, വയറും പിടിച്ചു വീണ്ടും രണ്ടടി നടന്നപ്പോൾ കുഴഞ്ഞു വീണുപോയി....

–അപ്പുണ്ണിയുടെ കണ്ണുകൾ മങ്ങുകയായിരുന്നു.

അപ്പോഴാണ് വലിയ വളപ്പിലെ ചന്തു വന്നത്. കുമ്പിടിച്ചന്തയിൽ കായ്ക്കറി വിറ്റുവരുന്ന വരവാണ്.

'ആരാത്?'

'ഞാനാ, ചന്ത്വോ.'

'അയ്യോന്റെ കമ്മക്കെന്തേ പറ്റീത്?'

'സെയ്താലിക്കുട്ടിന്നെ ചതിച്ചു, ചന്ത്വോ.'

—അപ്പുണ്ണിയുടെ കണ്ണുകൾ നിറഞ്ഞൊഴുകി.

ചന്തു താങ്ങിയെടുത്തു.വീട്ടിലെത്തിച്ചപ്പോൾ അമ്മ വിളക്കും കത്തിച്ചു വെച്ചു കാത്തിരിക്കുകയായിരുന്നു. അവനുറങ്ങിക്കഴിഞ്ഞിരുന്നു.

'പാറുക്കുട്ട്യേന്നൊന്നു വിളിച്ചു വീണതാ. ആളും മാളും കൂട്യാപ്പളക്ക്— എന്തിനാന്റെ കുട്ട്യേ, അതൊക്കെ പറേണ്, മണ്ടേലെ വര നന്നായില്ല്യ, മണ്ടേലെ വര നന്നായില്ല്യ.'

—അപ്പുണ്ണി ഏങ്ങിയേങ്ങിക്കരഞ്ഞു.

നാട്ടിൽ പൊതുവെ സ്വകാര്യമായി ആളുകൾ ആ മരണത്തെപ്പറ്റി സംസാ രിച്ചു. പോലീസുകാർ വരുമെന്നും ശവം പുറത്തെടുത്തു കീറിമുറിച്ചു പരി ശോധിക്കുമെന്നും പറഞ്ഞു കേട്ടു. എന്തോ, അതൊന്നുമുണ്ടായില്ല.

'അത്തുണ്ണിമൊയലാളി കാശൊക്കെ കൊടുത്തു കേസില്ല്യാണ്ടെ ആക്കീ തല്ലേ?'

ശത്രുക്കളുടെ കൂട്ടത്തിൽ ഒരു പേർകൂടി അപ്പുണ്ണി മനസ്സിൽ കുറിച്ചിട്ടു: അത്തുണ്ണി മൊതലാളി!

പിന്നീടാണ് അറിഞ്ഞത്, അയാൾ മരിച്ചിരിക്കുന്നു. അതു നന്നായി.

പാഷാണം കൊടുത്താണത്രേ അച്ഛനെ കൊന്നത്. ആട്ടിറച്ചിയിൽ പാഷാണം കലക്കി. പാഷാണം പറയരുടെ കൈയിലുണ്ടാവുമത്രെ. പറയരെ ഭയപ്പെടണം. ഒടിച്ചുകൊല്ലാനറിയും. മരുന്നു കൊടുത്തിട്ടാണെങ്കിൽ പാഷാണവുമുണ്ട്.

മുത്താച്ചി ഇടയ്ക്കിടെ പറയാറുണ്ട്:

'വല്ല്യോരു തറവാട്ടിൽപ്പെട്ട കുട്ട്യാ നിയ്യ്.'

മനസ്സിൽ പലവട്ടം അവൻ അത് ഏറ്റു പറഞ്ഞിട്ടുണ്ട്. ആ തറവാടിനു പണ്ടു പടിയ്ക്കൽ പതിനായിരം വിളഞ്ഞിരുന്നുവത്രേ. അതെല്ലാം വളരെ വളരെ മുമ്പാണ്. മുത്താച്ചിക്കു രണ്ടാമത്തെ ഭർത്താവു വന്ന കാലത്തു തറവാടു ഭാഗിച്ചു. ഭാഗിക്കുമ്പോൾ അറുപത്തിനാലാളുകളുകളുണ്ടായിരുന്നുവത്രേ.

അറുപത്തിനാലാളുകളുള്ള വീട്!

അന്നു രണ്ടു നാലുകെട്ടുകൾ ചേർന്നതായിരുന്നുവത്രേ വീട്. പകുതിയിലധികവും പൊളിച്ചു കളഞ്ഞു. ഇപ്പോഴും ഭഗവതി ഇരിക്കുന്ന നാലുകെട്ടുണ്ട്. പത്തായപ്പുരയുണ്ട്. കൈയാലയുണ്ട്. മുത്താച്ചി ഒന്നുരണ്ടു മാസം കൂടുമ്പോൾ അവിടെ പോകാറുണ്ട്.

'കത്തി നിന്നിരുന്ന ഒരു തറവാടാണേയ്! ഇപ്പളും ആ മിറ്റത്തെത്ത്യാ വെറയ്ക്കും.'

അമ്മ രാവിലെ അവനു കഞ്ഞി വിളമ്പിക്കൊടുത്ത് ഇല്ലത്തേയ്ക്കു പുറപ്പെടും. പടിയിറങ്ങിക്കഴിഞ്ഞാൽ മുത്താച്ചി അടുത്തെങ്ങാനുമുണ്ടെങ്കിൽ, ഉറപ്പാണ്, പറയും:

'വല്ലാത്ത യോഗം. വടക്കേപ്പാട്ടെ നാലുകെട്ടിലു വളർന്ന പെണ്ണാ ഒലയ്ക്ക വലിക്കാൻ പോണ്, മണ്ടേലെ വര നന്നാവണം, മണ്ടേലെ വര നന്നാവണം!

വടക്കേപ്പാട്ടെ നാലുകെട്ടിൽ വളർന്ന കാര്യം കേൾക്കാൻ തുടങ്ങിയിട്ടു കുറെയായി. അമ്മ കേൾക്കെയും മുത്താച്ചി പറയും. ആമിനുമ്മയും കോച്ചിയും പറയും. അപ്പോഴെല്ലാം അമ്മ ആരും കാണാതെ കണ്ണു തുടയ്ക്കും.

'കുഞ്ഞിക്കാള്ള്യേമടെ എളേ മോളാ. നെലത്തുവെച്ചാ ഉറുമ്പരിക്കും. തലേലു വെച്ചാ പേൻ കടിക്കും— അങ്ങനെ വളർത്തീതാ. ഓൾടെ തെരണ്ടു കല്യാണത്തിനു നൂറുപറ അരി വെച്ചിട്ടേര്ന്ന് സദ്യ.'

അങ്ങിനെ വളർന്നവളാണ് അവന്റെ അമ്മ. എന്നിട്ടിപ്പോൾ—

അവൻ രാവിലെ എഴുന്നേല്ക്കുമ്പോഴേയ്ക്കു അമ്മ കുളിയും കഞ്ഞിവെപ്പും കഴിച്ചിരിക്കും. അവനു പലകയിട്ടു കിണ്ണത്തിൽ കഞ്ഞിയും ഇലച്ചീന്തിൽ സമ്മന്തിയും വിളമ്പിവെച്ച്, വൈകുന്നേരത്തേയ്ക്കുള്ളത് ഉറിയിലടച്ചുവെച്ച്, സ്കൂളിൽ പോകുമ്പോൾ ഇടാനുള്ള ഷർട്ടും ട്രൗസറും തിണ്ണയിൽ മടക്കിവെച്ചാണ് അമ്മ പോവുന്നത്.

ഇല്ലത്തേക്ക് അവൻ കൂടെ പോവുന്നത് അമ്മയ്ക്കിഷ്ടമല്ല. എന്നാലും

ഒരു ദിവസം അവൻ പോയിട്ടുണ്ട്. അഞ്ചെട്ടു വയസ്സുള്ളപ്പോഴാണ്. ഇപ്പോഴും അപ്പുണ്ണി അത് ഓർക്കുന്നു. വലിയ ഇല്ലമാണ്. അവിടെ നെല്ലുണക്കുകയും കുത്തുകയുമാണ് അമ്മയുടെ ജോലി. ആടിക്കളിക്കുന്ന വലിയ കാതിൽ തിളങ്ങുന്ന വട്ടച്ചിറ്റുകളിട്ട കുഞ്ഞാത്തോൽ വിളിച്ചു പറയും:

'പാറോ, ആ പരമ്പങ്ങട്ടു മടക്കിക്കോ.'

അല്ലെങ്കിൽ, 'ആ ഒരപ്പരേന്ന് ഉമിത്തിരി ബടെകൊണ്ടന്നു കൂട്ടിക്കൊ.'

പിന്നിലെ പടി കടന്നാൽ നേരെ ഇല്ലത്തെ അടുക്കളമുറ്റത്താണെത്തുക. ആ വഴിക്കാണ് അമ്മ പോവുക.

അമ്മയുടെ കൂടെ ചെന്ന ദിവസം കുഞ്ഞാത്തോലു ചോദിച്ചു. 'പാറൂന്റെ ചെക്കനാ?'

രണ്ടും അവനു രസിച്ചില്ല. അവന്റെ അമ്മയുടെ പേര് പാറു എന്നല്ല. പാറുക്കുട്ടിയെന്നാണ്. അവനെപ്പറ്റിയാണ് ചോദിച്ചത്! ചെക്കൻ!

ഉരപ്പുരയുടെ പരിസരത്തിൽ അവൻ ചുറ്റിപ്പറ്റി നിന്നു. അമ്മയ്ക്കു മുറയ്ക്കു പണിയുണ്ടായിരുന്നു. ഉമ്മറത്തിനടുത്ത് മന്താരച്ചുവട്ടിൽ കൂമ്പാളക്കോണമുടുത്തു കാലിൽ ചിലമ്പുന്ന തളകളും കഴുത്തിൽ ചരടിൽ കോർത്ത വട്ടമോതിരവും നെറുകയിൽ ഉരുളയാക്കി കെട്ടിവെച്ച മുടിയുമായി ഒരുണ്ണി കളിച്ചിരുന്നു. അതു വല്യമ്പൂരിയുടെ ഉണ്ണിയാണ്. വല്യമ്പൂരി എന്നു പറയുന്ന ആളാ പൂമുഖത്തൂണ് പടിയിൽ കാലുവിരുത്തി തിണ്ണയിലിരുന്നു മുറുക്കിത്തുപ്പാറുള്ളത്. അയാളുടെ താഴെയുള്ള ആളെയും അവൻ കണ്ടു. അയാൾ വെറുതെയിരിക്കുമ്പോഴും ചിറി ഇടയ്ക്കിടെ കോടും. ആദ്യം, അവനെ നോക്കി ചിരിച്ചതാണെന്നാണ് കരുതിയത്. പിന്നെയല്ലേ കാര്യം മനസ്സിലാവുന്നത്!

ഉച്ചയ്ക്കു നമ്പൂരാരുടെ ഊണ് കഴിഞ്ഞു. വലിയ കുഞ്ഞാത്തോലും ചെറിയ കുഞ്ഞാത്തോലും ഉണ്ണികളും ഉണ്ണിക്കിടാവും ഉണ്ടശേഷം ഉറക്കെ അകത്തു നിന്ന് കുഞ്ഞാത്തോലു വിളിച്ചു:

'പെണ്ണേ.'

അത് അവന്റെ അമ്മയെയാണ്.

വാതില്ക്കൽ ഒന്നിനുമീതെ ഒന്നായി രണ്ട് എച്ചിലിലകൾ വെച്ചിരുന്നു. അമ്മയതു കൂട്ടിപ്പിടിച്ച് ഉരല്പുരയുടെ തിണ്ടിൽ കൊണ്ടുവന്നു വെച്ചു. രണ്ടിലും എച്ചിൽച്ചോറുണ്ട്. ഈമ്പിയ മാങ്ങയണ്ടിയും കറികളുമുണ്ട്.

അവന് ഓക്കാനം വന്നു.

'എനിക്കു വേണ്ടാ.'

'വെശ്ക്കണില്ലേ?'

'നിക്കു വേണ്ടാ. നിക്ക് വേണ്ടാ.'

കരച്ചിലടക്കിക്കൊണ്ട് അവൻ പറഞ്ഞു. അപ്പോൾ അമ്മ എച്ചിലിലകൾ താഴെയിട്ട്, കുനിഞ്ഞ് അവനെ മുറുകെ മുറുകെ കെട്ടിപ്പിടിച്ചു— അമ്മേടെ യോഗാ മോനെ..........

അവന്റെ ശിരസ്സിൽ ചൂടുള്ള നനവു തോന്നി.

അതിൽപ്പിന്നെ അവൻ അമ്മയുടെ കൂടെ പോയിട്ടില്ല. വൈകുന്നേരം അമ്മ മടങ്ങിയെത്തുമ്പോൾ മുറത്തിൽ അരിയുണ്ടാവും. ശരീരം മുഴുവനും തവിടും

പൊടിയും പറ്റിയിരിക്കും. നേരം ഇരുട്ടിയാൽ കിണറ്റിൻകരയിൽ പോയിട്ടാണ് അമ്മയും അപ്പുണ്ണിയും കുളിക്കുക.

മനയ്ക്കലെ മേല്പുറത്തു വലിയ അമ്പലക്കുളമുണ്ട്. വടക്കേ അറ്റം പാറക്കെട്ടുകളും പൊത്തുകളുമാണ്. ആ പൊത്തുകളിൽ ചീങ്കണ്ണികൾ മുട്ടയിട്ട് കുഞ്ഞുങ്ങളെ വളർത്താറുണ്ടത്രെ. തെക്കേ കടവിനു പുതിയ കുളപ്പുര കെട്ടിയിട്ടുണ്ട്; പടുത്ത് ഒതുക്കുകളും. കരിങ്കല്ലിൽ 'കേശവൻ നമ്പൂതിരിവക' എന്നു കൊത്തിവെച്ചിട്ടുണ്ട്. കുളത്തിൽ കുളിക്കാൻ പോയാൽ അവന്റെ ക്ലാസ്സിൽ പഠിക്കുന്ന കുട്ടികളുണ്ടാവും. നീന്താം, മുങ്ങാം കൂളിയിടാം. പക്ഷേ, അമ്മയ്ക്കു കുളത്തിൽ പോവാനിഷ്ടമില്ല. വീടുവിട്ടാൽ ഇല്ലത്തെ വടക്കുപുറത്ത്, അവിടം വിട്ടാൽ വീട്— അതാണമ്മയുടെ പതിവ്.

രാത്രിയിൽ കിടന്നാൽ അമ്മ നേരത്തെ ഉറങ്ങും. എന്നാലും അവൻ അനങ്ങിയാൽ ഉടനെ അമ്മ ഉണർന്നു ചോദിക്കും: 'എന്താ അപ്പുണ്ണ്യേ?'

ചെറിയ കുട്ടിയായിരുന്ന കാലത്ത് അമ്മ അവന്റെ അരയിൽ താളം പിടിച്ച് പാട്ടുപാടിതന്നിട്ടുണ്ട്. കോടക്കാർവർണ്ണനും ഗോപികമാരും ഗോക്കളെ മേച്ചു നടക്കും കാലത്തെപ്പറ്റിയാണു പാട്ട്. ശ്രീകൃഷ്ണൻ നല്ല വരിനെല്ലിന്റെ ചോറും ലന്തക്കുരുകൊണ്ട് കൂട്ടാനും ഉണ്ട ഒരു പാട്ടുകൂടിയുണ്ട്.

ഉറക്കം വരാതെ കിടക്കുമ്പോൾ, ഇരുട്ടിൽ പകിടക്കരു തിരിയുന്നു. മുലയ്ക്കു വെള്ളത്തിലൂടെ തടിച്ചു കൂറ്റനായ ഒരാൾ തോളത്തൊരു പെൺകിടാവിനെയുമിട്ടു നടന്നുപോകുന്നു.... പകിട തിരിയുന്ന ശബ്ദം.... അങ്ങനെ അവന്റെ കണ്ണുകൾ പതുക്കെ അടയുന്നു.

മണ്ണിൽ കുത്തനെനിന്നു കനത്ത പകിടക്കരു തിരിയുകയാണ്, തിരിയുകയാണ്....

മുറുക്കി ചുവപ്പിച്ച ചുണ്ടുകൾ....

മരിച്ചവർ രാത്രികാലങ്ങളിൽ ഇറങ്ങിവരാറുണ്ടോ സ്വർഗ്ഗത്തിൽ നിന്ന്....

പരീക്ഷ കഴിഞ്ഞു സ്ക്കൂൾ പൂട്ടിയപ്പോഴാണ് അപ്പുണ്ണി വിഷമിച്ചു പോയത്. ഇനി നാല്പത്തഞ്ചു ദിവസം കഴിയണം. അതുവരെ രാവും പകലും ഒരുപോലെ കഴിച്ചുകൂട്ടുന്നത് ഒരു വിഷമമായിരുന്നു.

അമ്മ പോയ്ക്കഴിഞ്ഞാൽ തനിച്ചാണ്.

ഇല്ലത്തേക്ക് അവനില്ല.

നാല്പത്തഞ്ചു ദിവസങ്ങൾ കഴിയണം ഒരു തകരത്താമ്പാളത്തിൽ നാല്പത്തഞ്ചു കല്ലു പെറുക്കിയിട്ടു: ഓരോ ദിവസവും കാലത്ത് ആദ്യം ചെയ്യേണ്ട പ്രവൃത്തി ഒരു കല്ലെടുത്ത് കളയുക എന്നതാണ്.

കുണ്ടുങ്ങൽക്കാരുടെ പടിക്കലുള്ള കുങ്കുമത്തിന്റെ ചുവട്ടിൽ അവൻ ചെന്നു നിന്നു. കേശുവെങ്ങാനും വന്നാൽ ഓലപ്പന്ത് നെയ്തു കളിക്കാം.

പക്ഷേ കേശുവിനെ പുറത്തു കാണില്ല. അവനു വെയിലുകൊണ്ടാൽ ഏക്കമാണ്. പുറത്തിറങ്ങരുതെന്ന് അവന്റെ അമ്മ കല്പന പുറപ്പെടുവിച്ചിട്ടുണ്ട്. കണ്ട കുട്ടികളുടെ കൂടെയൊന്നും കൂടരുതെന്ന് ശാസനയുമുണ്ട്. അതറിയുന്നതുകൊണ്ടാണ് അവിടെ കേറി കേശുവിനെ വിളിക്കാത്തത്.

കേശുവിന്റെ അമ്മയ്ക്ക് ഒറ്റ മകനേയുള്ളൂ. കുണ്ടുങ്ങൽ വീട്ടുകാർ പുതിയ

പണക്കാരാണ്. പണ്ട് അവിടുത്തെ കാരണവർ വലിയവീട്ടിലെ പണിക്കാരനായിരുന്നു. ക്രമത്തിൽ കാര്യസ്ഥനായി. വലിയ വീട്ടിലെ പണിക്കാരത്തിയെയാണ് അയാൾ സംബന്ധം ചെയ്തത്. ക്രമത്തിൽ നെല്ലുണ്ടായി പണമുണ്ടായി.

ഇപ്പോൾ കേശുവിന്റെ അമ്മയ്ക്ക് കഴുത്തു നിറയെ ആമാടക്കൂട്ടമുണ്ട്. അവർക്കു കേശുവിനെ കുളിപ്പിക്കലും തലതോർത്തിക്കലും പൊടിതിരുമ്മലും മാത്രമാണ് ജോലി; അതില്ലാത്തപ്പോൾ കിണറ്റിന്റെ തടത്തിൽ കന്നിക്കൂർക്ക തടംപിടിച്ചു നട്ടുവളർത്തി ശുശ്രൂഷിക്കുകയും. ഏക്കത്തിന്നു കന്നിക്കൂർക്കയുടെ നീരാണത്രെ മരുന്ന്.

കേശു പുറത്തെങ്ങാനുമുണ്ടോ?

കൊഴിഞ്ഞു കിടക്കുന്ന കുങ്കുമപ്പൂക്കൾ പെറുക്കിയെടുത്തു മണപ്പിച്ചു നാലായി ചീന്തിയെറിഞ്ഞുകൊണ്ട് അപ്പുണ്ണി കുറച്ചുനേരം കൂടി അവിടെ നിന്നു.

നാൽപ്പത്തഞ്ചു ദിവസം കഴിഞ്ഞാൽ സ്ക്കൂൾ തുറക്കും. പാസാവുമെന്നുറപ്പുണ്ട്. സർട്ടിഫിക്കറ്റുവാങ്ങി തൃത്താല സ്ക്കൂളിൽ പോകാം! വലിയ സ്ക്കൂളാണ്.

അവിടേയ്ക്കു കുറച്ചധികം ദൂരമുണ്ട്. ഒരു തൂക്കുപാത്രമുണ്ടെങ്കിൽ ചോറു കൊണ്ടുപോകാമായിരുന്നു. ഓട്ടുപാത്രക്കാർ വിളിച്ചു പോകുമ്പോൾ അമ്മ വിളിച്ചുവരുത്തി വില ചോദിച്ചു. അഞ്ചര ഉറുപ്പിക. വേണ്ടെന്നു പറഞ്ഞു തിരിച്ചയച്ചു.

എന്തേ വാങ്ങാത്തതെന്നു ചോദിച്ചില്ല. വേണ്ടേ, അഞ്ചര ഉറുപ്പിക?

അപ്പോഴേയ്ക്കും ആമിനുമ്മയുടെ കുറി കിട്ടിയാൽ മതിയായിരുന്നു. ഇരുപതാളും നറുക്കിന് ഒരുറുപ്പികയും. എട്ടോ ഒൻപതോ നറുക്ക് കഴിഞ്ഞു. അതു കിട്ടിയാൽ ഒന്നു നിന്നു തിരിയാമെന്നാണ് അമ്മ പറയാറ്.

ഒന്നാം തീയതിയാണ് നറുക്കെടുക്കുക. വൈകുന്നേരം എല്ലാവരും ആമിനുമ്മയുടെ പുരയിലെത്തും. അമ്മയുടെ നറുക്ക് അവന്റെ പേരിലാണ്. അപ്പുണ്ണിയായിരിക്കും ആദ്യം എത്തുന്നത്. ഓലക്കഷ്ണത്തിൽ എല്ലാവരുടേയും പേരെഴുതി വെച്ചിട്ടുണ്ട്. വലിയ കിണ്ടിയിൽ നറുക്കുകൾ ഇട്ട് ഇളക്കി ആമിനുമ്മയുടെ ചെറിയ മകൻ ഒന്നെടുക്കുന്നു. ഓരോ തവണയും വിചാരിക്കും: 'പാറുക്കുട്ട്യമ്മ മകൻ അപ്പുണ്ണി' എന്നാവും വായിക്കുക! നോക്കുമ്പോൾ വല്ലകളത്തിൽപ്പടി കണ്ടങ്കാളിയോ വീരാൻകുട്ടി വീടരു കുഞ്ഞിരുത്തുമ്മയോ ആവും. പാറുക്കുട്ടിയമ്മയുടെ മകൻ അപ്പുണ്ണിയുടെ നറുക്ക് ഇനിയും വന്നിട്ടില്ല.

ഇടവഴിയിൽ നിന്നു മുളവടിയുടെ ശബ്ദം കേട്ടു. സംശയിച്ചു നോക്കിയപ്പോൾ, ശരിയാണ്. മുത്താച്ചി വടിയും കുത്തി വലിഞ്ഞു നടന്നു വരികയാണ്. കഴുക്കോൽ ഊന്നി തോണി നീങ്ങുന്നതുപോലെയാണ് മുത്താച്ചിയുടെ നടത്തം. കഴിഞ്ഞ മൂന്നുനാലു ദിവസങ്ങളിൽ മുത്താച്ചി കൊട്ടിലിൽ ഉണ്ടായിരുന്നില്ല.

'മുത്താച്ച്യേ.'

തോണി തുഴയുന്നപോലെ നടന്നടുത്ത്, വിളികേൾക്കാത്ത ഭാവത്തിൽ, അടുത്തെത്തി പെട്ടെന്നു നിന്ന് അവന്റെ തലയുടെ നേരെ വടിയോങ്ങി നില ത്തടിച്ചു. ഒറ്റപ്പെട്ടു മുൻവശത്തു നില്ക്കുന്ന തേഞ്ഞ പല്ലു പുറത്തു കാട്ടി ഉറക്കെ ചിരിച്ചു പറഞ്ഞു:

'ഞാൻ പയ്ക്കുട്ട്യാന്നല്ലേ നിരീച്ച്?'

അതു മുത്താച്ചിയുടെ കളിയാണ്.

'മൂന്നാലീസം നല്ല കോളായിരുന്നൂന്നു തോന്ന്ണൂ മുത്താച്ചിക്ക്.' വലിയ മാറാപ്പു ഞെക്കിനോക്കിക്കൊണ്ട് അപ്പുണ്ണി പറഞ്ഞു.

'എന്തു കോളാന്റെ അപ്പോ? കണ്ണെത്ത്ണോടത്തു കാലെത്തില്ല്യ.... ഇയ്യേന്താ നട്ടപ്ര വെയലത്ത് ഇവിടെ വന്നു നിക്ക്ണ്?'

മുത്താച്ചിയുടെ കൂടെ അവൻ നടന്നു. കൊട്ടിലിന്റെ വാതിൽതുറന്ന് ഭാണ്ഡം താഴെവച്ച്, വടി മുക്കിൽ ചാരി ഇരുന്നു മുത്താച്ചി പറഞ്ഞു:

'വയ്യെന്റെ കുട്ട്യേ.... ഇനി പണ്ടത്തെന്തി ഊരു ചുറ്റാനൊന്നും വയ്യാ.'

'മുത്താച്ചിക്കെത്ര വയസ്സായി?'

'അതൊക്കെ ശ്ശ്യായിന്റെ കുട്ട്യേ. മുത്താച്ചി ഇന്നും ഇന്നലേണ്ടായ ആളല്ല, കൊളമ്പുശിങ്കപ്പൂരൊക്ക ചീറ്റി നടന്ന ആളാ മുത്താച്ചി.'

കൊളമ്പുശിങ്കപ്പൂര് എന്ന് ഒന്നിച്ചേ പറയൂ. കൊളമ്പിൽ മുത്താച്ചി പോയി ട്ടുണ്ട്. അതു മുത്താച്ചി കാണുന്നവരോടെല്ലാം വിവരിച്ചിട്ടുണ്ട്.

കൂടല്ലൂരിൽ കപ്പൽ കയറിയ പെണ്ണുങ്ങൾ രണ്ടേയുള്ളു. ഒന്ന്, കുന്നിൻപു

റത്തു പുതിയ മാളികവീടു കെട്ടി താമസിക്കുന്ന അമ്മാളു അമ്മ. അവരുടെ ഭർത്താവിനു കൊളമ്പിലായിരുന്നു ജോലി. അമ്മാളു അമ്മയ്ക്കു സഹായ ത്തിനു പോയതാണ് മുത്താച്ചി. അന്നു മുത്താച്ചിക്ക് ഇത്ര വയസ്സായിട്ടില്ല.

'രണ്ടു കൊല്ലാ കൊളമ്പിലു പാർത്തത്. തിന്നാനെന്തു സുഖം. തോശ ചുട്ടതു തിന്നു മട്ത്തിട്ടു കാക്കയ്ക്കു കൊടുക്കല്ലേ? തൊട്ട പെരേല് ഒരു തമി ഴത്തിപ്പെണ്ണ്ണ്ടായിരുന്നു— കണ്ണമ്മ. ഓൾക്കും കൊടുക്കും.'

ആ കണ്ണമ്മയെപ്പറ്റി അപ്പുണ്ണി വളരെ കേട്ടതാണ്, അവളെ വിലയ്ക്കു വാങ്ങിയതായിരുന്നുവത്രേ!

മുത്താച്ചി കപ്പലിളകിയപ്പോൾ ഛർദ്ദിക്കാൻ തുടങ്ങിയതും കണ്ണമ്മയെ മല യാളം പഠിപ്പിച്ചതും 'ശിംക്ലത്തി'യുമായി അടികൂടിയതുമൊക്കെ പറയാൻ തുട ങ്ങിയാൽ അപ്പുണ്ണി എല്ലാം മറന്നു കേട്ടിരുന്നു പോകും.

'മുത്താച്ചി എവിട്യൊക്കെ പോയി?'

അപ്പുണ്ണി കയറ്റുകട്ടിലിൽ കയറിയിരുന്നു ചോദിച്ചു.

'എവിടീം പോയില്ല്യ, കുട്ട്യേ, വടക്കേപ്പാട്ടാ ചെന്നു കേറീത്. അവടെ മിൻഞ്ഞാന്നു ബൂനേശ്വരി പൂജേര്ന്ന്. ഇന്നലെ വാഴാവിലമ്പലത്തിൽ അവ രുടെ കളംപാട്ടാ.'

ഒരു ദിവസം ഭുവനേശ്വരി പൂജ.

അടുത്ത ദിവസം അമ്പലത്തിൽ പാട്ട്.

അവിടത്തെ കുട്ടികൾക്ക് എന്തു രസമായിരിക്കും. ഭാസ്കരൻ, കൃഷ്ണൻകുട്ടി, തങ്കം— പേരുകൾ മാത്രമേ അവനറിയൂ. അതും മുത്താച്ചി യുടെ സംസാരത്തിൽനിന്ന് മനസ്സിലായതാണ്. ആരെയും കണ്ടിട്ടില്ല. വലിയ മ്മാമ, കുട്ടിമ്മാമ, രണ്ടു വലിയമ്മമാരുണ്ട്. അമ്മമ്മയുണ്ട്. കുട്ടികളിൽ ആരെ ല്ലാമാണ് താഴെ? ആരെല്ലാമാണ് മൂപ്പ്? അവനറിഞ്ഞുകൂടാ.

'ഭൂവനേശ്വരീപൂജയ്ക്ക് എന്തൊക്ക്യാണ്ടാവ്വാ, മുത്താച്ച്യേ?'

മുത്താച്ചി ഒരു പാട്ടുപോലെ ചൊല്ലാൻ തുടങ്ങി.

അവിലു മലരു ശർക്കര നാളികേരം കരോലപ്പം തണ്ണീരാമൃത്.

അത്രയുമായപ്പോഴേക്കും അപ്പുണ്ണിയുടെ വായിൽ വെള്ളം നിറഞ്ഞു.

'പിന്നെ കോഴ്യെറച്ചീം. മുത്താച്ചി അപ്പൂന് ഒരു സാതനം കൊണ്ടന്നിട്ടുണ്ട്.'

ഭാണ്ഡമഴിച്ചു പുറത്തെടുത്തു. രണ്ടു തണ്ണീരാമൃത്.

മുത്താച്ചി കൊണ്ടുവന്നു വല്ലതും തിന്നാൻ കൊടുക്കുമെന്നുള്ള കഥ അമ്മ യ്ക്കറിഞ്ഞുകൂടാ. അമ്മയ്ക്കതിഷ്ടമാവില്ല.

'തള്ളടെ കെട്ടിലു നാറിപ്പുളിച്ച വല്ലതും ഒക്കെണ്ടാവും' എന്നാണ് അമ്മ പറയുക.

നെയ്യിന്റെ ചുവയും മധുരവുമുള്ള തണ്ണീരാമൃത്. കരിഞ്ഞ ഭാഗം തിന്നാ നാണ് രസം.

വടക്കേപ്പാട്ടെ കുട്ടികൾക്കെല്ലാം ഒരുപാടു കിട്ടിയിട്ടുണ്ടാകും.

അപ്പോൾ അവൻ ഓർത്തുപോയി. അവനും ആ വീട്ടിലെ കുട്ടിയാണ്. അവന്റെ തറവാടാണത്.

'ശ് ശി ദൂരംണ്ടോ, മുത്താച്ചീ?'

'കൊളമ്പ്ലിയ്ക്കാ?'

'അല്ല, അവിടയ്ക്കേയ്.... വടക്കേപ്പാട്ടെയ്ക്കേയ്....'

മുത്താച്ചി വഴി വിവരിച്ചു. എളുപ്പം. മനയ്ക്കലെ മേല്പുറത്തു നിന്ന് ഇട വഴി കയറി രണ്ടു കുന്നുകളിറങ്ങിയാൽ വടക്കേപ്പാട്ടെ മേലേപ്പടിയായി, ആ വഴിയല്ല മുത്താച്ചി പോകാറ്. കുന്നു കയറിയിറങ്ങാൻ മുത്താച്ചിക്കു കുറച്ചു പ്രയാസമുണ്ട്. പാടംവഴി പോയാൽ കുറെ ദൂരം നടക്കണം. എന്നാൽ പടിപ്പു രയിലെത്താം.

'വല്യേ വീടാ, മുത്താച്ചീ?'

'നാലുകെട്ടാ. പുരാതനകാലത്തൊണ്ടാക്കീതാ. ഞാനൊക്കെ കുട്ട്യായിരി യ്ക്കണ കാലത്തെ സ്തിത്യെന്താ? കയ്യാല മൂന്നേര്ന്ന്. എട്ടുകെട്ടാവീട്. രണ്ടാ നടിമിറ്റം. ആ കാലൊക്കെ പോയി.'

ഒരിക്കലും ആ പടി കാണില്ലെന്നുണ്ടോ?

'ഇന്യെന്നാ മുത്താച്ചി പോവ്വാ?'

'വരണാഴ്ച ഒന്നു പോണല്ലോ. തുള്ളലു കുറിച്ചട്ക്ക്ണൂ.'

തുള്ളല് എന്താണെന്നറിയില്ല. ഓട്ടൻതുള്ളലാണോ? അതു സ്ക്കൂളിൽ കണ്ടതാണ്.

'അല്ലടാ, പൊട്ടാ! പാമ്പ്ംതുള്ളല്. പതിനേഴു കൊല്ലമായി പാമ്പ്ം തുള്ളലു കഴിച്ചിട്ട്. മൂന്നിസെങ്കിലും വേണ്ട്യരും. മൂന്നു നാഗം ഉള്ളതല്ലേ?'

സർപ്പത്തുള്ളലാണ്. സർപ്പക്കാവുള്ള വീടുകളിലേ അത് പതിവുള്ളു.

'ക്ഷണിക്കാൻ ആള് പോയിരിക്ക്ണു. പൊടിപൊടിക്കും.'

ആരെ ക്ഷണിക്കാൻ? ദൂരത്തുള്ള ബന്ധുക്കളെയും പണ്ടു ഭാഗിച്ചു പോയ വീട്ടുകാരെയും ക്ഷണിക്കണം. ഉച്ചയ്ക്കു പുഴുക്കും കഞ്ഞിയും. സന്ധ്യക്കു മുമ്പാണു സദ്യ. സന്ധ്യക്കു തുടങ്ങിയാൽ കളം കഴിയാൻ പാതിര ചെല്ലണം.

'മാണ്യ്യൂര്ന്ന് കുട്ട്യോളുവരും. അക്കരേന്നും വരാതിരിക്കില്ല. ഉണിച്ചിരീം മക്കളും കേട്ടപ്പത്തന്നെ പൊറപ്പെട്ട്ട്ണ്ടത്രേ. ഇന്ന് കുഞ്ഞിരാമനാ വിളിക്കാൻ പോയിരിക്ക്ണ്.'

എല്ലാവരും വരും. പണ്ടു ഭാഗിച്ചുപോയവരും ബന്ധുക്കളും ദേശക്കാരും.

അവന്റെ അമ്മയെ ക്ഷണിക്കില്ല.

അവനെയും ആരും ക്ഷണിക്കില്ല.

എന്തിനാ ക്ഷണിക്കുന്നത്. ആരാന്റെ വീട്ടിലാണെങ്കിൽ ക്ഷണിക്കണം. സ്വന്തം വീട്ടിലാവുമ്പോൾ ക്ഷണിക്കണോ? പക്ഷേ— അങ്ങോട്ടു പോകാൻ പാടില്ലെന്നാണ് അമ്മ പറയുന്നത്.

'പഷ്ണികെടന്നു ചത്താലും, ന്റെ മോനേ, ഞാനാ പടി ചവിട്ടില്ല്യാ.'

പക്ഷേ അവിടെ സർപ്പത്തുള്ളലാണ്. ഇനിയൊരിക്കൽ കാണാൻ പറ്റി യെന്നു വരില്ല. അപൂർവ്വമായേ ഉണ്ടാവാറുള്ളൂ. അവനും പോയാലെന്താ?

'മുത്താച്ചിയുടെ കൂടെ ഞാനും പോരട്ടേ?'

'എന്താന്റപ്പോ, നീയ് പറേണ്?'

മുത്തച്ചി കാൽമുട്ടിൽ കൈ ഊന്നി എഴുന്നേറ്റു. നരകയറിയ കണ്ണുകൾ അവന്റെ മുഖത്ത് അത്ഭുതത്തോടെ ഉറച്ചുനിന്നു. ഒരു നിമിഷം ആലോചിച്ച

ശേഷം പറഞ്ഞു:

'നെന്റമ്മ സമ്മതിക്കില്ല്യാ, കുട്ട്യേ.'

'ഞാനമ്മോടു പറയും.'

'ഒന്നിനും പൂവ്വാണ്ട് ന്റെ കുട്ടി ഇബിടിരുന്നോ.' മുത്താച്ചി സ്നേഹം വിടാതെ പറഞ്ഞു.

'ഞാനമ്മോടു ചോയിക്കും' അവൻ കൊട്ടിലിന്റെ വാതിൽ കടന്ന് പുറത്തിറങ്ങി. മുത്താച്ചി വിളിച്ചു:

'അപ്പു ഇബടെ വന്നാ.'

അവൻ തിരിഞ്ഞുനോക്കാതെ വീട്ടിലേയ്ക്കു നടന്നു. 'എന്റെ വീടല്ലേ? നിക്ക് പോയാ എന്താ?

നടക്കുമ്പോഴും കുളിക്കുമ്പോഴും ഉണ്ണുമ്പോഴും അതായിരുന്നു വിചാരം. പക്ഷേ അമ്മയോടു ചോദിക്കുന്നതെങ്ങനെ? ചോദിച്ചാൽ സമ്മതിക്കില്ല.... സമ്മതിക്കില്ല.... എന്നാലും പറഞ്ഞുനോക്കണം.

'അമ്മേയ്.'

അമ്മയ്ക്ക് ഉറക്കം പിടിച്ചുതുടങ്ങിയിരുന്നു.

'എന്താടാ?'

'ഒന്നൂല്ല്യ'

അവൻ വീണ്ടും അനങ്ങാതെ നെഞ്ചിടിപ്പോടെ കിടന്നു. കണ്ണടച്ചിട്ടും ഉറക്കം വന്നില്ല. തിരിഞ്ഞും മറിഞ്ഞും കിടന്നുനോക്കി. അമ്മയോടു കുറേക്കൂടി പറ്റിച്ചേർന്നു.

'എന്താ അപ്പുണ്ണ്യേ?'

'അമ്മൊറങ്ങ്യോ?'

'ഇല്ല്യ. എന്തേ?'

'ഒന്നൂല്ല്യ.'

വീണ്ടും പതറിപ്പോയി. അവസാനം ധൈര്യമവലംബിച്ച് അവൻ പറഞ്ഞു:

'അമ്മേയ്, അവടെ തുള്ളലാത്രേ.'

'എവിടെ?'

'അവടെ, നൊമ്പടോടേ.'

അമ്മയുടെ ഉറക്കം പോയെന്നു തോന്നി.

'അയ്ന് നെനക്കെന്തിനാ കെടക്കപ്പൊറുതില്യായ?'

അവൻ പിന്നെ മിണ്ടിയില്ല. തേങ്ങലടക്കിക്കൊണ്ട് അവൻ കിടന്നു.

രാവിലെ വീണ്ടും മുത്താച്ചിയുടെ അടുത്തെത്തി. മുത്താച്ചി അമ്മയോടു പറയണം, സമ്മതം വാങ്ങണം. മുത്താച്ചി വീണ്ടും ഉപദേശിച്ചു. തോന്നാക്കേടിനു പോണ്ടാ! അവൻ കരയുമെന്നായപ്പോൾ മുത്താച്ചി പോകാമെന്ന് സമ്മതിച്ചു.

മുത്താച്ചി അമ്മയോടു സംസാരിക്കാൻ വന്നപ്പോൾ അവൻ മുറ്റത്തിറങ്ങി, ഒന്നുമറിയാത്തപോലെ, തൊടിയിലൊക്കെ നടന്നു. അതിരിലെ മുളംകൂട്ടത്തിലേയ്ക്ക് ഒരു പിടി ചരൽ വാരിയെറിഞ്ഞു. അത് കലമ്പൽകൂട്ടിക്കൊണ്ട് ഊർന്നു വീഴുന്നതു കേട്ടു രസിച്ചു. ആമിനുമ്മയുടെ തൊടിയിലെ കൂരിപ്പൊന്തയ്ക്കിട

യിൽ ഒളിഞ്ഞിരിക്കുന്ന 'ചെമ്പോത്തി'നും ഒരേറു കൊടുത്തു.

മുത്താച്ചി പറഞ്ഞു കഴിഞ്ഞിരിക്കുമെന്ന് സ്വയം ഉറപ്പിച്ചശേഷം അവൻ തിരിച്ചുവന്നു. അപ്പോൾ മുത്താച്ചിയില്ല. അമ്മ അകത്താണ്. പതുക്കെ പതുക്കെയാണ് അകത്തേക്കു കടന്നത്. നോക്കുമ്പോൾ അമ്മ അടുക്കളവാതിൽ പിടിച്ചു നില്ക്കുകയാണ്. ഒച്ചയില്ലാതെ വന്നുനോക്കുമ്പോൾ അമ്മയുടെ കണ്ണിൽ കണ്ണീരു കണ്ടു.

കണ്ണുതുടച്ച്, തൊണ്ടയനക്കി അമ്മ വിളിച്ചു: 'അപ്പുണ്ണ്യേ'

അവൻ അരിച്ചരിച്ച് അടുത്തു ചെന്നു.

'ന്റെ മോൻ അദും ദും പറഞ്ഞു ശാഠ്യംപിടിക്കരുത്.....'

ദേഷ്യമല്ല, സങ്കടമാണ് തോന്നിയത്.

'അയിനൊന്നും നെനക്കു യോഗംണ്ടാവില്ല്യ. നെന്റെ തള്ളേം തന്തേം അയിനു സുകൃതം ചെയ്തില്ല്യ.'

അവനും കണ്ണു തുടച്ചു.

'മോനെന്തിനാ അവടെ പോണ്?'

അപ്പോൾ നിയന്ത്രണമെല്ലാം പൊട്ടിപ്പോയി. അവനുറക്കെ കരഞ്ഞു.

'അപ്പുണ്ണി കരേണ്ടാ.'

അമ്മ വാതിൽപ്പൊളിയിലൂടെ പുറത്തേക്കു നോക്കിക്കൊണ്ട്, കുറെ നേരം അവനെ അടക്കിപ്പിടിച്ചു നിന്നു.

തീരെ വിചാരിക്കാത്തതാണ് പിന്നെ അവൻ കേട്ടത്:

'മോൻ വേണെങ്കിൽ പോയ്ക്കോ.'

വേണ്ടെന്നു പറയാൻ തോന്നി.

ആരൊടെന്നില്ലാതെ അമ്മ പറഞ്ഞു:

'ഓനൊരു കുട്ട്യല്ലേ? ഓനും മോഹംണ്ടാവില്ലേ?'

അപ്പുണ്ണി അമ്പരന്നു നില്ക്കുകയായിരുന്നു.

'അവടെ മറ്റുള്ളോർക്ക് ഉള്ളന്തി നെനക്കും ഒരവകാശംണ്ടല്ലോ; ന്റെ മോൻ പൊയ്ക്കോ.'

ആ ശബ്ദം പതിവിലധികം കനത്തതായിരുന്നു.

കണ്ണുകൾ തുടച്ച്, അമ്മയുടെ പിടി വിടുവിച്ച്, അവൻ മുത്താച്ചിയുടെ കൊട്ടിലിലേയ്ക്കോടി.

* * * * *

പണി കഴിഞ്ഞു പാറുക്കുട്ടി പോകാനുള്ള സമ്മതം കാത്തുനില്ക്കുകയായിരുന്നു. അപ്പോഴാണ് കുഞ്ഞാത്തോലിന് ഒരു ജോലി പറയാൻ തോന്നിയത്.

'പാറോ, ഈ വിറകിൻകൊള്ളെള്യാന്ന് എരട്ടിച്ചാ'

അടുക്കളവാതില്ക്കൽ നിന്നുകൊണ്ട് കുഞ്ഞാത്തോലു കുറെ വിറകെടുത്തു മുറ്റത്തേയ്ക്കിട്ടു. ഉരൽപ്പുരയുടെ ചുമരു ചാരിവെച്ചിരുന്ന മഴുവെടുത്തു കൊണ്ടുവന്നു. ഉണങ്ങിയ വിറകാണ്.വെട്ടുമ്പോൾ തെറിക്കുന്നു.

ഉണങ്ങിയവിറകിൻകൊള്ളിയുമായി മല്ലിടുമ്പോഴാണ് കുഞ്ഞാത്തോലിനു വീട്ടുകാര്യം ചോദിക്കാൻ അവസരം കണ്ടത്.

'പാറൂന് അന്തിക്കാരാ തൊണ?'

'ദൈവമുണ്ടെന്നു പറയാനാണ് തോന്നിയത്. പക്ഷേ പറഞ്ഞത്.'

'അട്ട്യേനും ചെക്കനുംമാത്രേള്ളൂ.'

'കോന്തൂന്റെ വകേല് ആരുംല്ല്യേ?'

'അവരൊക്കെ വിറ്റുപോയിട്ട് ശ്ശി കാലായില്ലേ?'

'കോന്തൂന്റെ തള്ളേടെ ഏട്ത്തിക്ക് ഒരു മകൻണ്ടായിരുന്നൂലോ.'

'അതു ചെറുപ്പത്തിലന്നെ പൊറപ്പെട്ടു പോയീലോ.'

'നെന്റെ വീട്ട്ന്നോ?'

ഉണങ്ങിയ വിറകുകൊള്ളിയിൽ ഊക്കോടെ ഒന്നു വെട്ടി. വഴുതിപ്പോയ മഴു മണ്ണിലാണ് കൊണ്ടത്.

കുഞ്ഞാത്തോല് അതു കണ്ടു.

'ആയ്യ്യായി. നീയാ മഴൂന്റെ ചിറി കേടുവരുത്തൂലോ?'

ഇടത്തെ കാൽകൊണ്ടു വിറകിന്റെ തല അമർത്തിച്ചവിട്ടി വെട്ടിനോക്കി. മുറിയുന്നുണ്ട്. നാലെണ്ണംകൂടിയുണ്ട് ചെറുതാക്കാൻ. അതും കഴിഞ്ഞിട്ടു വേണം. പോകാൻ.

അതിലിടയ്ക്കാണ് അബദ്ധം പറ്റിയത്. മഴു തായിൽനിന്ന് ഊരി തെറിച്ചു പോയി. തള്ളവിരലിന്റെ അറ്റത്തു പൊടുന്നനെ ഒരു വേദന.

'ഹംമ്മേ....'

അവൾ നിലത്തിരുന്നു. നോക്കുമ്പോൾ തള്ളവിരലിന്റെ തുമ്പിൽ, ചെമ്പ രത്തിപ്പൂപോലെ, ചോര. ഒന്നേ നോക്കിയുള്ളൂ.

അടുക്കളയിൽനിന്നു കുഞ്ഞാത്തോലിന്റെ ശബ്ദം:

'കാലുമുറിചോ? സന്ത്യാവണ നേരത്തു.... എന്തേ, പാറ്വോ?'

'ഹും.... ഹൊ....ന്നൂല്ല്യ....'

പതുക്കെ പതുക്കെ ഉരൽപ്പുരയുടെ തിണ്ടിൽ ചെന്നിരുന്നു. ആകെ തളർന്നു പോയി. കണ്ണുമഞ്ഞളിക്കുന്നതുപോലെ....

'എന്തേ പറ്റീത്?'

ഒരു പരുക്കൻ ശബ്ദം കേട്ടു. പാറുക്കുട്ടി തലയുയർത്തി നോക്കിയില്ല. കാലിൽ തണുത്ത വെള്ളം തട്ടി. കണ്ണു തുറന്നു നോക്കിയപ്പോൾ കാൽ രണ്ടു കറുത്ത പരുക്കൻ കൈകൾക്കിടയിലാണ്. മുറുകെ ശീല ചുറ്റിക്കെട്ടിക്കഴി ഞ്ഞപ്പോഴ് അയാൾ പറഞ്ഞു:

'സാരല്ല്യ വല്ങ്ങനെ പറ്റീല്ല്യ.'

'അന്തംകുന്തംല്യാണ്ടെ ഓരോന്നു ചെയ്യും.'

വാതിലിന്നപ്പുറത്തേയ്ക്കു മാറിക്കഴിഞ്ഞ കുഞ്ഞാത്തോലു പറഞ്ഞു. അവർ പറയുന്നതു കേട്ടാൽ കല്പിച്ചു കൂട്ടി കാലിൽ മഴുവെച്ചു വെട്ടിയതാ ണെന്നു തോന്നും. ശങ്കരൻ നായർ ആരൊടെന്നില്ലാതെ പറഞ്ഞു:

'ഉം. ഇതൊന്നും ശീലിക്കാത്തോരു ചെയ്യുമ്പോ അങ്ങനിരിക്കും.'

ഊരിക്കിടക്കുന്ന മഴു എടുത്ത് അയാൾ തായിലിട്ടു. ഒതുക്കുകല്ലിൽ ഊക്കിൽ ഒന്നു മുട്ടി അതുറപ്പിച്ചുവെച്ച് അയാൾ, ഒന്നും സംഭവിക്കാത്ത പോലെ, ഉമ്മറത്തേയ്ക്കു നടന്നു.

പാറുക്കുട്ടി എഴുന്നേറ്റു. വരിഞ്ഞുകെട്ടിയ കാൽവിരൽ ഇളകുമ്പോൾ വേദനിക്കുന്നുണ്ട്. എന്നാലും സാരമില്ല. ആദ്യം വല്ലാതെ പേടിച്ചുപോയി.

മുറ്റത്തു ചിതറിക്കിടക്കുന്ന വിറകുകൊള്ളികൾ ഓരോന്നായെടുത്തു കൈത്തണ്ടയിൽ അടുക്കി അടുക്കളവാതിലിനപ്പുറത്തേയ്ക്കു വെച്ചുകൊടുത്തു. പൂളുകൾ പെറുക്കിയെടുത്ത് ഉരൽപ്പുരയുടെ കോലായിലും കൂട്ടി.

മുറ്റത്ത് അരുത്തിണ്ണയിൽ അമ്മിയും ചാരിക്കൊണ്ടു തെല്ലിട നിന്നു. പരിഭ്രമം അപ്പോഴും വിട്ടുമാറിയിരുന്നില്ല. വിരലിൽ കൊണ്ടതു കുറെ മേലോട്ടായിരുന്നെങ്കിലോ? കാലു പോയതുതന്നെ.

ജോലി ചെയ്യാൻ വയ്യാതെ കിടപ്പിലായാലത്തെ സ്ഥിതി പാറുക്കുട്ടിക്ക് ഓർക്കാൻവയ്യാ. അപ്പുണ്ണി തനിക്ക് താൻ പോരുന്നതുവരെ ഇതു മുടക്കരുതേ എന്നു മാത്രമാണ് പ്രാർത്ഥന.

'കുഞ്ഞാത്തോലേ—'

കുഞ്ഞാത്തോലു കേട്ടില്ലന്നു തോന്നുന്നു.

പുറത്ത് അന്തി മയങ്ങുകയാണ്. കുളപ്പുരയുടെ മുകളിലൂടെ കവുങ്ങുകൾക്കിടയിലൂടെ, പൂത്ത അലറിമരംപോലെ പടിഞ്ഞാറൻ മാനത്തിന്റെ ഒരു കീറു കാണാം. ദൂരേ, മേലേപ്പറമ്പിലെ വൃക്ഷക്കൂട്ടങ്ങൾക്കിടയിൽ ഇരുട്ടു നേർത്തെ താവളം പിടിക്കുകയാണെന്ന് തോന്നും. ഇല്ലത്തെ വളപ്പിൽ പകലും ഇരുട്ടാണ്. ഉച്ചവെയിൽ കൂടി ഇറങ്ങിവരാതെ കവുങ്ങും വാഴയും വൃക്ഷങ്ങളും ഇടതിങ്ങിനില്ക്കുകയാണ്.

'കുഞ്ഞാത്തോലെ—'

'നിക്ക്— നിക്ക്— ദാ വരായി.'

മനയ്ക്കലെ വടക്കുപുറത്ത് ഇങ്ങനെ കാത്തുകെട്ടി നില്ക്കാനാണ് തന്റെ യോഗമെന്നു തോന്നി.

തറവാട്ടിലായിരുന്ന കാലത്ത് സന്ധ്യയ്ക്കു മേൽക്കഴുകി വന്ന് നിലവിളക്കു കത്തിച്ചു കാട്ടണം. സർപ്പക്കാവിലും ഉമ്മറക്കല്ലിലും നടുമുറ്റത്തിന്റെ നാലുവക്കിലും നടുക്കല്ലിലും മച്ചിനകത്തേക്കും, ഉമ്മറപടി കടക്കാതെ വയ്ക്കണം. കഴിഞ്ഞു ജോലി.

സന്ധ്യയ്ക്കു കുട്ടികൾ ഇരുന്നു നാമം ജപിക്കുകയാവും. നടപ്പുരയുടെ കോലായിൽ തൂണുംചാരി പടിഞ്ഞാറൻമാനം നോക്കി തല വേർപെടുത്തിയിരിക്കും.

ആ കാലം വളരെ വളരെ ദൂരേയായിരുന്നു....

പോയ്പ്പോയ ആ നാളുകളെപ്പറ്റി ഓർക്കരുതെന്ന് അവൾക്ക് നിർബന്ധമുണ്ട്.

'പാറോ.'

കുഞ്ഞാത്തോലു വിളിച്ചു.

വാതിൽപ്പടിയിൽ വട്ടമുറത്തിൽ അഞ്ചുനാഴി അരി വെച്ചിട്ടുണ്ട്.

ഉരപ്പുരയിൽ വച്ച ചെറിയ ഓലക്കൊട്ടയെടുത്ത് അതിലേക്ക് അരി ചൊരിഞ്ഞ്, അടഞ്ഞ അടുക്കളവാതിലിനോട് യാത്ര പറഞ്ഞു:

'അട്യേൻ വെടകൊള്ളട്ടെ.'

'ഹതേ.'

അവൾ നടന്നു. പിന്നിൽ ശങ്കരൻനായരുണ്ടെന്ന കാര്യം ഓർത്തപ്പോൾ അവൾക്കും സമാധാനമായി. അയാൾക്കും ആ വഴിയാണ് പോകേണ്ടത്. സന്ധ്യയ്ക്ക്, കുറച്ചു ദൂരമാണെങ്കിലും, തനിയെ പോകാതെ കഴിഞ്ഞല്ലോ. അവൾ മുന്നിൽ നടന്നു. തൊട്ടുപിന്നിൽ അയാളുണ്ട്. പക്ഷേ ഒന്നും സംസാരിച്ചില്ല.

ശങ്കരൻനായരുടെ മുന്നിൽ തലയുയർത്തി നടക്കാൻ വയ്യാ. തറവാട്ടിലായിരുന്ന കാലത്ത് ശങ്കരൻനായരെ അറിയാം. മുറ്റത്തെ കിണറ്റിൽ നിന്നു തേവാൻ വരാറുള്ളത് അയാളാണ്. ആ കിണറ് ചെറുമക്കളും തീയരും തൊടാൻ പാടില്ല. കാഴ്ചയ്ക്ക് കറുത്തു പരുക്കനായ ഒരു മനുഷ്യൻ. അതുപോലെ പരുക്കനാണ് ശബ്ദവും. അന്നും ഇന്നും കാഴ്ചയ്ക്ക് ഒരുപോലെയുണ്ട്. പ്രായം അയാളുടെ ശരീരത്തിൽ മാറ്റം വരുത്താറില്ലെന്നു തോന്നുന്നു.

കുറേ കാലം വലിയവീട്ടിലെ കാര്യസ്ഥനായിരുന്നു. അതു കഴിഞ്ഞാണ് മനയ്ക്കൽ വന്നത്. കുടുംബക്കാരാരുമില്ലത്രേ. അയാൾക്കൊരു മരുമകളുണ്ടായിരുന്നുവെന്നു കേട്ടിട്ടുണ്ട്– നാണി. നാണിയെപ്പറ്റി നാട്ടിൽ പലർക്കും പല കഥയും പറയാനുണ്ട്. 'നാണ്യേ ചൂടുവെച്ചപോലെ' എന്ന ഭീഷണി പെൺകുട്ടികളോട് പറയാറുള്ളതാണ്. നാണി ആരെയും കൂട്ടാക്കാതെയാണ് വളർന്നത്. പക്ഷേ, ശങ്കരൻനായർക്ക് അവളെ നന്നാക്കിയേ അടങ്ങൂ എന്ന വാശിയായിരുന്നു. അവസാനം അയാൾ തൂണിൽ പിടിച്ചുകെട്ടി കറിക്കത്തി പഴുപ്പിച്ച് ഇടത്തെ തുടയിൽ ചൂടുവെച്ചുവത്രേ.

അവളേതോ ആസാം കൂലിക്കാരന്റെ കൂടെ നാടുവിട്ടതാണ്. ആനമലയിലേക്കു ചായനുള്ളാൻ കണ്ടൻ മേസ്തിരി ആളുകളെ കയറ്റിയിരുന്ന കൂട്ടത്തിൽ പോയതാണെന്നും പറയുന്നു.

'അപ്പുണ്ണി പഠിക്കാൻ പോണില്ല്യേ'

ശങ്കരൻ നായർ ഇടയ്ക്കു ചോദിച്ചു.

'ഉവ്വ്.'

അവൾക്കു തിരിയേണ്ട ഇടത്തെത്തിയപ്പോൾ അയാൾ വീണ്ടും ചോദിച്ചു:

'ഏതു ക്ലാസ്സിലാ?'

'എട്ടില്. ഓനെക്കൊണ്ട്—'

അവളെന്തോ പറയാൻ ഭാവിച്ചു.

'എന്താ?'

'ഓന് നാളെ തുള്ളല്നു പോണംച്ച്ട്ടു നോമ്പിട്ടിരിക്ക്യാ തറവാട്ടിലിക്ക് — പറഞ്ഞാ കേക്കില്ല്യാച്ചാ എന്താ ചെയ്യാ?'

'ഉം.'

'എന്തൊക്ക്യാണാവോന്റെ ദൈവേ! കുട്ടി കരഞ്ഞാ പിന്നെന്താ ചെയ്യാ? നിക്കാണെങ്കി ചോയ്ക്കാനും പറയാനും ആരുംല്ല്യ....'

അത്രയൊക്കെ പറയണമെന്നു കരുതിയതല്ല. അപ്പുണ്ണിയെപ്പറ്റി ഓർത്തപ്പോൾ അവൾ പറഞ്ഞുപോയി.

'പോണേനു തെറ്റൊന്നൂല്ല്യ. അവനും ആ വീട്ടില്ത്തിരി അവകാശംണ്ടലോ.'

'കാല് രണ്ടീസ്തിനു നനയ്ക്കണ്ടാ' എന്നും പറഞ്ഞ് അയാൾ നടന്നു. ഇരുട്ടിൽ ആ കറുത്ത നിഴൽ അലിഞ്ഞു ചേർന്നു.

പാറുക്കുട്ടി പടികയറാൻ ഭാവിക്കുമ്പോൾ കുണ്ടുങ്ങലെ പടികടന്നുവരുന്ന പുറംപണിക്കാരത്തി ചീരു ചോദിച്ചു:

'പാറുട്ട്യമ്രാളല്ലേത്?'

'അതേ, ആരാ ചീരോ?'

'അമ്രാള് ആരോടേ തവ്താരിച്ചീന്ന്?'

നാശം, അവൾക്കിപ്പോൾ അതറിഞ്ഞിട്ടാണ് കാര്യം!

'അത്— അതാ ശങ്കരൻനായരാ.'

പടി കടന്നപ്പോൾ പാറുക്കുട്ടി വിചാരിച്ചു: ചീരുവിനു പറഞ്ഞു നടക്കാൻ ഒരു വിശേഷം കിട്ടി. അസത്ത്!

ചില്ലറ അപവാദങ്ങൾ മുതല്ക്കു വലിയ കേസുകൾവരെ പലതും എല്ലാ വീടുകളിലും എത്തിക്കുന്ന പ്രവൃത്തി ദേശത്തു രണ്ടുപേർക്കാണ്. ഒന്നു ചീരു. മറ്റേതു വിളക്കത്രെ അമ്മാളു. അമ്മാളുവിനോടു ചീരു തോറ്റുപോവും.

അപ്പുണ്ണി ചിമ്മിനിയുടെ മുമ്പിലിരുന്ന് അങ്ങാടിയിൽനിന്ന് ഉള്ളിയും മുളകും പൊതിഞ്ഞുകൊണ്ടുവന്ന ആഴ്ചപ്പതിപ്പിന്റെ ഏടു രസത്തിൽ വായിക്കുകയാണ്. ആകപ്പാടെ അവനു നാലഞ്ചു ദിവസമായി ഉത്സാഹം തന്നെയാണ്— തുള്ളലിനു പോകാമെന്നു വന്നതു മുതല്ക്ക്.

ഊണു കഴിഞ്ഞപ്പോഴയ്ക്കും ഒരു ചുഴലിക്കാറ്റും ചിനുങ്ങുന്ന മഴയും വന്നു. മഴ സാരമില്ല. കാറ്റു തൊടിയിലെ വാഴത്തലപ്പുകളെ വട്ടം തിരിക്കുന്നുണ്ടെന്നു തോന്നി. കുത്തഴിയിൽ തൂക്കിയിട്ട ഓലത്തടുക്കു ചുമരിനോടടുപ്പിച്ചു ശബ്ദമുണ്ടാക്കിക്കൊണ്ടിരുന്നു, കിടന്നപ്പോൾ പതിവുപോലെ വേഗം ഉറക്കം വന്നില്ല. മുറിഞ്ഞ കാൽവിരലിനകത്തു ചുളുചുളുന്നനെ കുത്തുന്നുണ്ട്.

പുറത്തു ചാറ്റൽമഴ കുറേശ്ശേ വർദ്ധിക്കുന്നുണ്ട്. കനമുള്ള തുള്ളികൾ ഓലമേഞ്ഞ മേൽപ്പുരയിൽ വന്നു വീഴുമ്പോഴത്തെ ശബ്ദം ശ്രദ്ധിച്ചുകൊണ്ടു പാറുക്കുട്ടി കിടന്നു.

അപ്പുണ്ണി ഉറങ്ങി. രണ്ടു കൈയും മാറിൽ വെച്ചു കഴുത്തു ചെരിച്ചു കിടന്ന അവനെ ഒന്നാകെ കണ്ണുകൊണ്ടു തടവി.

കൈ തട്ടാത്ത ഇടത്തേയ്ക്കു ചിമ്മിനിവിളക്കു മാറ്റിവെച്ച് ഊതിക്കെടുത്തി.

അപ്പുണ്ണിക്കു മൂന്നു വയസ്സുള്ളപ്പോഴാണ് മരിച്ചത്.

വൈകുന്നേരം വെണ്ടയ്ക്കും വഴുതനയ്ക്കും തടംപിടിച്ച്, മുണ്ടുമാറ്റി എന്തോ തമാശയും പറഞ്ഞ് ഉറക്കെ ചിരിച്ച് ഇറങ്ങിപ്പോയതാണ്.... പിന്നെ കയറിവന്നത്—

ആദ്യമായി ആ വീട്ടിൽ വന്നപ്പോൾ അപ്പുണ്ണിയെ ഏഴുമാസം ഗർഭമാണ്. അന്നു മേൽപ്പുരയിൽ പേരിനു മാത്രം വൈക്കോൽ പരത്തിയിട്ടേ ഉള്ളൂ. മീനമാസമായിരുന്നു. മേടം പിറക്കുമ്പോഴേയ്ക്കും തടുക്കു കെട്ടി മേയാമെന്നാണ് പറഞ്ഞിരുന്നത്. രാത്രിയിൽ പൊടുന്നെയാണ് ഇടിയും മഴയും വന്നത്. മീനത്തിൽ അതുപോലൊരു മഴ പിന്നീടുണ്ടായിട്ടില്ല. തകർത്തു പെയ്യുന്ന മഴവെള്ളം മേൽപ്പുരയുടെ പഴുതുകളിലൂടെ കുത്തിയൊഴുകി. പായ നനഞ്ഞു. അകം മുഴുവൻ വെള്ളം.

തളത്തിൽ വെള്ളം വീഴാത്ത മൂലയിൽ ചിമ്മിനി കത്തിച്ചുവെച്ച് അവർ തൊട്ടുതൊട്ടിരുന്നു. അയാൾ അവളുടെ മുഖത്ത്, കണ്ണുകളിൽ, ഉറ്റുനോക്കുകയായിരുന്നു.

'പാറൂട്ടീ!'

അങ്ങനെ ഒരാളേ വിളിച്ചിട്ടുള്ളൂ.

'പാറൂട്ടീ, എന്താ ആലോചിയ്ക്കണ്?'

'ഒന്നൂല്ല്യ'

'ഇപ്പോ വെസനം തോന്ന്ണ്ണ്ടോ?'

എന്തിന് എന്ന മട്ടിൽ അവൾ മുഖമുയർത്തി.

പാറൂട്ടി ഇങ്ങന്യൊന്നും കഴ്യേണ്ടോളല്ല. നിക്കറിയാം.'

'ഞാനങ്ങനൊന്നും നിരീച്ചിട്ടേ ഇല്ലാ.'

വാസ്തവത്തിൽ ജീവിതത്തിലെ പാറക്കെട്ടുകൾ അവൾ കാണാൻ തുടങ്ങിയിട്ട് ഏറെയായിരുന്നില്ല.

നാട്ടുകാർ അവളെപ്പറ്റി പറഞ്ഞിരുന്നതും ചെവിയിലെത്തിയിരുന്നു: ഒരു മെട്ടോള്! വീട്ടുകാർ പുല കുളിച്ചുവത്രേ. പുലകുളിക്കുന്നത് മരിക്കുമ്പോഴാണ്. ഒരു മകൾ മരിച്ചു. ഒരു മരുമകൾ മരിച്ചു. ഏട്ടത്തിമാരും പുലകുളിച്ചുവോ, ആവോ! എന്നാൽ ഒരനിയത്തിയും മരിച്ചു.

ആ കൈ പിടിക്കാൻ തോന്നിയതു പതിനേഴാം വയസ്സിലാണ്. അതിനു ധൈര്യമുണ്ടായത് ഓർക്കുമ്പോൾ, ഇപ്പോൾ അത്ഭുതം തോന്നും.

അറുപത്തിനാലാളുകൾ കഴിഞ്ഞ സ്ഥലമെന്ന് അമ്മ പറയാറുള്ള ആ പഴയ നാലുകെട്ടിന്റെ വടക്കേപ്പുറത്തൊരു മുറിയിലാണ് അവളെ പെറ്റത്. നാലുകെട്ടിൽത്തന്നെ വളർന്നു. പത്തായപ്പുരയുടെ താഴത്തെ മുറിയിൽ ഇരുത്തി എഴുത്തശ്ശൻ മറ്റു കുട്ടികളോടൊപ്പം എഴുതിച്ചു. മേലെ കളമുറ്റത്തെ പുളിമാവിന്റെ ചുവട്ടിൽനിന്നു നോക്കിയാൽ കാണുന്ന സ്ഥലമായിരുന്നു ലോകം. അതിനപ്പുറം കണ്ടിട്ടില്ല.

വേനല്ക്കാലമായാൽ കുളത്തിലെ വെള്ളം ചേറു തൊടും. അപ്പോൾ പുഴയിൽ പോയി കുളിക്കാൻ സമ്മതമുണ്ട്. തനിയെ പോകാറില്ല. ചെറിയേടത്തിയും വലിയേടത്തിയും കൂടെയുണ്ടാകും. അല്ലെങ്കിൽ വടക്കേ വീട്ടിലെ കുഞ്ഞുക്കുട്ടി. കുഞ്ഞുക്കുട്ടിക്ക് അവളെക്കാളും നാലുമാസം മൂപ്പേ ഉണ്ടായിരുന്നുള്ളൂ.

ഒച്ചയുണ്ടാക്കാതെ ഒതുക്കുകളിറങ്ങണം. പടികടന്നു മൂന്നുകണ്ടം കടന്നാൽ നിരത്താണ്. നിരത്തു പുഴയുടെ വക്കിലാണ്. പടിപ്പുരയ്ക്കു നേരെ ത്തന്നെയാണ് കുരുതിപ്പറമ്പ്. അവിടെ ഇറങ്ങാൻ ഒതുക്കുവെട്ടിയിട്ടുണ്ട്. വടക്കേപ്പാട്ടെ പെണ്ണുങ്ങൾ കുളിക്കാൻ വരാറായാൽ ആ കടവിൽനിന്ന് ആളൊഴിഞ്ഞുകൊള്ളും. വലിയമ്മാമ മരിച്ചിരുന്നെങ്കിലും അന്നു പ്രതാപം നശിച്ചിട്ടില്ല.

കുളി കഴിഞ്ഞ് ഉമ്മറത്തൂടെ തന്നെ വേണം അകത്തേക്കു വരാൻ ചിലപ്പോൾ അമ്മാമ മുറ്റത്തു നടക്കുന്നുണ്ടാവും. കാലടികളിൽ മാത്രം നോക്കി പതുക്കെ അകത്തേയ്ക്കു കടന്നുപോകണം. 'നെലമറിയാതെ നടക്കണം.' എന്നാണമ്മ പറയുക.

കുളിക്കാൻ പോയ ഒരു വൈകുന്നേരമാണ് ആദ്യമായി കാണുന്നത്. കുരുതിപ്പറമ്പിലേക്കു തിരിയുന്നേടത്തെ അത്താണിയുടെ മുകളിൽ, തലയിൽ തുമ്പു മുകളിലേയ്ക്കുയർത്തി തോർത്തു കെട്ടി ഒരാളിരിക്കുന്നു. താഴെ രണ്ടു പേർ നിന്നു സംസാരിക്കുന്നു. അധികം മുഖമുയർത്താതെ ഒന്നു നോക്കി. മുറുക്കിച്ചുവപ്പിച്ച ചുണ്ടുകൾ, കാതിൽ ചുവന്ന കല്ലുവെച്ച കടുക്കൻ. വലിയേടത്തിയുടെ മുറിയിൽ തൂക്കിയ രാജാവിന്റെ ചിത്രമാണ് ഓർമ്മ വന്നത്. എന്തോ പറഞ്ഞ് അയാൾ ചിരിച്ചപ്പോൾ ആ ചിരിയുടെ അലകൾ നദീതീരത്തു മുഴങ്ങുന്നുണ്ടെന്നു തോന്നി. അവളും കുഞ്ഞുക്കുട്ടിയും അത്താണിയുടെ ചുവട്ടിലെത്തിയപ്പോൾ അവരുടെ സംഭാഷണം നിലച്ചു. ആ കണ്ണുകൾ തന്റെ ദേഹത്തു വീഴുന്നുണ്ടോ? വേഗം കടന്നു പോകണമെന്നുണ്ട്. പക്ഷേ കാലുകൾ നീങ്ങണ്ടേ? കടവിലേയ്ക്കിറങ്ങുമ്പോൾ കുഞ്ഞുക്കുട്ടി കാണാതെ ഒന്നു തിരിഞ്ഞുനോക്കി. അപ്പോൾ അയാൾ താഴത്തിറങ്ങിയിരിക്കുന്നു. കൊന്നത്തെങ്ങുപോലെ നിവർന്നു നില്ക്കുന്ന ആ വലിയ മനുഷ്യന്റെ കണ്ണുകൾ നീണ്ടു വരുന്നു....

കുളിക്കുന്നതിനിടയ്ക്ക് ജിജ്ഞാസ ഒതുക്കി സാധാരണമട്ടിൽ ചോദിച്ചു:

'ആരാ കുഞ്ഞുക്കുട്ടി, അത്?'

'ഏത്?'

'അത്താണീമ്മ്ല്.'

'അത് കോന്തുണ്ണ്യാരല്ലെ? പകിടകളിക്കാരൻ കോന്തുണ്ണ്യാര്'

കുളിക്കാൻ വരുന്ന പല ദിവസങ്ങളിലും അവൾ കല്ലത്താണിക്കു മുകളിലെ രാജാവിനെ കണ്ടു.

ഒരു ദിവസം തനിച്ചേ ഉണ്ടായിരുന്നുള്ളു. അമ്മ പറഞ്ഞു: 'തന്നെ അല്ലെടീള്ളൂ? പൊഴേലിയ്ക്കു പോണ്ടാ. കൊളത്തിലന്ന്യങ്ങടു മേക്കഴ്കീക്കോ.'

'മുണ്ടു മുക്ക്യാ അപ്പടി ചേട്യാവും, അമ്മേ, എന്നൊരു സമാധാനം പറഞ്ഞ് ഇറങ്ങി.

വയൽ കടന്ന് അത്താണിക്കടുത്തെത്തിയപ്പോൾ ശിരസ്സു താനേ കുനിഞ്ഞുപോയി. കാലുകളിൽ ഒരു വിറയുണ്ടോ? നിരത്തിലേക്ക് മണ്ണിൽനിന്നു കണ്ണുകൾ പറിച്ചെടുത്ത് ഒന്നു നോക്കി, അത്താണി ഒഴിഞ്ഞു കിടക്കുന്നു. ധൃതിയിൽ നടന്നു കുരുതിപ്പറമ്പിൽ കേറിയപ്പോൾ പൊടുന്നനെ കണ്ണുകൾ ചെന്നുമുട്ടിയത് ആലിന്റെ വേരിന്മേൽ ഇരിക്കുന്ന അയാളുടെ മുഖത്താണ് നടത്തത്തിനു വേഗം കൂടി.

'തന്ന്യേള്ളു?'

തന്നോടാണ്. മൂളിയെന്നാണ് ഓർമ്മ. ശബ്ദം പുറത്തുവന്നുവോ, എന്തോ?

അടുത്ത ദിവസവും കണ്ടു. അപ്പോൾ അയാൾ വിളിച്ചു: 'പാറൂട്ടീ'

അവൾ തുടുത്തുപോയ മുഖവുമായി നെഞ്ചിടിപ്പോടെ താഴേയ്ക്കിറങ്ങുമ്പോൾ അയാൾ ചിരിച്ചുകൊണ്ടു പറഞ്ഞു:

'ഞാനീ നാട്ടുകാരൻതന്നെയാണ്. പേര് കോന്തുണ്ണി'

ആ സ്വയം പരിചയപ്പെടുത്തൽ കേട്ടപ്പോൾ അവൾക്ക് ഉള്ളിൽ ചിരി വന്നുപോയി. പിന്നെ ആ കൂസലില്ലായ്മയും. അവൾ ഒരു നിമിഷം നിന്നു.

'അറീം'

'അറിയ്യോ? എന്നിട്ടാ കണ്ട ഭാവംല്ല്യാതെ പോണത്?'

'പഞ്ചായത്ത് വഴിക്ക് അല്ലലോ.'

അങ്ങനെയാണ് ആ പരിചയം ആരംഭിക്കുന്നത്. മുത്തശ്ശി മരിച്ചപ്പോൾ വെട്ടിക്കൂട്ടാനും പതിനാറിനു ശ്രമിക്കാനും വന്ന ദേശക്കാരിൽ കോന്തുണ്ണി നായരും ഉണ്ടായിരുന്നു. നാലുപുരയുടെ മുകളിൽ കുത്തഴിയുടെ പുറകിൽ നിന്നു നോക്കുമ്പോൾ കൈയാലയുടെ മുറ്റത്ത് അയാൾ പണിയെടുക്കുന്നതും എടുപ്പിക്കുന്നതും കാണാം.

കൊടിക്കുന്നത്തുകാവിലെ കുരുതിക്കു താലം കൊളുത്തുന്നേടത്ത് അയാളുണ്ട്. വാഴാവിൽനിന്നു കൊളുത്തിയ താലം കൊണ്ടുവന്ന് ചൊരിയേണ്ടത് കുരുതിപ്പറമ്പിലാണ്. ദൂരം കുറച്ചുണ്ട്. നടപ്പുദീനക്കാലത്തു കുരുതി കഴിച്ച ശേഷം ആദ്യമായുണ്ടാവുന്ന കുരുതിയാണ്. എല്ലാ നായർവീടുകളിൽനിന്നും താലമുണ്ട്. കളത്തിലെ താലമായിരിക്കും മുന്നിൽ. തൊട്ടടുത്തു വലിയ വീട്ടിലെ. മൂന്നാമത്തേത് വടക്കെപ്പാട്ടെയാണ്.

അക്കൊല്ലം ലഹളയുണ്ടാകുമെന്ന് കരുതിയതായിരുന്നു. മുത്തളീം കുന്നത്തെ ശിവരാത്രിക്ക് പൂതനും തിറയും പള്ളിക്കു മുൻവശത്തെ റോഡിലൂടെ കൊട്ടിക്കൊണ്ടു കടന്നുപോയപ്പോൾ മാപ്പിളമാർ വന്നു തടഞ്ഞു. അടിയുണ്ടാക്കി. പലർക്കും പരിക്കുപറ്റി.

'മാപ്ലാരു കൊഴപ്പംണ്ടാക്ക്വോ?'

കാരണവന്മാർ ചോദിച്ചു. എല്ലാ നായർ തറവാടുകളിൽനിന്നും പ്രായം തികഞ്ഞ പെൺകിടാങ്ങൾ താലമെടുക്കുന്നുണ്ട്. താലപ്പൊലിക്കിടയിൽ ബഹളമുണ്ടായാൽ—

ദേശത്തെ ചെറുപ്പക്കാരായിരുന്നു കുരുതി നടത്തിയിരുന്നത്. പ്രധാനി കോന്തുണ്ണിനായർതന്നെ. അയാൾ സംശയിച്ചിരിക്കുന്ന വീടുകളിലെല്ലാം കയറിയിറങ്ങി. 'ഒരു കുഴപ്പോംണ്ടാവില്ല്യ. കോന്തുണ്ണിക്ക് ആയ്സ്സുള്ള കാലത്ത് ഒന്നും പേടിക്കണ്ടാ.'

പകൽപ്പൂരവും വെടിക്കെട്ടും കഴിഞ്ഞു. കുരുതിപ്പറമ്പിൽനിന്നു പഞ്ചവാദ്യം കഴിഞ്ഞപ്പോൾ വാഴാവിലേക്ക് ആളുകൾ നീങ്ങി. താലം രണ്ടു വരിയായി നിരന്നു. പെൺകിടാങ്ങൾക്കു പിറകിൽ ആണുങ്ങളുടെ രക്ഷാനിര ഉണ്ടായിരുന്നു. എന്നാലും താലമെടുക്കുന്നവർക്കെല്ലാം ഭയമുണ്ട്.

വാസ്തവത്തിൽ താലമെടുക്കാൻ പാറുക്കുട്ടിക്ക് ഇഷ്ടമുണ്ടായിരുന്നില്ല. അതൊരു വഴിപാടല്ലേ എന്നായിരുന്നു അമ്മയുടെ ചോദ്യം. ഭഗവതിയുടെ കാര്യത്തിൽ ഉപേക്ഷ കാണിക്കരുതല്ലോ. ഭഗവതി പരദേവതയാണ്. മച്ചിൽ കുടിപ്പാർപ്പുണ്ട്.

വെളിച്ചപ്പാടു താലംകൊളുത്തി നീങ്ങാൻ തുടങ്ങിയപ്പോൾ അവൾ പിന്നിൽനോക്കി. ചെറിയോപ്പ ഉണ്ടാവുമെന്നാണ് പറഞ്ഞിരുന്നത്. നോക്കുമ്പോൾ കണ്ണുകൾ ചെന്നുമുട്ടിയത് കോന്തുണ്ണിനായരുടെ മുഖത്താണ്. 'ഞാനുണ്ട്' എന്ന ഭാവമായിരുന്നു ആ കണ്ണുകളിൽ. തിരക്കു വരുമ്പോൾ തൊട്ടുതൊട്ടില്ല എന്നാവും. ശിരസ്സിൽ ശ്വാസംവന്ന് തട്ടുന്നില്ലേ എന്നു തോന്നി. കുരുതിപ്പറമ്പിലെത്തിയത് അറിഞ്ഞില്ല.

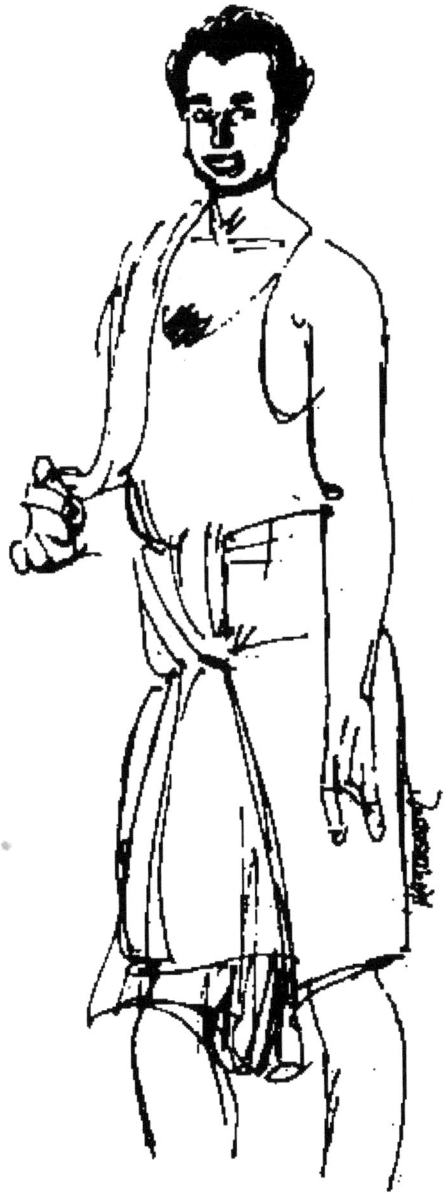

കാണാനും സംസാരിക്കാനും സന്ദർഭങ്ങളുണ്ടായി. സ്വയം ഉണ്ടായ താണോ? ഉണ്ടാക്കി എന്നു പറയുകയാവും ശരി. അയാൾ ഓപ്പയുടെ കൂട്ടു കാരനായി ഇടയ്ക്കു വീട്ടിൽ വന്നു. അതു വലിയമ്മാമയ്ക്കു പിടിച്ചില്ല. അങ്ങ നെയാണ് കുഴപ്പം ആരംഭിച്ചത്.

കല്യാണം ഉറച്ചതു പെട്ടെന്നാണ് അറിഞ്ഞത്. മാണിയൂരിൽ നിന്നാണ് ആൾ വരുന്നത്.

അയാളും വേറെ മൂന്നുപേരും ഒരു ദിവസം വീട്ടിൽവന്നു. വലിയമ്മാമയുടെ കൂടെയിരുന്നുസംസാരിച്ചു. തെക്കിനിയിലാണ് ഇലവെച്ചത്. ദേശത്തുനിന്നു രണ്ടുമൂന്നു കാരണവന്മാരുമുണ്ടായിരുന്നു. ഊണു കഴിക്കുന്നവർക്കിടയിൽ തന്നെ സംബന്ധം ചെയ്യാൻ പോകുന്ന ആളെ ചെറിയേടത്തി ചൂണ്ടി കാണി ച്ചുതന്നു. അയാൾക്കു തന്നെ കാണിക്കാൻ കിണ്ടിയിൽ വെള്ളവുമെടുത്ത് ഉമ്മറത്തേയ്ക്കയച്ചതിനുമുമ്പുതന്നെ അയാളെ അവൾ കണ്ടു.

പ്രായമായിരിക്കുന്നു. ചുണ്ടിലും കൈവെള്ളയിലും അറപ്പു തോന്നിക്കുന്ന പാണ്ടുണ്ട്, ചേന ചെത്തിവെച്ചപോലെ, ഒന്നേ നോക്കിയുള്ളൂ.

അന്നുരാത്രി മുഴുവൻ കരഞ്ഞു. ആരോടും പറഞ്ഞില്ല. പറയാനില്ല. അമ്മയ്ക്കു കാര്യമറിയാമായിരുന്നു. പക്ഷേ,

'കുഞ്ഞീഷ്ണൻ നിശ്ചയിച്ചാ പിന്നെ ഞാനെന്താ ചെയ്യാ?'

കാടും മലയും കളങ്ങളുമുണ്ടത്രേ. സ്വകാര്യസ്വത്തു ധാരാളമുണ്ട്. ആദ്യത്തെ ഭാര്യ മരിച്ചു. രണ്ടാമത്തെ ഭാര്യയെ ഉപേക്ഷിച്ചു. എന്നാലും നല്ല വനാണ്. രണ്ടാമത്തെ ഭാര്യയിലെ മക്കൾക്കു ചെലവിനു കൊടുക്കുന്നുണ്ട്. അന്നത്തെ സംസാരം അതൊക്കെയായിരുന്നു....

—ഒന്നു കാണാൻവേണ്ടി കാത്തിരുന്നു. അവസാനം കല്യാണത്തിന്റെ തലേ ദിവസം മുത്തശ്ശിയുടെ ഏട്ടത്തിക്കു മുറുക്കാൻ കൊടുത്ത് അനുഗ്രഹം വാങ്ങി തിരിച്ചുപോരുമ്പോഴാണ് കണ്ടത്. കൂടെ വള്ളിയുടെ മകൾ കുട്ടിപ്പെണ്ണേ ഉണ്ടാ യിരുന്നുള്ളൂ.

ഇടവഴിയിൽ കടലാവണക്കിന്റെ കൊമ്പു വളച്ചുപിടിച്ച്, ഉയർന്ന തിണ്ടിൽ കാൽ കയറ്റിവെച്ചു നിൽക്കുകയായിരുന്നു. മുറുക്കിച്ചുവപ്പിച്ച ചുണ്ടിൽ അപ്പോഴും കൂസലില്ലാത്ത ഒരു ചിരിയുണ്ട്. കണ്ടപ്പോൾ എല്ലാ നിയന്ത്രണ ങ്ങളും വിട്ട് പൊട്ടിക്കരഞ്ഞുപോയി.

'പാറൂട്ടി....'

....

'എന്താ പാറൂട്ടി?'

പറയാൻ വാക്കുകളില്ലായിരുന്നു. ഒന്നും വ്യക്തമായി ബോധമുണ്ടായിരു ന്നില്ല. എന്തെല്ലാമോ പറഞ്ഞു, കേട്ടു. രണ്ടാമതൊരു നിമിഷം ആലോചിക്കാൻ മനസ്സിനു കഴിഞ്ഞില്ല.

'പാറൂട്ടിക്ക് എന്നെ വിശ്വാസംണ്ടോ?'

മിണ്ടാൻ വയ്യാ.... ഹൃദയം നിറഞ്ഞുനില്ക്കുകയാണ്.

'എനിക്ക് നാലുകെട്ടും നെല്ലിൻപത്തായവും ഇല്ല്യ. എന്നാലും ഞാനൊ രാണാണ്. ധൈര്യമുണ്ടെങ്കിൽ പോന്നോളൂ. ഈ കൈത്തണ്ടയ്ക്ക് ബലമുള്ള കാലംവരെ പൊലർത്തിക്കോളാം....'

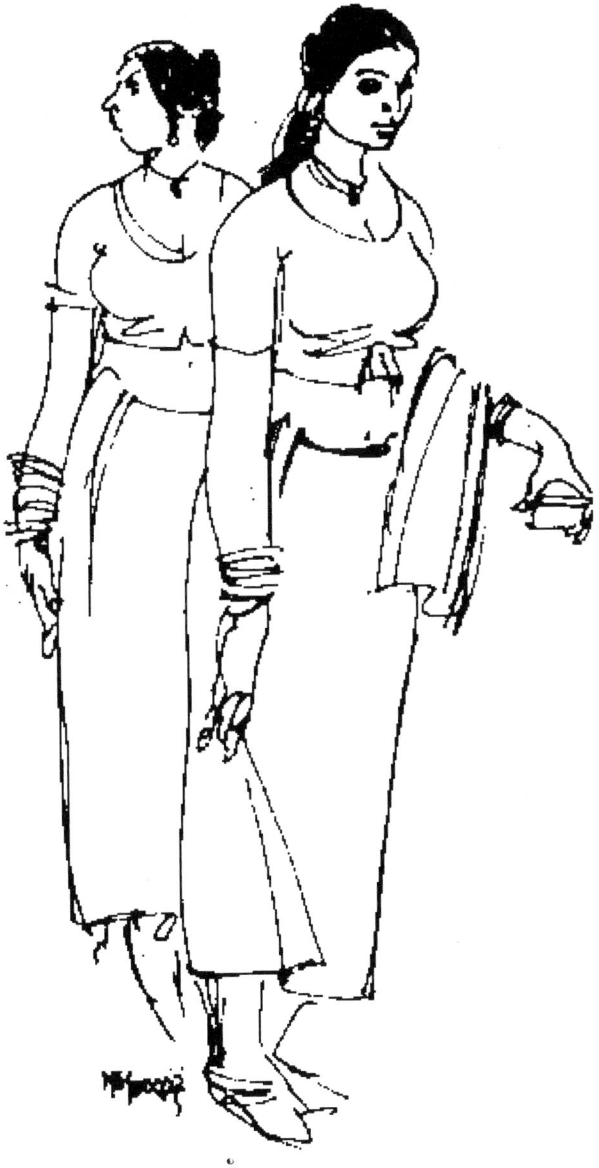

ആ ശരീരത്തേക്കാളും കരുത്തുണ്ടായിരുന്നു വാക്കുകൾക്ക്. കണ്ണടച്ചു കൊണ്ട്. പതുക്കെ വ്യക്തമായി പറഞ്ഞു.

'വരാം.'

—ശരിയാണ്. ആയുസ്സുള്ള കാലംവരെ പുലർത്തി. നേരാംവണ്ണം തന്നെ. വിവാഹം കഴിഞ്ഞപ്പോൾ— അതൊരു വിവാഹമായിരുന്നുവോ? അയാൾ ആളാകെ മാറിപ്പോയെന്നു നാട്ടുകാർ പറഞ്ഞു. അതിന്റെശേഷം പകിടക്കരു എടുത്തിട്ടില്ല, കുടിച്ചു ലക്കില്ലാതെ നടന്നിട്ടില്ല. പകലും രാവും തൊടിയിൽനിന്നു കയറാതെ അദ്ധ്വാനിക്കുകയായിരുന്നു.

പുറത്തു മഴ അടങ്ങിയിരിക്കുന്നു. കാറ്റപ്പോഴും നേരിയ ചൂളം കുത്തിക്കൊണ്ടു കടന്നുവരുന്നുണ്ട്. ഇനിയും മഴ പെയ്തേയ്ക്കും. ജനാലയിൽ തൂക്കിയ ഓലത്തടുക്കിന്റെ വിടവിലൂടെ ഒച്ചയില്ലാത്ത മിന്നൽപ്പാളികൾ കാണാം. വായുവിൽ നേർത്ത ഒരു തണുപ്പുണ്ട്. തലയുടെ മുകളിൽ വിരിച്ച തോർത്തെടുത്ത് അപ്പുണ്ണിയെ പുതപ്പിച്ചു.... പാറുക്കുട്ടി അവന്റെ ശരീരത്തോടു ചേർന്നു കിടന്നു.

രണ്ട്

ഉച്ചയായപ്പോഴേയ്ക്കും വീടു നിറഞ്ഞു. തെക്കിനിയിലും വടക്കിനിയിലും നട പ്പുരയിലും നിറയെ പെണ്ണുങ്ങൾ; പിന്നെ കരയുന്ന ചെറിയ കുട്ടികളും. എല്ലാ വരും കുടുംബക്കാരോ ബന്ധുക്കളോ ആണ്. ഉമ്മറത്തും ഇറയത്തും മുതിർന്ന കുട്ടികൾ. മുറ്റത്തും പന്തലിലും ആണുങ്ങൾ.

പന്തലിനു തൊട്ട് ഓലമറച്ചു നെടുംപുര ഉണ്ടാക്കിയിട്ടുണ്ട്. അതിലാണ് പുള്ളുവർ ഇരിക്കുന്നത്. അവർക്കു വേണ്ടപ്പോൾ മുറുക്കാനും വെള്ളവും എത്തിച്ചുകൊടുക്കേണ്ടതു മാളുവിന്റെ ചുമതലയായിരുന്നു. തറവാട്ടിലെ അന ന്തരവന്റെ മകളാണ് മാളു.

അതവൾക്കിഷ്ടമായി. രാമനാണ് പുള്ളുവരുടെ മൂപ്പൻ. രാമന്റെ പുള്ളുവ ത്തിക്കും പാടാനറിയാം.

നാലകായ നിറഞ്ഞു കഴിഞ്ഞപ്പോൾ പിന്നെ പന്തലിലും നെടുംപുരയിലും ചുറ്റിനടക്കാൻ മാളുവിനു നേരമില്ലെന്നായി. കരയുന്ന ഒരു കുട്ടിയെ നീട്ടിയിട്ട് ആരെങ്കിലും പറയും: 'എട്യേ, ഇതിനെ പുറത്തേയ്ക്കു കൊണ്ടോയി ഒന്നു കരച്ചിലു മാറ്റിക്കാ.'

ആദ്യം കയ്യിൽ കിട്ടിയ കുഞ്ഞിന്റെ കരച്ചിൽ മാറ്റുന്നത് ഒരു രസമായി തോന്നി. പക്ഷേ അതുകൊണ്ടവസാനിക്കുന്നില്ല. പുതിയ കൂട്ടർ വന്നുകയറു ന്നതോടൊപ്പം കരയുന്ന കുഞ്ഞുങ്ങളുടെ എണ്ണവും വർദ്ധിക്കുകയാണ്. പക്ഷേ വയ്യെന്നു പറയാൻ കഴിയുമോ?

അവൾ അച്ഛന്റെകൂടെ വീട്ടിൽനിന്നിറങ്ങിപ്പോരുമ്പോൾ അവളൊടു പറ ഞ്ഞിട്ടുണ്ട്:

'വിളിച്ചതും പറഞ്ഞതും കേൾക്കണം. ചൊല്ലുവിളി വേണം.'

എല്ലാവരും വേണ്ടപ്പെട്ടവരാണ്. അധികമാരെയും മാളു അറിയില്ല. ചോദി ച്ചാൽ അറിയും. അതേയ് കുഴിൽത്തൊടീലെ പാപ്പിച്ചെറ്യേമടെ താഴെള്ളതല്ലേ?

അതേയ്, അമ്മുക്കുട്ട്യേടത്തിടെ നായരടെ വീട്ട്ന്ന്, അല്ലേ?

തുള്ളൽ വരാൻ അവളും കൊതിച്ചതാണ്. തുള്ളൽ എന്നു കേട്ടിട്ടുള്ളൂ.

താഴെയും മേലെയുമായി രണ്ടു സർപ്പക്കാവുകളുണ്ട്. രണ്ടിലും കൂടി മൂന്നു നാഗങ്ങളുണ്ട്. പേരു മാളു പഠിച്ചുവെച്ചിട്ടുണ്ട്. കരിനാഗം, മണിനാഗം, അഞ്ജ നമണിനാഗം.

കരിനാഗം ചീത്തയാണ്. താണ ജാതിയാണ്. അയ്യപ്പനും ചാത്തപ്പനും ഒക്കെ ഉള്ളപോലെയായിരിക്കുമെന്നു മാളു വിചാരിച്ചു. അതുകൊണ്ടാണ് ശിവ രാത്രിക്കു പാലും പഴവും കൊടുക്കുമ്പോൾ ആദ്യം കരിനാഗത്തിനു വയ്ക്കു ന്നത്. മേലെകാവിലാണ് ആദ്യം കൊടുക്കുന്നതെങ്കിൽ ദൂരെയുള്ള കരിനാഗം ചെന്ന് അശുദ്ധമാക്കുമല്ലോ.

മാളു ഈ നാഗങ്ങളെ കണ്ടിട്ടില്ല. സർപ്പക്കാവിൽ ചിത്രകൂടത്തിന്റെ താഴെയാണ് അവരുടെ മാളിക. ഓരോന്നിലും മക്കളും മരുമക്കളും വാലിയക്കാരുമായി കുറെ പാമ്പുകളുണ്ടാവും. അതിലൊന്നിനെയാണ് മുറ്റത്തെ ഒതുക്കുകല്ലിൽ കുറേദിവസം മുമ്പു കണ്ടതത്രേ. സന്ധ്യയ്ക്കു തങ്കേടത്തി വിളക്കു വെയ്ക്കാൻ ഉമ്മറത്തു പോയപ്പോൾ വിളിച്ചുപറഞ്ഞു: 'അമ്മേയ്, പാമ്പ്! ചെറ്യേമ്മേ, പാമ്പ്!'

തങ്കേടത്തി തിരിവെയ്ക്കാതെ അകത്തേയ്ക്കു ഓടി.

'സന്ത്യാമ്പോ എന്താടി കൂട്ട്യാർക്കണ്?' എന്നു മകളെ ശാസിച്ചുകൊണ്ടാണ് ഏട്ടന്റമ്മയുടെ വരവ്. തങ്കേടത്തിയുടെ അമ്മയെ അവൾ 'ഏട്ടന്റമ്മ' എന്നാണ് വിളിക്കുക. തങ്കേടത്തി ഉമ്മറത്തേയ്ക്കു തിരിച്ചുവന്നു.

'അവടെ പാമ്പ്ണ്ട്, അമ്മേ!'

ഏട്ടന്റമ്മ തെക്കിനിയിൽ കടന്നുനിന്ന് ഉറക്കെ വിളിച്ചു:

'കുട്ട്വാ, മീനാക്ഷ്യേ, ഭാസ്കരാ- പാമ്പ്, ഉമ്മറത്ത് പാമ്പ്!'

ഏട്ടന്റമ്മയുടെ താഴെയാണ് അവളുടെ അച്ഛൻ. പേരേ വിളിക്കൂ.

അച്ഛൻ വന്നു. ഭാസ്കരേട്ടനും കൃഷ്ണൻകുട്ടിയും വന്നു. അകത്തുനിന്ന് അച്ഛമ്മയും പതുക്കെ എഴുന്നേറ്റുവന്നു.

'എവടെ? എവടെ?'

നോക്കിയപ്പോൾ പാമ്പില്ല. മുറ്റത്തും ഒതുക്കുകല്ലിന്റെ ചുവട്ടിലും പച്ചനാളികേരം കൂട്ടിയിട്ടയിടത്തും ഒക്കെ തിരഞ്ഞു. പാമ്പില്ല.

ഭാസ്കരേട്ടൻ അനിയത്തിയെ കുറ്റപ്പെടുത്തി:

'ഈ പെണ്ണ് വല്ല ഓലക്കൊടീം കണ്ട് കൂട്ട്യാർത്തതാവും.'

ഏട്ടന്റമ്മ മകളുടെ ഭാഗം ചേർന്നു:

'പോടാ, ഓളങ്ങനൊന്നും പറയില്ല്യാ.'

'ഞാൻ കണ്ടതാമ്മേ.'

അച്ഛമ്മ തങ്കേടത്തിയെ പിടിച്ചു വിസ്തരിച്ചു:

'നീയ് കണ്ട്വോ തങ്കക്കുട്ട്യേ?'

'ഞാൻ അസ്സലായി കണ്ടു, അമ്മേ.'

വിശ്വസിപ്പിക്കാൻ ഒരു സത്യവും ചെയ്തു.

'ന്റെ കണ്ണു രണ്ടാണ്, കൊടിക്കുന്നത്തമ്മേത്തന്നെ ആണ്, ഞാൻ കണ്ടു.'

'പടംണ്ടോ?'

'ഇത്രേള്ളൂ അമ്മമ്മേ, ചെറുതാ.'

'നെറന്താ?'

'കറുത്തിട്ടാ. മിന്ന്ണ്ണ്ട്.'

'ആ'

അച്ഛമ്മയ്ക്കു സമാധാനമായി. നിവർന്ന് എല്ലാവരോടുമായി പറഞ്ഞു: 'കേട്ടോളിൻ, കുട്ട്യോളേ. തല്ലും കൊല്ല്വോന്നും വേണ്ടാ. അതു കളിക്കണ്ട പാമ്പല്ല. കാവിലത്തെ പാമ്പായിരിക്കും....'

വലിയമ്മാമ കുറച്ചു കഴിഞ്ഞപ്പോഴേയ്ക്കും എത്തി. എല്ലാവരും അകത്തേക്കു പോയി. മാളുവിന്റെ അച്ഛൻ കിഴക്കെ ഇറയത്തേയ്ക്കു മാറിനിന്നു.

അച്ഛമ്മ പാമ്പിനെ കണ്ട വിവരം പറയാൻവേണ്ടി കാത്തുനില്ക്കുകയായിരുന്നു.

സംഭവം കേട്ടപ്പോൾ വലിയമ്മാമ പറഞ്ഞു:

'പാലുംപൊടീം കൊടുത്തിരിക്കാണല്ലോ. എന്തേ ഇങ്ങിനെ കാണാൻ?'

കുറച്ചുനേരം മുറ്റത്തങ്ങോട്ടുമിങ്ങോട്ടും നടന്നശേഷം ഉറക്കെ പറഞ്ഞു:

'എന്തിനാ, അയിത്തല്ല്യ, ചുത്തല്ല്യ. ഒക്കെ തീണ്ടിപ്പൊട്ടിച്ചിട്ടുണ്ടാവും, അസത്ത്ക്കള്!'

എന്നിട്ടു മാളുവിന്റെ അച്ഛനെ വിളിച്ചു:

'എടാ കുട്ടാ, നാളെ പാടത്ത്ന്നു പോണ വഴിക്കു എമ്പ്രാന്തിരിനോട് ഒന്നു പുണ്യാഹം കഴിക്കണംന്നു പറ!'

മാളുവിന്റെ അച്ഛൻ കേട്ടു. വലിയമ്മാമ എന്തു പറഞ്ഞാലും മറുപടി പറയില്ല. അതാണച്ഛന്റെ പതിവ്. എല്ലാം അനുസരിക്കുകയും ചെയ്യും. വലിയമ്മാമയോടു മറുപടി പറയുന്നത് സൂക്ഷിച്ചുവേണം. അതേ എന്നോ അല്ല എന്നോ പറഞ്ഞാൽ ഇടിവെട്ടുന്ന ശബ്ദത്തിൽ,

'എന്ത്ണ്ട്ന്ന്.'

'എന്തില്ലാന്ന്.'

—അലറും— അതാണ് പതിവ്.

പാമ്പിനെ വീണ്ടും പലേടത്തും കണ്ടുവത്രേ. തൊഴുത്തിന്റെ പിന്നാമ്പുറത്തെ പടവിൽ, കളമുറ്റത്തെ പ്ലാവിന്റെ ചുവട്ടിൽ.

അപ്പുക്കുട്ടൻപണിക്കർ വന്നു രാശിവെച്ചു.

'നാഗങ്ങൾ ദാഹിച്ചു നടക്കുകയാണ്. പാലും പൊട്യോണ്ടും ആയില്ല്യ. തുള്ളലുതന്നെ വേണം.

അങ്ങനെയാണ് പുള്ളുവൻ രാമൻ വന്നു തുള്ളൽ കുറിച്ചത്.

ഉമ്മറത്തു കുട്ടികളുടെ കൂട്ടത്തിൽ പോയിരുന്നാൽ പന്തലിൽ നടക്കുന്നതെല്ലാം മാളുവിനു കാണാം. പക്ഷേ ഇടയ്ക്കിടയ്ക്കു തങ്കേടത്തി വിളിക്കും, മീനാക്ഷിയേടത്തി വിളിക്കും, വന്നവരിൽ പലരും വിളിക്കും.

അവൾ ഒഴിവുകിട്ടിയപ്പോൾ അച്ഛമ്മയുടെ മുറിയിലൊന്നു പോയി. അച്ഛമ്മയ്ക്കു സംസാരിക്കാൻ രണ്ടുപേരെ കിട്ടിയിട്ടുണ്ട്. പറ്റിയ തുണക്കാരാണ്. തല പഞ്ഞിപോലെ നരച്ച ഒരു തള്ള. തടിച്ച് എണ്ണ മിനുങ്ങുന്നതാണവരുടെ ശരീരം. കഴുത്തിൽ ഒരു പൊന്നുനൂലുണ്ട്. ചുമലോളം നീണ്ട വലിയ കാതുള്ള ഒരു മെലിഞ്ഞ തള്ളയാണ് രണ്ടാമത്തെ ആൾ. അവർ കൊമ്പുപോലെ തലമുടി നെറുകയിൽ കെട്ടിപ്പൊക്കി വെച്ചിരിക്കുന്നു. അവരാണ് ചോദിച്ചത്:

'ഏ.... ട്യേ.... നെ— ന— ക്കെ— ന്നെ— നി— ശ്ശംണ്ടോ?'

അവർ സംസാരിക്കുമ്പോൾ വല്ലാത്ത വിറയുണ്ട്.

'ഇബളിപ്പോ ഇവട്യാ?'

പൊന്നുന്നൂലുള്ളവരും അന്വേഷിച്ചു.

അച്ഛമ്മയുടെ അനിയത്തിമാരാണെന്നു പിന്നീടാണ് മനസ്സിലായത്. അവർ മൂന്നുപേരും കാലുനീട്ടിയിരുന്ന്, വായിൽ മുറുക്കാനുമിട്ടു സംസാരിക്കുന്നതു കേൾക്കാൻ രസമുണ്ട്. പണ്ട് അവരൊക്കെ കുട്ടികളായിരുന്ന കാലത്തെ കഥ

കളാണ്. അന്ന് എല്ലാവരും ഈ വീട്ടിലായിരുന്നു. അവരൊക്കെ കുട്ടികളായിരുന്നുവെന്നു വിശ്വസിക്കാൻ മാളുവിനു പ്രയാസം തോന്നി.

പിന്നെ തുള്ളലിനെപ്പറ്റിയായി. ഏട്ടത്തിയും അനിയത്തിമാരും തമ്മിൽ സംസാരിക്കയാണെന്നു തോന്നില്ല.

'എച്ച്മൂന് ഓർമ്മേണ്ടോ? ഉണിച്ചിരി തുള്ളലിന് ഇരുന്നകൊല്ലം മേലേക്കാവില് പൂക്കുല കുത്തീത്...?'

'പിന്ന്യോ... ഇന്നലെ കഴിഞ്ഞന്തി തോന്ന്ണ്ണ്ട്. വല്ലാത്ത പരൂക്ഷന്നായിരുന്നുട്ട്വോ.'

മൂന്നുപേർക്കും ഓർമ്മയുണ്ട്. എന്നാലും പറയാനുള്ള രസംകൊണ്ടായിരിക്കണം അച്ഛമ്മ വിവരിച്ചു. ഇടവപ്പാതിക്കു 'വരു'* പൊട്ടിയൊലിച്ചു ചിത്രകൂടം ഒഴുകിപ്പോയി. പുതിയ ചിത്രകൂടം മുഹൂർത്തം നോക്കി വെട്ടിവെപ്പിച്ചു. അടുത്ത കൊല്ലത്തെ തുള്ളലിന്റെ അവസാനദിവസം ആണുങ്ങൾ പന്തം കൊളുത്തി മേലേക്കാവിലേക്കുള്ള വഴിയിൽ തയ്യാറായി നിന്നു. പൂക്കുല കുത്താൻ ഉറഞ്ഞോടുമ്പോൾ കൂടെ ഓടിയെത്തണമല്ലോ. പക്ഷെ കളത്തിലിരുന്ന പെൺകിടാവു തുള്ളിയോടിയത് ആ വഴിക്കല്ല. ഇരുട്ടിൽ പൊടുന്നനെ മറഞ്ഞുപോയി. വിളക്കും ആളുകളുമായി ചെന്നു നോക്കിയപ്പോൾ പടിഞ്ഞാറെ അതിർത്തിയിലെ മുളംകൂട്ടത്തിൽ തലയിട്ടുകൊണ്ട് പെൺകിടാവ് ഇരിക്കുന്നു. നോക്കിയപ്പോൾ നഷ്ടപ്പെട്ടുപോയെന്ന് എല്ലാവരും വിശ്വസിച്ചിരുന്ന ചിത്രകൂടം മുക്കാലും മണ്ണിൽ പൂഴ്ന്നു കിടക്കുന്നു.

'പാമ്പ്മ്മാരുടെ ഒരു ഊറ്റേയ്!'

'നാ-രാ-യ-ണാ, നാ-രാ-യ-ണ!'

അച്ഛമ്മയും തുള്ളാനിരുന്നിട്ടുണ്ട്. ഇന്നു തുള്ളാനിരിക്കുന്നത് അമ്മിണിയേടത്തിയും തങ്കേടത്തിയുമാണ്. വലിയമ്മാമന്റെ ഇളയമകളാണ് അമ്മിണിയേടത്തി. അമ്മായിയും മക്കളും ഇന്നലെയാണ് വന്നത്.

ഉമ്മറമുറ്റത്ത്, മുലയ്ക്കുമീതെ മുണ്ടു കയറ്റിച്ചുറ്റി, മെതിയടിപ്പുറത്തു വലിയമ്മാമ നടക്കുകയാണ്.... മാറത്തെ നരച്ച രോമക്കാടിനിടയിൽ വിരലുകൾ ഓടിയ്ക്കുന്നുണ്ട്. പന്തലിലും മുറ്റത്തുമായി നിൽക്കുന്ന ആളുകളോടു വലിയമ്മാമ പഴയ കാലത്തെപ്പറ്റി പറയുകയാണ്:

'അച്ചുമ്മാമ ഈ പത്തായപ്പെരേല് ഇരുന്നാ മതി. ഈ നാട്ടില് കാക്ക കരേല്ല്യ....'

ചില വയസ്സന്മാർ ബഹുമാനത്തോടെ കേട്ടിരിക്കുന്നു.

'മൂപ്പരെ എനിക്ക് ഓർമ്മേണ്ട്. പുലി- പുലിപോലത്തെ ആളല്ലേർന്ന്.'

കളത്തിൽക്കമ്മൾ** പറഞ്ഞു. കോടിമുണ്ട് ഉടുത്തുകെട്ടി, നെറ്റിയിൽ ചന്ദനക്കുറിയും ചെവിക്കിടയിൽ തുളസിപ്പൂവും ചൂടി 'കൂട്ടിത്തൊടാതെ' നില്ക്കുകയാണ് വടക്കുമുറി നാരായണൻനായർ. അയാളാണ് കളത്തിൽ കമ്മൾ.

---

* മഴവെള്ളം ഒഴുകിപ്പോകാൻ അതിരിൽ നിർമ്മിക്കുന്ന ചാലുകൾ.

** സർപ്പത്തുള്ളലിന്റെ പൂജാരിയെ 'കളത്തിൽക്കമ്മ'ളെന്നാണ് വിളിക്കുക. പുള്ളുവൻ നിർദ്ദേശം കൊടുക്കുന്നു. 'കമ്മൾ' പൂജിക്കുന്നു.

ദേശത്തെ പ്രായംചെന്ന വല്ലവരും വീട്ടിൽ വരുമ്പോഴേ വലിയമ്മാമ അങ്ങനെ സംസാരിക്കാറുള്ളൂ. അതു പഴയ കാലത്തെപ്പറ്റിയായിരിക്കും. എട്ടുകെട്ടും മൂന്നു കൈയാലയും അറുപത്തിനാലാളും പുലിപോലത്തെ അച്ചുമ്മാനും ഉണ്ടായിരുന്ന കാലം തറവാടു ഭാഗിച്ച കഥ.

'ഇന്നു നാട്ടിലു കാശും പണോം ആയി. ഇവ്ട്ത്തേക്കാളും സ്വത്തുള്ളോര് ഒക്കെ നായർ സമുദായത്തിലുണ്ട്. പക്ഷേ ഈ തറവാട്ടിന്റെ അട്ത്തു നിക്കാൻള്ള തറവാട് ഏതാള്ളത്?'

ഒരു വയസ്സൻ തലയാട്ടിക്കൊണ്ടു പറഞ്ഞു:

'കാര്യാ. അതൊക്കെ ഇന്നലത്തെ മഴയ്ക്കു പൊടിച്ച തകര!'

'എന്റെ കളപ്പെരേന്നു നെല്ലു കോരിക്കൊണ്ടോവുമ്പോ ചെർമ്മക്കളു കണ്ടതാ. അവനൊക്ക്യാണിപ്പോ മാളികവെച്ച് ഇരിയ്ക്കണ്. ത്ഫൂ!'

വയസ്സൻ വീണ്ടും തലയാട്ടി.

'നിങ്ങളു കേൾക്ക്ണ്ണ്ടോ? നിക്കു കാശും പണോം അല്ലാ വല്ത്. ഗുരു കാരണമ്മാരായിട്ടു തൊടങ്ങിവച്ചത് ഒന്നും ഞാൻള്ള കാലത്തു നിർത്തില്ല്യ. ഈ തുള്ളല്ന്ന് എത്ര പണം ചിലവ്ണ്ട്ന്നാ വിചാരം?'

'അതൊക്കെ ശ്ശി വരും. ഇപ്പത്തെ കാലംല്ലേ?' കളത്തിൽക്കമ്മൾ പറഞ്ഞു.

'സാധാരണ തറവാടുപോല്യല്ലാ ഇത്. ഇതിനകത്തേയ് ചൊവ്വായപ്പെട്ട ഒരു ഭഗവതീണ്ട്.'

'അതന്ന്യാ ശ്രീത്വം. ചോറുകൊണ്ടുതന്ന അമ്മയാണ്.'

മാളു കുത്തഴിയുടെ പിന്നിൽനിന്നു മാറി പതുക്കെ വടക്കിനിയിലേക്കു നടന്നു.

തങ്കേടത്തിയും അമ്മിണിയേടത്തിയും കുളിച്ചു ശുദ്ധമായിരിക്കുകയാണ്. തങ്കേടത്തിക്കു സ്വതവേ തന്നെ വലിയ ആളാണെന്ന ഒരു നാട്യമുണ്ട്. ഇന്നത്തെ കഥ പറയണ്ടാ. അമ്മിണിയേടത്തി കുളിച്ചു ചന്ദനംകൊണ്ടു വരക്കുറിയും അതിനിടയിൽ ചാന്തുപൊട്ടും തൊട്ട് ഇരിക്കുന്നതു കാണാൻ ചന്തമുണ്ട്. അസൂയയോടെ അമ്മിണിയേടത്തിയെ അവൾ നോക്കിനിന്നു. നല്ല വാഴക്കൂമ്പിന്റെ നിറം. കഴുത്തിലെ നീലഞരമ്പു തെളിഞ്ഞു കാണാം. ഇടത്തെ ചുമലിലൂടെ മുമ്പിലേയ്ക്ക് എടുത്തിട്ട തലമുടി നിലത്ത്, പുളയുന്ന കറുത്ത പാമ്പുകൾപോലെ, ചിതറിക്കിടക്കുന്നു.

വലിയമ്മാമയുടെ മക്കളിൽ കല്യാണ്യേടത്തി മാത്രമേ വരാത്തതുള്ളൂ. അവർ പ്രസവിച്ചു കിടക്കുകയാണ്. അവരുടെ മൂത്തകുട്ടി ബാലൻ അമ്മായിയുടെ കൂടെ വന്നിട്ടുണ്ട്.

വലിയമ്മായിയുടെ വീട്ടിലേയ്ക്കു നാലു നാഴിക നടക്കണം: പുഴ കടന്നു പിന്നെയൊരു തോടും കടന്നു വേണമത്രേ പോകാൻ. അമ്മായി സ്വന്തം തറവാട്ടിലല്ല താമസം. തെങ്ങിൻതോട്ടവും ഓടിട്ട പുതിയ വീടുമുണ്ട്. കഴിഞ്ഞ കൊല്ലം അമ്മിണിയേടത്തിയുടെ തിരണ്ടു കല്യാണത്തിനു വലിയമ്മ പോയപ്പോൾ അവളും കൂടെ പോയിരുന്നു.

അവരുടെ കഴുത്തിലെ തിളങ്ങുന്ന 'കുഴിമിന്നി' കാണാൻ നല്ല ഭംഗിയുണ്ട്.

മാളുവിന്റെ കഴുത്തിൽ ചരടിൽ കോർത്തിട്ട ഒരു പരന്ന ഏലസ്സുണ്ട്, അത് അമ്മയുടെ കഴുത്തിലുണ്ടായിരുന്നതാണ്. അമ്മ മരിച്ചു മറവു ചെയ്യാൻ എടു

ത്തുകൊണ്ടുപോകുന്നതിന് അല്പം മുമ്പാണ് ആരോ ചരടറുത്തത്. അത് പിന്നെ അവളുടെ കഴുത്തിലായി.

അമ്മിണിയേടത്തി, കുറേനേരം നിന്നശേഷമാണ് അവളെ കണ്ടത്.

'മാളു എന്നേ വന്നത്?'

അതിനു തങ്കേടത്തിയാണ് മറുപടി പറഞ്ഞത്:

'ഈ പെണ്ണു കഴിഞ്ഞ കൊല്ലം മുതല് ഇവിടെത്തന്നെയല്ലെ?'

ഒരു കൊല്ലമായി അവളിങ്ങോട്ടു പോന്നിട്ട്. വീട്ടിൽ അമ്മ മരിച്ചതിൽപ്പിന്നെ അവൾക്കു സ്വൈര്യമുണ്ടായിട്ടില്ല. ചെറിയമ്മയും അവരുടെ മക്കളുമാണ് അവിടെയുള്ളത്. വീട് അവരുടേതാണ്. അവളുടെ അമ്മയ്ക്ക് ഒന്നുമുണ്ടായിരുന്നില്ല. അച്ഛന് ഒന്നുംകൊടുക്കാൻ കഴിഞ്ഞതുമില്ല. അച്ഛമ്മയാണ് അവളോട് വന്നു കൊള്ളാൻ പറഞ്ഞത്.

'മാളു ങ്ങട്ടു പോന്നോട്ടെ, ഇവടെ മീനാക്ഷിക്ക് ഒരു സഹായാവുലോ.'

ഉമ്മറത്ത് ഇലവെയ്ക്കുന്ന ബഹളം തുടങ്ങി. ആദ്യം കുട്ടികൾക്കും പെണ്ണുങ്ങൾക്കുമാണ്. ഉമ്മറത്തു കുട്ടികൾക്കും തെക്കിനിയിലും വടക്കിനിയിലും പെണ്ണുങ്ങൾക്കും ഇലവച്ചു.

വലിയമ്മാമൻ വിളിച്ചുപറഞ്ഞു:

'എടാ കുട്ടാ, അകത്ത് കുഞ്ഞികുട്ടില്ല്യാതെ ഒക്കെ കഴിക്കണം- പാട്ടുരാശിക്കു മുമ്പേതൊടങ്ങണം.'

മാളു ഒരിടത്തു ഒതുങ്ങിനിൽക്കുന്നതു കണ്ടു തങ്കേടത്തി ചോദിച്ചു:

'പെണ്ണേ, നിനക്കു ചോറു വേണ്ടേടി?'

തിരിഞ്ഞ് അമ്മിണിയോടു പറഞ്ഞു:

'ഉച്ചയ്ക്കു പുഴുക്കും കഞ്ഞീം മൂക്കറ്റം കുടിച്ചിട്ടുണ്ടാവും. അതാ പെണ്ണിന് ഒരു വേണ്ടായ.'

അവളെ കളിയാക്കിയതാണ്. അവൾക്ക് ഉള്ളിൽ ചൊടിച്ചു. ഓ. അത്ര 'വയറി'യൊന്നുമല്ല മാളു.

'പോയിരുന്നോടി, പെണ്ണേ.'

വലിയമ്മ ആ വഴി കടന്നുപോയപ്പോൾ ഒരു ചീത്തയും പറഞ്ഞു.

കുട്ടികളുടെ കൂടെയിരിക്കാൻ അവൾക്ക് അല്പം മടി തോന്നി. പെണ്ണുങ്ങളുടെ കൂടെയിരിക്കാനാണ് അവൾക്കു മോഹം. വേഗം ഉണ്ടു കഴിഞ്ഞാൽ നല്ല സ്ഥലം പിടിച്ചിരിക്കാം. ചാരുപടിയുടെ താഴെ ഒരില ഒഴിവു കണ്ടു. അതിന്റെ പിന്നിൽ ചെന്നിരുന്നു. രണ്ടു വരിയായി പത്തിരുപതു കുട്ടികൾ ഇരിപ്പുണ്ട്.

പന്തലിന്റെ മുമ്പിൽ, തൂണിന്റെ അടുത്ത് ഇരുന്നാൽ മതി. നേരെ താഴെയാണ് കളം. നന്നായി കാണാം.

ധൃതിയിൽ ഊണുകഴിഞ്ഞ് രണ്ടാമത്തെ പ്രഥമൻ വിളമ്പുന്നതിനുമുമ്പു തന്നെ അവളെഴുന്നേറ്റു. കൈകഴുകി കിഴക്കെ കോലായിലൂടെ ഒന്നു നടന്നപ്പോഴാണ്, അവിടെ ഇല മുറിച്ചിട്ട അണച്ചീന്തുകൾക്കും ഇലക്കഷ്ണങ്ങൾക്കും സമീപത്തായി ഒരാൺകുട്ടി ചുവരും ചാരിയിരിക്കുന്നു- ചുവന്ന ട്രൗസറും മുഷിഞ്ഞ പച്ചഷർട്ടുമിട്ട ഒരു കുട്ടി.

മാളു കുറച്ചിട സംശയിച്ചു നിന്നു. പിന്നെ അടുത്തു ചെന്നുചോദിച്ചു.

'കുട്ടി ഉണ്ടില്ലേ?'

അവൻ മുഖമുയർത്തി അത്ഭുതത്തോടെ അവളെ നോക്കി.

'കുട്ടി ഉണ്ടില്ല്യേന്ന്?'

'ഉം-ഉം'

'കുട്ട്യോൾടെ ഒക്കെ കഴിഞ്ഞൂലോ.'

'കഴിഞ്ഞോട്ടെ.'

അല്പം ഗൗരവത്തിലാണവന്റെ മറുപടി. മാളു തെല്ലു നാണിച്ചുപോയി.

'ഊണു വേണ്ടെ?'

'ചോറു കാണാണ്ടെ വന്നതൊന്ന്വല്ല.'

അവന്റെ പുച്ഛവും ഗൗരവവും അവളെ ഒഴിഞ്ഞുപോകാൻ പ്രേരിപ്പിച്ചു. വീണ്ടും തലകുനിച്ച് അവൻ നിലത്തു നോക്കി ഇരുന്നപ്പോൾ അവൾ പതുക്കെ ചോദിച്ചു:

'കുട്ട്യേവ്ട്ത്ത്യാ?'

അപ്പോൾ അവൻ കേട്ടില്ലെന്ന ഭാവത്തിൽ മുറ്റത്തേയ്ക്കും ഉണങ്ങിയ പച്ച പൊതിഞ്ഞ മതിലിലേയ്ക്കും നോക്കിക്കൊണ്ടിരുന്നു.

'എന്താപേര്?'

'അപ്പുണ്ണീന്ന്'

'കുട്ട്യേവ്ട്ത്ത്യാ'

അവന്റെ മുഖം ചുവന്നുപോയി. അരിശത്തോടെ അവളുടെ മുഖത്തോ നോക്കി പറഞ്ഞു:

'ഞാൻ ഇവ്ടത്തെ, എന്താ നെനക്ക് ചേതം?'

ആ ശുണ്ഠി അവളെ വെറുപ്പിക്കയല്ല ചെയ്തത്. ഒരു തമാശയായാണ് തോന്നിയത്. ഈ വീട്ടിലെ കുട്ടിയാണെന്ന്! മാളുവിനെ കളിപ്പിക്കാൻ നോക്കുകയാണ്.

'ഇവിട്ത്തെ കുട്ട്യോളെ കണ്ടാൽ നിയ്ക്കറീലോ.'

പിന്നെയും എന്തോ പറയാൻ ഭാവിക്കുമ്പോഴാണ് മാളു കണ്ടത്- അവന്റെ കണ്ണു നിറഞ്ഞിരിക്കുന്നു.

'ഞാൻ കോന്തുണ്ണ്യാരുടെ മകനാ. ഞാനും ന്റമ്മേം ഇവ്ടത്ത്യാ.'

അപ്പോൾ അവളുടെ ചോദ്യം പൊടുന്നനെ നിലച്ചു.

തങ്കേടത്തി സ്വകാര്യമായി പറയുന്നതു കേട്ട കഥ ഓർമ്മ വന്നു. അവൾ കണ്ടിട്ടില്ലാത്ത അച്ഛൻപെങ്ങളെ കട്ടുകൊണ്ടുപോയ കാര്യം. ഇതാണോ അപ്പുണ്ണ്യേട്ടൻ?

പണിക്കാരികൾ എച്ചിലിലകൾ മുന്നിലൂടെ എടുത്തുകൊണ്ടുപോയി വാഴക്കുണ്ടിലിടുന്നു. അവിടെ ചെറുമക്കുട്ടികൾ എച്ചിൽ വാരാൻ തമ്മിൽ തല്ലുകൂടി മത്സരിച്ചു നില്ക്കുകയാണ്.

മാളുവും ഇറയത്തിരുന്നു.

'എന്തിനാ കരേണ്?'

അവനൊന്നും മിണ്ടുന്നില്ല.

'തന്നേ പോന്ന്?'

'കൊട്ടില്ലെ മുത്താച്ചിണ്ട്.'

'മുത്താച്ചീനെ കണ്ടു. മുറുക്കാൻ കൊണ്ടോയി കൊടുത്തതു ഞാനാണല്ലോ. ഒന്നും പറഞ്ഞില്ല്യാട്ട്വോ മുത്താച്ചി.'

തുടർന്നു മുത്താച്ചിയെപ്പറ്റി അവളൊരഭിപ്രായവും പറഞ്ഞു: 'മുറുക്കാന്റീം കാളന്റീം കൂട്ടംതന്ന്യല്ലേ തള്ളയ്ക്കുള്ളു.'

അപ്പോൾ അവന്റെ മുഖത്ത് നേർത്ത ഒരു ചിരിപരന്നു.

'നമ്മക്കു മറ്റേ കുട്ട്യോളൊക്കെ ഇരിക്ക്മ്പഴക്ക് നല്ല സ്ഥലം പിടിക്ക്യാ.'

അതു ശരിയാണെന്ന് അവനു തോന്നി.

'പടിഞ്ഞാറ്വോറത്തു തൂണിന്റടുത്തിരിക്ക്യാ സുഖം?'

അവൾ മുൻപിൽ നടന്നു. അപ്പുണ്ണി പിൻതുടർന്നു.

* * * *

നെടുംപുരയിൽനിന്ന് ഇടിയറ* പൊടുന്നനെ ശബ്ദിച്ചു. മാളു ഉത്സാഹത്തോടെ അവനെ നോക്കി പറഞ്ഞു: 'ഇപ്പത്തൊടങ്ങും!'

പന്തൽ നാലുചുറ്റിനും കുരുത്തോലയും മാവിലയും കോർത്തിട്ട് അലങ്കരിച്ചിട്ടുണ്ട്. കളമെഴുത്തു കഴിഞ്ഞിരിക്കുന്നു. അരിപ്പൊടിയും മഞ്ഞപ്പൊടിയും നൂറും മഞ്ഞളും ചേർത്തുണ്ടാക്കിയചുവന്ന പൊടിയും ഇട്ടാണ് കളം വരച്ചിരിക്കുന്നത്. ഉടൽ കെട്ടുപിണഞ്ഞു കിടക്കുന്ന, പടം വിരുത്തിയ രണ്ട് ഉഗ്രസർപ്പങ്ങൾ.

പന്തലിന്റെ നടുവിൽ വാഴപ്പിണ്ടികൊണ്ടു കാൽവെച്ചു മുകളിൽ ചുവന്ന പട്ടു വിരിച്ചു മറ്റൊരു ചെറിയ പന്തലുണ്ടാക്കിയിരിക്കുന്നു. അതിലെ നിലം നിറച്ചും കളമാണ്.

'അതേയ്, രാമൻതന്നെണ്ടാക്കീതാ. ചെരട്ടോണ്ടാകളെഴുത്വാ.' മാളു തന്റെ അറിവു കാണിച്ചു.

'ചെരട്ടോണ്ടോ?'

'ആ, ചെരട്ടോണ്ട്.'

പുള്ളുവൻ രാമൻ പല തരത്തിൽ തുളയുള്ള ചിരട്ടയിൽ പൊടി നിറച്ച് ഉമിക്കരി പരത്തിയ നിലത്തു മുട്ടി കളമെഴുതിയതു മാളു വിവരിച്ചു.

'താനക്കാലിന് വെളക്കു വയ്ക്കാ.' പുള്ളുവൻ രാമൻ നെടുംപുരയുടെ വാതില്ക്കൽ നിന്നു വിളിച്ചു പറഞ്ഞു.

പുറത്തു സന്ധ്യയുടെ വെളിച്ചം കറുക്കുവാൻ തുടങ്ങിയിരിക്കുന്നു. വാഴപ്പിണ്ടികളുടെ സമീപത്തായി, കളത്തിന്റെ നാലുമൂലയ്ക്കും ചങ്ങലവിളക്കുകൾ കൊളുത്തിത്തൂക്കി. പന്തലിൽ ഏഴുതിരിയിട്ടു കത്തിക്കുന്ന മൂന്നു വലിയ നിലവിളക്കുകളും കത്തിത്തെളിഞ്ഞു.

'പൂജയ്ക്കുള്ള സാധനങ്ങളൊക്കെ കൊണ്ടന്നു വെയ്ക്കാ.' രാമൻ വീണ്ടും വിളിച്ചു പറഞ്ഞു.

നാക്കിലകളിൽ അവിലും മലരും വെള്ളരിയും തുളസിപ്പൂവും നിരന്നു.

'കളത്ത്ക്കമ്മേളേയ്.'

'ഓയ്.'

---

* വലിയ പുള്ളുവക്കുടം

കോടിമുണ്ടു തറ്റുടുത്ത ഒരാൾ പന്തലിലേയ്ക്കു വന്നു. മാളു അപ്പുണ്ണിയെ തോണ്ടി പറഞ്ഞു: 'അയാളാ കളത്ത്ക്കമ്മള്, അയ്യാളാ പൂജിക്ക്യാ.'

'കാലും മുഖോം കഴുകി നാഗദൈവങ്ങളെ മനസ്സിലു വിചാരിച്ചു വലത്തെ കാലുവെച്ച്, താനക്കാലു പ്രദക്ഷിണംവെച്ച്, പീഠത്ത്മ്പ്ലു കെഴക്കോട്ടു തിരിഞ്ഞിരിക്കാം.'

പുള്ളുവൻരാമൻ പാട്ടുപോലെ പറയുകയാണ്. കളത്തിൽക്കമ്മൾ അനുസരിക്കുന്നു.

'താനക്കാലിന്റെ ചോട്ട്ലു വെള്ളരീം നാളികേരും വെയ്ക്കാ.'

പുള്ളുവൻ പറഞ്ഞതനുസരിച്ച്, 'കമ്മൾ' പൂജ തുടങ്ങി. പൂജിച്ചു നമസ്കരിച്ച്, കിണ്ടിയുടെ വായ അമർത്തിപ്പിടിച്ചു കളത്തിനു ചുറ്റും നടന്ന് അയാൾ നീർ വീഴ്ത്തി.

കളത്തിൽക്കമ്മൾ പന്തലിന്റെ ഒരരുകിലേയ്ക്കു മാറി നിന്നതോടെ ഇടിയറകൾ ഒന്നായി മുഴങ്ങി. ഇടവപ്പാതിയുടെ തുടക്കത്തിൽ പാതിരായ്ക്ക് ഓർക്കാതിരിക്കുമ്പോൾ പൊട്ടിയ ഇടിമുഴക്കംപോലെ അത് ഒരു നടുക്കമുണ്ടാക്കി.

പന്തലിന്റെ മറ്റേ തലയ്ക്കലാണ് പുള്ളുവത്തികളും പുള്ളുവരും ഇരിക്കുന്നത്. മൂന്ന് ഇടിയറ, മൂന്നു കുടം, രണ്ടു വീണ. ഇടിയറകൾ ശബ്ദിക്കുമ്പോൾ കുടത്തിന്റെയും വീണയുടേയും ശബ്ദം അതിൽ മൂടിപ്പോവുന്നു.

രാമന്റെ പുള്ളുവത്തിയാണെന്നു മാളു പറഞ്ഞ അവളാണ് പാട്ടു തുടങ്ങിയത്.

'ശ്രീമഹാദേവന്റെ.... ശ്രീപുള്ളോക്കൊടം കൊണ്ട്....'

പാട്ടിൽ അപ്പുണ്ണിക്കു വലിയ രസമൊന്നും തോന്നിയില്ല. അവിടെ കൂടിയിരുന്ന ആളുകളെ ശ്രദ്ധിക്കുകയായിരുന്നു അവൻ. അവനിരിക്കുന്ന തിണ്ണയുടെ താഴെ പുല്പായയിൽ കുറേപ്പേർ ഇരിക്കുന്നു. പത്തായപ്പുരയുടെ ചുമർ ചാരി നാലഞ്ചു ചെറുപ്പക്കാർ നില്ക്കുന്നു. അവർക്കു പിന്നിലായി പുല്പായയിൽ നിറയെ പെണ്ണുങ്ങളുണ്ട്; ഉമ്മറത്തും.

മുറ്റത്തു വെളുത്തു തടിച്ചു പൊക്കത്തിൽ ഒരാൾ നീണ്ടുനിവർന്നു മെതിയടിയിട്ടു നടക്കുന്നുണ്ട്. ഇടയ്ക്ക് എവിടെനിന്നാലും വല്ല ശബ്ദവും പുറപ്പെടുന്നുണ്ടെങ്കിൽ ഒന്നു പതുക്കെ നോക്കും. പേടിപ്പെടുത്തുന്ന എന്തോ ഒന്ന് ചുവന്ന ആ മുഖത്തുണ്ടായിരുന്നു.

അപ്പുണ്ണി പതുക്കെ മാളുവിനോടു ചോദിച്ചു:

'ആ നടക്ക്ണതാരാ?'

അവൾ ഒച്ചയടക്കി പിറുപിറുത്തു:

'വല്ല്യമ്മാമ'

വലിയമ്മാമ! അപ്പുണ്ണിയുടെ കരളൊന്നു പിടഞ്ഞു. ചുവന്ന ആ മുഖത്തേയ്ക്കു രണ്ടാമതൊരിക്കൽ നോക്കാൻ ധൈര്യമുണ്ടായില്ല. ഇയാളാണ് വലിയമ്മാമ. ഇയാളാണ്....

വടക്കേ താനക്കാലിനടുത്തു വെച്ച വലിയ നിലവിളക്കിലെ തിരി ഒരാൾ വാഴപ്പോളകൊണ്ട് നീട്ടി. കറുത്തു ഉള്ളോട്ടു വളഞ്ഞു മെലിഞ്ഞ ഒരാൾ. അയാളെ ചൂണ്ടിക്കൊണ്ടു മാളു പറഞ്ഞു:

'അതാന്റെ അച്ഛൻ'

അതിനു തനിക്കെന്തു വേണം? അവൻ ശ്രദ്ധിക്കാൻ കൂട്ടാക്കിയില്ല.

'അപ്പുണ്ണ്യേട്ടൻ കുട്ടമ്മാമാന്നാ വിളിക്കാ, അല്ലേ?'

വലിയമ്മാമ.

കുട്ടമ്മാമ.

ഇനിയുമുണ്ട് ആളുകൾ. ആ കുട്ടികളുടെ കൂട്ടത്തിൽ കാണാം, ഭാസ്കരനും കൃഷ്ണൻകുട്ടിയുമൊക്കെ. വലിയമ്മയുണ്ടാവും സ്ത്രീകളുടെ കൂട്ടത്തിൽ. പിന്നെ–

അവൾക്കറിയും, അവളോടു ചോദിച്ചാൽ മതി. അറിയാം. അമ്മമ്മ, അമ്മായി, മക്കൾ. അമ്മയ്ക്കൊരേട്ടത്തികൂടിയുണ്ട്. അവരുടെ പേരെന്താണ്? അവരെയെന്താ വിളിക്കുക?

ഒന്നും അറിയേണ്ടാ. വരുമ്പോൾ ഇങ്ങിനെയൊന്നുമല്ല കരുതിയത്. വന്നയുടനെ കുട്ടികളുടെകൂടെ കളിച്ചുനടക്കാം. അകത്തും മോളിലും പത്തായപ്പുരയിലും പന്തലിലും തൊടിയിലും ചുറ്റിത്തിരിയാം. വരുമ്പോൾ മനസ്സു തുള്ളിച്ചാടുകയായിരുന്നു.

പടിപ്പുര കടന്നല്ല വന്നത്. കുന്നിറങ്ങി മേലേ ഇടവഴിയിലെത്തിയപ്പോൾ അവൻ നിന്നു. മുത്താച്ചി പിറകിലായിരുന്നു. അതാ കാണുന്നു തറവാട്!

നാലുകെട്ടു വലിയതുതന്നെ! മനസ്സിൽ കണ്ടപോലെ വൈക്കോൽ മേഞ്ഞതാണ്. കുമ്മായം പൊട്ടിയടർന്ന ഭിത്തികൾ. തടിച്ച അഴികളുള്ള ചാരനിറമുള്ള പഴയ ജനാലപ്പഴുതുകൾ. പത്തായപ്പുര തൊട്ടടുത്തുതന്നെ. അത് ഓടു മേഞ്ഞതാണ്. കൈയാലയും മതിൽക്കെട്ടിന്റെ പൊളിഞ്ഞ ഒരു ഭാഗവും കാണാം.

ആ നാലുകെട്ടിലാണ് അമ്മയുണ്ടായിരുന്നത്, അതിലാണ് ഭഗവതിയുള്ളത്. അതുകൊണ്ടാണത്രേ ഓടുമേയാൻ കഴിയാതെ പോയത്. വളരെ വളരെ മുമ്പാണ് നാലുകെട്ടുണ്ടാക്കിയത്. അമ്മയുടെ മുത്തശ്ശിയുടെ മുത്തശ്ശിക്ക് ഓർമ്മയില്ലത്രേ ഉണ്ടാക്കിയ കാലം. പിന്നെയാണ് ഓടുമേയാൻ ഏതോ കാരണവർ നിശ്ചയിച്ചത്. ഓടുകൾ താങ്ങാനുള്ള ബലം ചുമരുകൾക്കില്ല. വേണമെങ്കിൽ ചുമരുകൾ തട്ടി പുതിയ ചുമരുകൾ വെയ്ക്കണം. അതു ഭഗവതിക്ക് ഇഷ്ടമാവില്ല. മച്ചും ഭിത്തിയും അനക്കാൻ പാടില്ലെന്നാണത്രേ പ്രശ്നം വെച്ചവർ പറഞ്ഞത്........

ഇതാണ് ആ നാലുകെട്ട്....!

മുറ്റത്തേയ്ക്കിറങ്ങിയപ്പോൾ മുത്താച്ചി പറഞ്ഞു: 'താഴെയാലാമ്പ്ലു കുട്ട്യോൾടെ കൂടെ പോയിരുന്നോ.'

അമ്പരന്നു നിന്നുപോയി. വലിയ മുറ്റങ്ങൾ, ഉയർന്ന മരത്തടികൾ കുഴിച്ചിട്ടു ചുറ്റിലുമായി കൂട്ടിവെച്ച വൈക്കോൽകുണ്ടകൾ, വരിയായി ഏഴോ എട്ടോ കാലികളെ കെട്ടിയ തൊഴുത്ത്.

തിരിഞ്ഞു നോക്കിയപ്പോൾ മുത്താച്ചി നാലുകെട്ടിന്റെ പിൻഭാഗത്തിലൂടെ വടക്കുപുറത്തേയ്ക്കു പോയ്ക്കഴിഞ്ഞിരുന്നു. അവൻ തനിയെ.

പലരും ഉമ്മറത്തും മുറ്റത്തും ഉണ്ടായിരുന്നു. ആരും അവനെ ശ്രദ്ധിക്കുന്നില്ലെന്നു കണ്ടു. കിഴക്കുവശത്തെ കോലായിൽ ഒരിടത്ത് ഇരുന്നു. ആ

ഭാഗത്ത് ആരുമില്ല. അകത്തുനിന്നു പെണ്ണുങ്ങളുടെ തിരക്കും കുട്ടികളുടെ കരച്ചിലും കേൾക്കുന്നുണ്ട്. കോലായിൽ ചില കുട്ടികളെ കണ്ടു. അറിയുന്നവർ ആരെങ്കിലുമുണ്ടോ എന്നു നോക്കി. ആരുമില്ല. അവൻ ഒതുങ്ങിയിരുന്നു.

ആരെങ്കിലും വന്ന് എന്തെങ്കിലും പറഞ്ഞാലോ?

ആരാണ് വരികയെന്നോ എന്താണ് പറയുക എന്നോ അറിയില്ല. എന്നാലും ഒരു ഭയം.

ആരും പറഞ്ഞില്ല. ആരും അവനെ കാണുന്നതുതന്നെയില്ല. അപ്പോഴാണ് തോന്നിത്തുടങ്ങിയത്. വരേണ്ടിയിരുന്നില്ല. വരേണ്ടിയിരുന്നില്ല....

ഇതു വടക്കേപ്പാട്ടെ തറവാടാണ്.

അവൻ ഇവടത്തെയാണ്.

അവന്റെ അമ്മ ഇവടത്തെയാണ്.

അവൻ താമസിക്കുന്ന വീട്ടിൽ ഒരു മുറിയും തളവും അടുക്കളയും മാത്രമേയുള്ളു. ചുമർ ചെത്തിത്തേച്ചിട്ടില്ല. രാത്രിയിൽ ചെങ്കല്ലിന്റെ കഷ്ണങ്ങൾ പായിൽ അടർന്നുവീഴും. നാലുകെട്ടിന്റെ മുകളിൽ വരിവരിയായി ജനവാതിലുകൾ കണ്ടു.... ഓരോ ആൾക്കും മുറിയുണ്ടാവുമോ? കുട്ടികൾക്കും?

പത്തായപ്പുരയുടെ മൂലയോടിന്റെ താഴെ ഒരു പരമ്പുകൊട്ട ആടിക്കളിച്ചിരുന്നു. അതിൽ ഒരമ്പലപ്രാവു പറന്നു വന്നിരിക്കുന്നതും കണ്ടു. കൂടായിരിക്കും. മുട്ടകളും കുഞ്ഞുങ്ങളും ഉണ്ടാവും. പത്തായപ്പുരയുടെ തട്ടിൻ പുറത്തു കയറി പാളിനോക്കിയാൽ കാണാം.

വരേണ്ടിയിരുന്നില്ല.....

'ഞാനിവടത്തെയാണ്' എന്നുറക്കെ വിളിച്ചുപറയാൻ തോന്നി. ആരും നോക്കാതെ, ആരും സംസാരിക്കാതെ ഇരിക്കുന്നത് അസഹ്യമായിത്തോന്നി.

-ഞാൻ വടക്കേപ്പാട്ടെയാണ്.

എന്റെ പേർ വി. അപ്പുണ്ണി എന്നാണ്.

ക്ലാസ്സിൽ ഹാജർ വിളിക്കുന്നത് അങ്ങിനെയാണ്. വി.എന്നാൽ വടക്കേപ്പാട്ടെ എന്നാണർത്ഥം.

അങ്ങനെ ആലോചിച്ചിരിക്കുമ്പോഴാണ് 'കുട്ടികളൊക്കെ ഇരിക്കട്ടെ' എന്ന ശബ്ദം കേട്ടത്. കുട്ടികൾക്കു സദ്യയ്ക്ക് ഇലവെച്ചിരിക്കുന്നു.

'അപ്പോ, വാസ്വോ, പ്രഭേ, ഒക്കെ ഇരുന്നോ.'

'എട്ത്തൂന്റെ കുട്ടിശ്ശങ്കരൻ?'

'നാണ്വോ, കുഞ്ഞിക്കുട്ടനെ നെന്റെ കൂടെ ഇരുത്തിക്കോ.'

പലരും പലരെയും അന്വേഷിക്കുന്നതു കേട്ടു. ആരും അവനെ അന്വേഷിച്ചില്ല.

അവന് ഈ സദ്യ വേണ്ടാ.

അത്ര കൊതിച്ചു വന്നതൊന്നുമല്ല.

അരിശമാണ് ഉള്ളിൽ തോന്നിയത്. എല്ലാവരോടും അരിശം. അവന് ഇവരുടെ സദ്യ പുല്ലുവിലയാണ്.

-പറഞ്ഞ് എണ്ണം കളിച്ച ഒറ്റ കളിക്കാരനേ ഉണ്ടായിട്ടുള്ളു. അതവന്റെ അച്ഛനാണ്, കോന്തുണ്ണിനായർ.....

ഞാൻ കോന്തുണ്ണിനായരുടെ മകനാണ്....

അച്ഛൻ ഉണ്ടാവേണ്ടിയിരുന്നു......

അച്ഛനെപ്പറ്റി ആലോചിച്ചപ്പോൾ സെയ്താലിക്കുട്ടിയിലാണ് മനസ്സു ചെന്നു മുട്ടിയത്. കുറ്റിത്തലയും ചോരനിറമുള്ള വട്ടക്കണ്ണുകളും. അവനാണ്....

ഭഗവതീ, അതിനു പകരം ചോദിക്കണേ!

അപ്പോഴാണ് മാളു വന്നത്.

അവൾ അടുത്തുതന്നെ പുള്ളുവത്തികൾ ചേർന്നു പാടുന്നതു ശ്രദ്ധിച്ചു കൊണ്ടിരിക്കുന്നു. ഇപ്പോൾ ഇടിയറകൾ പതുക്കെ താളംപിടിക്കുകയാണ്. വീണകളുടെ ശബ്ദം വേറെ കേൾക്കാം.

'കരിനാഗത്തിന്റെ പാട്ടാ പാട്ണ്.' മാളു പറഞ്ഞു: 'രാമന്റെ അനിജനാ.'

തുടർന്ന് രാമന്റെ പുള്ളുവത്തി തുടങ്ങി. അവൾ പാട്ട് ആരംഭിച്ചപ്പോൾ രാമൻ എഴുന്നേറ്റു. കളത്തിൽക്കമ്മളെ വിളിച്ച് എന്തോ പറഞ്ഞു. കളത്തിൽക്ക മ്മൾ പന്തലിന്റെ പുറത്തു വന്നു പാട്ടിനെക്കാളും ഉച്ചത്തിൽ വിളിച്ചു പറഞ്ഞു:

'കളം കൊള്ളാനുള്ളോരു വര്വാ.'

ആളുകളുടെ കണ്ണുകൾ മുഴുവൻ ഉമ്മറത്തേയ്ക്കു നീണ്ടു ചെല്ലുകയാണ്.

അരിയും തിരിയും കവുങ്ങിൻപൂക്കിലയും വെച്ചു തിളങ്ങുന്ന കിണ്ണമെ ടുത്തു ഞൊറിഞ്ഞുടുത്ത രണ്ടു പെൺകിടാങ്ങൾ പന്തലിലേക്കിറങ്ങി.

'കിഴക്കെ വാതില്ക്കൽ നിന്നു തൊഴ്ാ.'

രാമന്റെ നിർദ്ദേശമനുസരിച്ച് അവർ തൊഴുതു.

'കളത്തിക്കമ്മളു വീഴ്ത്തണ നീരുവാങ്ങി കണ്ണും കാലും കഴ്കാ.'

'കളം മൂന്നുചുറ്റു പ്രദക്ഷിണം വെച്ചു നാഗത്തിന്റെ തലനോക്കി ചമ്രം പടിഞ്ഞിരിക്ക്യാ.'

പ്രദക്ഷിണം വെച്ച് അവർ സർപ്പങ്ങളുടെ വാൽഭാഗത്തിനടുത്തായി ഇരുന്നു.

'അരിയും പൂവുമിട്ടു നാഗത്തെ മനസ്സിലു ധ്യാനിച്ചു തൊഴ്ാ.'

'പൂക്കുല എടുത്തു കൈയിൽ പിടിക്ക്യാ.'

കിണ്ണത്തിൽനിന്നു കവുങ്ങിൻപൂക്കുലയെടുത്തു കൈയിൽപിടിച്ച് അവർ കെട്ടുപിണഞ്ഞ സർപ്പങ്ങളുടെ പത്തിയിൽ നോക്കിക്കൊണ്ട് ഇരുന്നു.

അത്ഭുതം കൊണ്ടു വിടർന്ന കണ്ണുകളോടെ അപ്പുണ്ണി ആ പെൺകിടാ ങ്ങളെ നോക്കി. ഇടതുവശത്തു കറുത്തു മെലിഞ്ഞു നീളൻമുഖമുള്ള ഒരു പെൺകുട്ടി. തൂണിന്റെ മറവുകാരണം അവളെ ശരിക്കും കണ്ടുകൂടാ. മറ്റേതു മെലിഞ്ഞു കാണാൻ ചന്തമുള്ള പെണ്ണാണ്. അരയ്ക്കു മീതെ, കൈയിലെ കവുങ്ങിൻപൂക്കുലയുടെ നിറമുള്ള ശരീരത്തിൽ ഒന്നുമില്ല, അയ്യേ, നാണമില്ലേ ഈ പെണ്ണുങ്ങൾക്ക് എന്നാണാദ്യം തോന്നിയത്. നോക്കി ഇരിക്കുമ്പോൾ മാറത്തു ചുറ്റുമുള്ള നിലവിളക്കുകളുടെ നാളങ്ങൾ പുളയുന്നുണ്ടെന്നു തോന്നി. പകുതിയടഞ്ഞ കണ്ണുകൾ. സൂക്ഷിച്ചു നോക്കിയാലേ ഉറങ്ങുകയല്ലെന്നറിയൂ. ഞെറിഞ്ഞുടുപ്പുമാത്രമായിരിക്കുന്ന ആ പെൺകിടാവിനെ കണ്ടുകൊണ്ടിരിക്കു മ്പോൾ മാണിത്തട്ടയുടെ പോളയ്ക്കകത്തു മറഞ്ഞിരിക്കുന്ന മിനുത്ത ഉണ്ണി യെടുത്തു നോക്കുന്ന രസമാണ് തോന്നിയത്.

'അതാരാ?'

അവൻ മാളുവിനോടു ചോദിച്ചു.

'അത് അമ്മ്ണ്യേടത്ത്യല്ലേ? വല്ലിമ്മാമടെ ഒക്കേലും താഴേള്ള മോള്. മറ്റേതു തങ്കേടത്തി.'

മറ്റത് ആരെങ്കിലുമായിക്കൊള്ളട്ടെ.

പാട്ടിന്റെ വേഗവും ഇടിയറയുടെ നാദവും പതുക്കെ പതുക്കെ കൂടിവന്നു.

ഇപ്പോൾ സർപ്പക്കാവിൽ നാഗങ്ങൾ ഉറക്കം വിട്ടെഴുന്നേറ്റു പടം വിടർത്തി യാടുന്നുണ്ടായിരിക്കും....

കുട്ടികളിരിക്കുന്ന ഭാഗത്തുനിന്നുപതുക്കെ ശബ്ദം കേട്ടു. 'കൊറ്റി-കൊറ്റി..... വര്ണു.'

ഒരാൾ വെള്ളത്തുണികൊണ്ടു ശിരസ്സു മൂടി വായിൽപൊളിച്ച മടക്കണ കൊക്കാക്കി വെച്ചു കൈയും കാലും കുത്തി വികൃതസ്വരം പുറപ്പെടുവിച്ചു പന്തലിലേയ്ക്കു ചാടിച്ചാടി വന്നു. അതാണത്രേ കൊറ്റി.

'കൊറ്റി കോട്ട്യാട്ടി ചിരിപ്പിക്കാൻ നോക്കും. കളത്ത്ല് ഇരിക്കണോരു ചിരിച്ചാൽ പാമ്പ് മേക്കേറില്ല....'

മാളുവിന്റെ വിശദീകരണവും കൂട്ടത്തിലുണ്ടായിരുന്നു. കൊറ്റി കുറെ ചാടിച്ചാടി നടന്നു വടക്കേ താനക്കാലിനടുത്തു വെള്ളരിയിൽ വെച്ച നാളികേരം കൊക്കിലെടുത്തു മടങ്ങിപ്പോയി.

കളത്തിലെ കെട്ടുപിണഞ്ഞ നാഗങ്ങളെയും അവയിൽ കണ്ണുനട്ടിരിക്കുന്ന, ആ നിലവിളക്കിലെ നാളം പോലെ തിളങ്ങുന്ന പെൺകിടാവിനെയും അവൻ മാറിമാറി നോക്കി. അവളുടെ കഴുത്തിൽ കുടുക്കിക്കെട്ടി കല്ലു പതിച്ച ആഭരണം വെട്ടിത്തിളങ്ങുന്നു.... ദീപനാളങ്ങൾ മറച്ചിട്ടില്ലാത്ത മാറിൽപുളഞ്ഞുമറിയുന്നു.... പതുക്കെ പതുക്കെ അവന്റെ കണ്ണിൽനിന്നു പന്തലും മുറ്റവും ആളുകളും ഒഴിഞ്ഞുപോയി. ഇപ്പോൾ കൊടുംകാട്ടിലാണ്. ഉയരത്തിൽ മാനം മുട്ടിനില്ക്കുന്ന ഒരു വൃക്ഷത്തിന്റെ കവുളിയിൽ രാജകുമാരൻ ഇരിക്കുന്നു. തലയിൽ കസവിന്റെ തലപ്പാവ്, തിളങ്ങുന്ന പട്ടുകുപ്പായം. അതിലവിടവിടെ തുന്നിപ്പിടിപ്പിച്ച രത്നക്കല്ലുകൾ പ്രകാശിക്കുന്നു. താഴെ കുതിര മേയുകയാണ്.

തന്റെ രാജ്യം കാണാൻ സമ്മതം വാങ്ങി ഇറങ്ങിയതാണ് രാജകുമാരൻ. അതിർത്തിയിലെ കാട്ടിലെത്തിയപ്പോൾ വഴിതെറ്റിപ്പോയി. കൂടെ വന്ന മന്ത്രി കുമാരനില്ല.....

ഈ രാത്രി അവസാനിക്കണം.....

അപ്പോഴാണ് അവൻ കാണുന്നത് കാടുമുഴുവൻ വിറപ്പിച്ചുകൊണ്ട് ചീറ്റി സർപ്പം ഇഴഞ്ഞുവരുന്നു. സർപ്പത്തിന്റെ ഫണത്തിനു പിറകിൽ സവാരി ചെയ്തുകൊണ്ട് ഒരു പെൺകിടാവുണ്ട്. അവളുടെ കഴുത്തിൽ വൈരക്കല്ലുകൾ പതിച്ച പതക്കം തിളങ്ങുന്നു...... നേർത്ത കസവുകൊണ്ടു ഞൊറിഞ്ഞുടുത്തിരിക്കുന്നു. പിന്നിൽ കുത്തിയൊഴുകുന്ന കാട്ടുചോലപോലെ, മുടിക്കെട്ടു ചിതറിക്കിടക്കുന്നു.... പാതിയടഞ്ഞ കണ്ണുകൾ....

ഇടിയറകളുടെ ശബ്ദം പെട്ടെന്നു നിലച്ചു.

ഒരു ഞെട്ടലോടെ വീണ്ടും അപ്പുണ്ണിയുടെ കണ്ണിൽ ചുറ്റുപാടുകൾ തെളിഞ്ഞു.

കളത്തിലിരിക്കുന്ന പെൺകിടാങ്ങളുടെ ശരീരം പതുക്കെ ഉലയാൻ തുടങ്ങുന്നു. കൈയിലെ കവുങ്ങിൻപൂക്കുല വിറയ്ക്കുന്നുണ്ട്.

പൊടുന്നനെ ഇടിയറകളുടെയും കുടങ്ങളുടെയും കയറുകളിൽ 'കല്ലുകൾ* വീണു. എല്ലാം ഒറ്റ നിമിഷത്തിൽ കൂട്ടായി മുഴങ്ങി. പാട്ടിന്റെ താളം മാറിയിരിക്കുന്നു.

'ആടാടു.... ആടു നാഗേ.... കളവും കൊള്ളേണമേ....'

കൊട്ടും പാട്ടും വേഗത്തിലാവുന്നതോടെ ആട്ടത്തിന്റെ വേഗവും വർദ്ധിച്ചു. കളത്തിൽ, കറുത്ത സർപ്പങ്ങൾപോലെ, മുടിയിഴയുകയാണ്.... കാറ്റിൽ ചുഴലുന്ന വാഴത്തിരുൾപോലെ, മെലിഞ്ഞു വെളുത്ത ആ ശരീരം ഉലയുന്നു.

'ഇന്നു പൂക്കുല കുത്തില്ല.'

മാളു പറഞ്ഞു.

അതവൻ ശ്രദ്ധിച്ചില്ല.

'ആടീട്ടു.... വായോ....യെന്റെ.... കാവിൽനിന്നും നീ....'

'ആടാടൂ....'

'ആടാടൂ....'

'ആടാടൂ....'

ഇടിയറകളുടെ ചെവിയടയ്ക്കുന്ന ശബ്ദം.... ശരീരം കോരിത്തരിക്കുകയാണ്. ഒന്നാടിയാലെന്താണെന്ന് അവനും തോന്നിപ്പോയി.

കൈയിൽ പിടിച്ച കവുങ്ങിൻപൂക്കുല വിടാതെ സർപ്പങ്ങളെപ്പോലെ ആടിയുലഞ്ഞുകൊണ്ട് അവർ ഇരുന്നുകൊണ്ടുതന്നെ കളത്തിൽ നിരങ്ങിനീങ്ങുകയാണ്. കെട്ടുപിണഞ്ഞ സർപ്പങ്ങളുടെ രൂപം മറയുന്നു.... വളഞ്ഞു പുളയുന്ന ആ പെൺകിടാവിനെ നോക്കിയിരിക്കെ അവൾ മാറുന്നുണ്ടെന്ന് അവനു തോന്നി. ഉടൽ സർപ്പത്തിന്റെയും മുഖം മനുഷ്യസ്ത്രീയുടേയുമായ ഒരു ജീവിയാണ് കളത്തിൽ തലയിട്ടുലയ്ക്കുന്നത്. മനുഷ്യസ്ത്രീയുടെ മുഖമുള്ള സർപ്പം പടം വിടർത്തി ആടുകയാണ്....

---

* ഒരു തരം മിനുസമുള്ള കല്ലുകൊണ്ടാണ് ഇടിയറകളുടെ കയറിൽ മുട്ടി ശബ്ദമുണ്ടാക്കുന്നത്.

മാളു എന്തോ വീണ്ടും പറഞ്ഞു. അത് അപ്പുണ്ണി കേട്ടില്ല. പാതി കൂമ്പിയ അവന്റെ കണ്ണുകളിൽനിന്നു വീണ്ടും പന്തലും ആളുകളും മറഞ്ഞുപോയി.

മനുഷ്യസ്ത്രീയുടെ മുഖമുള്ളസർപ്പം പടമെടുത്താടുന്നു.

അല്ല, സർപ്പത്തിന്റെ പത്തിക്കു കടിഞ്ഞാണിട്ടു സവാരി ചെയ്യുന്ന പെൺകിടാവാണിപ്പോൾ.

എല്ലാം കണ്ണു തുറക്കാതെതന്നെ അവൻ കാണുന്നുണ്ട്. അവനിപ്പോൾ അപ്പുണ്ണിയല്ല, രാജകുമാരനാണ്. തന്റെ രാജ്യം കാണാൻ വന്നു വഴി തെറ്റിപ്പോയ രാജകുമാരൻ....

.....തണുത്ത കാറ്റു ശരീരത്തിലടിച്ചപ്പോളാണ് കണ്ണുതുറന്നത്. കാടും സർപ്പവും സർപ്പകന്യകയുമില്ല.വൃക്ഷത്തിന്റെ മുകളിലല്ല, കോലായയുടെ വക്കിൽ അവൻ കിടക്കുന്നു. പുറത്ത് നനഞ്ഞ തുണിപോലെ മങ്ങിയ ആകാശം. ദൂരത്തെ വാഴക്കൂട്ടങ്ങളിൽ മഞ്ഞിൻപടലം തങ്ങിനില്ക്കുന്നു. താഴെ പന്തലിൽ ആരെല്ലാമോ തലങ്ങും വിലങ്ങും കിടന്നുറങ്ങുന്നു.

ഉമ്മറവാതിൽ തുറന്ന് ആരോ വിളക്കു കാണിച്ചു തിരിച്ചു പോയി. അകത്തുനിന്ന് ഒരു നാമജപം കേട്ടു:

'നാരായണ, നാരായണ.'

താനെവിടെയാണെന്നു മനസ്സിലാവാൻ ഏതാനും നിമിഷങ്ങൾ വേണ്ടിവന്നു.

കുളിർമ്മയുള്ള കാറ്റ്. കണ്ണുകളിൽ കനം തൂങ്ങുന്നപോലെ.

അകത്ത് എവിടെനിന്നാണെന്നറിഞ്ഞില്ല, നേർത്ത സ്വരത്തിൽ ആരോ ചൊല്ലുന്നുണ്ട്.

'നരനായിങ്ങനെ ജനിച്ചു ഭൂമിയിൽ....'

വീണ്ടും കണ്ണുകളടഞ്ഞു.

പിന്നെ കൺമിഴിച്ചതു തണുത്ത ഒരു കൈ ശരീരത്തിൽ തടവിയപ്പോളാണ്. അമ്പരന്നു നോക്കിയപ്പോൾ അവന്റെ അരികത്തു കുന്തിച്ചിരിക്കുന്നുണ്ട്, ഒരു തള്ള. തല മുഴുവൻ നരച്ചിട്ടുണ്ട്. മേൽ മുഴുവൻ ചെതമ്പലുണ്ടെന്നു തോന്നും. അവർ ചുവന്ന കരയുള്ള ഒരു മുണ്ടുകൊണ്ടു പുതച്ചിട്ടുണ്ട്. നരകയറിയ ആ കണ്ണുകളിൽ നോക്കിയപ്പോൾ അവ പതുക്കെ ചിരിക്കുന്നുണ്ടെന്നു തോന്നി. ഭയം തല്ക്കാലത്തേക്കു അവനെ വിട്ടകന്നു.

എന്തോ പറയാൻ ഭാവിച്ചപ്പോൾ അവർ പറഞ്ഞു: 'പേടിക്കണ്ടാട്ടോ. അമ്മമ്മയാണ്....'

അമ്മമ്മയാണ്! അവന്റെ അമ്മയുടെ അമ്മ.

'എണീറ്റ് അകത്തിയ്ക്കു വാ.'

അപ്പുണ്ണി എഴുന്നേറ്റ് അവരുടെ പിന്നാലെ നടന്നു. കോലായിൽ ഉറങ്ങിക്കിടക്കുന്ന ചിലരെ ചാടിക്കടന്നിട്ടു വേണ്ടിവന്നു വാതില്ക്കലെത്താൻ. ചിത്രപ്പണികൾ ചെയ്ത ഉമ്മറവാതിൽ കടന്നു തെക്കിനിയിലേക്കു കടന്നു. തെക്കിനിയുടെ അരുകിലായിട്ടാണ് നടുമുറ്റം. നടുമുറ്റത്തിന്റെ പടിഞ്ഞാറു ഭാഗത്ത് ഒരു നിലവിളക്കു കത്തുന്നു.

തെക്കിനിയിൽ നിറയെ സ്ത്രീകൾ കിടക്കുന്നുണ്ട്. ഉറങ്ങിക്കിടക്കുന്ന

സ്ത്രീകളുടെ കൂട്ടത്തിലേയ്ക്ക് അവനൊന്നു നോക്കി. രാത്രിയിൽ കണ്ട സർപ്പ കന്യക ഉണ്ടോ? നടുമുറ്റത്തിന്റെ ചുറ്റുമുള്ള ഭീമൻ തൂണുകൾ കാണാൻ രസമുണ്ട്.

അപ്പുറം വടക്കിനിയാണ്. ജാലകങ്ങൾ തുറന്നിട്ടില്ല. ഇരുട്ടാണവിടെ. നിലത്ത് ആരോ ചിലർ ഉറങ്ങുന്നുണ്ടെന്നു തോന്നി.

ഇടനാഴിയിലൂടെ നടന്നു. തട്ടില്ലാത്ത തളത്തിലെത്തിയപ്പോൾ തലേന്നു കണ്ട മാളു എന്തോ ജോലി നോക്കുന്നതു കണ്ടു.

ഒരു ജനാലയ്ക്കടുത്ത് അമ്മമ്മ പലകയിട്ടിരുന്നു. അവനെ അടുത്തു പിടിച്ചിരുത്തി പറഞ്ഞു:

'ന്റെ കുട്ട്യേയ്, അമ്മമ്മ അറിഞ്ഞില്ല്യ, ട്ട്വോ. കൊട്ട്ലലെ തള്ളേംന്നോടു പറഞ്ഞില്ല. ഇപ്പോ മാളു പറയേ്.'

അമ്മമ്മ അവന്റെ ശിരസ്സു തടവിക്കൊണ്ടു പറഞ്ഞു:

'നെന്റൊരു യോഗം.'

അല്പം ആലോചിച്ച് അവർ വീണ്ടും പറഞ്ഞു:

'ന്റീം യോഗം. അല്ലാണ്ടെന്താ പറയ്വാ?'

അവനൊന്നും പറയാനില്ല. ആകപ്പാടെ മനസ്സിൽ എന്തോ വിങ്ങിപ്പൊട്ടുന്നുണ്ടെന്നുമാത്രം അറിയാം.

'ഷ്ക്കോളില് പോണില്ലേ?'

'ണ്ട്'

'എത്രേലാ?'

'എട്ടില്.' തുടർന്ന് അഭിമാനത്തോടെ അവൻ പറഞ്ഞു.

'തുറക്കുമ്പോ തൃത്താല സ്ക്കൂളില് ചേരും.'

'നീയ് നന്നാവണം, ഓൾക്ക്- ഓൾക്ക്-'

അമ്മമ്മയുടെ തൊണ്ട അടഞ്ഞതുപോലെ തോന്നി: 'ഓൾക്ക് നീയന്നേ ആശ്രയംള്ളൂ.'

വാതില്ക്കൽ ഒരു സ്ത്രീ വന്നു നോക്കിപ്പോയി. തുടർന്നു കുറെ സ്ത്രീകളുടെ മുഖങ്ങൾ വാതില്ക്കൽ തിരക്കിക്കൂടി. എല്ലാ കണ്ണുകളും അവന്റെ നേരെയാണ്. അവർ തമ്മിൽത്തമ്മിൽ എന്തോ പതുക്കെ പറയുന്നു. പുതിയ പുതിയ മുഖങ്ങൾ വാതില്ക്കൽ പ്രത്യക്ഷപ്പെടുന്നു.

റൗക്കയിട്ട് അല്പം നര കയറിയ ഒരു സ്ത്രീ അമ്മയുടെ അടുത്തേയ്ക്കു വന്ന് ഒന്ന് ഒച്ചയനക്കി. എന്നിട്ടു താണ ശബ്ദത്തിൽ പക്ഷേ കർശനമായി പറഞ്ഞു:

'അമ്മ ഓരോ ആപത്തു വലിച്ചു വെയ്ക്കാ.'

'എന്താടീ ആപത്ത്?'

'അമ്മാമ അറിഞ്ഞാൽ ന്ന്ബ്ടെ ഇരിക്കണ്ട.'

അമ്മമ്മയ്ക്കു ശുണ്ഠി കയറിയെന്നു തോന്നുന്നു.

'എന്താടി, ന്നെ അങ്ങട്ടു കൊല്ല്വോ?'

'ഈ മയിറ്റലു നല്ലേനല്ല. അമ്മാമ-'

'ന്നാൽ ന്നെ ഓനങ്ങാട്ടു മിണ്ങ്ങട്ടെ. എടീ കുഞ്ചുകുട്ട്യേ, ദെയ്വത്തിനെ

മറന്ന് ഓരോന്നു പറേരുത്.

'നിയ്ക്കും ന്റെ കുട്ട്യോൾക്കുംത്തിരി സൊയ്രായിട്ടിരിയ്ക്കണം. അതാ ഞാൻ പറേണ്.'

'എടി, ഇവന്റെ തള്ളേനിം ഞാൻ വട്ടീലിട്ടു പെറ്റതന്ന്യാണ്.'

'അതൊക്ക്യെ, അമ്മ അമ്മാമോടു പറഞ്ഞോളൂ. നിയ്ക്ക് കേൾക്കണ്ടാ.'

അമ്മമ്മ ഒന്നും പിന്നെ മിണ്ടിയില്ല. പുതച്ച മുണ്ടുകൊണ്ട് ഒരു കണ്ണ് ഒപ്പി. വാദിക്കാൻ വന്ന സ്ത്രീ മടമ്പിടിച്ചുകൊണ്ടു നടന്നുപോയി.

ഇപ്പോൾ വാതില്ക്കൽ സ്ത്രീകളല്ല, കുറേ കുട്ടികളാണ്. അവരും അവനെ അത്ഭുതത്തോടെ നോക്കി നില്ക്കുകയാണ്.

തലേ ദിവസം ഉച്ചയ്ക്കു കണ്ടശേഷം കൊട്ടിലിലെ മുത്താച്ചിയെ അപ്പോഴാണവൻ കാണുന്നത്. മുത്താച്ചി അടുക്കളയുടെ ഭാഗത്തു നിന്നു വന്നു പറഞ്ഞു:

'അപ്പോ, നമുക്ക് പൂവണ്ടേ? നെന്നെ അവിടെ എത്തിച്ചിട്ടു വേണം നിയ്ക്ക്–'

അമ്മമ്മയാണ് അതിനു മറുപടി പറഞ്ഞത്:

'തള്ളേ, ഓനിപ്പോൾ വരുന്നില്ല്യ.'

പെണ്ണുങ്ങൾ പരസ്പരം നോക്കി. വീണ്ടും പിറുപിറുപ്പ്. റൗക്കയിട്ട സ്ത്രീ തൊണ്ടയനക്കി, മടമ്പിടിച്ച് ഒരിക്കൽക്കൂടി ആ വഴി കടന്നുപോയി. വഴിക്കു നഖം കടിച്ചുനിന്നിരുന്ന ഒരു കുട്ടിയുടെ കൈത്തണ്ടയ്ക്ക് ഒരു തട്ടും കൊടുത്തു.

'മാള്വോ, ഇബടെ വന്നാ.'

മാളു വന്നപ്പോൾ അമ്മമ്മ പറഞ്ഞു:

'മാള്വോ, അപ്പുണ്ണ്യേട്ടന് ഇത്തിരി മുക്ക്യേരീം വെള്ളോം കൊടുക്ക്.'

അപ്പോഴും മുത്താച്ചി സംശയിച്ചു നില്ക്കുകയായിരുന്നു.

'തള്ളേ, നിങ്ങളു പൊയ്ക്കോളിൻ. ഓനെ ഞാൻ ചെർമ്മച്ചെക്കനെ കൂട്ടി പിന്നെ അയച്ചോണ്ട്.'

മുത്താച്ചി പുറത്തുകടന്നു: അപ്പുണ്ണി മാളുവിന്റെ കൂടെ മുറ്റത്തേക്കും. പല്ലുതേപ്പു കഴിഞ്ഞ് അവൻ വീണ്ടും അമ്മമ്മയുടെ അടുത്തു വന്നു. അമ്മമ്മ കാൽമുട്ടിൽ താടിയമർത്തി വെച്ചിരുന്ന് എന്തോ ആലോചിക്കുകയായിരുന്നു.... മിണ്ടാതെ, മുഖമുയർത്തിനോക്കാതെ അപ്പുണ്ണിയും ഇരുന്നു.

അമ്മമ്മയ്ക്ക് കഞ്ഞി വിളമ്പിവെച്ചു വിളിച്ചപ്പോൾ, അവനും കഞ്ഞി വിളമ്പാൻ പറഞ്ഞു. അടുക്കളയിൽനിന്ന് മുറുമുറുപ്പുകൾ കേൾക്കാമായിരുന്നു....

കഞ്ഞിയും പപ്പടം ചുട്ടതും ഇലച്ചീന്തിൽ സമ്മന്തിയും. സ്വാദോർത്തു കുടിക്കാൻ വിശപ്പു സമ്മതിക്കുന്നില്ല.

നാലു പ്ലാവില ഒഴിച്ചിട്ടേ ഉള്ളൂ.

അപ്പോൾ ധൃതിയിൽ പെണ്ണുങ്ങൾ അടുക്കളയിലേക്ക് ഓടിക്കയറുന്നതും കുട്ടികൾ വാതില്ക്കൽനിന്നു പരിഭ്രമിച്ച് മാറിനില്ക്കുന്നതും കണ്ടു.

ഇടിമുഴക്കംപോലുള്ള ഒരു വിളി:

'ഒടപ്രന്നോളേ.'

അമ്മമ്മ പ്ലാവില കിണ്ണത്തിലിട്ടു പതുക്കെ ജപിച്ചു;

'നാരായണ, നാരായണ.'
വാതില്പ്പഴുതിൽ മേല്പടിമുട്ടിക്കൊണ്ട് ഒരാൾ നിറഞ്ഞുനില്ക്കുന്നു. വലിയമ്മാമ.
'ഒടപ്രന്നോളേ, ഏതാ ഈ ചെക്കൻ?'

അമ്മമ്മ അനങ്ങിയില്ല.

'നിങ്ങളോടാ ചോദിച്ചത്. ഏതാ ഈ ചെക്കൻ?'

'ഇത്.... പാറുക്കുട്ടിയുടെ..... മകൻ....'

'ആരാന്നും നിങ്ങളുടെ ഒരു പാറുക്കുട്ടി? ആരാ?'

അമ്മമ്മ നിലവിളിക്കുമെന്നാണു കരുതിയത്. പക്ഷേ അവർ ശാന്തമായി പറഞ്ഞു:

'ഞാൻ അങ്ങനൊന്നിനീം പെറ്റു.'

'ത്ഫൂ. എന്റെ തറവാടു കണ്ട ചണ്ടിപണ്ടാരങ്ങൾക്കു കേറാൻള്ള സ്ഥലംല്ല. ആരാടീ ഈ ചെക്കനു കഞ്ഞി വെളമ്പീത്?'

അമ്മമ്മ എഴുന്നേറ്റുനിന്നു. അവനും വിറച്ചുകൊണ്ട് എഴുന്നേറ്റു.

ഇപ്പോൾ കൊന്നുകളയുമെന്നാണു കരുതിയത്.... മരിക്കാൻ പോവുകയാണ്.... അവന്റെ പിടലിയിൽ ആ കൈവിരലുകൾ അമർന്നു.... മുറ്റത്തേക്കുള്ള വാതിൽ ചൂണ്ടി വലിയമ്മാമ അലറി:

'എറങ്ങടാ.... ഇനി ഈ വളപ്പിനകത്തു കണ്ടാൽ കാലു തച്ചൊടിക്കും ഞാൻ. ഫോ....'

ഊക്കോടെ അവൻ പുറത്തേക്കു തള്ളപ്പെട്ടു. ഇനിയും എന്താണ് ചെയ്യുന്നത്?....

അവൻ നടക്കുകയല്ല, ഓടുകയായിരുന്നു....

ചരല്ക്കല്ലുകൾ എഴുന്നുനില്ക്കുന്ന മുറ്റത്തു മുട്ടുകുത്തി വീണപ്പോൾ അവൻ അമ്മമ്മ പറയുന്നതു കേട്ടു:

'അനുഭവിക്കും.... ഇതിനൊക്കെ അനുഭവിക്കും.'

പിന്നിൽ ആരോ പിടിക്കാൻ നടന്നടുക്കുന്നുണ്ടെന്ന ഭീതിയോടെയാണ് അപ്പുണ്ണി നടന്നത്.

വീട്ടിലെത്താനുള്ള വഴി കഷ്ടിച്ചറിയാം. ഇടവഴി ഓടിക്കയറി കുന്നിന്റെ ചെരുവിലെത്തിയപ്പോഴും തേങ്ങൽ മാറിയിരുന്നില്ല.

തേങ്ങൽ എക്കിട്ടമായി മാറിയിരിക്കുകയാണ്. ഷർട്ടിന്റെ തുമ്പുകൊണ്ട് കണ്ണുതുടച്ച്, ചക്കരക്കിഴങ്ങു നടാൻ ഏരി കൂട്ടിയ ചെരിവു കയറി, കുന്നിന്റെ നെറുകയിലെത്തി. ഇളംചൂടുള്ള വെയിൽ. ചരൽക്കല്ലുകൾ ചവിട്ടിക്കൊണ്ടാണ് നടന്നത്.

മുകളിൽ ചിലന്തിയും മഞ്ഞപ്പാവുട്ടയും വളരുന്ന കുറ്റിക്കാടിനരികെ കണ്ട മിനുസമുള്ള കല്ലിൽ തളർന്നിരുന്നു.

ആട്ടി ഓടിക്കുകയാണു ചെയ്തത്. പുഴുത്ത പട്ടിയെപ്പോലെ ആട്ടിയോടിച്ചു....

ഒതുക്കി നിർത്തിയ കണ്ണീരിന്റെ തടം പൊട്ടിയത് അപ്പോഴായിരുന്നു. അമ്മ ആദ്യമേ പറഞ്ഞതായിരുന്നു പോണ്ടാ എന്ന്. എന്നിട്ടും വന്നു: അമ്മ ഇതറിയുമ്പോൾ–

ഇതൊരിക്കലും കരുതിയതല്ല.

ആട്ടിയോടിക്കുക.... പുഴുത്ത പട്ടിയെപ്പോലെ ആട്ടിയോടിക്കുക.

ആ പെണ്ണുങ്ങൾ മുഴുവൻ കണ്ടു. കുട്ടികളു നോക്കിനില്ക്കുകയായിരുന്നു. കഴുത്തിനു പിടിച്ചു പുറത്തു തള്ളി.... മാനക്കേട്.... കാശില്ലെങ്കിലും അവന്റെ

അച്ഛൻ ആണായിരുന്നു. നേരിട്ടു നിന്നു കയർക്കാൻ ഒരാളും ധൈര്യപ്പെട്ടില്ല.... വീരനായ ആ കോന്തുണ്ണിനായരുടെ മകനാണവൻ. എന്നിട്ട് ആട്ടിയപ്പോൾ പട്ടിയെപ്പോലെ ഓടിക്കളഞ്ഞു.

പക്ഷേ ഓടാതെ നിൽക്കാൻ വയ്യായിരുന്നു. വാതിൽ നിറഞ്ഞു നില്ക്കുന്ന ആ മനുഷ്യന്റെ രൂപം അവൻ ഓർത്തു....

ആളുകൾ കാണാത്ത ഏതെങ്കിലും മാളത്തിൽ പോയി ഒളിച്ചിരിക്കാനാണ് തോന്നിയത്. അല്ലെങ്കിൽ വണ്ടി കയറി എങ്ങോട്ടെങ്കിലും പോവുക. എല്ലാം അവൻ വെറുക്കുന്നു.

പുഴുത്ത പട്ടിയെപ്പോലെ.....

മരിച്ചാൽ പിന്നെ മാനക്കേടില്ല, ആരും ആട്ടുകയില്ല. ശകാരിക്കയില്ല. ആകാശത്തിന്നപ്പുറത്തു സ്വർഗ്ഗലോകത്തിലേക്കു ദൈവം പൊക്കിയെടുത്തു കൊണ്ടുപോകുന്നു.... സ്വർഗ്ഗത്തിൽ പഴയ നാലുകെട്ടുകളും വലിയമ്മാമമാരും ഉണ്ടാവുകയില്ല....

അപ്പോൾ തൊട്ടു പന്നിൽനിന്ന് ഒരാളുടെ ശബ്ദം കേട്ടു. ഞെട്ടിത്തിരിഞ്ഞു നോക്കി. ദൈവമേ! ശരീരം തളർന്നുപോയി. ആരാണു പിന്നിൽ നില്ക്കുന്നത്! ചോരനിറമുള്ള ഉണ്ടക്കണ്ണുകളും കുറ്റിത്തലയും.

സെയ്താലിക്കുട്ടിതന്നെ.

അച്ഛനെ ഇറച്ചിയിൽ പാഷാണം കൊടുത്താണ് കൊന്നത്.

പാഷാണം അന്വേഷിച്ചു നടക്കുകയാണോ?

എങ്ങനെ കൊല്ലാനാണ് ഭാവം?

തടിച്ചുകുറുകിയ ആ വിരലുകളിൽ അവൻ അറപ്പോടെ, ഭീതിയോടെ, നോക്കി.

‘എന്തിനാ കരേണ്?’

അലർച്ചയല്ല. പതുക്കെയാണ് ചോദ്യം.

‘എന്താ ഇബ്ടിരിക്ക്ണ്?’

അതിനും അപ്പുണ്ണി മിണ്ടിയില്ല.

‘കരേണ്ടാ, കുട്ടി.’

അതു കൊല്ലാൻ പോകുന്ന ആളുടെ ശബ്ദമായിരുന്നില്ല. അവൻ നിറഞ്ഞ കണ്ണുകൾ ഉയർത്തി അയാളുടെ മുഖത്തു നോക്കി. ആ കണ്ണുകൾ പേടിപ്പെടുത്തുന്നവയല്ല. ചോരനിറമുള്ള ആ കണ്ണുകളിൽ അമ്മമ്മയുടെ മുഖത്തു കണ്ടപോലെ ഒരു വല്ലായ്മയുണ്ട്.

‘വീട്ടിലേയ്ക്കല്ലേ?’

അവൻ അതേ എന്ന അർത്ഥത്തിൽ തലയാട്ടി.

‘പോരീ. ഞാനൂണ്ടാ ബയീ.’

അയാൾ മുന്നിലും അവൻ പിന്നിലുമായി നടന്നു. കുന്നിറങ്ങിയപ്പോൾ അവന്റെ തേങ്ങൽ നിന്നു.

‘വെളുക്കുമ്പോ കുന്ന്മ്പറത്തെന്തിരിത്താ ചെയ്യ്ണ്?’

‘ഒന്നൂല്ല്യ.’

‘എവ്ട്ന്നാ ബര്ണ്?’

‘അവ്ട്ന്ന്.... വടക്കേപ്പാട്ട്ന്ന്.’

'എന്ത്യേ കരഞ്ഞീര്ന്ന്?'
ഉത്തരമില്ല
'ബയ്യ്യറിയാഞ്ഞിട്ടാ?'
'ഉം-ഉം.'
'ബയിക്ക് ബീണോ?'
'ഉം-ഉം.'
'പിന്നെന്ത്യേ നെലോളിച്ചിര്ന്ന്?'
'അവിട്ന്ന്.... അവിട്ന്ന്.... വല്ല്യമ്മാമ-'
ബാക്കി പറയാൻ കഴിഞ്ഞില്ല.
സെയ്താലിക്കുട്ടി തുടർന്നൊന്നും ചോദിച്ചില്ല. കുറേനേരം രണ്ടു പേരും

മിണ്ടാതെ നടന്നു. എന്നിട്ടു സെയ്താലിക്കുട്ടി പറഞ്ഞു:

'അവടൃയ്ങ്ങക്കുംണ്ട് അവകാശമൊക്കെ.'

സെയ്താലിക്കുട്ടി അവന്റെ ചുമലിൽ കൈവെച്ചുകൊണ്ടാണ് നടന്നത്. കല്ലു വെട്ടിയെടുത്ത വലിയ കുഴിയുടെ വക്കത്തെത്തിയപ്പോൾ അവന്റെ മനസ്സിലെന്തോ അസുഖകരമായ ഒരോർമ്മ വന്നു.

'ബക്ക് ഇടീം. ഇത്തിരി ഇപ്പുറത്തു കൂടി ബെച്ചോളി....'

അവർ അടയ്ക്കവെട്ടുപുരയുടെ അടുത്തെത്തി. അതു കടന്നാൽ മൂന്നു നാലു പീടികകളുണ്ട്.

'നായരുട്ടിക്ക് ചായ വേണോ?'

'വേണ്ടാ.'

'കുടിച്ചോളീ. നായരടെ ചായേണ്ട്.'

അവൻ പിന്നെ വേണ്ടെന്നു പറഞ്ഞില്ല. അയാൾ ഒരു ചായപ്പീടികയിലേയ്ക്കു നൂണു കയറി; അവൻ ലജ്ജയോടെ പിറകേയും. ഒരരുകിൽ ഇട്ട ബെഞ്ചിൽ അവർ അടുത്തടുത്തായി ഇരുന്നു.

സെയ്താലിക്കുട്ടി പീടികക്കാരനോടു പറഞ്ഞു:

'രണ്ടു ചായ. തിന്നാനെന്തൊക്ക്യാള്ളത്, നായരേ?'

'പിട്ടും കടലീംണ്ട്.'

ചെമ്പുകുഴലിലൂടെ അടുപ്പിൽ ഊതുന്ന കോങ്കണ്ണൻ നായർ പറഞ്ഞു.

'കുട്ടിക്ക് കൊടുക്കീ. നിക്കൊരു ചായ, വെള്ളം കൊറച്ച് കട്പ്പത്തില്.'

അപ്പുണ്ണിയുടെ മുന്നിൽ, വക്കിൽ കവിടി പൊളിഞ്ഞ പിഞ്ഞാണത്തിൽ ഉലക്കമുറികൾപോലത്തെ പിട്ടും ചുവന്ന കടലക്കറിയും വന്നു. നല്ല മണം.

അപ്പോൾ അവൻ ചോര പുരണ്ട ചതഞ്ഞ തല അടിയിൽ കിടക്കുന്ന കല്ലുവെട്ടുകുഴിയുടെ കാര്യം ഓർത്തിരുന്നില്ല. പാഷാണം കലർന്ന ആട്ടിറച്ചിയുടെ കാര്യവും ഓർത്തില്ല.....

'ഏതാ, സെയ്താലിക്കുട്ട്യേ, ഈ കുട്ടി?'

ചായക്കാരൻ നായർ ചോദിച്ചു.

'ഇത്- ഇതു നമ്മുടെ കോന്തുണ്ണ്യാരുടെ മോനല്ലേ?

'ങ്ഹേ.'

ചായക്കാരന്റെ കോങ്കണ്ണ് അത്ഭുതംകൊണ്ട് ഒന്നു കറങ്ങിത്തിരിഞ്ഞു. അയാളുടെ പരുങ്ങൽകണ്ട സെയ്താലിക്കുട്ടി പറഞ്ഞു:

'കുട്ടി ഇക്ക്ട്ടടണു. മയ്ക്കാണ്ടു ചായ വീത്തീൻ, നായരേ.'

ചായകുടിച്ചു കഴിഞ്ഞു. അരയിലെ പച്ചബെൽട്ടിൽ ഒരിടത്തു കുടുക്കിയ പേഴ്സ് തുറന്നു സെയ്താലിക്കുട്ടി കാശു കൊടുത്തു.

അവർ പുറത്തിറങ്ങി നടന്നു.

അവന്റെ പടിക്കലെത്തിയപ്പോൾ സെയ്താലിക്കുട്ടി നിന്നു.

'നായരുട്ടി പൊയ്ക്കോളീ.'

അവൻ ധൃതിയിൽ പടികടന്നു. തലതടവി പടച്ചവനെപ്പറ്റി എന്തോ പിറുപിറുത്തുകൊണ്ടു സെയ്താലിക്കുട്ടിയും നടന്നു.

* * * * *

രണ്ടുദിവസം ഇല്ലത്തു പണിക്കു പോകണ്ടാ. കുഞ്ഞാത്തോലും നമ്പൂരാരുമെല്ലാം ദൂരെയെങ്ങോ ഇല്ലത്തു വേളിക്കു പോയിരിക്കുകയാണ്. ഇരിക്കണമ്മ ഇല്ലത്തുണ്ട്. തുണപോയിരിക്കുന്നത് ഇക്കാവമ്മയാണ്.

പാറുക്കുട്ടി രാവിലെ എഴുന്നേല്ക്കാൻ അല്പം വൈകി. ശങ്കരൻ നായരെ കണ്ടു പറയാൻ നിശ്ചയിച്ച കാര്യമാണ് ആദ്യംതന്നെ ഓർത്തത്. അയാളെ എവിടെനിന്നാണ് കാണുക? ഇടവഴിയിലൂടെ എങ്ങാൻ പോയിരുന്നെങ്കിൽ കാര്യം എളുപ്പമായിരുന്നു. ഇല്ലെങ്കിൽ അപ്പുണ്ണിയെ അയച്ചു വിളിപ്പിക്കേണ്ടിവരും. അവനാണെങ്കിൽ അയാളുടെ വീട് അറിയുകയില്ല. ചോദിച്ചറിഞ്ഞു പോകേണ്ടിവരും. ഇല്ലത്തു പണിയുള്ള ദിവസം സന്ധ്യയ്ക്ക് കുളിക്കാൻ പോകുന്നത് ആ വഴിക്കാണ്. ഇന്നു വീട്ടിലോ നിരത്തിലോ ആവും. അങ്ങിനെ വെറുതെ നിരത്തിലോ അന്യവീടുകളിലോ ചുറ്റിത്തിരിയുന്ന ആളല്ലെന്നാണ് കേട്ടിട്ടുള്ളത്. അപ്പോൾ വീട്ടിൽത്തന്നെ.

തലേ ദിവസം കണ്ടപ്പോൾ പറയാമായിരുന്നു. പക്ഷേ അപ്പോൾ നാളെയാവട്ടെ എന്നു കരുതി. നാളെ പണിയുണ്ടാവില്ലെന്ന് അപ്പോൾ ഓർത്തതുമില്ല. അല്ലെങ്കിലും ശങ്കരൻനായരെ കാണുമ്പോൾ അവൾക്കു തലയുയർത്തി നോക്കാൻ വയ്യാ. വടക്കേപ്പാട്ടെ നാലുകെട്ടിലെ പെൺകുട്ടിയായി കഴിഞ്ഞ കാലത്തു കണ്ടതല്ലേ?

ഇല്ലത്തു പണിക്കുപോയിത്തുടങ്ങിയ ആദ്യദിവസങ്ങൾ. ഇപ്പോഴും ഓർക്കുമ്പോൾ വിഷമം തോന്നും. ഉരല്പുരയിൽ നെല്ലുകുത്തുമ്പോൾ, കോലായിൽ ഇരിക്കണെമ്മയുടെ അടുത്തിരുന്ന് എച്ചിലിലയിൽനിന്ന് ചോറു വാരി ഉണ്ണുമ്പോൾ, കുഞ്ഞാത്തോൽ വിളിക്കുമ്പോൾ, പുറംപണിക്കാരികളെ കാണുമ്പോൾ, എല്ലാം എന്തൊരസഹ്യതയായിരുന്നു.... ഉടയാടകൾ അഴിഞ്ഞു പോകുന്നപോലെ, വല്ലാത്ത അനുഭവമായിരുന്നു.

ഒരു ദിവസം ഊണു കഴിഞ്ഞ് ഉരല്പുരയ്ക്കകത്ത് ഇരിക്കുമ്പോൾ കുഞ്ഞാത്തോൽ വിളിച്ചു:

'പാറവോ?'

അവൾ പുറത്തു വന്നപ്പോൾ പറഞ്ഞു: 'ഉമ്മറത്തേയ്ക്കു ചെല്ല്, ആ നെല്ലൊന്നു കോരിയിട്.'

ഉമ്മറത്തു പാട്ടക്കാരൻ രണ്ടുവണ്ടി നെല്ലുചൊരിഞ്ഞിട്ടുണ്ട്. പാട്ടം വടിച്ചു 'മുറി'* വാങ്ങാൻ വന്നിരിക്കയാണ്.

വലിയ പറ എടുത്തുവെച്ചിരിക്കുന്നു. ഇല്ലത്തു രണ്ടുപറയുണ്ട്, പാട്ടം വാങ്ങാൻ പതിനാറളക്കുന്ന പറയാണ്. നെൽക്കടം കൊടുക്കുന്നതു ചെറിയ പറകൊണ്ടാണ്. അതു പതിനാലേ കൊള്ളൂ.

'പെണ്ണേ, നെല്ലളന്നിട്ടു കൊടുക്ക്.' പടിയിൽ വലിയ വയറ്റത്തു പേരിനു മാത്രം ഒരു തോർത്തു ചുറ്റിയിരിക്കുന്ന വലിയ നമ്പൂതിരി പറഞ്ഞു. അടുത്ത് ആളുണ്ടെങ്കിലും നാടുമുഴുവൻ കേൾക്കുന്നത്ര ഉച്ചത്തിലേ അദ്ദേഹം പറയൂ.

വലിയ കളമുറമെടുത്തു നെല്ലു കോരി പറയിലേയ്ക്കു ചൊരിയാനുയർത്തിയപ്പോഴാണ് അവൾ വിളറിപ്പോയത്. പറയുടെ വട്ടക്കണ്ണിയും പിടിച്ചു

---

* രശീതി

കുനിഞ്ഞു നില്ക്കുന്ന ആ മനുഷ്യനെ അവൾ അപ്പോഴേ കണ്ടുള്ളൂ. തറവാട്ടിൽ തേവാനും മേച്ചിലിനും വന്നിരുന്ന ശങ്കരൻനായർ! ശരീരത്തിലെ തോലുരിഞ്ഞു പോകുന്നപോലെ തോന്നി. സംഭ്രമം അടക്കി നെല്ലു ചൊരിഞ്ഞു.

അയാൾ ഇല്ലത്തു പണിക്കുവരാൻ തുടങ്ങിയിട്ടു മൂന്നു മാസമായിരുന്നു. അതു പിന്നീടാണ് അറിഞ്ഞത്. അന്നു പോരുമ്പോൾ ശങ്കരൻനായരെ കണ്ടു. അപ്പോൾ കണ്ണു നനഞ്ഞുപോയി.

അയാൾ ആ പരുക്കൻ ശബ്ദത്തിൽ പറഞ്ഞു:

'ഒക്കെ ദൈവത്തിന്റെ കല്യാണ് പാറുട്ട്യമ്മേ.'

തറവാട്ടിൽനിന്നു പോന്നശേഷവും അയാളെ കണ്ടിട്ടുണ്ട്. പക്ഷേ അന്നു തലയുയർത്തി നില്ക്കാമായിരുന്നു. അപ്പുണ്ണിയുടെ അച്ഛനുള്ള കാലത്തു ശങ്കരൻനായർ ചിലപ്പോഴെല്ലാം വീട്ടിൽ വന്നിട്ടുണ്ട്. മീൻപിടുത്തത്തിൽ അപ്പുണ്ണിയുടെ അച്ഛന്റെ കൂട്ടുകാരനായിരുന്നു ശങ്കരൻനായർ. ശങ്കരൻനായർ നല്ല വീശൽക്കാരനാണ്. ഇടവപ്പാതിയുടെ തുടക്കത്തിൽ ഏറ്റു* തുടങ്ങിയാൽ ശങ്കരൻനായർ തലയിൽ തൊപ്പിക്കുടയും ചുമലിൽ വലിയ വലയുമായി അപ്പുണ്ണിയുടെ അച്ഛനെ വിളിക്കാൻ വരും. ഏറ്റു മീൻ എന്നു വെച്ചാൽ അപ്പുണ്ണിയുടെ അച്ഛനു പ്രാണനായിരുന്നു. അവിടെ ചെറുവലയേ ഉണ്ടായിരുന്നുള്ളൂ. പരലും കുറുന്തലയും പിടിക്കാൻ അതുമതി. ഈന്തയും വാളയും വേണമെങ്കിൽ ശങ്കരൻനായരുടെ വലിയ വലതന്നെ വേണം.

തറവാട്ടിലെ പെൺകിടാവായും വീട്ടുകാരിയായും എന്നെ കണ്ട ആളാണാ മനുഷ്യൻ. അയാൾ കാൺകെയാണ് ഉരൽപുരയിൽ ഉലയ്ക്കവലിക്കുന്നത്....!

ഒക്കെ യോഗമാണ്....!

അപ്പുണ്ണി സർട്ടിഫിക്കറ്റു വാങ്ങാൻ സ്ക്കൂളിൽ പോയിരിക്കയാണ്.

കിണറ്റിന്റെ കരയിൽ അപ്പുണ്ണി കുത്തിയിട്ട മത്തത്തടത്തിൽ പാറുക്കുട്ടി വെള്ളമൊഴിച്ചു. കഴുത്തു നീട്ടിനില്ക്കുന്ന കയ്പയ്ക്കു ചിലന്നിക്കൊമ്പു പൊട്ടിച്ച് ഒരു ഞെടി വെച്ചുകൊടുത്തു. വാഴച്ചോട്ടിൽ മുടിയഴിച്ചിട്ടു വേർപെടുത്തിക്കൊണ്ടു വെറുതെ കുറച്ചുനേരം നിന്നു. അപ്പുണ്ണിയുടെ കൈയിൽനിന്നു വീണുടഞ്ഞ കണ്ണാടിക്കഷ്ണങ്ങൾ വാഴച്ചുവട്ടിൽ കിടപ്പുണ്ട്. അവൻ ശ്രദ്ധിച്ചല്ല നടക്കുക; പെട്ടെന്നു തൊടിയിലേയ്ക്കോടുമ്പോൾ ചവിട്ടിയാൽ– പെറുക്കിയെടുത്ത് അതിരിൽ മുളങ്കൂട്ടത്തിൽ കൊണ്ടുപോയിടാം.

വലിയ ഒരു കഷണം കയ്യിലെടുത്തപ്പോൾ ഒന്നു മുഖം നോക്കി. നെറ്റിയിലേയ്ക്കു വീണുകിടക്കുന്ന മുടിച്ചുരുളൊന്നു തടവിയൊതുക്കി. മുഖം കരുവാളിച്ചിരിക്കുന്നു. മുമ്പു മുത്തശ്ശി അവളെപ്പറ്റി പറഞ്ഞിരുന്നത് അരിത്തിരി കത്തിച്ചുവെച്ചപോലെ എന്നാണ്. അന്നു പതിനഞ്ചായിരുന്നു പ്രായം. അതിൽപിന്നെ പതിനഞ്ചോ പതിനാറോ കൊല്ലങ്ങൾ കടന്നുപോയില്ലേ?

തേച്ചുകുളി വല്ലപ്പോഴും മാത്രമേയുള്ളു. തല ആകെ പാറിപ്പറക്കുകയാണ്. നിത്യവും എണ്ണ തൊട്ടുപുരട്ടിയില്ലെങ്കിൽ, നാശം, മുടിയൊതുങ്ങി നില്ക്കില്ല. ചെറുപ്പത്തിൽ ഏട്ടത്തിമാർ പ്രാകാറുണ്ട്: 'എടുത്താൽ പൊന്താത്തത്ര തലോട്യാ പെണ്ണിന്.' അഴിച്ചിട്ടാൽ ഇപ്പോഴും പുറം നിറഞ്ഞുകിടക്കും.

---

* പുഴയിൽ മത്സ്യങ്ങൾ കൂട്ടമായി കയറിപ്പോകുന്നതാണ് ഏറ്റ്.

കണ്ണാടിപ്പൊട്ടുകൾ അതിരിൽ കൊണ്ടുപോയിട്ടു തിരിയുമ്പോളാണ് ദൂരേ നിന്നു വരുന്ന ആളെ കണ്ടത്.

ശങ്കരൻനായരല്ലേ? അതേ, ശങ്കരൻനായർ തന്നെ. ഭാഗ്യമായി, അയാൾക്കീ വഴിക്കു നടക്കാൻ തോന്നിയത്.

വേലിക്കപ്പുറത്തെത്തിയപ്പോൾ അവൾ വിളിച്ചു:

'ശങ്കരൻനായരേ.'

അയാൾ കൊങ്ങിണിപ്പടർപ്പിലൂടെ അവളെ കണ്ടു.

'പാറുട്ട്യമ്മ വിളിച്ചോ?'

'തെരക്കില്ല്യാച്ചാൽ ഒന്നിങ്ങട്ടു കേറ്യാ നന്നാർന്നു. ഒരു കാര്യം പറയാൻണ്ടാർന്നു.'

അയാൾ രണ്ടടി പിറകോട്ടു വെച്ചു പടികടന്നുവന്നു. ഉമ്മറത്തിണ്ണയിൽ അവൾ പഴയ പുല്ലായത്തടുക്കിട്ടുകൊടുത്തു. വാതിക്കൽ നിന്നു. കരിതേച്ച നിലത്തും മുറ്റത്തെ വള്ളിയുണങ്ങിപ്പോയ അമരത്തടത്തിലും നോക്കിക്കൊണ്ട് അയാൾ തലകുനിച്ച് ഒരു വിഡ്ഢിയെപ്പോലിരുന്നു.

'കോന്തുണ്ണ്യാരു മരിച്ചേന്റെശേഷം ഞാനാദ്യം കേറ്വാ ഇവിടെ.'

അയാൾ മുഖമുയർത്താതെ പറഞ്ഞു.

പാറുക്കുട്ടിയുടെ മുഖത്തു വിഷാദച്ഛായ ഓടിയെത്തി. ഉറക്കെ ഉമിനീരിറക്കി അവൾ പറഞ്ഞു:

'ആരും പിന്നെങ്ങട്ടു കേറീട്ടില്ല....'

നിമിഷങ്ങൾ കനത്തു നില്ക്കുകയായിരുന്നു.

'തോട്ടൊക്കെ നാനായിധായല്ലോ.'

അയാൾ തൊടിയിലേയ്ക്കു നോക്കിക്കൊണ്ടു പറഞ്ഞു.

'വേലീം കോലുംല്ല. കണ്ടോരടെ പയ്ക്കളു വന്നു കേറാ. ഒറ്റ വാഴടെ തൂമ്പില്ല്യാ....

ഒഴിഞ്ഞു കിടന്നിരുന്ന ആ സ്ഥലത്തു വാഴത്തൈകൾ വെച്ചത് അപ്പുണ്ണിയുടെ അച്ഛനായിരുന്നു. മരിച്ചതിൽപ്പിന്നെ ഒന്നും തൊടിയിൽ ചെയ്തില്ല. തടമെടുക്കാതെയും പിരിഞ്ഞുവെയ്ക്കാതെയും പാതിയും നശിച്ചു. കുണ്ടുങ്ങൽക്കാരുടെ പശുക്കൾ കയറി ബാക്കിയും നശിപ്പിച്ചു.

'വേലികെട്ടിക്കണം. രണ്ടു കൊല കായണ്ടായാൽ ഉപ്പും മൊളകും വാങ്ങാനായീലോ.'

പാറുക്കുട്ടി അതിനൊന്നും മിണ്ടിയില്ല.

'എട്ത്തൂ അപ്പുണ്ണി?'

'ഓൻ സ്ക്കൂളിൽ പോയിരിക്ക്യാ.'

'സ്ക്കൂളു തൊറന്നില്ലേ?'

'ഇന്നാ തൊറക്കിണ്. ഓൻ എട്ട്ന്നു ജയിച്ചടക്ക്ണു. ഇന്നു സർട്ടിഫിക്കറ്റ് വാങ്ങാൻ പോയിരിക്ക്യാ. ഓന്റെ സംഗതി പറയാൻ തന്ന്യാ വിളിച്ച്.'

'എന്താ ഓന്?'

'ഓന് തൃത്താല സ്ക്കൂളില് ചേരണംന്ന് മോഹംണ്ട്.'

'ഉം. ഓനുപഠിച്ചിട്ട് ഒരു ചോറായാൽ ഓന്റേടത്തിനാവൂലോ.'

പാറുക്കുട്ടി വാതിലിൽ നഖംകൊണ്ടു വരച്ചു. വിഷാദം കലർന്ന സ്വരത്തിൽ പറഞ്ഞു:

'ന്നേക്കൊണ്ടു കഴിഞ്ഞിട്ടൊന്നല്ല. ഓന്റെ മോഹം അതാച്ചാൽ-'

'ഉം പഠിക്കട്ടെ, ഒക്കേറ്റിനും ദെയ്വൊരു വഴി കണ്ടിട്ട്ണ്ടാവും, പാറുട്ട്യമ്മേ.'

'പീസ് വേണം. മാസ്തിലു നാലുറുപ്പീം പതിമൂന്നണീ. ചേർമ്പോ വേറീം ചെലവൊക്കെണ്ടത്രേ. ആമിനുമ്മടെ കുറി കിട്ട്യേന്ന് എട്ടുറുപ്പിക എടുത്തു വെച്ചിട്ടുണ്ട്.'

പാറുക്കുട്ടിയമ്മ പണം കടം ചോദിക്കാനായിരിക്കും വിളിച്ചതെന്നാണയാൾ ഊഹിച്ചത്. കൈയിലൊന്നുമില്ല. ചോദിച്ചാൽ എങ്ങനെയാണീശ്വരാ നിവൃത്തിക്കേണ്ടത്? അത്തുണ്ണിയുടെ പണം ഇന്നു കിട്ടിയാൽ നന്നായിരുന്നു.

'നാളെ ഓനെ ചേർക്കാൻ ഒന്നു പോണം. കൂടെപ്പൂവാൻ നിക്കൊന്നിനും ഒരാളില്ല....'

പാറുക്കുട്ടി വീണ്ടും കണ്ണു തുടച്ചു.

'ഞാൻ പൂവ്വാം, പാറുട്ട്യമ്മേ.... അങ്ങന്യൊന്നും വ്യസനിക്കണ്ടാ.' അയാൾ തോർത്തുമുണ്ടെടുത്തു മുഖം തുടച്ചുകൊണ്ടു പറഞ്ഞു: 'കാശും പണുംണ്ടായില്ല്യാന്നേയുള്ളു.... നിങ്ങളാച്ചെലർക്കൊക്കെ വയ്ക്കണ്ത്തെന്തും ചെയ്യാൻ ഒരു മടീല്ല്യ.'

അതുമതി എന്ന കൃതജ്ഞതാവായ്പോടെ പാറുക്കുട്ടി വാതിൽ ചാരിനിന്നു. മുഖം കുനിച്ചു പാറിപ്പറക്കുന്ന മുടിക്കെട്ടും വിഷാദം നിറഞ്ഞ കണ്ണുകളുമായി നില്ക്കുന്ന ആ സ്ത്രീയുടെ രൂപം കാണുമ്പോൾ ശങ്കരൻ നായരുടെ മനസ്സിൽ പഴയ ഏതോ ചിത്രം ഓർമ്മ വന്നു. ചുടലയിൽ നില്ക്കുന്ന ചന്ദ്രമതിയുടെ ചിത്രം.

രണ്ടുപേരും സംസാരിച്ചില്ല. അവൾ പഴയ കാലത്തെപ്പറ്റി എന്തോ ഓർക്കുകയായിരുന്നു; അയാൾ മനസ്സിൽ അങ്ങിങ്ങായി ചിതറിക്കിടക്കുന്ന പലതും ഒന്ന് ഒതുക്കിവെച്ചുനോക്കുകയും. പെട്ടെന്ന് ഒരാലോചന വന്നപോലെ അവൾ പറഞ്ഞു:

'അപ്പുണ്ണി പോയിരുന്നു.'

'ഞാനറിഞ്ഞു.'

'പോണ്ട്യേര്ന്നില്ല....'

'പോയതിലു തെറ്റൊന്നുല്ല്യ. ഓൻ കുട്ട്യായതോണ്ട് എറക്ക്യപ്പോ എറങ്ങി.' അയാളുടെ ഉള്ളിൽ എവിടെയോ അമർഷം പുകയുകയായിരുന്നു: 'അവടെ എല്ലാവരെപ്പോലെ ഓനുംണ്ട് അവകാശം. അവരടെ ഒരു... രു...'

അയാൾ ഊക്കോടെ ഒന്നു മൂക്കു ചീറ്റി.

'ദെയ്വല്ലേ ആള്. ഇതിനൊക്കെ ശേഷംണ്ടാവും.'

അയാൾ തിണ്ണയിൽ നിന്നെഴുന്നേറ്റു. ഒതുക്കിൽനിന്ന് ഇറയത്തെ മുളപിടിച്ചു മുറ്റത്തേക്കു തുപ്പി വീണ്ടും എന്തോ ആലോചിച്ചുകൊണ്ടു നിന്നു.

'ഞാൻ രാവിലെ വന്നോളാം. അപ്പുണ്ണി പൊറപ്പെട്ടു നിന്നോട്ടെ.'

'ആ'

അയാൾ മുറ്റത്തിറങ്ങി.

എന്നിട്ടും പുരികം തടവിക്കൊണ്ടു പരുക്കൻശബ്ദത്തിൽ പറഞ്ഞു: 'എപ്പളും എന്താ വേണ്ടത്ച്ചാൽ നിങ്ങക്കു പറയാം, പാറുട്ട്യമ്മേ.'

തോർത്തു കുടഞ്ഞു ചുമലിലിട്ടു ശങ്കരൻനായർ വേഗത്തിൽ നടന്നു.

തോണിക്കാരൻ അത്തുണ്ണി രണ്ടുറുപ്പിക കടം വാങ്ങിയതു തിരിച്ചു തരാനുണ്ട്. ചോദിച്ചുചോദിച്ചു മടുത്തു. ഇന്നലെ നിരത്തിൽവെച്ചു പിടികൂടി. കുറച്ചുദിവസമായി ആ നാണംകെട്ടവൻ ഒളിച്ചുമാറി നടക്കുകയായിരുന്നു. ഇന്നു തീർച്ചയായും തരാമെന്ന് മമ്പ്രത്തെ തങ്ങളെ പിടിച്ച് ആണയിട്ടിട്ടുണ്ട്. അവനെ അന്വേഷിച്ചിറങ്ങിയതായിരുന്നു ശങ്കരൻനായർ.

പാറുക്കുട്ടിയമ്മയുടെ വീട്ടിൽ നിന്നിറങ്ങിപ്പോരുമ്പോൾ ശങ്കരൻനായർ അത്തുണ്ണിയുടെ രണ്ടുറുപ്പികയുടെ കാര്യം തല്ക്കാലം മറന്നു. നിരത്തി ലേക്കു നടക്കുമ്പോൾ ആണും തുണയുമില്ലാത്ത ആ സ്ത്രീയുടെ കാര്യമാണ് അയാൾ ആലോചിച്ചിരുന്നത്.

നല്ലനിലയിൽ കഴിഞ്ഞവളാണ്.... മനുഷ്യാവസ്ഥ ഇങ്ങനെയല്ലേ എന്നൊരു വേദാന്തവും അയാൾക്കു തോന്നി.

കൈതത്തോടുവഴി അയാൾ നിരത്തിലേക്കു നടന്നു.... അവർക്കെന്തെങ്കിലും വന്നാൽ ആ ചെക്കന്റെ സ്ഥിതിയെന്താണ്? നാലു ദിവസം ദീനമായി കിടന്നാൽ അടുപ്പിൽ തീയെരിയില്ല. പണ്ട് പടിക്കൽ പതിനായിരം വിളഞ്ഞിരുന്ന ഒരു തറവാട്ടിലെ പെണ്ണാണവർ- അത് ഇടയ്ക്കിടെ മനസ്സിലുയർന്നുവരികയാണ്. രാത്രിയിൽ അമ്മയ്ക്കും മകനും തനിയെ കിടക്കണം. അടച്ചുറപ്പില്ലാത്ത വീട്ടിൽ ചെറുപ്പം കഴിഞ്ഞിട്ടില്ലാത്ത ഒരു സ്ത്രീ തനിയെ....

എന്നാലും അവർക്കു തറവാടിത്തമുണ്ട്. പിച്ചതെണ്ടിയാലും അതു പോവില്ല. അതവരെ കണ്ടാൽ അറിയാം.

ഇല്ലത്തു പാർക്കുന്ന പെണ്ണിന്റെ കാര്യം ശങ്കരൻനായർക്ക് അറിയാം. മൂധേവി! പത്തു നാല്പതു വയസ്സായിരിക്കുന്നു. എന്നിട്ടും കുഴഞ്ഞും കൊണ്ടാണ് നടത്തം. 'ചങ്കരന്നായരേ' എന്ന വിളി കേൾക്കുമ്പോൾ അയാൾക്കൊരു ചവിട്ടു കൊടുക്കാനാണു തോന്നാറ്. നാട്യം കണ്ടാൽ ഇപ്പഴും പതിനാറാണെന്ന ഭാവം. ഉമ്മറത്തിന്റെ ചുറ്റുവട്ടത്ത് അടിച്ചും പെറുക്കിയും നില്ക്കാത്ത നേരമില്ല. വായിൽ നോക്കി ഇരിക്കാൻ ആ എരപ്പ്ഫനുമുണ്ട്.

എരപ്പ്ഫൻ! ഒരു ബ്രാഹ്മണനല്ലേ? ഇത്തിരിയൊക്കെ നേരും നെറിയും വേണം. രാവിലെയായാൽ ചെല്ലവും തുറന്നുവെച്ച് ചിറിയും കോട്ടി ഉമ്മറത്തെ പടിത്തിണ്ണയിൽ വന്നിരിക്കും. കണ്ണെപ്പോഴും പരമ്പു മടക്കുകയും നെല്ലു ചിക്കുകയും ചെയ്യുന്ന പെണ്ണുങ്ങളുടെ മേലാണ്. മുമ്പ് ഇല്ലത്തു പാർത്തിരുന്ന കായിക്കോലിന്റെ കുട്ടിക്കു ചിറി കോടലുണ്ടത്രേ!

പാറുക്കുട്ടിയമ്മ ഇല്ലത്തു പണിക്കു പോകുന്നുണ്ടെന്ന് ആരാണ് തന്നോടു പറഞ്ഞത്? അഞ്ചാറുകൊല്ലം മുമ്പാണത്. അപ്പോൾ ആയമ്മയോടു വെറുപ്പാണ് തോന്നിയത്. തറവാടിനെ മാനംകെടുത്തി: ഇനി ആ നമ്പൂരാർക്ക് അപവാദമുണ്ടാക്കും എന്നൊക്കെയാണാദ്യം തോന്നിയത്. പക്ഷേ ഇല്ലത്തു കൃഷി നോക്കാൻ വലിയ നമ്പൂതിരി നിയമിച്ചു. ചെന്നുനോക്കിയപ്പോൾ, അങ്ങനെയൊന്നുമല്ല തോന്നിയത്. രാവിലെ വരുന്നു. 'അകത്തൊള്ളാളു' പറയുന്ന

പണിയെടുക്കുന്നു, പോവുന്നു. പാറുക്കുട്ടിയമ്മ അറിയാതെ അവരെ അയാൾ ശ്രദ്ധിച്ചിട്ടുണ്ട്. നല്ല അടക്കവും ഒതുക്കവും. ഉമ്മറത്തു ചവിട്ടിയിട്ടുണ്ടാവില്ല. ആരെങ്കിലും പൂമുഖത്തിരിക്കുന്നുവെങ്കിൽ ആ വഴി നടക്കില്ല. ആണുങ്ങളോടു നേരെ മുഖംനോക്കി സംസാരിക്കാൻ കൂടി അവർക്കു വയ്യാ. ഇങ്ങനെയൊന്നും ആകേണ്ടവളല്ല.

തലയിലെഴുത്തു നന്നായില്ല.... തലയിലെഴുത്തു നന്നായില്ല!

'നിയ്ക്കൊന്നിനും ഒരാളില്ല....'

അമ്മയും ജ്യേഷ്ഠത്തിമാരും ആങ്ങളയും അമ്മാമനും ഒക്കെയുണ്ട്. രണ്ടു നാഴിക ദൂരമേയുള്ളു, വടക്കേപ്പാട്ടെ തറവാട്ടിൽനിന്ന് അവിടേയ്ക്ക്. പക്ഷേ രണ്ടുനാഴിക എത്ര വലിയ ദൂരമാണ് അവർക്കിടയിൽ ഉണ്ടാക്കിയിരിക്കുന്ന തെന്ന് അയാൾ അത്ഭുതപ്പെട്ടുപോയി. അവരുടെ തറവാടിനെ അവമാനിച്ചു വെന്ന്....!

അപ്പുണ്ണിയെ അവമാനിച്ചയച്ചു.... അതിനൊക്കെ, വേണ്ടതുണ്ട്. അവനെന്തു തെറ്റാണ് ചെയ്തത്? തറവാട്ടുകാരാണത്രേ. തറവാട്ടുകാരായാൽ പോരാ, മനുഷ്യരാവണം.... ഒരു തറവാട്ടുകാരു വന്നിരിക്കുന്നു....!

ശങ്കരൻനായർ വല്ലാത്ത അരിശത്തോടെ ഒന്നു കാർക്കിച്ചുതുപ്പി.

'ആരോടാ, കമ്മളേ, ത്ര ദേഷ്യം?'

ഉണ്ണീരിയാണ്, ഉണ്ണീരി കുട്ടാടയുടെ ഷാപ്പിൽപോയി ഉച്ചപ്പൂജ കഴിഞ്ഞുള്ള വരവാണ്. ഉച്ചയ്ക്ക് അകത്ത് അല്പമേ ചെല്ലൂ. അപ്പോൾ ഉണ്ണീരിക്ക് കാര്യ ഗൗരവമുണ്ട്. സ്നേഹവും ആദരവുമുണ്ട്. കമ്മൾ*മാരെ കണ്ടാൽ: 'എവട യ്ക്കാണാവോ അടിയിര്ത്ത്ണ്?' സന്ധ്യ കഴിഞ്ഞാൽ ഉണ്ണീരി ആൾ മാറും. എതിരെ വരുന്നവരോടെല്ലാം ചോദിക്കുക, 'ആരാ ണ്ട്റീ അത്?' എന്നാണ്.

'ഉണ്ണീരി എവടയ്ക്കാ?'

'അട്യേൻ പെരയ്ക്കലയ്ക്ക്. കളത്തിലിയ്ക്ക് കന്ന്ണ്ടായിരുന്നു. പൂട്ട്വഴിഞ്ഞ് പൊയേലെറങ്ങി ഒന്നു മുങ്ങി.'

അപ്പോൾ ശങ്കരൻനായർക്ക് എന്തോ ഓർമ്മ വന്നു. 'ഉണ്ണീരിടെ കയ്യില് മുള്ള്ണ്ടോ, ഉണ്ണീര്യേ'

'അട്യേന്റെ മൊളയപ്പിടി കടയിട്ട് പോയില്ല്യേ? ന്നാലും നുള്ളുനുറുമ്പീട്ടി ത്തിരിണ്ടാവും. കമ്മക്കു വേണേങ്കി എട്ക്കാം.'

'നിയ്ക്കു നാലഞ്ചുകെട്ട് മുള്ളു വേണം. നാളെ ഞാൻ ഇല്ലത്തു പണി യണ ആപ്പേനെ അയയ്ക്കാം.'

'അപ്പോ കമ്മൾടെ വേലിപ്പണി കയിഞ്ഞില്ല്യേ?

'ന്റെ കഴിഞ്ഞു, വേറൊരാവശ്യത്തിനാ. നാളെ ആപ്പ അന്തീലെടയ്ക്കു വരും.'

അപ്പോൾ അതു ശരിയായി. മുള്ളിന് ഉണ്ണീരിക്കു കാശൊന്നും കൊടു ക്കേണ്ടാ. രണ്ടു ചെറുമക്കൾ നിന്നു കെട്ടിയാൽ ഒരുദിവസം കൊണ്ടു തീരും. രണ്ടുറുപ്പിക കൂലി കൊടുക്കേണ്ടിവരും. ആവട്ടെ, രണ്ടുറുപ്പികയുടെ കാര്യം വരുമ്പോഴാണ്, അത്തുണ്ണി തരാമെന്നു പറഞ്ഞ രണ്ടുറുപ്പിക എവിടെ?

---

* തെക്കെമലബാറിൽ തീയർ നായന്മാരെ കമ്മളെന്നാണ് വിളിക്കുക.

അത്തുണ്ണിയെ സ്ഥിരമായി ഒരിടത്തും കാണില്ല. പണ്ടു തോണിക്കാരനായിരുന്നു. ഇപ്പോൾ തോണിയില്ല. സ്വന്തമായി ഒന്നുംതന്നെയില്ല. എന്നാലും തോണിക്കാരൻ എന്ന പേർ ബാക്കി നില്ക്കുന്നു.

ഈസുപ്പിന്റെ പീടികയിൽ കയറി. അവിടെ കുപ്പായങ്ങൾ വില്ക്കാൻ നടക്കുന്ന ഒരു തുന്നൽക്കാരനെ വരുത്തി ആരോ രണ്ടുപേർ വില പറഞ്ഞു തർക്കിക്കുകയാണ്.

അയാളെ കണ്ടപ്പോൾ പീടികക്കാരൻ ഈസുപ്പ് പറഞ്ഞു:

'നോക്കീ, നായരേ, ജോറ്, പെങ്കുപ്പായം കുട്ടിക്കുപ്പായൊക്കെണ്ട്. ബാങ്ങിക്കോളീ.'

ശങ്കരൻനായരൊന്നു ചിരിച്ചു. മുസലിയാർ താടി തടവിക്കൊണ്ടു പങ്കുചേർന്നു:

'അയാൾക്കു കുപ്പായും തുണീം എന്തിനാ? അയാളെ മൂടാനാ?'

തുന്നൽക്കാരൻ പറഞ്ഞ വില മുതലായില്ല എന്നും പറഞ്ഞു ഭാണ്ഡം കെട്ടി ഇറങ്ങിപ്പോയി.

വിശേഷിച്ചു ജോലിയൊന്നുമില്ലാത്തവരുടെ താവളമാണ് ആ പീടിക. ആരെയെങ്കിലും കുറെ പരിഹസിക്കുക, ചന്തയ്ക്കു പോയവരോ ആസ്പത്രിക്കു പോയവരോ കൊണ്ടുവരുന്ന ലോകവാർത്തകൾ കുറെ നുണയും ചേർത്തു വിതരണം ചെയ്യുക, ഇതൊക്കെയാണ് അവിടെ വന്നു കൂടുന്നവരുടെ പരിപാടി.

തുന്നൽക്കാരൻ പോയപ്പോൾ മദിരാശിനിന്നു വന്ന അപ്പുക്കുട്ടൻ നായരെപ്പറ്റിയായി സംസാരം. അയാൾ കാശുംകൊണ്ടാണ് വന്നിരിക്കുന്നതെന്നാണ് ആളുകൾ പറയുന്നത്. കട്ടുകൊണ്ടുപോന്നതാവും എന്നാണ് മുസല്യാരുടെ അഭിപ്രായം. വാച്ചും പൊൻമോതിരവുമുണ്ട്. വലിക്കുന്നതു സിഗററ്റാണ്. ഏതോ വലിയ പണക്കാരൻ ചെട്ടിയാരുടെ കാര്യസ്ഥനാണ് എന്ന് അപ്പുക്കുട്ടൻനായരെ കണ്ടവർ പറയുന്നു.

'ഓൻ നാടകക്കമ്പനീലാത്രേ.'

'ങക്കു പ്‌രാന്ത്ണ്ടോ? ചെട്ട്യാരടെ കൂട്യാണ്. ങക്ക്, ദമാഷ കേക്ക ണോ? ഈ ചെട്ട്യാമ്മാരു സിനേഹിച്ചാൽ എന്തും കൊടുക്കും. പെണങ്ങ്യാലോ, തല പോയതുതന്നെ.'

അങ്ങനെ വിഷയം തമിഴ്നാട്ടിലെ വൈരക്കച്ചവടക്കാരായ ചെട്ടിയാന്മാരെപ്പറ്റിയായി. വൈരക്കച്ചവടത്തിലും ചെട്ടിയാന്മാരിലും താത്പര്യം തോന്നാത്ത ശങ്കരൻനായർ ഈസുപ്പിനോട് അന്വേഷിച്ചു:

'നമ്മടെ തോണിക്കാരൻ അത്തുണ്ണീനേറ്റെ കണ്ടോ?'

'രാവിലെ ചെത്ത് കൂടെ പോണണ്ടതാ.'

മുസലിയാർ അഭിപ്രായപ്പെട്ടു:

'ഞമ്മടെ എനുതീന്റെ പീട്യേലു കുത്തിരിക്ക്ണ്ണ്ടാവും, കള്ള ഹമ്ക്ക്. ഞമ്മളു കായി ചോയ്ക്കുച്ചിട്ടു പീട്യേലിയ്ക്കു കേറാറില്ല. നിക്കും തരാനുണ്ട് നാലണേന്റെ കായി.'

ഏനുദ്ദീന്റെ പീടികയിൽ അത്തുണ്ണിയെ കണ്ടില്ല. 'പോട്ടെ, വേസ്ഥ ല്ല്യാത്ത ചെറ്റ' എന്ന് ഉള്ളിൽ അവനെ ഒന്നു ശകാരിച്ച് അയാൾ കായ്ക്കറിയുണ്ടാക്കി

യേടത്ത്യ്ക്കു നടന്നു. പുഴവക്കിൽ കുറച്ചു സ്ഥലം ലേലം വിളിച്ചെടുത്തിട്ടുണ്ട്. വെള്ളരിയും കുമ്പളവും നട്ടിട്ടുണ്ട്. രണ്ടുവട്ടം അറുത്തു കഴിഞ്ഞിരിക്കുന്നു. പുതുമഴ പെയ്തതിൽപ്പിന്നെ നനച്ചിട്ടില്ല. ചന്തുവിന്റെ തുടുപ്പുകൊട്ട വാങ്ങി പനമ്പാത്തിയിലേക്കു തേവി മുകളിലെ കുഴി നിറച്ചു; അവിടെനിന്നു തടത്തിലേയ്ക്കും.

എല്ലാ കൊല്ലവും പത്തമ്പതു നേന്ത്രവാഴ വെയ്ക്കും. കുറച്ചു കായ്ക്കറിയും നടും. അതുകൊണ്ടു കുറച്ചു കാശു കിട്ടും, മൂന്നു കൊല്ലം മുമ്പുവരെ കുറച്ചു പാട്ടക്കൃഷിയുണ്ടായിരുന്നു. വലിയവീട്ടിലെയാണ് നിലം. നല്ല വിളവുണ്ടാകുന്ന ഭൂമിയായിരുന്നുവത്രേ പണ്ട്. 99-ലെ വെള്ളപ്പൊക്കത്തിൽ മണൽ വീണതാണ്. എങ്ങനെ പണിയെടുത്താലും അഞ്ചുമേനിയിൽ കൂടുതൽ വിളയില്ല. പാട്ടം വടിച്ചാൽ വിത്തും അധ്വാനവും നഷ്ടം. അവസാനം അയാൾ ഭൂമി തിരിച്ചേല്പിച്ചു. അതുകൊണ്ടിപ്പോൾ പുരമേയാൻ വയ്ക്കോൽ വില കൊടുത്തു വാങ്ങണം. 'കണ്ണപ്പ്'നെയും, 'മൈല'നെയും ഏറിനു പൂട്ടാൻ കൊടുത്താൽ വല്ലതും കിട്ടും. അതു വലിയൊരു കാര്യമാണ്.

വലിയ വീട്ടിന്റെ മേല്പുറത്താണ് ശങ്കരൻനായരുടെ വീട്. രണ്ടു കുന്നുകൾക്കിടയിൽ ഒരു തളം. പത്തുനാല്പതു തെങ്ങുണ്ട്. തെങ്ങുംപൊറ്റക്കാർ പണ്ടു പാന കഴിച്ചിരുന്നവരാണ്. പേരുകേട്ട അഭ്യാസികൾ പണ്ട് ആ വീട്ടിൽ ഉണ്ടായിരുന്നുവത്രേ. ശങ്കരൻ നായരുടെ മുത്തശ്ശിയുടെ അമ്മാവനായിരുന്നു കിട്ടശ്ശാർ. കിട്ടശ്ശാർ മാങ്കോത്തില്ലത്തെ പുറത്തെ വളപ്പിൽ മണ്ടകം കെട്ടി കുടിവെച്ചിട്ടുണ്ട്. കൊല്ലത്തിലൊരിക്കൽ മണ്ടകത്തിൽ നായന്മാരെക്കൊണ്ടു കോഴിയറുത്തു കലശം കഴിപ്പിച്ചില്ലെങ്കിൽ ഇല്ലത്ത് ഉപദ്രവങ്ങൾ കാണും. നമ്പൂതിരി നായരെ കുടിവെയ്ക്കാൻ കാരണമെന്തെന്നു ശങ്കരൻനായർ അന്ന്വേഷിച്ചു തപ്പെട്ടിട്ടുണ്ട്. പീടികപ്പുറത്തെ അച്ചുമ്മാനാണ് ആ ചരിത്രം പിന്നെ വിവരിച്ചുതന്നത്. പടയോട്ടക്കാലത്തു പാറക്കുളം അങ്ങാടിയിൽവെച്ച് ഒഴിച്ചുപ്പോവുകയായിരുന്ന വലിയ നമ്പൂതിരിയെ ടിപ്പുവിന്റെ പട്ടാളക്കാർ തടഞ്ഞു. മുന്നൂറോളംപേരെ കിട്ടശ്ശാർ അരിഞ്ഞിട്ടു. എത്തേണ്ടിടത്തു തിരുമേനിയെ എത്തിച്ചു. മരിച്ചു വീണു.

വീട്ടിന്റെ പടിഞ്ഞാറുഭാഗത്തു കുങ്കുമച്ചുവട്ടിൽ മൂന്നുകല്ലുണ്ട്. ഒന്നു കരിങ്കുട്ടി; രണ്ടാമത്തേതു കണ്ണച്ചൻ; മൂന്നാമത്തേതു പഴയ ആ കാരണവരും. ഇപ്പോഴും അവിടെ തിരി വെയ്ക്കണം. അമ്മാമയുണ്ടായിരുന്ന കാലത്തു നാട്ടിൽ ഇടയ്ക്കിടെ പാനയുണ്ടാവും. ഇപ്പോൾ അതുമില്ല.

'ആള്വോൾക്ക് ഈശ്വരവിശ്വാസമൊക്കെ കൊറഞ്ഞിരിക്ക്ണു.' ശങ്കരൻനായർ ഓർത്തു.

തേക്കു കഴിഞ്ഞ്, പുഴയിലിറങ്ങി കുളിച്ചു ശങ്കരൻനായർ നിരത്തിൽ കേറിയപ്പോൾ വാപ്പുവിന്റെ പീടികയുടെ മുമ്പിൽനിന്നു കൂക്കു കേട്ടു, മീൻ വന്നിരിക്കുന്നു. ചെന്നു നോക്കിയപ്പോൾ 'നെത്തലാ'ണ്. എന്നാലും മീനല്ലേ എന്നു വിചാരിച്ചു രണ്ടണയ്ക്കു വാങ്ങി.

പോകാൻ ഭാവിക്കുമ്പോഴാണ് പീടികപ്പുറത്തുനിന്ന് അച്ചുമ്മാന്റെ വിളി. കയറാതിരുന്നാൽ വയസ്സൻ മുഷിയും. കയറിയാൽ കുടുങ്ങിയതു തന്നെ.

ദേശത്തെ എല്ലാവരുടെയും അച്ചുമ്മാനാണ്. തൊട്ടടുത്തുതന്നെയാണ് വീട്.

പക്ഷേ റോട്ടുവക്കിൽ കെട്ടിയ പീടികയുടെ മുകളിലത്തെ മുറിയിലാണ് താമസം. രാമായണം വായനയും കല്യാണാലോചനയും ആരെയെങ്കിലും സംസാരിക്കാൻ കിട്ടിയാൽ വേദാന്തവുമാണ് വയസ്സുകാലത്തെ ജോലി.

ശങ്കരൻനായർ വീട്ടിൽ തിരിച്ചെത്തിയപ്പോൾ നേരം സന്ധ്യയായിരുന്നു.

കുന്നിന്റെ മറവിലായിരുന്നതുകൊണ്ടു വെയിലാറുമ്പോഴേയ്ക്കും തെങ്ങും പൊറ്റയിൽ ഇരുട്ടുകയറും. കുങ്കുമത്തറയിൽ തിരിവെച്ച്, ചിമ്മിനി കത്തിച്ച് അയാൾ അത്താഴത്തിന്റെ പണിതുടങ്ങി. ചോറും കറിയുമൊക്കെ വെയ്ക്കാൻ അയാൾക്കറിയാം. കുറെ കൊല്ലമായല്ലോ തനിച്ചു കഴിയാൻ തുടങ്ങിയിട്ട്. പക്ഷേ ഇപ്പോഴും അരിവാർക്കാൻ ഭയമാണ്. മിക്ക ദിവസവും വാർക്കാതെ വെള്ളം വറ്റിച്ചെടുക്കുകയാണ് പതിവ്. കഞ്ഞി തിളയ്ക്കാൻ തുടങ്ങിയാൽ ഒരു മുറി നാളികേരം ചിരകിയിടും.

പതിനാലോ പതിനഞ്ചോ കൊല്ലമായി തനിയെ ജീവിക്കാൻ തുടങ്ങിയിട്ട്. ഓർമ്മവെച്ചകാലത്ത് അമ്മാമയും മൂത്ത പെങ്ങളുമുണ്ട്. രണ്ടുപേരും നടപ്പുദീനത്തിൽ മരിച്ചു. മരുമകളും അയാളും ബാക്കിയായി.

നാണിയെക്കൊണ്ടു വീട്ടിൽ ഒരുപകാരവുമുണ്ടായിരുന്നില്ല. അവൾ നേരാംവഴിക്കല്ല വളർന്നത്. വിളിച്ചതും പറഞ്ഞതും കേൾക്കില്ല. പകൽ തോന്നിയ ദിക്കിലെല്ലാം തെണ്ടിനടക്കും. കുട്ടിയായിരുന്ന കാലംമുതല്ക്കേ അതായിരുന്നു സ്വഭാവം. പ്രായം തികഞ്ഞിട്ടും ആ സ്വഭാവം മാറിയില്ല. അയാൾ വീട്ടിലില്ലാത്തപ്പോൾ അവൾ ചുറ്റിനടക്കും. അങ്ങനെയിരിക്കെ കേൾക്കാൻ കൊള്ളാത്ത കഥകളും കേൾക്കാൻ തുടങ്ങി.

നാണിയെ വിളിച്ചു പറഞ്ഞു. ഒരിക്കലല്ല രണ്ടുമൂന്നു തവണ;

'ഇനി നിന്നെപ്പറ്റി വല്ലതും കേട്ടാൽ നെന്റെ കഥ ഞാൻ കഴിക്കും.'

ഭീഷണിക്ക് അവൾ വഴങ്ങിയില്ല, ഒരു ദിവസം കണ്ണുകൊണ്ടു കണ്ടപ്പോൾ എല്ലാ നിയന്ത്രണവും അറ്റു.

അതൊരു കടുംകൈയായിരുന്നുവെന്നു തോന്നിയതു പിന്നീടാണ്– തൂണിൽ പിടിച്ചുകെട്ടി ചൂടുവെയ്ക്കുക.

ഇപ്പോൾ അവൾ ജീവിച്ചിരിക്കുന്നുണ്ടോ, ആവോ! ചായത്തോട്ടത്തിൽ ആരെയോ കല്യാണം കഴിച്ചു കുട്ടികളുമായി കഴിയുന്നുണ്ടെന്നാണ് കേട്ടത്. മലമ്പനി പിടിച്ചു മരിച്ചുപോയെന്നും കേട്ടു.

അടുപ്പിലെ തീനാളങ്ങളിൽ നോക്കിക്കൊണ്ട് അയാൾ ഇരുന്നു. വെള്ളം തിളയ്ക്കാൻ തുടങ്ങിയിരിക്കുന്നു.

ഒറ്റപ്പെട്ടു ജീവിക്കുകയാണ്. കഴിഞ്ഞുകൂടാൻ മനയ്ക്കലെ പണിമാത്രം മതി. പിന്നെയെന്തിനാണ് അധ്വാനിക്കുന്നതെന്ന് ആളുകൾ ചോദിക്കാറുണ്ട്. ശരിയാണ്. കായ്ക്കറി നട്ടും നേന്ത്രവാഴവെച്ചും കാശുണ്ടാക്കിയിട്ട് എന്തു കാര്യം?

'കല്യാണം കഴിച്ചുകൂടെ?' ആളുകൾ ഉപദേശിക്കും.

അപ്പോൾ പറയും: 'പത്തുനാല്പത്തഞ്ചു വയസ്സായില്ലേ? ഇനി പെണ്ണും പരാധീനൊന്നും ഇല്ലാണ്ടന്നെ നോക്കട്ടെ.....'

പക്ഷേ തളർന്നു വീണാൽ താങ്ങാൻ ഒരു കൈയില്ല. ജോലിയെടുക്കാൻ വയ്യാത്ത കാലം വരുമ്പോഴത്തെ സ്ഥിതിയെന്തായിരിക്കും? കൊട്ടിലിലെ തള്ള

യുടെ കാര്യമാണപ്പോൾ മനസ്സിൽ വരിക. ആരാന്റെ വീടുകളിൽ കയറിയിറങ്ങുക.... അതാലോചിക്കാൻ വയ്യാ. അതും നടക്കാനാവുന്ന കാലംവരെയല്ലേ? അതു കഴിഞ്ഞാൽ..... വെണ്ണീർക്കുണ്ടിൽ പട്ടികിടന്നു ചാവുന്നതുപോലെ.....

ആലോചിക്കുമ്പോൾ അയാൾ നടുങ്ങുന്നു.

വിവാഹത്തെപ്പറ്റി ആലോചിച്ചിരുന്ന ഒരു കാലമുണ്ടായിരുന്നു. ഒരു പെൺകിടാവിന്റെ രൂപം മനസ്സിൽ നിറഞ്ഞു നിന്നിരുന്ന ദിവസങ്ങളുണ്ടായിരുന്നു. അന്ന് അമ്മാമയും ഉടപ്പിറന്നവളുമൊക്കെയുണ്ട്. അമ്മാമ തന്നെയാണ് ആ ചിന്ത അയാളുടെ മനസ്സിലേയ്ക്കെറിഞ്ഞുകൊടുത്തത്. അതിൽ പിടിച്ചു നില്ക്കുകയും ചെയ്തു.

പക്ഷേ ദൈവം അതിനു വഴിയുണ്ടാക്കിയില്ല.

'എന്തിനാ ദൈവത്തിനെ പറേണ്?..... തലേലെഴുത്തു നന്നായില്ല. തലേലെഴുത്തു നന്നായില്ല്യ.'

ചൊട്ടിയാൽ ചോര തെറിക്കുന്ന ശരീരം. സന്ധ്യയ്ക്കു കൂടി കണ്ടതായിരുന്നു. രാവിലെ കേട്ടത്, അവൾ മരിച്ചുവെന്നാണ്! നാലുവട്ടം ഛർദ്ദിച്ചതേയുള്ളു. നടപ്പുദീനത്തിന്റെ ആദ്യത്തെ ഇര ദേശത്തിൽ അവളായിരുന്നു.

പ്രിയപ്പെട്ടവരായ പലരും മരിച്ചു. കുടുംബത്തിൽ തനിച്ചായി. ജോലിചെയ്യും. ദിവസം കഴിക്കും. ജീവിതം ഒഴുക്കില്ലാതെ തളംകെട്ടി നിന്നു. ക്രമത്തിൽ ആ ദുഃഖം അറിയാതെ, അറിയാതെ മനസ്സിൽനിന്നും മായുകയും ചെയ്തു.

അടുപ്പിന്റെ ചുവന്ന നാവുകൾ മൺകലത്തെ നക്കിക്കൊണ്ട് ഇളകുന്നതും നോക്കി അയാൾ ഇരുന്നു. തിളച്ചു കവിഞ്ഞുപോകാൻ തുടങ്ങിയപ്പോഴാണ് അയാൾ ചുറ്റുപാടുകളിലേയ്ക്കു തിരിച്ചുവന്നത്. വെള്ളം തളിച്ചപ്പോൾ നുരയടങ്ങി.

ഭക്ഷണം കഴിഞ്ഞു പുറത്തെ കോലായിൽ പായ വിരിച്ചു കിടന്നപ്പോഴാണ് രാവിലത്തെ ജോലി ഓർമ്മ വന്നത്. സ്ക്കൂൾ വരെ പോണം. അപ്പുണ്ണിയെ ചേർക്കണം. വേണ്ടകാലത്തു വിവാഹം കഴിച്ചിരുന്നെങ്കിൽ അയാൾക്കും അപ്പുണ്ണിയോളം പോന്ന ഒരു മകനുണ്ടാവുമായിരുന്നു. പാടവും കായ്ക്കറിതോട്ടവുമായി പാടുപെടാൻ അവൻ സമ്മതിക്കില്ല. അവനും രണ്ടക്ഷരം പഠിച്ചു നന്നാവുമായിരുന്നു....

പൊയ്പ്പോയതിനെച്ചൊല്ലി വ്യസനിച്ചിട്ട് ഇനിയെന്തുകാര്യം?

അപ്പുണ്ണി നന്നാവും. ആ ചെറുക്കന്റെ മുഖത്തു ശ്രീത്വമുണ്ട്. കാണുമ്പോഴെല്ലാം തോന്നാറുള്ളതാണ്.

'അമ്മേ ഭഗവതീ, രക്ഷിക്കണേ!'

അയാൾ അവ്യക്തങ്ങളായ ചിത്രങ്ങൾ കണ്ടുകൊണ്ട് ഇരുട്ടിൽ കണ്ണുമിഴിച്ചു കിടന്നു.

* * * * *

ഹൈസ്ക്കൂളിൽ ചേരാൻ പോകുന്ന ദിവസം അപ്പുണ്ണിക്ക് ഒരുത്സവമായിരുന്നു.

ശങ്കരൻനായർ നേരത്തെ എത്തി. അതിലുംമുമ്പുതന്നെ അവൻ തയ്യാറായി നിന്നിരുന്നു. ഫീസിനുള്ള പണം ശങ്കരൻനായരുടെ കൈയിൽ അമ്മ ഏല്പിച്ചു. അവൻ ഇറങ്ങിപ്പോവുമ്പോൾ അമ്മ ഇടവഴി തിരിയുന്നതുവരെ

നിറഞ്ഞ കണ്ണുകളോടെ നോക്കിനിന്നു.

ഹൈസ്ക്കൂളിലേക്കു അഞ്ചു നാഴികയേയുള്ളു. എന്നാലും പോകുമ്പോൾ അമ്മക്കെന്താണൊരു വ്യസനം?

വടക്കേപ്പാട്ടെ പടിക്കലൂടെയാണ് പോകേണ്ടത്. പടിപ്പുരയിലേയ്ക്കു ചെന്നു കയറുന്ന വലിയ വരമ്പു തുടങ്ങുന്നേടത്തെത്തിയപ്പോൾ ഒന്നു നോക്കണമെന്നുണ്ടായിരുന്നു. പക്ഷേ ചെയ്തില്ല.

സ്ക്കൂൾ വലുതാണ്. അവൻ പഠിച്ചിരുന്ന സ്ക്കൂളിൽ ഓഫീസ് മാത്രമേ ഓടിട്ടിട്ടുള്ളു. ഇവിടെ ഓടിട്ട വലിയ കെട്ടിടങ്ങൾ നാലെണ്ണമാണ്. പടിക്കൽ സ്ക്കൂളിന്റെ പേർ തിളങ്ങുന്ന വലിയ അക്ഷരങ്ങളിൽ ഒരു കമാനത്തിൽ ഉറപ്പിച്ചിരിക്കുന്നു.

കയറിച്ചെല്ലുന്നേടത്തു പൂന്തോട്ടമാണ്. മനമക്കാവു സ്ക്കൂളിലും പൂന്തോട്ടമുണ്ടായിരുന്നു. പക്ഷേ പൂവിടുന്ന ഒറ്റച്ചെടിയുമില്ല.കുട്ടികൾ വെണ്ടയും വഴുതിനയുമാണ് നനച്ചുണ്ടാക്കേണ്ടത്. കായ്ച്ചാൽ മാസ്റ്റർമാർ പൊട്ടിച്ചു കടലാസ്സിൽ പൊതിഞ്ഞു കൊണ്ടുപോവും. തോട്ടപ്പണിക്ക് ഒരു പീരിയഡുണ്ട്.

ബെല്ലടിച്ചിട്ടില്ല.

റോഡിലും ഗെയ്റ്റിലും വരാന്തയിലും ധാരാളം കുട്ടികൾ. ചേരാൻ വരുന്നവരുമുണ്ട് കൂട്ടത്തിൽ, അവരെ കണ്ടാലറിയാം, അവനെപ്പോലെ അമ്പരന്നുതന്നെയാണ് നടപ്പ്. കൂടെ ആരെങ്കിലുമുണ്ടാവും, രക്ഷിതാവായി.

അവന്റെ സ്ക്കൂളിൽനിന്നുള്ള കുട്ടികൾ ചിലരെയും കണ്ടു.

ആപ്പീസുമുറിക്കു പുറത്തു മറ്റു കുട്ടികളുടേയും രക്ഷിതാക്കന്മാരുടെയും കൂടെ അവരും കാത്തിരുന്നു. പേർ ആദ്യംതന്നെ ജനാലക്കടുത്തിരിക്കുന്ന റൈറ്റർവശം എഴുതിക്കൊടുത്തിരുന്നു. ഓരോരുത്തരെയായി വിളിച്ചു.

ഹെഡ്മാസ്റ്ററുടെ മുറിക്കകത്തു കടന്നപ്പോൾ അത്ഭുതംകൊണ്ടു പകച്ചുപോയി. നീലച്ച വിരിയിട്ട മേശ. ചില്ലലമാരകൾ, ചുവരിൽ ചിത്രങ്ങൾ, മേശപ്പുറത്ത് അമർത്തിയാൽ കിലുങ്ങുന്നമണി, കടലാസുകൾക്ക് കനം വയ്ക്കുന്ന ഭംഗിയുള്ള സ്ഫടികക്കട്ടകൾ. പിന്നിൽ വലിയൊരു കസേരയിൽ കഴുത്തിൽ മടക്കുകൾ വീണു കിടക്കുന്ന ഒരു തടിച്ച മനുഷ്യൻ ഇരിക്കുന്നു. ഹെഡ്മാസ്റ്റർ.

സർട്ടിഫിക്കറ്റ് നോക്കി.

പേരും വയസ്സും മാർക്കും അതിലുണ്ട്.

ഹെഡ്മാസ്റ്റർ ചോദിച്ചു.

അച്ഛന്റെ പേര്?

'ടി. കോന്തുണ്ണിനായര്.' എന്നിട്ടവൻ തെറ്റുപറ്റാതിരിക്കാൻ ഇത്രയും കൂടി പറഞ്ഞു:

'അച്ഛൻ ഇപ്പോ ഇല്ല്യ.'

'രക്ഷിതാവിന്റെ പേര്?'

ശങ്കരൻനായർ ആലോചിച്ചു. ആരാണ് അപ്പുണ്ണിയുടെ രക്ഷിതാവ്? സ്ത്രീ ആയാൽ മതിയോ? ആണുങ്ങൾതന്നെ വേണമെന്നുണ്ടെങ്കിലോ? കുഴപ്പം വേണ്ടെന്നു കരുതി അയാൾ പറഞ്ഞു:

'തെങ്ങുംപൊറ്റ ശങ്കരൻനായര്.'

വിലാസവും പറഞ്ഞുകൊടുത്തു.

അപ്പോൾ അപ്പുണ്ണി അയാളുടെ മുഖത്തു നോക്കി.

ആ നോട്ടം അയാൾ കാണുന്നില്ലെന്നു നടിച്ചു.

റൈറ്ററുടെ ജനലിനടുത്തു പോയി ഫീസടച്ചു രശീതി വാങ്ങി. നാളെമുതല്ക്കേ ക്ലാസ്സുള്ളു. പോവാം.

അവർ സമാധാനത്തോടെ തിരിച്ചുപോന്നു. എങ്കിലും അപ്പുണ്ണിയുടെ മനസ്സിൽ ഒരു സംശയം നില്ക്കുകയായിരുന്നു: ശങ്കരൻനായർ എങ്ങനെയാണ് തന്റെ രക്ഷിതാവാവുന്നത്?

പുതിയ കൂട്ടുകാരുണ്ടായി. സ്ക്കൂളിൽപ്പോക്ക് ഒരു രസമായി.

നിത്യവും രാവിലെയും വൈകുന്നേരവും വടക്കേപ്പാട്ടെ പടിക്കലൂടെയാണ് പോകേണ്ടതാണ്. വലിയ വരമ്പിനടുത്തെത്തിയാൽ ഒന്നു നോക്കും. പാടത്തിന്റെ കരയ്ക്ക് ഇടതിങ്ങിയകവുങ്ങിൻതോപ്പാണ്. അതിനിടയിലൂടെ നാലുകെട്ട് ശരിക്കു കാണില്ല. പടിപ്പുരയിൽ ആരുമുണ്ടാവാറില്ല. വൈകുന്നേരം തിരിച്ചുവരുമ്പോൾ വരമ്പത്തു മെതിയടിയിട്ടു രോമമില്ലാത്ത മിനുത്ത തല ഉയർത്തിപ്പിടിച്ചു നടക്കുന്നുണ്ടാവും വലിയമ്മാമ. ആകാശം ചുമക്കുന്നുണ്ടെന്നു തോന്നും തലപിടിക്കുന്നതുകണ്ടാൽ. അറിയാതെ അപ്പുണ്ണിയുടെ വേഗം കൂടും. അയാളവനെ ശ്രദ്ധിക്കാറില്ല. എത്ര കുട്ടികൾ കടന്നുപോകുന്നു?

പാടത്തു കൊയ്ത്തു കഴിഞ്ഞ കാലമാണ്. വടക്കേപ്പാട്ടെ തോട്ടത്തിന്നരികിലൂടെ വഴിയുണ്ട്. ആ വഴി നടന്നാൽ പാടത്തിന്റെ തെക്കെ കരയിലെ പൂളത്തോട്ടത്തിലൂടെ എളുപ്പത്തിൽ റോഡിൽ കയറാം. പക്ഷേ ആ വഴി പോകാറില്ല.

വടക്കേപ്പാട്ടുനിന്നു രണ്ടുപേർ സ്ക്കൂളിൽ വരുന്നുണ്ട്. ബി.ക്ലാസ്സിലെ ഭാസ്ക്കരനും സെക്കന്റ് ഫാറത്തിലെ കൃഷ്ണൻകുട്ടിയും.

ഡ്രിൽക്ലാസ്സ് ഏ.യും ബി.യും ചേർന്നാണ്. ഡ്രിൽക്ലാസ്സിൽ വെച്ചാണ് അവൻ ഭാസ്ക്കരനെ ആദ്യം കണ്ടത്. കുട്ടിശ്ശങ്കരൻ പറഞ്ഞപ്പോഴേ മനസ്സിലായുള്ളു. ഭാസ്ക്കരനോടു സംസാരിക്കണോ? പക്ഷേ ഡ്രിൽക്ലാസ്സിൽ തൊട്ടുതൊട്ടു നിന്നപ്പോഴും വെള്ളം കുടിക്കുന്നേടത്തുവെച്ചു കണ്ടപ്പോഴും ഭാസ്ക്കരൻ മിണ്ടിയില്ല. ഭാസ്ക്കരന് അവനെ അറിയാം. ഭാസ്ക്കരനാണ് കുട്ടിശ്ശങ്കരനോടു പറഞ്ഞത്.

ഭാസ്ക്കരൻ ഫോർത്തുഫോറത്തിൽ ഇതു രണ്ടാമത്തെ കൊല്ലമാണ്.

ഭാസ്ക്കരനും കൃഷ്ണൻകുട്ടിയും സ്ക്കൂളിൽവരുന്നതു കാളവണ്ടിയിലാണ്. ചായംതേച്ച കൊമ്പും കൊമ്പിന്റെ തുമ്പത്തു നീലത്തുരടും കഴുത്തിൽ തോൽപ്പട്ടയിൽ കോർത്തിട്ട കുടമണിയുമുള്ള ഒരു വെള്ളക്കാള വലിക്കുന്ന വണ്ടി. അകത്ത് ഇരിക്കാൻ പുല്ലുപായയുണ്ട്. ദൂരെനിന്നുതന്നെ വണ്ടി വരുന്നതു കേൾക്കാം.

വണ്ടി ഏതോ മാപ്പിളയുടെ വകയാണത്രേ. വാടക കൊടുക്കുകയാണു മാസത്തിൽ.

അവർ വരുന്നതും പോവുന്നതും അസൂയയോടെ അപ്പുണ്ണിനോക്കിനിന്നു. ഏതാനും ദിവസങ്ങൾക്കുള്ളിൽ മനസ്സിലായി, ക്ലാസ്സിൽ പലർക്കും അവരോടസൂയയുണ്ട്. സ്ക്കൂളിൽ നടക്കാതെ വരുന്നത് അവർ രണ്ടുപേർ മാത്രമാണ്.

തടിച്ചു ഭിണ്ണയ്ക്കനാണ് ഭാസ്കരൻ. താൻ വലിയ ആളാണെന്ന ഭാവം അവനു നടപ്പിലും സംസാരത്തിലുമൊക്കെ ഉണ്ട്.

നാലുമണിക്ക് സ്ക്കൂൾ വിട്ടിറങ്ങുമ്പോൾ ഗെയ്റ്റിൽ വണ്ടി തയ്യാറുണ്ട്. പച്ചത്തൂവാല എപ്പോഴും തലയിൽകെട്ടിയ ഒരു കറുത്ത കുള്ളനാണ് വണ്ടിക്കാരൻ. ഭാസ്ക്കരൻ പടിയിറങ്ങിച്ചെന്നു പുസ്തകം വണ്ടിക്കുള്ളിലേക്ക് ഒരേറാണ് ആദ്യം. എന്നിട്ട് കൃഷ്ണൻകുട്ടിയോടു പറയും: 'കേറിക്കോടാ ഉണ്ണീ.'

കൃഷ്ണൻകുട്ടി കയറിയശേഷം അവൻ വക്കത്തു കാൽ തൂക്കിയിട്ട് ഇരിക്കുന്നു. ഗെയ്റ്റിലും റോഡിലുമുള്ള കുട്ടികളുടെ അസൂയ നിറഞ്ഞ കണ്ണുകൾ തന്റെമേലുണ്ടെന്ന് അവനറിയാം.

അപ്പുണ്ണിയുടെ കൂട്ടുകാരൻ മുഹമ്മദാണ്. പുതിയപറമ്പിൽ നിന്നു കുറച്ചകലെയാണ് മുഹമ്മദിന്റെ വീട്. അവൻ എളുപ്പവഴിക്കു വന്നു യജ്ഞേശ്വരത്തെ അമ്പലത്തിന്റെ അടുത്തു കാത്തുനില്ക്കും. മുഹമ്മദിന് ആ ഒറ്റക്കാളവണ്ടിയുടെ ഭംഗിയെപ്പറ്റി പറയാനേ നേരമുള്ളു. പഠിപ്പു കഴിഞ്ഞു കച്ചവടത്തിനുപോയി കാശുണ്ടാക്കിയിട്ടു വേണമത്രെ അവനൊരു സ്റ്റൈ ലുള്ള ഒറ്റക്കാളവണ്ടി വാങ്ങാൻ.

'കാള ജോറാ, മയ്മ്മുണ്ണി മൊയലാളീടെ കാള ഇതിന്റെ ഒപ്പെത്തില്ല.'

ചിലപ്പോൾ മുഹമ്മദ് പറയും:

'ഓനന്നെ ഓടിച്ചാൽ എന്താ, ആ വഞ്ചിപ്പോത്തന്? ഞാനാച്ചാ–'

അങ്ങനെ വണ്ടിയുടേയും കാളയുടെയും വിശേഷം കേട്ടു സഹികെട്ടു നടക്കുമ്പോൾ ഒരു ദിവസം അപ്പുണ്ണി പറഞ്ഞു:

'ഓനേയ്, ന്റെ വീട്ടില്ത്ത്യാ.'

മുഹമ്മദ് പറഞ്ഞു:

'നൊണ, മുത്തൻ നൊണ.'

അപ്പോൾ അപ്പുണ്ണിക്കു ചൊടിച്ചു:

'നേരാണ്. ഞങ്ങള് ഒരു വീട്ടില്ത്ത്യാ.'

'ന്നിട്ട് താനെന്താ അവരുടെ കൂടെ വരാത്തത്?'

അതിന് അപ്പുണ്ണിക്കു മറുപടി പറയാനില്ല.

'താനെന്താ ന്നിട്ട് പുത്തൻപറമ്പ്ല് താമസിക്ക്ണ്?'

'ഞങ്ങള് വേറെപ്പോയിതാ.'

'ബാഗിച്ചിട്ടോ?'

'ഭാഗിച്ചിട്ടല്ല.'

'പിന്നെന്താ?'

'അങ്ങന്യാ.'

'അതെന്താടോ അങ്ങനെ?'

അപ്പുണ്ണി വിഷമിച്ചുപോയി, ഒന്നും മിണ്ടാതെ കാളവർണ്ണന കേട്ടാൽ മതിയായിരുന്നു.

'തെറ്റാ?'

'ഉം'

തല്ക്കാലം മുഹമ്മദിന്റെ ചോദ്യങ്ങൾ നിലച്ചു.

പക്ഷേ കുഴപ്പം അവിടെനിന്നില്ല. ആരോടോ മുഹമ്മദ് പറഞ്ഞു: 'വണ്ടീല്

വരുന്ന ഭാസ്കരനും നമ്മുടെ അപ്പുണ്ണീം ഒരു വീട്ടിലെത്ത്യാ!'

അതു ക്ലാസ്സിൽ പലരും അറിഞ്ഞു. അതിലേറെ അപകടമായത് ഭാസ്കരൻ അറിഞ്ഞപ്പോളാണ്.

ഭാസ്കരനു സ്വന്തമായി ഒരു സെറ്റുണ്ട്- കരുണാകരനും രങ്കനാഥനും മറ്റും. അവർ അടുത്തുകൂടുന്നതിന്റെ കാരണം ചിലപ്പോൾ ഭാസ്കരനു ദയ തോന്നി വണ്ടിയിൽകയറ്റിയാലോ എന്നു വെച്ചാണ്.

കരുണാകരൻ ഭാസ്കരനോടു പറഞ്ഞു.

അതുകേട്ട് ഭാസ്കരൻ പുച്ഛത്തിൽ ഒന്നു ചിരിച്ചുവത്രേ: 'ഹും, എന്റെ വീട്ടില്ത്തേയ്! കഴിഞ്ഞകൊല്ലം തുള്ളലു കാണാൻ വന്നിട്ട് എന്താണ്ടാ യേ്യന്നു ചോദിച്ചുനോക്ക്.

എന്തേ ഉണ്ടായത്? ചിലർക്കതറിയണം. എന്തേ ഉണ്ടായത്? കുത്തിച്ചോദിച്ചപ്പോൾ അപ്പുണ്ണി കരഞ്ഞുപോയി.

ഭാസ്കരൻതന്നെ ചിലരോടു പറഞ്ഞുകൊടുത്തു: 'ഓൻ ന്റെ പടി കേറില്ല്യ. അമ്മാമ ഓനെ ആട്ടി, ഓട്യേ വഴിക്കു പുല്ലുമുളയ്ക്കില്ല്യ.'

നിശ്ശബ്ദം അത് അപ്പുണ്ണി കേട്ടു. ഭാസ്കരൻ— അല്ല, ഭാസ്കരേട്ടനെന്നാണ് വിളിക്കേണ്ടത്. അവനെയല്ലേ ഏട്ടനെന്നു വിളിക്കേണ്ടത്? ഈ ജന്മം വിളിക്കില്ല. വഞ്ചിപ്പോത്തൻ!

അവൻ വലിയമ്മയുടെ മകനാണ്. അവന്റെ അച്ഛൻ നമ്പൂതിരിയായിരുന്നു. അവന്റെ അമ്മയ്ക്കു സ്വന്തം വീടും പറമ്പുമുണ്ടത്രേ. അവിടെ കാര്യസ്ഥനുണ്ടത്രേ....

കഴിയുന്നേടത്തോളം മറ്റു കുട്ടികളിൽനിന്ന് അകന്നു നില്ക്കാൻ ആഗ്രഹിച്ചു. അവൻ ഇല്ലത്തെ പണിക്കാരിയുടെ മകനാണ്. വലിയ വീടില്ല. പണമില്ല. രണ്ടുജോഡി ഉടുപ്പുകളേ അവനുള്ളു. അതുതന്നെ മാറിമാറി ഇടുന്നു. വേണ്ടത്ര പുസ്തകങ്ങളില്ല. കണക്കുചെയ്യാൻ വലിയൊരു ബൗണ്ടുകൂടിയില്ല.

ഉച്ചയ്ക്കു മാരാരുടെ ഹോട്ടലിൽ ഭാസ്കരന് ഊണേല്പിച്ചിരിക്കയാണ്.

അപ്പുണ്ണി രാവിലെ കഞ്ഞികുടിച്ചാണ് സ്ക്കൂളിലേക്കു പുറപ്പെടുക. പിന്നെ ഭക്ഷണം വൈകുന്നേരം വീട്ടിലെത്തുമ്പോഴാണ്.

മൂന്നാമത്തെ പീരിയഡാവുമ്പോൾ വിശപ്പിന്റെ കാളൽ കയറിക്കയറി വരുന്നു. സ്ക്കൂൾവളപ്പിനു തൊട്ടടുത്തുള്ള മാരാരുടെ ഹോട്ടലിന്റെ അടുക്കളയിൽനിന്നു കടുകു വറുക്കുന്ന മണം പൊങ്ങുന്നത് അപ്പോഴാണ്. ഒരു മണിക്കു വിട്ടാൽ വെള്ളം കുടിക്കാൻ ഹോട്ടലിന്റെ പിൻഭാഗത്തൂടെ പോകുമ്പോൾ അടുക്കളയ്ക്കപ്പുറത്തെ തളത്തിൽ വരിവരിയായി ഇല ഇട്ടിരിക്കുന്നതു കാണാം.

ആമിനുമ്മയുടെ കുറി കിട്ടിയപ്പോൾ അമ്മ തൂക്കുപാത്രം വാങ്ങാൻ പുറപ്പെട്ടതാണ്. പക്ഷേ തൂക്കുപാത്രത്തേക്കാൾ വലിയ ആവശ്യം ഒരു ഷർട്ടും മുണ്ടുമാണെന്നു തോന്നി. അമ്മയും സമ്മതിച്ചു. ഉണ്ടായിരുന്ന രണ്ടു ഷർട്ടിലൊന്നു തിരുമ്മിത്തിരുമ്മി പിഞ്ഞിക്കഴിഞ്ഞിരുന്നു.

ഒരു ദിവസം വൈകുന്നേരം സ്ക്കൂൾമുറ്റത്ത് ഓട്ടൻതുള്ളൽ കളിക്കാൻ നിശ്ചയിച്ചിരുന്നു. എല്ലാവരും രണ്ടണ കൊണ്ടുവരണമെന്നു തലേദിവസം

തന്നെ മെമ്മോ വായിച്ചിരുന്നു. പക്ഷേ അവന്റെ കൈയിൽ അണയില്ല. അമ്മ അയൽവക്കത്ത് ഓടി നടന്നുനോക്കി. കിട്ടിയില്ല. ആമിനുമ്മയുടെ കൈയിൽ കാശുണ്ടായിരുന്നെങ്കിൽ കിട്ടുമായിരുന്നു.

രാവിലെ ആദ്യത്തെ പീരിയഡിലാണ് ക്ലാസ്മാസ്റ്റർ കാശു പിരിച്ചത്. ക്ലാസിൽ നാലാൾ കൊടുത്തില്ല. അതിൽ അപ്പുണ്ണിയും പെടും!

'ഉച്ചയ്ക്കു കൊണ്ടുവരണം.' നമ്പീശൻമാഷ് മൂക്കുവിടർത്തി, കണ്ണു ധൃതിയിൽ നാലഞ്ചുവട്ടം അടച്ചുതുറന്നുകൊണ്ടു പറഞ്ഞപ്പോൾ അവൻ നേരെ പുസ്തകമെടുത്തു പുറത്തുകടന്നു.

ആരോ ചോദിച്ചു:

'എന്താടോ പുസ്തകെടക്ക്ണ്? പുവ്വാണോ!'

'ആ'

'എന്താ?'

'സുഗല്ല്യാ. തലേക്കുത്ത്ണു.'

അവൻ മുഹമ്മദിനോടുകൂടി പറയാതെ നേരെ നടന്നു.

ഉച്ചയ്ക്കു നമ്പീശൻമാസ്റ്ററ് കാശു ചോദിക്കുമ്പോൾ മിഴിച്ചു നില്ക്കേണ്ടി വരും. ക്ലാസിലെ കുട്ടികൾ മുഴുവൻ പരിഹാസത്തോടെ നോക്കും. അതു കൂടാതെകഴിഞ്ഞല്ലോ.

പൊള്ളുന്ന ഉച്ചവെയിൽ. വരമ്പിലൂടെ നടക്കുമ്പോൾ പൊടി മണ്ണു തീക്കട്ടപോലെ പൊള്ളുന്നു. വയലിറങ്ങി അരികിലൂടെ നടന്നാൽ തണലുണ്ട്. അവൻ ആ വഴിയിലേയ്ക്കിറങ്ങി വടക്കേപ്പാട്ടെ വേലിക്കരികിലൂടെ പോകുമ്പോൾ തോട്ടത്തിൽ ആരോ ഉണ്ടെന്നു തോന്നി. തലയുയർത്തി നോക്കാൻ പോയില്ല.

അപ്പോളാണ് ഒരു വിളി: 'അപ്പുണ്ണ്യേട്ടാ.'

അവൻ പൊടുന്നനെ നിന്നു. മാളുവാണ്, അവൾ കവുങ്ങിൽ പടർത്തിയ വെറ്റിലക്കൊടിയിൽനിന്നു വെറ്റില നുള്ളിയെടുക്കുകയാണ്.

'സ്ക്കൂള് നേർത്തേ വിട്ട്വോ?'

ഓ, പൊന്നാരം ചോദിക്കാൻ വന്നിരിക്കുന്നു. അരിശമാണ് തോന്നിയത്. അപ്പുണ്ണി ഒന്നു മൂളുകമാത്രം ചെയ്തു.

'കെണറ്റിങ്കരെ നിക്കുമ്പോൾ കാണാറുണ്ട് അപ്പുണ്ണ്യേട്ടൻ പോണത്. ഭാസ്കരേട്ടൻ ഏട്ടന്റമ്മോടു പറേണ് കേട്ടിട്ടാ ഞാൻ അറിഞ്ഞത്.'

അതിനും അവനൊന്ന് മൂളുകയാണ് ചെയ്തത്.

'അച്ഛമ്മ ദിവസവും പറയും അപ്പുണ്ണ്യേട്ടൻ ദ്വേ പോവുമ്പോ ഒന്നു കാൺണംന്ന്.'

—ഒരിക്കൽ കണ്ടില്ലേ? ആട്ടിയോടിച്ചപ്പോൾ എല്ലാവരും നോക്കി നിന്നില്ലേ? പെണ്ണേ, എന്നെക്കൊണ്ടു പറയിപ്പിയ്ക്കരുത്.

'വല്ലിമ്മാമീം അച്ഛനും തമ്മില്—'

അവൾ പെട്ടെന്നു നിർത്തി.

'ആരോടാടി, മാള്വോ, പഞ്ചായത്ത്?'

കവുങ്ങുകൾക്കിടയിലൂടെ ഒരു പെൺകിടാവു നടന്നുവരുന്നു.

പെട്ടെന്നു നടന്നാലോ എന്നാണാലോചിച്ചത്. പക്ഷേ ആളെ കണ്ടപ്പോൾ അവൻ തറച്ചുനിന്നുപോയി.

അമ്മിണിയേടത്തി.

സർപ്പത്തിന്റെ പുറത്തിരുന്നു സവാരിചെയ്യുന്ന മാറുമറയ്ക്കാത്ത രാജകുമാരി....

അത്ഭുതത്തോടെയാണവൻ നോക്കിയത്. ഞൊറിഞ്ഞുടുത്ത് അരയ്ക്കു മുകളിൽ നഗ്നമായി മുടിയഴിച്ചിട്ട് പത്തിവിടർത്തിയാടുന്ന പാമ്പിനെപ്പോലെ ഉലയുന്ന ഒരു പെൺകിടാവിന്റെ രൂപം പഴയ ഒരു സ്വപ്നംപോലെ മനസ്സിൽ തെളിഞ്ഞു. ഇപ്പോൾ നീലച്ച പട്ടുജാക്കറ്റുണ്ട്. ഈർക്കിലക്കരയുള്ള കോടി മുണ്ടാണുടുത്തിരിക്കുന്നത്. നെറ്റിയിൽ വരക്കുറി. വാലിട്ടെഴുതിയ പാതിയടഞ്ഞ കണ്ണുകൾ!

'ഇതാരാ, അപ്പുണ്ണ്യോ?'

ഓ, പേര് മനസ്സിലാക്കിയിരിക്കുന്നു.

അവളെ മുമ്പിൽ കാണുന്ന ആ രൂപത്തിൽ അവന് സങ്കൽപ്പിക്കാൻ വയ്യാ. ചന്തമുള്ള മനുഷ്യസ്ത്രീയുടെ മുഖമുള്ള ഒരു തിളങ്ങിപ്പുളയുന്ന സർപ്പം.

അവൾ ചിരിക്കുമ്പോഴും സംസാരിക്കുമ്പോഴും കണ്ണുകൾ പാതിയടയുന്നു.

അവന്റെ അത്ഭുതം നിറഞ്ഞ നോട്ടംകണ്ട് അമ്മിണി ചോദിച്ചു:

'എന്താങ്ങനെ നോക്ക്ണ്? ന്നെ അറില്ല്യേ'

പെട്ടെന്നാണതാലോചിച്ചത്: അറിയും, അറിയും. എന്നെ പട്ടിയെപ്പോലെ ആട്ടിയോടിച്ച വലിയമ്മാമയുടെ മകൾ! അവനേക്കാൾ മൂന്നുവയസ്സു മൂപ്പുള്ളതുകൊണ്ട് അമ്മിണിയേടത്തിയെന്നു വിളിക്കുന്നു.

ഏരിയിലേക്ക് ഒരു കാൽ ഉയർത്തിവെച്ച്, ചിരിക്കുന്ന നനവുള്ള ചുണ്ടുകൾ വിടർത്താതെ അമ്മിണിയേടത്തി പറഞ്ഞു:

'അപ്പുണ്ണിക്കറീല്ല്യെങ്കിലും നിക്കറീലോ.'

കൈയിൽനിന്നു താഴെ ഊർന്നു വീണ അടയ്ക്കാക്കഷ്ണം അവൾ കുനിഞ്ഞെടുത്തു. അപ്പോൾ തുമ്പുകെട്ടി പരത്തിയിട്ട മുടി ചുമലിലൂടെ കുത്തിയൊഴുകി.

'തളിരുവെറ്റിലണ്ടെങ്കിൽ, മാള്വോ, ഒന്നിനിക്കു താ. മൂന്നും കൂട്ടട്ടെ.'

'ഞാൻ പോണു.'

അപ്പുണ്ണി ആരൊടെന്നില്ലാതെ പറഞ്ഞു നടന്നു.

അമ്മിണിയേടത്തി വിളിച്ചു:

'ദോക്കൂ, അപ്പുണ്ണി.'

അവൻ തിരിഞ്ഞുനോക്കാതെ നടന്നു.

വീട്ടിൽ ചെന്നപ്പോൾ അമ്മയുണ്ടായിരുന്നു. ഇല്ലത്താവുമെന്നാണ് കരുതിയിരുന്നത്. അമ്മ മാത്രമല്ല, തിണ്ണയിൽ ശങ്കരൻ നായരിരിക്കുന്നു അവൻ ഒച്ചയോടെ ഒതുക്കു ചവിട്ടിക്കയറിയപ്പോൾ അമ്മ വാതിലിന്നപ്പുറത്തേക്കു കടന്നു നിന്നു.

'എന്തേ, അപ്പുണ്ണ്യേ, നേർത്തെ?'

ആകപ്പാടെ അവനൊരരിശമാണ് തോന്നിയത്, ആരോടെന്നില്ലാതെ, അവൻ മറുപടി പറഞ്ഞത് 'ആവോ' എന്നുമാത്രമായിരുന്നു.

'എന്തെടാ?'

'ഒന്നൂല്ല്യാന്നേയ്.'

പുസ്തകക്കെട്ട് ഒരു മൂലയിലേയ്ക്കെറിഞ്ഞു കുറച്ചുറക്കെ അവൻ ചോദിച്ചു: 'കഞ്ഞിണ്ടോ?'

അവന്റെ ഭാവപ്പകർച്ച അമ്മയെ അസ്വസ്ഥയാക്കിയെന്നു തോന്നുന്നു. അവൻ മുമ്പൊരിക്കലും മുഖം കറപ്പിച്ചു സംസാരിച്ചിട്ടില്ല. പാറുക്കുട്ടി കഞ്ഞി വിളമ്പിവെച്ചു. പലക വെയ്ക്കാൻ കാത്തുനില്ക്കാതെ അവൻ ചെന്നിരുന്നു.

'മുണ്ടു മുഷീം, ണീയ്ക്ക്. ഈ പലക വെച്ചേരാം.'

ഒരു വീർപ്പു കഞ്ഞിയകത്തു ചെന്നപ്പോൾ കാരണമൊന്നുമില്ലാതുണ്ടായ കോപം അടങ്ങി.

'പലക്യൊന്നും വേണ്ടാ.'

അവൻ ശാന്തനായി പറഞ്ഞു.

അമ്മ ഉമ്മറത്തേയ്ക്കു പോയി

ശങ്കരൻനായരുടെ ശബ്ദം കേട്ടു.

'ന്നെന്താ അപ്പുണ്ണിക്കൊരു പന്ത്യല്ലായ?'

'ആവോ, ഞാനും അതന്ന്യാ ആലോചിക്ക്ണ്. വെശ്പ്രാന്തോണ്ടായിരിക്കും....'

'മറ്റേതു ഞാൻ ശരിയാക്കാം. പെഴയൊന്നും കൊടുക്കാണ്ടു നിവൃത്തിക്കാം.'

പിഴയുടെ കാര്യം, ഫാസിന്റെ സംഗതിയാണ് പറയുന്നത്. ഫീസ് അടയ്ക്കാറായിരിക്കുന്നു. അമ്മ ശങ്കരൻനായരോടു പണം ചോദിച്ചതാവും.

'വല്യ സഹായായി, ശങ്കരന്നായരേ.'

'ന്നേക്കൊണ്ടു കഴീണ സഹായോക്കെ എപ്പളുംണ്ടാവും, പാറുട്ട്യമ്മേ.'

ശങ്കരൻനായർ പോയപ്പോൾ പാറുക്കുട്ടി അകത്തേയ്ക്കു ചെന്നു. അപ്പുണ്ണി കൈകഴുകുകയാണ്.

'എന്തേ, അപ്പുണ്ണ്യേ, നേർത്തെ പോന്ന്?'

'ഒന്നുല്ല്യമ്മേ, വേണ്ടോര്ക്കു നേർത്തെ പോരാംന്നു പറഞ്ഞു.'

അവൻ ഉമ്മറത്തേയ്ക്കു വന്നു. അമ്മ ഇല്ലത്തു പണിക്കു പോയില്ലേ എന്നു ചോദിക്കണമെന്നുണ്ടായിരുന്നു. പക്ഷേ ചോദിച്ചില്ല. അങ്ങനെ ഒരില്ലവും അവിടെ ഒരു കുഞ്ഞാത്തോലും ചിറികോട്ടിയിരിക്കുന്ന നമ്പൂതിരിയും ഉണ്ടെന്ന കാര്യം മറക്കുക. അവിടത്തെ ഉരല്പുരയിലും മുറ്റത്തും അവന്റെ അമ്മ ജോലി ചെയ്യുന്നുണ്ടെന്ന കാര്യവും മറക്കുക. ഇല്ലത്തെ പണിക്കാരത്തിയുടെ മകൻ! അതോർക്കാൻ വയ്യാ! അപ്പുണ്ണി കോന്തുണ്ണിനായരുടെ മകനാണ്. മണ്ണാൻ മന്ത്രവാദിയുടെ മണ്ടകത്തിനു മുമ്പിൽ വെച്ചു ദേശത്തെ വെല്ലുവിളിച്ചു ജയിച്ച പകിടകളിക്കാരൻ കോന്തുണ്ണിനായർ. മുത്തളിംകുന്നത്തുവെച്ചു തല്ലുണ്ടായപ്പോൾ ആറാളോട് ഒറ്റയ്ക്കു നിന്നടിച്ച കോന്തുണ്ണിനായർ....

മുത്താച്ചിയുടെ കൊട്ടിലിന്റെ വാതിൽ തുറന്നുകിടക്കുന്നു. മുത്താച്ചിയെ കണ്ടിട്ടു കുറെ കാലമായെന്നു തന്നെ തോന്നി. വാതില്ക്കലിരുന്നു മുറത്തിൽ

അരി പരത്തിയിട്ടു തടവി കല്ലുപെറുക്കുകയാണ് മുത്താച്ചി.

'ആരാത്?'

'ഞാനല്ലേ, മുത്താച്ച്യേ?'

'ന്റപ്പു ഈ കല്ലൊന്നു പെറുക്കിത്തന്നാ. മുത്താച്ചിക്ക് കണ്ണും കട്പ്പൂംല്ല്യാത്ത കാലായി.'

അവൻ പിടിയരി വാരി നിലത്തിട്ടു വെള്ളാരങ്കല്ലുകൾ പെറുക്കിയെടുത്തു മുറ്റത്തേയ്ക്കെറിഞ്ഞു.

മുത്താച്ചിയുടെ പഞ്ചായത്തുകൾ കേൾക്കാൻ ഇടകിട്ടാറില്ല. രാവിലെ നേർത്തെ പോണം. വൈകുന്നേരം എത്തുമ്പോൾ വൈകിയിരിക്കും. ശനിയും ഞായറും സൗകര്യമായി കിട്ടുമ്പോൾ ചിലപ്പോൾ മുത്താച്ചി കൊട്ടിലിൽ ഉണ്ടായിയെന്നും വരില്ല.

'ആരേ അവിടെ വന്നീര്ന്ന്, അപ്പോ?'

'അതാ ശങ്കരന്നായരാ.'

'എന്തിനാ?'

'എന്തിനാണാവോ, ഞാൻപ്പോ വന്നേള്ളൂ.'

'തെങ്ങുംപൊറ്റേലെ ചങ്കരൻ നല്ലോനാ.'

മുത്താച്ചി അയാളെപ്പറ്റി ഒരഭിപ്രായം പറഞ്ഞു:

പക്ഷേ അവിടെ നിർത്തിയില്ല: 'ന്നാലും—'

'എന്താ, മുത്താച്ച്യേ?'

'ഒന്നൂല്ല്യ.'

കല്ലു പെറുക്കിക്കഴിഞ്ഞു പുറത്തു കടക്കുമ്പോൾ മുത്താച്ചി പറഞ്ഞു:

'ആളോൾക്ക് പറയാൻ ഇത്തിരി മതീന്നും വെയ്ക്കാം.'

ആളുകൾ എന്താണ് പറയുന്നത്?

കുനിഞ്ഞ് ഒരു കല്ലു പെറുക്കി മുളംകൂട്ടത്തിലേയ്ക്ക് ഊക്കോടെ എറിഞ്ഞ് അവൻ കുണ്ടുങ്ങലെ പടിക്കലുള്ള കുങ്കുമത്തിന്റെ ചുവട്ടിലേയ്ക്കു നടന്നു.

മൂന്ന്

വടക്കേപ്പാട്ട് അടുക്കളപ്പണി മുഴുവൻ മീനാക്ഷിക്കാണ്. മീനാക്ഷിയേടത്തിയെ സഹായിക്കുകയാണ് മാളുവിന്റെ ജോലി. അച്ഛമ്മയുടെ രണ്ടാമത്തെ മകളാണ് മീനാക്ഷിയേടത്തി.

ഏട്ടന്റെമ്മയെപ്പോലെയല്ല, മാളുവിനെക്കൊണ്ട് അധികം പണിയെടുപ്പിക്കയില്ല. അതുകൊണ്ടുതന്നെയാണ്, മാളുവിന് അവരെ ഇഷ്ടമാണ്. അവർക്കു മക്കളില്ല. പ്രസവിക്കുകയുമില്ലത്രേ. മീനാക്ഷിയേടത്തിയുടെ ഭർത്താവാണ് അച്ചുതൻനായർ. അവൾ വിളിക്കാറുള്ളതു ചെറിയച്ഛനെന്നാണ്. വാസ്തവത്തിൽ അങ്ങനെയല്ല വിളിക്കേണ്ടത്.

മീനാക്ഷിയേടത്തി എന്നൊരാൾ വീട്ടിനകത്തുണ്ടെന്ന് അധികമാരും അറിയില്ല. പുലരുന്നതിനുമുമ്പു കുളിച്ച് അടുക്കളയിൽ കടന്നാൽ പിന്നെ രാത്രി എല്ലാവരുടെയും ഊണുകഴിഞ്ഞ് അടച്ചുതളിക്കുന്ന നീലിക്കുള്ള കഞ്ഞി പകർന്നുവെച്ച് അടുപ്പും വീതനയും കഴുകിയശേഷമേ കിടക്കാനാവൂ. വലിയമ്മാമ വൈകുന്നേരം പുറത്തെല്ലാം നടക്കാനിറങ്ങും, വയലും പുറത്തെവിടെയോ ഉള്ള തോട്ടവും നോക്കിയേ മടങ്ങൂ. വലിയമ്മാമ വീട്ടിലെത്താൻ വൈകുന്ന ദിവസങ്ങളിൽ മീനാക്ഷിയേടത്തിക്കു കിടക്കാൻ പാതിരയാവും. ചോറും കൂട്ടാനും ഉപ്പേരിയും ഉണ്ടാക്കിക്കഴിഞ്ഞ് അവർ അടുക്കളയിൽ പലകയിട്ടിരിക്കും. എത്ര വൈകിയാലും ശരി, വലിയമ്മാമ ഉണ്ട ശേഷമേ കുട്ടികൾക്കു കൂടി ഊണുകഴിക്കാൻ നിവൃത്തിയുള്ളു. വലിയമ്മാമ വന്നാൽ എണ്ണ തേയ്ക്കാൻ കുറെസമയം വേണം. തോർത്തുമാത്രം ചുറ്റി മേലെല്ലാം എണ്ണ കൊഴുകൊഴെ പുരട്ടി മുറ്റത്ത് അങ്ങോട്ടുമിങ്ങോട്ടും നടക്കാനും കുറെ സമയം വേണം. കിണറ്റിൻകരയിൽ രണ്ടു കുട്ടകം നിറയെ വെള്ളം കോരിയിട്ടുണ്ടാവും. കൂട്ടുപായസച്ചെമ്പിൽ നിറയെ ചൂടുവെള്ളം മീനാക്ഷിയേടത്തിയും മാളുവും പിടിച്ചാണ് കിണറ്റിൻകരയിൽ കൊണ്ടുവയ്ക്കുക. കുളികഴിയുമ്പോഴേയ്ക്കും തെക്കിനിയിൽ മച്ചിന്റെ മുമ്പിൽ നിലവിളക്കുകത്തിച്ചുവെച്ചു പുല്ലുപായയിട്ടു ഭസ്മം തൊടാൻ ഒരുക്കിവെച്ചിരിക്കും. അത് അമ്മിണിയേടത്തിയാണ് ചെയ്യുക. പിന്നെ പത്തായപ്പുരയുടെ മുകളിൽ പോയാൽ ഈറൻ മാറിവരാൻ പിന്നെയും താമസിക്കും. ഭസ്മം തൊട്ടു മുകളിലേയ്ക്കു പോകുമ്പോഴേയ്ക്കും അടുക്കളയിൽനിന്നും മത്സ്യം വറുത്തതോ കോഴിമുട്ട പൊരിച്ചതോ പിഞ്ഞാണത്തിലാക്കി മുറ്റത്തൂടെ കൊണ്ടുപോയി പത്തായപ്പുരയുടെ മുകളിൽ എത്തിക്കും. മച്ചിന്റെ ഉമ്മറത്തൂടെ മത്സ്യം കൊണ്ടുപോകാൻ പാടില്ല. വലിയ മ്മാമയ്ക്കു മാത്രമാണ് മത്സ്യം വറുക്കുന്നതും കോഴിമുട്ട പൊരിക്കുന്നതും. ഉണ്ണാൻ ഇറങ്ങിവരുമ്പോൾ കുട്ടികൾ വടക്കിനിയിലെ ഇരുട്ടിലേയ്ക്ക് മാറിനില്ക്കും. വലിയമ്മാമ കടന്നുപോകുമ്പോൾ വല്ലാത്ത ഗന്ധമുണ്ടാവും.

പത്തായത്തിലെ നെല്ലിൽ കുഴിച്ചിട്ടുവെച്ചിരിക്കയാണത്രേ കുപ്പികൾ.

വലിയമ്മാമ ഊണുകഴിഞ്ഞു പോയാൽ മാളുവിന്റെ അച്ഛനും ചെറിയച്ഛനും ആൺകുട്ടികളും ഉണ്ണും. പിന്നെയാണ് പെണ്ണുങ്ങളുടെ ഊഴം. എല്ലാവർക്കും വിളമ്പികൊടുക്കുന്നതു മീനാക്ഷിയേടത്തിയാണ്. അവസാനം അവർ ഉണ്ണാനിരിക്കുമ്പോഴേയ്ക്കു മറ്റുള്ളവർ ഉറക്കമായിട്ടുണ്ടാവും. അതു കാണുമ്പോൾ മാളുവിനു പാവം തോന്നും.

'നീ പോയി കെടന്നോ. നേരം പാതിര്യാവാറായി. നിക്കിതു പതിവാണല്ലോ.'

അവരുടെ ശബ്ദം അധികം കേൾക്കാറില്ല. അകത്തു ശബ്ദം പൊങ്ങിക്കേൾക്കാറുള്ളത് ഏട്ടന്റെമ്മയുടേതാണ്. അവർ മീനാക്ഷിയേടത്തിയുമായി വഴക്കുകൂടും. മീനാക്ഷിയേടത്തി മിണ്ടില്ല. ഏട്ടത്തി കുറെ പറഞ്ഞാൽ അവർ പറയും:

'ഒക്കെന്റെ യോഗാണ്.'

അച്ഛമ്മയ്ക്ക് മീനാക്ഷിയേടത്തിയെപ്പറ്റി പറയുമ്പോൾ സങ്കടം വരും.

'ഓളടെ തലേലെഴ്ത്തു നന്നായില്ല.'

എന്നാലും അടുക്കളയിൽ അല്പം എന്തെങ്കിലും താമസിച്ചുപോയാൽ അച്ഛമ്മയ്ക്ക് ശുണ്ഠികയറും.

'എടീ അറുപത്തിനാലാൾക്കു വെച്ചു വെളമ്പ്യേ പെണ്ണാ ഞാൻ.' ഇടയ്ക്കിടെ അതൊന്നു പറഞ്ഞാലേ അച്ഛമ്മക്ക് സുഖമുള്ളു.

ചെറിയച്ഛനു വയസ്സായിരിക്കുന്നു. ആരോടും മിണ്ടാറില്ല. അധികസമയവും വടക്കേവീട്ടിൽ ചെന്ന് അവിടത്തെ കുട്ടികളോടു സംസാരിക്കും. ഭക്ഷണത്തിന്റെ സമയത്തു വരും, കഴിച്ചുപോകും. രാത്രിയിൽ, അച്ഛമ്മ കിടക്കാറുള്ള മുറിയുടെ തൊട്ടടുത്ത മുറിയിൽ വന്നു കിടക്കും. ചെറിയച്ഛനും അവളുടെ അച്ഛനും ഒരുപോലെയാണെന്നു മാളുവിനു തോന്നാറുണ്ട്. രണ്ടാളും നടക്കുന്നതും ഭക്ഷണം കഴിക്കാൻ വന്നിരിക്കുന്നതും കണ്ടാൽ പേടിച്ചുപേടിച്ചു കൊണ്ടാണെന്നു തോന്നും.

ചെറിയച്ഛനു സ്വത്തില്ല. പണ്ടു കച്ചവടമുണ്ടായിരുന്നു. തറവാട്ടു സ്വത്തും ഉണ്ടായിരുന്നുവത്രേ. ചെറിയച്ഛന്റെ വീട്ടിൽ താമസിച്ചിരുന്ന കാലത്തു മീനാക്ഷിയേടത്തിയും സുഖമായി കഴിഞ്ഞതാണത്രേ. ചെറിയച്ഛൻ മരുമകന് അവകാശത്തീറു കൊടുത്തു. കുടിക്കാൻ കൊടുത്തു ബോധമില്ലാതായപ്പോൾ ആധാരത്തിൽ ഒപ്പിടുവിച്ചു എന്നൊക്കെ മാളു കേട്ടിട്ടുണ്ട്. കുറെകാലമായി ഇവിടെ വന്നു താമസമാണ്. അവകാശത്തീറു കൊടുത്തതു കാരണമാണത്രേ വലിയമ്മാമയ്ക്കു ചെറിയച്ഛനോടു വെറുപ്പ്.

ഏട്ടന്റെമ്മയ്ക്കും അവരുടെ കുട്ടികൾക്കും വേണ്ടതെല്ലാമുണ്ട്. തങ്കേടത്തിയുടെ അച്ഛൻ പറമ്പത്തുമനയ്ക്കൽ അപ്ഫൻ നമ്പൂതിരിയായിരുന്നു. മരിക്കുന്നതിനുമുമ്പ് അവരുടെ പേരിൽ സ്വത്തെഴുതിക്കൊടുത്തിട്ടുണ്ട്. ഏട്ടന്റെമ്മയ്ക്കു ദൂരേ എവിടെയോ ഒരു വീടും പറമ്പും ഉണ്ടത്രേ. ഇടയ്ക്ക് ഏട്ടന്റെമ്മയെ കാണാൻ വരാറുള്ള കുഞ്ഞൻനായരാണ് കാര്യസ്ഥൻ. പാട്ടം വിറ്റുപണമാക്കി കൊണ്ടുവന്നു കൊടുക്കുകയാണത്രേ. അച്ഛമ്മ പറയുന്നതു കേട്ടിട്ടുണ്ട്: 'ഓൾടെ കയ്യിലു പൂത്ത പണംണ്ട്. ന്റെ മകളാന്നു പറഞ്ഞിട്ട് എന്തു കാര്യാ? അറ്റ കയ്യില് ഉപ്പു തേയ്ക്കില്ല്യ.'

'അച്ഛമ്മയും ഏട്ടന്റെമ്മയും തമ്മിൽ വഴക്കുണ്ടാകാറുണ്ട്, തമ്മിൽ തെറ്റിയാൽ ഉടനെ ഏട്ടന്റമ്മ പറയുന്നത് എപ്പോഴും ഒന്നുതന്നെ:

'ന്നീം ന്റെ കുട്ട്യോളീം കഷ്ടത്തിലാക്കും നിങ്ങളൊക്കക്കൂടി.'

ഒരു ദിവസം ഉച്ചയ്ക്കു വലിയ തിരക്കായി. മതിലിൽ തുവരാനിട്ടിരുന്ന മുണ്ടിന്റെ പകുതിയും കൊമ്പൊടിഞ്ഞ പശു തിന്നു. അതങ്ങനെയാണ്; മുണ്ടും കുപ്പായവും കണ്ടാൽ തിന്നും.

അതു കണ്ട ഏട്ടന്റമ്മ ഓടിച്ചെന്നു മുണ്ടിന്റെ ബാക്കി പശുവിന്റെ വായിൽനിന്നു പിടിച്ചുവാങ്ങി പശുവിനു കുറെ ചീത്തപറഞ്ഞു. പശു അതു കേൾക്കാത്തമട്ടിൽ വെറുതെ പോയപ്പോൾ അകത്തുവന്നിട്ടായി ചീത്ത:

'ഒരു കുട്ടിണ്ടായ്യോ അതൊന്നു നോക്കാൻ?'

'പയ്യ് തിന്ന്ണതുണ്ടോ കണ്ടു?'

അച്ഛമ്മ ചോദിച്ചു.

'കണ്ടാലും ആട്ടില്ല, ന്റെ മൊതലു പോയാ നിങ്ങളീച്ചെലർക്കെന്താ? അയിനൊന്നും ഇബടെ ആള്ണ്ടാവില്ല്യ. തിന്നാനാളുണ്ട്.'

അച്ഛമ്മയ്ക്കതു രസിച്ചില്ല.

'അന്യമ്മാര് ആരുല്ല്യബടെ.'

'അമ്മ കാണില്ല്യ, ഇബ്ടത്തെ മൊതലാ നശിക്ക്ണ്.'

'മൊതലു കുഞ്ഞിഷ്ണൻ നോക്കിക്കോളും.'

'നിയ്ക്കിത്തിരി ചേതംണ്ട്. ഞാനും ന്റെ കുട്ട്യോളും കഷ്ടത്തിലാവും.'

'ബ്ടെ ബാക്കിള്ളോരും ണ്ടലോ.'

അങ്ങനെ പറഞ്ഞുപറഞ്ഞു കയറി. അവസാനം ഏട്ടന്റമ്മ പറഞ്ഞു:

'അമ്മയ്ക്കു ന്നീം ന്റെ കുട്ട്യോളീം കണ്ടൂടാ. കണ്ടില്ല്യേ, മോന്റെ തൃപ്പുത്രീനെ ലാളിക്ക്ണ്? ന്റെ കുട്ട്യോളെ തിരിഞ്ഞു നോക്കാറുണ്ടോ?'

അച്ഛമ്മ മിണ്ടാതെ നാമം ജപിക്കാൻ തുടങ്ങി. മാളു അവിടെ താമസിക്കുന്നത് അവർക്കിഷ്ടമല്ല. ചെറിയച്ഛനേയും കണ്ടുകൂടാ. കാൽക്കാശിനു ഗതിയില്ലാതെ തറവാടു മുടിക്കാൻ വന്നുകൂടിയിരിക്കയാണ് ചെറിയച്ഛൻ എന്നാണ് അവർ പതുക്കെ പറയാറുള്ളത്.

തെക്കിനിയുടെയും വടക്കിനിയുടെയും മുകളിലെ മൂന്നു മുറികൾ ഏട്ടന്റമ്മയ്ക്കും മക്കൾക്കുമുള്ളതാണ്. മാളു വല്ലപ്പോഴും മാത്രമേ അവിടെ പോകൂ. ആദ്യത്തെ മുറിയിൽ മേൽക്കട്ടിയുള്ള കട്ടിലുണ്ട്. അതിലാണ് ഏട്ടന്റമ്മയും തങ്കേടത്തിയും കിടക്കുക; നടുമുറിയിലാണ് ഭാസ്കരേട്ടനും കൃഷ്ണൻകുട്ടിയും. മൂന്നാമത്തെ മുറി എപ്പോഴും അടച്ചുപൂട്ടിയിരിക്കയാണ്. ഒരിക്കലേ അകം കണ്ടിട്ടുള്ളു. അതിൽ രണ്ടു കട്ടിലുണ്ട്. മീതെയ്ക്കു മീതെയിട്ട കിടയ്ക്കയും ഉരുണ്ട തലയണകളുമുണ്ട്. മേൽക്കട്ടിക്കു കസവുണ്ട്. ചുമരിൽ നിറയെ ചിത്രങ്ങളും വലിയ ഒരു കണ്ണാടിയും അതിനടുത്തു മണ്ണുകൊണ്ടുണ്ടാക്കിയ രണ്ടു മാൻതലയും. കട്ടിലിന്റെ ചുവട്ടിൽ പളുങ്കുപാത്രങ്ങളും വെള്ളിപ്പാത്രങ്ങളുമുണ്ട്. നടുവിൽ വട്ടമേശ. തട്ടിൽനിന്നു രസക്കുടുക്കകളും തൂക്കിയിട്ടിട്ടുണ്ട്.

ആ മുറി തങ്കേടത്തിക്കുള്ളതാണ്.

'നിക്കൊരു പെൺകുട്ട്യാ. ഓൾക്ക് ഒരാളു വന്നാൽ ഒരു സ്ഥലം വേണ്ടേ?'

തങ്കേടത്തിയുടെ സംബന്ധക്കാരൻ വരുമ്പോഴേക്ക് ആ അറ ഒരുക്കിവെച്ചിരിക്കുകയാണ്.

തങ്കേടത്തി അഞ്ചുവരെ സ്ക്കൂളിൽ പഠിച്ചിട്ടുണ്ട്. പതിനഞ്ചായി തങ്കേടത്തിക്ക്. മാളുവിന് വരുന്ന കുംഭത്തിൽ പന്ത്രണ്ടു തികയുകയേ ഉള്ളു.

അച്ഛമ്മയുടെ മുറിയിലാണ് മാളു ഉറങ്ങുക. മച്ചിനടുത്തുള്ള തെക്കിനിയിൽനിന്നു കടക്കാവുന്ന ഒരു മുറിയുണ്ട്. അതിലാണ് മാളുവിന്റെ അച്ഛൻ കിടക്കുക. അതിൽ ഓടകൊണ്ടുള്ള ഒരഴക്കോലും മൂലയിൽ മടക്കിവച്ച പായയും മാത്രമേയുള്ളു.

അച്ഛമ്മ ഉയരംകുറഞ്ഞ ഒരു കട്ടിലിലാണ് കിടക്കുക; താഴെ പായയിൽ മുണ്ടു വിരിച്ചു മാളുവും. മഴക്കാലം വന്നപ്പോൾ അച്ഛമ്മ പറഞ്ഞു:

'ങ്ങട്ടു കേറിക്കെടന്നോ, മാള്വോ.' നല്ല മഴയും തണുപ്പുമുള്ളപ്പോൾ കരിമ്പടത്തിന്റെ ചുവട്ടിൽ കിടക്കാൻ രസമുണ്ട്.

മാളു അവിടെ ഉണ്ടെന്ന കാര്യംതന്നെ അച്ഛൻ ആലോചിക്കാറില്ല. വിളിക്കാറും ഒന്നും പറയാറുമില്ല; അവൾക്കൊന്നും വാങ്ങിക്കൊടുത്തിട്ടുമില്ല.

'ഓന്റെ കയ്യില് വല്ലതുണ്ടാവണ്ടേ?'

നിലങ്ങൾ വിറ്റുപോകുന്നതിനുമുമ്പ് കൃഷിക്ക് കാര്യസ്ഥനുണ്ടായിരുന്നു. ഇപ്പോൾ മാളുവിന്റെ അച്ഛൻ തന്നെയാണു നോക്കുന്നത്. രാവിലെ നേർത്തെ എഴുന്നേറ്റു മുറ്റത്തെ പടിഞ്ഞാറെ ഇറയത്തുപോയിനിന്നു കൂക്കും. അപ്പോൾ കുന്നിൻപുറത്തുനിന്നു നാലഞ്ചു മറുകൂക്കു കേൾക്കും. കുന്നിൻപുറത്താണ് ചെറുമച്ചാളകൾ. അയ്യപ്പനും ചാത്തനും താമിയും അയ്യപ്പന്റെ മകൻ കണക്രായിയുമെല്ലാം ഇറങ്ങിവരും. അവർ തൊഴുത്തിൽ നിന്ന് മൂരികളെ അഴിച്ചു വെള്ളം കാട്ടി പുറത്തിറക്കുമ്പോൾ അച്ഛനും കൂടെ പോവും. പിന്നെ വരുന്നത് ഉച്ചതിരിയുമ്പോഴാണ്.

തൊഴുത്തിൽ നാലേറു* കന്നുണ്ട്. മൂന്നേറു മാത്രമേ പൂട്ടാനിറക്കുള്ളു. പിന്നെയുള്ളതു കാളപൂട്ടിനുമാത്രം ഇറക്കാറുള്ള എരുതും മണിക്കാളയുമാണ്. വലിയമ്മാമയ്ക്കു കാളപൂട്ടു ജീവനാണ്. പടിക്കലെ ഈർച്ചക്കണ്ടത്തിൽ കഴിഞ്ഞ മിഥുനത്തിൽ കാളപൂട്ടുണ്ടായി. പല സ്ഥലങ്ങളിൽനിന്നും കാളകൾ വന്നിരുന്നു. ആനക്കരയും കുമരനെല്ലൂരും ഈർച്ചയുണ്ടെങ്കിൽ കൊണ്ടുപോവും. വലിയമ്മാമ കിടക്കുന്നതിനുമുമ്പു റാന്തലെടുത്തു തൊഴിത്തിന്റെ കോലായിൽ വന്നു നോക്കും. പുല്ലുവട്ടിയിൽ വൈക്കോൽ നിറച്ചില്ലേ, കഴുത്തിലെ കെട്ടു ശരിയായിട്ടില്ലേ എന്നൊക്കെ പരിശോധിക്കും. മാസത്തിലൊരിക്കൽ തൃത്താലച്ചന്തയിൽനിന്ന് ആട്ടിൻതല കൊണ്ടുവരും. വേവിച്ച് ഇടിച്ച് എരുതിനും മണിക്കാളയ്ക്കും കൊടുക്കാനാണ്.

ആഴ്ചയിലൊരിക്കൽ നീളൻമുളനാഴിയിൽ നിറച്ച് എണ്ണ കോരിക്കൊടുക്കും. കാളയ്ക്കു കൊടുക്കാനുള്ള എണ്ണ, എള്ളുകൊടുത്ത് ആട്ടിച്ചു വാങ്ങുകയാണ്. എള്ളു തച്ചുകഴിഞ്ഞാൽ ആദ്യം അതാണ് ചെയ്യുക. പിന്നെ ചാക്കിലാക്കി അമ്മായിയുടെ വീട്ടിലേയ്ക്കു കൊടുത്തയയ്ക്കും. ചത്തയും മുറിയുമാണ് അകത്തേയ്ക്ക്. എള്ളു വറുത്തിടിച്ചു തിന്നാൻ അച്ഛമ്മയ്ക്ക് എപ്പോഴും പൂതിയാണ്.

---

* ഏറ് = ജോഡി

മാസത്തിൽ നാഴിയെണ്ണയെന്നാണ് അകത്തേയ്ക്കുള്ള കണക്ക്. ചൊവ്വാഴ്ചയും വെള്ളിയാഴ്ചയും പെണ്ണുങ്ങൾ എണ്ണതേച്ചു കുളിക്കേണ്ട ദിവസങ്ങളാണത്രേ. അന്നു തലയിൽ ഒരു തുള്ളി തേയ്ക്കും. ഏട്ടന്റെമ്മയും കുട്ടികളും അതിൽ പങ്കുപറ്റാറില്ല. മുകളിലെ നടുമുറിയിൽ വലിയ കറുത്ത ഭരണിയിൽ ഏട്ടന്റെമ്മ എപ്പോഴും എണ്ണ വാങ്ങിവെച്ചിട്ടുണ്ടാവും.

അച്ഛനോട് എന്തെങ്കിലും പറയാൻ മാളുവിനു മടിയാണ്. ഏലസ്സിന്റെ കൊളുത്തു പൊട്ടിയപ്പോൾ ഒന്നു നേരെയാക്കിക്കിട്ടണമെന്നുണ്ടായിരുന്നു. അച്ഛനോടു പറയാൻവേണ്ടി അച്ഛമ്മയോടു പറഞ്ഞു. തട്ടാൻ കുഞ്ചുവിനു നാലണ കൊടുക്കണം.

'ഓന്റയ്യിലു കാശ്ണ്ടാവോ, ആവോ. കുഞ്ചു ഈ വഴിക്കാപോണ്. കണ്ടാൽ വിളിക്ക്. ഞാൻ പറഞ്ഞു നേരാക്കിച്ചേരണ്ട്.'

അച്ഛന്റെ കൈയിൽ പണമില്ലെന്ന് അവൾക്കറിയാം; എന്നിട്ടും അച്ഛമ്മ അത്തം കഴിഞ്ഞപ്പോൾ പറഞ്ഞു:

'കുട്ടാ, ഒരോണാ വരണ്. ചെറ്യേറ്റ നോക്കി രണ്ടു മുണ്ടും ഒന്നരീം എട്ക്കണം. ആ പെണ്ണിനെ തിരുവോണായിട്ട് ഉടുപ്പിക്കണം.'

അച്ഛൻ ആരോടോ പരിഭവം പറയുന്ന സ്വരത്തിൽ പറഞ്ഞു:

'ന്റെ കയ്യിൽ കാശില്ല്യ.'

'പത്തു പതിമൂന്നു വയസ്സായി. ഈ പ്രായത്തിലൊക്കെ പെങ്കുട്ട്യോളു തെരളും... ആളോള് പറയില്ല്യേ ചരടും കോണ്വായിട്ട് നടത്ത്യാല്?'

അച്ഛൻ മിണ്ടാതിരുന്നു.

'നീയെന്താ മിണ്ടാത്തത്?'

'ഞാനെന്താ പറയണ്?'

'ഓൾക്കു പിന്നാരാ ദൊക്കെ ചെയ്യാൻ? ദ് നല്ല കാര്യം!'

അച്ഛൻ മിണ്ടുന്നില്ല.

'കുട്ടാ.'

'ആ'

'നീയെന്താ ദ്നു കണ്ടിരിയ്ക്കണ്?'

അച്ഛൻ ഇരിക്കുന്നേടത്തുനിന്നെഴുന്നേറ്റു. സ്വതവേ കറുത്ത മുഖം ഒന്നുകൂടെ കറുത്തിരുന്നു. അമ്മയെ രൂക്ഷമായി നോക്കിക്കൊണ്ടു പറഞ്ഞു:

'ന്റെ കയ്യല് കെട്ടിരിപ്പ്ണ്ട് തോന്നും നിങ്ങടെ വർത്തമാനം കേട്ടാൽ.'

'ദ്നു കെട്ടിരിപ്പു വേണോ?'

അമ്മയ്ക്കു നിശ്ശംണ്ടോ! കൊല്ലത്തിലു നാലു വല്ല്യൂണ്ടും രണ്ടു തോർത്തുണ്ടും രണ്ടു കയ്ക്കോണകാണ് നിക്കു തറവാട്ടുവക കിട്ട്ണ്.'

'അതൊക്കെ നിക്ക് നിശ്ശംണ്ട്.'

'പിന്നെന്തു പൊന്നാരാ ഈ പറേണ്? ഒരു കാശ് എന്റെ കയ്യോണ്ടു തൊടാൻ കിട്ടില്ല്യാ. രാവുപകലു പണി പേവന്നേ-പോത്തു പോലെ. പണ്ടും ഞാൻ പറഞ്ഞു, ന്നെക്കൊണ്ടീ ഭാരൊന്നും ആവില്ല്യാന്ന്. അത്യാവശ്യം കൊടുക്കാൻ വയ്യാത്തോൻ സമ്മന്തം ചെയ്യാൻ പോവരുത്... ഞാൻ പറഞ്ഞില്ലേ വേണ്ടാ, വേണ്ടാന്ന്?'

'ആ ഭാരം പോയില്ല്യേ?'

'പോയോരക്ക് കഷ്ടപ്പെടാണ്ടു കഴിഞ്ഞു. ഒക്കെ വേണംന്നു വിചാരല്ല്യാണ്ടല്ല. ന്റെ കയ്യിലെവ്ട്ന്നാ ഒരു മുക്കാല്?'

വലിയമ്മാമ സ്വന്തം ഇഷ്ടത്തിനാണ് മരുമകനെക്കൊണ്ടു കല്യാണം കഴിപ്പിച്ചത്. സ്വന്തത്തിൽപ്പെട്ട ഒരു കാരണവരുടെ മകളായിരുന്നു മാളുവിന്റെ അമ്മ.

ആ കല്യാണത്തിന്റെ കാര്യം സ്വന്തം വീട്ടിലായിരുന്നപ്പോൾ മാളു കേട്ടിട്ടുണ്ട്. വലിയമ്മാമ വിളിച്ചു പറഞ്ഞു: അച്ഛൻ അനുസരിച്ചു. രണ്ടു മുണ്ടും മുറുക്കാനും കൊടുത്ത് അച്ഛനെ അവളുടെ വീട്ടിലേയ്ക്കയയ്ക്കുകയാണത്രേ ഉണ്ടായത്. കൂടെ നാലു നായന്മാരും.

'അമ്മാമോടു ചോയ്ക്ക്.'

അച്ഛമ്മ ഉപദേശിച്ചു.

'എന്നെക്കൊണ്ടാവില്യാ. അമ്മടെ താഴെയല്ലേ? അമ്മ പറയാണ് എളുപ്പം.'

'നീയ്യു ചോയ്ച്ചോ, കുട്ടാ, ഓനെന്താ ആളെ തിന്ന്വോ?'

അച്ഛന്റെ ശബ്ദം കുറേക്കൂടി ഉയർന്നു:

'ഞാൻ ചോദിക്കും. ചോദിക്കാൻതന്നെ ഒറച്ചിട്ടുണ്ട്.'

ആ ശബ്ദപ്പകർച്ച അച്ഛമ്മയെ അമ്പരപ്പിച്ചുവെന്നു തോന്നുന്നു.

'നീയെന്താ പറേണ്?'

'ഒക്കെനിക്കു നിശ്ശംണ്ടമ്മേ; ഞാൻ ഒക്കെ കൊരട്ടത്തു വെച്ചിട്ടുണ്ട്. ചോയ്ക്കാൻ നിക്കറീം, അവടെ അഴുമാട്ണൂ, കയ്യാല നന്നാക്ക്ണൂ, കുമ്മായട്ണൂ, അയിനൊക്കെ കാശ്ണ്ട്. അതൊക്കേയ്, അതൊക്കേയ്–'

അച്ഛനാണ് ആ പറയുന്നതെന്നു മാളുവിനു വിശ്വസിക്കാൻ കഴിഞ്ഞില്ല. ഒന്നും മിണ്ടാതെ തലയും താഴ്ത്തി ഇരിക്കാറുള്ള അവളുടെ അച്ഛനാണീ പറയുന്നത്! 'അതൊക്കേയ്, ഞാൻ ചേറും ചളീം കുടിച്ചുണ്ടാക്ക്യേ കാശാ.'

'മിണ്ടല്ലെടാ, കുഞ്ഞികൃഷ്ണൻ കേക്കൂലോ, ഭഗവാനേ?'

അച്ഛമ്മ പരിഭ്രമിച്ചു തലയിൽ കൈവെച്ചു.

'ഒരീസം ഞാൻ കേൾപ്പിക്കും. മരുമകന്റെ തൊള്ളേലു കൊഴ്വാന്നാ വിചാരം?'

എന്നും പറഞ്ഞ് അച്ഛൻ ഇറങ്ങിപ്പോയി.

അച്ഛമ്മയും വലിയമ്മാമയും തമ്മിൽ ഇപ്പോൾ മിണ്ടാറില്ല. മുമ്പ് അകത്തേയ്ക്ക് എന്തെങ്കിലും കാര്യം പറയാനുണ്ടെങ്കിൽ വലിയമ്മാമ 'ഉടപ്രന്നോളെ' വിളിച്ചാണ് പറയുക. വലിയമ്മാമയെക്കാളും പത്തു വയസ്സു മൂപ്പുണ്ട് അച്ഛമ്മയ്ക്ക്.

കഴിഞ്ഞകൊല്ലം തുള്ളൽ തുടങ്ങിയതിന്റെ പിറ്റേന്നാണ് അവർ തമ്മിൽ അസുഖം ആരംഭിച്ചത്. രാവിലെയാണ് അപ്പുണ്ണിയേട്ടനെ ചീത്ത പറഞ്ഞ് അയച്ചത്. അന്നു സന്ധ്യയ്ക്കാണ് വാക്കേറ്റമുണ്ടായത്.

'ആ ചെക്കനും ബടെത്തിരീ അവകാശൊക്കെണ്ട്.'

അപ്പോൾ വലിയമ്മാമ നിന്നു. ഒക്കത്തു കൈകുത്തിക്കൊണ്ടു ചോദിച്ചു:

'അവകാശോ? ആരാ അവൻ?'

'അവൻ ഇബ്ട്ത്ത്യന്നല്ലേ...'

'തള്ളേ, മിണ്ടാണ്ടവടെ ഇരുന്നോളിൻ.'

ഉടപ്രന്നോളേ എന്നു വിളിക്കാറുള്ള ആൾ വിളിച്ചതു തള്ളേ എന്നാണ്.

'നീയ് ഒരു കാലനാണ്, കുഞ്ഞിഷ്ണ. ഈ തറവാട്ടിലത്തെ കാലൻ'

വലിയമ്മാമ അലറി:

'ഛബട്ടീട്ടു ഞാൻ....'

പിന്നെ അച്ഛമ്മ മിണ്ടിയില്ല. നേരെ അകത്തേയ്ക്കുപോയി അകത്തുനിന്നു പറഞ്ഞു:

'ഓനതും ചെയ്യും കുരുത്തംകെട്ടോൻ... കുരുത്തം കെട്ടോൻ.'

* * * * *

അപ്പുണ്ണി സ്ക്കൂളിൽ പോകുന്ന വിവരം മാളു പറഞ്ഞപ്പോളാണ് അവരറിഞ്ഞത്.

'നേരാടീ?'

'ആ അച്ചമ്മാ, ഞാൻ കണ്ടു.'

'നെനക്കു തോന്നിയതാവും.'

'അല്ലാന്നേയ്. ഞാൻ വർത്തമാനം പറീംകൂടി ചെയ്തു.' എന്നിട്ടേ അവർക്കു വിശ്വാസമായുള്ളു.

'ആ ചെക്കനു ദൈവം ആയുസ്സിട്ടു കൊടുക്കട്ടെ. ഓൾക്ക് അതന്ന്യല്ലേ ഉള്ളൂ?'

പാറുക്കുട്ടി തറവാടിന്റെ മുഖത്തു കരി തേച്ചു എന്നവർക്ക് അന്നൊക്കെ അഭിപ്രായമുണ്ടായിരുന്നു. ആ കാലത്ത് ആരെങ്കിലും പാറുക്കുട്ടിയെപ്പറ്റി ചോദിച്ചാൽ അവർ പറയും; 'ഓള്ന്റെ വട്ടീലു പെറന്നൂന്നേള്ളൂ...'

പക്ഷേ കൊല്ലങ്ങൾ കടന്നുപോയപ്പോൾ പാറുക്കുട്ടിയെപ്പറ്റി അറിയാൻ താത്പര്യമുണ്ടായി. രണ്ടുനാഴിക ദൂരമേയുള്ളു വടക്കേപ്പാട്ടെ തറവാട്ടിൽ നിന്ന് പുത്തൻപറമ്പിലേയ്ക്ക്. പക്ഷേ രണ്ടുനാഴികയ്ക്ക് ആളുകളെ എത്രത്തോളം അകറ്റാമെന്നു മനസ്സിലായി. ആരും അവിടെ പോയിട്ടില്ല. പോയാൽ പിന്നെ അവർക്കു തറവാട്ടിലെ പടി ചവിട്ടേണ്ടിവരില്ല എന്നാണ് താക്കീത്. ആ താക്കീതു ലംഘിക്കാൻ ധൈര്യമുള്ളവരില്ല.

പാറുക്കുട്ടി പ്രസവിച്ചുവെന്ന വാർത്ത വളരെ രഹസ്യമായാണ് വടക്കുപുറത്തെത്തിയത്. ചെറുമികളിലാരോ സ്വകാര്യമായി വന്നു പറഞ്ഞതാണ്. അപ്പോൾ അവർ കൊട്ടിപ്പിടഞ്ഞെഴുന്നേറ്റ് ഇറയത്തേയ്ക്കിറങ്ങിനിന്നു ചോദിച്ചു:

'ഉവ്വോ, നീല്യേ? എന്താ കുട്ടി?'

'ആങ്കുട്ട്യാത്രേ.'

'എപ്പളേ? കളി*ണ്ടായോ? ആരേർന്ന് തൊണയ്ക്ക്?'

'ഇന്നലെ ലാത്തിരി കെടക്കാം പോവുമ്പളാ നോവു തൊടങ്ങീത്. വെള്ക്ക്ണേന്റെ മുമ്പു പെറൂം ചെയ്തു.'

'തൊണയ്ക്കു വെളക്കത്രോളെങ്കിലും...'

അതു മുഴുമിച്ചില്ല. അപ്പോഴേയ്ക്കും മകൾ ചാടി വീണു.

'ആ, അത്ര ദെണ്ണണ്ടങ്കി മോളുടെ പേറു നോക്കാൻ അമ്മയ്ക്കു പൂവ്വായിരുന്നില്ലേ?'

---

* പ്രസവത്തിനുള്ള വിഷമം

അവർ വേഗം തിരിച്ചുചെന്ന് ഇരുട്ടുനിറഞ്ഞ തന്റെ മുറിയിലെ കട്ടിലിൽ ചെന്നിരുന്നു.

കോന്തുണ്ണിനായർ! മരിച്ചുവെന്നു കേട്ട ദിവസം ആരും കാണാതെ ആ മുറിക്കകത്തിരുന്നു കരഞ്ഞു. അവൾക്കിനി ആരാണുള്ളത്?

ഉറക്കെ ഒന്നും പറയാൻ വയ്യാ. വടക്കുപുറത്തു വരുന്ന ഉമ്മയെയോ ചെറുമിയെയോ ഒറ്റയ്ക്കു കണ്ടു കിട്ടിയാൽ വല്ലതുമൊക്കെ ചോദിച്ചറിയും. മൂത്ത മകൾ കേൾക്കാതെ വേണം. മീനാക്ഷിക്ക് എന്തു കേട്ടാലും ഭാവവ്യത്യാസമില്ല. കരയാൻ ഇടയില്ല, ചിരിക്കാനാവില്ല എന്ന മട്ടിലാണ് എപ്പോഴും മീനാക്ഷിയുടെ മുഖം.

അപ്പുണ്ണിയെ ഒന്നു കാണണമെന്നുണ്ടായിരുന്നു. പടിയ്ക്കലൂടെ നിത്യവും രണ്ടുനേരം പോകുമെന്നാണ് പറഞ്ഞത്. ഭാസ്ക്കരനും കൃഷ്ണൻ കുട്ടിയും പഠിക്കുന്ന സ്ക്കൂളിൽതന്നെയാണ് അവൻ പഠിക്കുന്നത്.

ഭാസ്കരനോട് അങ്ങനെയൊന്നും ചോദിക്കാൻ വയ്യാ. വളരെ മയത്തിൽ 'മോനേ, ഭാസ്ക്കരാ, ന്റപ്പു ഇവിടെ വന്നാ' എന്നൊക്കെ പറഞ്ഞാൽ അവൻ നല്ലനേരം നോക്കി അടുത്തുവരും.

'ന്റെ മോൻ ഷ്ക്കൊള്ന്ന് അപ്പുണ്ണീനെ കാണാറുണ്ടോ?'

'ഞാനാരീം കാണാറില്ല്യ.'

'അല്ല ബാസ്കരാ, ഓനും നെന്റെ ഷ്ക്കോള്ത്തന്ന്യല്ലേ?'

'കുട്ട്യോള്ള്യാക്കെ ദിവസവും കണ്ടു ഞാൻ കണക്കെടുക്കണംന്നുണ്ടോ?' എന്നാണവൻ ചോദിച്ചത്.

വൈകുന്നേരം തൊടിയുടെ അതിരിൽ ചെന്നു നിന്നാൽ അപ്പുണ്ണിയെ കാണും. പക്ഷേ മുറ്റത്തേയ്ക്കിറങ്ങാൻതന്നെ കുറെ പ്രയാസമുണ്ട്. മുതുകു നിവരില്ല. പത്തുപന്ത്രണ്ട് ഒതുക്കുകൾ ഇറങ്ങിയിട്ടുവേണം തൊടിയിലെത്താൻ. ഇറങ്ങിയാലും കയറിപ്പോരാൻ വലിയ പണി. പിന്നെ, അതിരിൽ ചെന്നു നിന്ന് അപ്പുണ്ണിയോടു സംസാരിക്കുന്നത് ആങ്ങള കണ്ടാൽ കണക്കായി.

ചവിട്ടുമെന്നാണ് പണ്ടു പറഞ്ഞത്. അത് അവർക്ക് എത്രയായാലും മറക്കാൻ കഴിയുന്നില്ല. കുട്ടിക്കാലത്ത്, മേലു മുഴുവൻ ചിരങ്ങുപിടിച്ചു നടക്കുന്ന കാലത്ത്, മുള്ളിലപ്പൊടിയിട്ടു തേപ്പിച്ചിരുന്നതും കുളിപ്പിച്ചിരുന്നതും അവരാണ്. അമ്മയ്ക്കു കുട്ടികളെ നോക്കാൻ നേരമുണ്ടായിരുന്നില്ല. രാവിലെ ഒക്കത്ത് ഇരുത്തിയാൽ വൈകുന്നേരം ഉറക്കികിടത്താനായിരിക്കും താഴെ വെയ്ക്കുക. അങ്ങനെ കൊണ്ടുനടന്നു ചോറു കൊടുത്ത്, കുളിപ്പിച്ച്, കൂടെക്കിടത്തി ഉറക്കി വളർത്തിയ അനുജനാണ് കുഞ്ഞികൃഷ്ണൻ. കാരണവരായപ്പോൾ സംസാരിക്കാൻ നേരവും സൗകര്യവുമൊക്കെ നോക്കിചെന്നിട്ടുവേണം. അവസാനം കിട്ടിയത്, 'ചവിട്ടീട്ടു ഞാൻ'

അതോർത്തപ്പോൾ അവരുടെ കണ്ണുകൾ നിറഞ്ഞു.

'അനുഭവിക്കും, ഇതിനൊക്കെ അനുഭവിക്കും.'

'ആരോടാ അച്ചമ്മ പറേണ്?'

മാളു വാതില്ക്കൽനിന്ന് എത്തിനോക്കി ചോദിച്ചു.

'ആരോടൂല്യാ, ന്റെ കുട്ട്യേ, പതിറ്റടി വിരീണ നേരായ്യോ?'

'ആവ്ണൂ, അച്ചമ്മാ.'

'ഒന്നു കാണായിരുന്നുച്ചാൽ അയിനും ആ കാലൻ സമ്മതിയ്ക്കില്ല്യ.'

'അപ്പുണ്ണ്യേട്ടൻ വരാൻ ഇത്തിരീംകൂടി കഴീണം.' മാളുവിന് ഒരു കണക്കുണ്ട്: 'ഓമത്തയ്യിന്റെ നിഴൽ പാത്രം തേയ്ക്കുന്ന കല്ലിൽ തൊട്ട് ഇത്തിരി കൂടി കഴിയണം; അപ്പോഴേ അപ്പുണ്ണ്യേട്ടൻ വരുള്ളു.'

'പറഞ്ഞിട്ടെന്താ, ആ കാലൻ പടിയ്ക്കലെത്തീട്ടുണ്ടാവൂലോ.'

'വലിയമ്മാമ പോയീലോ.'

കാലനെപ്പറ്റി പറഞ്ഞുപോയത് അവൾ മനസ്സിലാക്കിയത് അവർക്കു രസിച്ചില്ല.

'നെനക്കാ നിശ്ശം!'

'ഉവ്വച്ചമ്മാ, അമ്മിണിയേടത്തീം വെല്ലിമ്മാമീം കൂടീട്ടാ പോയത്. മറ്റന്നാളേ വര്ള്ളുത്രേ.'

'പോയാലും വന്നാലും നിക്കൊന്നൂല്ല്യ.'

അവരാലോചിച്ചു, ആങ്ങളയില്ല. അപ്പുണ്ണിയെ ഒന്നു കണ്ടു വിവരങ്ങൾ അന്വേഷിച്ചാലോ?

കുഞ്ചുകുട്ടിക്ക് അതിഷ്ടമാവില്ല. പക്ഷേ അവളുടെ ഇഷ്ടവും ഇഷ്ട ക്കേടും എന്തിനു ശ്രദ്ധിക്കുന്നു?

കുഞ്ചുക്കുട്ടി ചെറുപ്പത്തിൽ ഇങ്ങനെയായിരുന്നില്ല. മൂന്നു പെൺമക്ക ളിൽവെച്ചു കൂടുതൽ സ്നേഹമുള്ളവളായിരുന്നു. നമ്പൂരി സംബന്ധം തുട ങ്ങിയതു മുതല്ക്കേ മട്ടൊക്കെ മാറി. അവൾക്കിഷ്ടമുണ്ടായിരുന്നില്ല ആ ബന്ധം. അമ്മയും അമ്മാമയും നിർബന്ധിച്ചപ്പോൾ എതിരു പറഞ്ഞില്ലെന്നു മാത്രം. അതുകൊണ്ടാണിപ്പോൾ അന്തസ്സു കാട്ടാറായത്. ഉം. കഴുങ്ങാവും കാലത്തു മടിയിൽ വയ്ക്കാനാവില്ലല്ലോ എന്നാണവരുടെ സമാധാനം.

'മാളോ'

മാളു അടുക്കളയിൽ എത്തിക്കഴിഞ്ഞിരുന്നു. അവൾ മടങ്ങി വന്നു.

'എന്തേ, അച്ചമ്മാ?'

'ഏട്ടന്റമ്മ എവിട്യാടി?'

'ഏട്ടന്റമ്മീം തങ്കേടത്തീം കൊളത്തിലാ.'

അവർ പതുക്കെ എഴുന്നേറ്റു.

'നീയ്യന്റെ കൂടെ വന്നാ. നോക്ക് ആ തൊടീലൊന്നു പൂവ്വാ.'

അപ്പുണ്ണിയെ കാണാനാണെന്നു പറയാൻ മടിയുണ്ടായിരുന്നു.

'ഒതുക്കെറങ്ങാൻ വയ്ക്ക്വോ, അച്ചമ്മാ?'

'അതൊക്കെ വയ്ക്ക്വെടീ.'

മാളുവിന്റെ സഹായത്തോടെ പതുക്കെപ്പതുക്കെ ഒതുക്കിറങ്ങി. തൈക്കു ഴികൾക്കിടയിലൂടെ നടക്കാൻ ഇത്തിരി പ്രയാസമുണ്ട്. കണ്ണു കുറച്ചു മങ്ങി യിരിക്കുന്നു. അതിരിനടുത്തു ചെന്നു നിന്നു.

മാളു പാടത്തിന്റെ മറുകരയിലോളം കണ്ണയച്ചു. ആരെയും കാണുന്നില്ല. കുറച്ചുനേരം നിന്നപ്പോൾ തെക്കു കൊള്ളി കുത്തിയതിനപ്പുറത്തെ കടായ യ്ക്കടുത്ത് ഒരു വെളുപ്പു കണ്ടു. കുറെ അടുത്തെത്തിയപ്പോൾ മാളു പറഞ്ഞു:

'അതാ അപ്പുണ്ണ്യേട്ടൻ'

പക്ഷേ അപ്പുണ്ണി വേലിക്കടുത്തുള്ള വഴിയിലൂടെ വരാതെ പാടത്തിന്റെ നടുവിലെ വരമ്പിലൂടെയാണ് നടക്കുന്നത്.

'ഇങ്ങട്ടു വിളിക്കടീ. അമ്മമ്മ ഇബടെ നിക്കണ്ണ്ട്ന്ന് പറയ്.' അവർ ധൃതികൂട്ടി.

അവിടെനിന്നു വിളിച്ചാൽ അപ്പുണ്ണ്യേട്ടൻ കേട്ടില്ലെങ്കിലോ? അവൾ വേലി പൊളിഞ്ഞേടത്ത് ഇറങ്ങി വരമ്പത്തേക്ക് ഓടി.

അപ്പുണ്ണി വിയർപ്പിൽ കുളിച്ച്, പുസ്തകക്കെട്ടു കക്ഷത്തിടുക്കി, മുണ്ടു മടക്കിക്കുത്തി പതുക്കെപ്പതുക്കെ നടന്നുവരികയാണ്.

ചെന്നപാടെ അവൾ ധൃതിയിൽ പറഞ്ഞു:

'അപ്പുണ്ണ്യേട്ടനെ വിളിക്ക്ണു.'

നിൽക്കാതെതന്നെ അവൻ ചോദിച്ചു:

'ആര്?'

'അച്ചമ്മ, ആ വരുമ്പ്ല്ണ്ട്.'

'ഞാനെങ്ങട്ടൂംല്ല്യ.'

'അച്ചമ്മ പറഞ്ഞിട്ടാ. അതാ അച്ചമ്മ നിക്ക്ണൂ.'

'ഞാനെങ്ങട്ടും ഇല്ല്യാന്നു പറഞ്ഞില്ല്യേ?'

അവന്റെ നടത്തത്തിനു വേഗം കൂടി.

അവൾ നിരാശതയോടെ തിരിച്ചുപോന്നു. അടുത്തെത്തിയപ്പോൾ അച്ചമ്മ വിളിച്ചു ചോദിച്ചു:

'എവിടേടീ?'

'വരാൻ കൂട്ടാക്കീല്ല്യ, അച്ചമ്മേ.'

'ഞാൻ വിളിയ്ക്കണൂന്ന് പറഞ്ഞിട്ടുണ്ടാവില്ല്യ പെണ്ണ്.'

'ഉവ്വച്ചമ്മാ, ഞാനെങ്ങട്ടുംല്ല്യാന്നു പറഞ്ഞു നടന്നു.'

അവർ ഒന്നും മിണ്ടാതെ, എന്തോ ആലോചിച്ചുകൊണ്ടു നിന്നശേഷം ഒരു നെടുവീർപ്പോടെ പറഞ്ഞു:

'ഓൻ വരില്ല്യാ. എങ്ങന്യാ ഓൻ വര്ാ?'

നാല്

പിറ്റേന്ന് തിരുവാതിരയാണ്. ഈസുപ്പിന്റെ പീടികയിൽ പതിവിലധികം തിരക്കുണ്ടായിരുന്നു.

അഞ്ചുറപ്പികത്തൂക്കം മുളകുവേണം. അതു വാങ്ങാമെന്നുവെച്ചാണ് മനയ്ക്കലെ പണി കഴിഞ്ഞ് ശങ്കരൻനായർ നിരത്തിലേക്കിറങ്ങിയത്. വാപ്പുവിന്റെ പീടികയിൽ കച്ചവടം മോശമാണ്. അതുകൊണ്ടു പഴയ സാധനങ്ങളായിരിക്കും ഉണ്ടാവുക. ഈസുപ്പിന്റെ പീടികയിൽനിന്നേ വല്ലതും വാങ്ങാറുള്ളു.

തിണ്ണയിൽ ജോലിയില്ലാത്തവരായ പതിവുകാർ എല്ലാവരുമുണ്ട്. തുന്നൽക്കാരന്റെ ചുറ്റുമായി മൂന്നുനാലു കുട്ടികളിരിക്കുന്നുണ്ട്.

മുളയങ്കാവിലെ പൂരത്തെപ്പറ്റിയാണ് അവിടെ സംസാരിച്ചിരുന്നത്. കഴിഞ്ഞ കൊല്ലം മുളയങ്കാവിൽ പോയി പൂരം കണ്ടുവന്ന ഒരാളുണ്ട് കൂട്ടത്തിൽ– വേലപ്പൻ. വേലപ്പൻ പൂരത്തിന്റെ വിശേഷങ്ങൾ വിവരിക്കുന്നതു കേട്ടുകൊണ്ടിരിക്കുകയാണ് രാവുണ്ണിയും അസ്സൻകുട്ടിയും. പാലത്തിങ്ങൽ കുഞ്ഞുവും ഊക്കൻബാപ്പുട്ടിയും തമ്മിൽ ഇലക്കച്ചവടത്തിന്റെ കണക്കുകൾ പറയുകയാണ്.

ശങ്കരൻനായർ കടന്നുചെന്നപ്പോൾ മുളയങ്കാവിലെ പൂരത്തിന്റെ ബഹളം ഒന്നുനിന്നു. രാവുണ്ണി ചോദിച്ചു:

'തിരുവാതിര എവിടെത്തീ, ശങ്കരൻനായരേ?'

'നമ്മക്കൊക്കെ എന്തു തിരുവാതിര?'

അയാൾ തിരക്കിലൂടെ തിക്കിക്കടന്ന് അഞ്ചുറുപ്പികത്തൂക്കം മുളകിനു വിളിച്ചു പറഞ്ഞു.

'എന്താ, ഛങ്കരന്നായരേ, കോളിത്ര മോസം?'

മുസലിയാർ ചോദിച്ചു.

'അത്ര്യോക്കെ മതീന്നേയ്.'

വേലപ്പനും രാവുണ്ണിയും അസ്സൻകുട്ടിയും അതിലിടയ്ക്ക് കണ്ണുകൾ കൊണ്ടൊന്നു സംസാരിച്ചു. അസ്സൻ കുറ്റിബീഡി കത്തിച്ച് ഈസുപ്പിന്റെ മേശപ്പുറത്തേക്കു തീപ്പെട്ടി എറിഞ്ഞുകൊടുത്ത് ഒന്നു ചിരിച്ചിട്ടു പറഞ്ഞു:

'ശങ്കരന്നായരക്കിപ്പോത്തിരി ചെലവൊക്കെള്ള കാലല്ലേ?'

'അതെന്താടോ?'

ഈസുപ്പു ചോദിച്ചു.

'അയാളൊടെന്നെ ചോയ്ച്ചോക്കിൻ.'

'അനക്കു പ്രാന്താ. ണ്ടെങ്കില് നായര്ന്നോടു പറയും.'

'പുത്തൻതിരുവാതിരടെ കോള്ങ്ങനൊന്നും ആയാപ്പോരാ, നായരേ.'

ശങ്കരൻനായർക്കു കാൽവിരൽത്തുമ്പിൽനിന്ന് ഒരു വിറ കയറിവന്നു. ഒന്നും മിണ്ടിയില്ല. മുസലിയാർ മുളകു പൊതിഞ്ഞിട്ടില്ല.

ഇലക്കച്ചവടത്തെപ്പറ്റി സംസാരിച്ചിരുന്ന ഊക്കൻബാപ്പുട്ടിയും ആ സംഭാഷണത്തിലേക്കു കടന്നു.

'എന്താ ഈസുപ്പ്ക്കാ, ചങ്കരൻനായർക്ക് പുത്യേ കോളുവല്ലതും ണ്ടോ?'

'നിയ്ക്കറിഞ്ഞൂടാ. രാവുണ്ണ്യോട് ചോയ്ക്കീ. ഓന് നിശ്ശംണ്ടാവും.'

'ന്താന്നും, നായരേ, ഞമ്മളോടൊന്നും പറയാത്ത്?'

ശങ്കരൻനായരുടെ ക്ഷമയുടെ വരമ്പുകൾ പൊട്ടുകയായിരുന്നു. പതിഞ്ഞ സ്വരത്തിൽ ഊക്കൻബാപ്പുട്ടി പറഞ്ഞു:

'സംഗതി മോസല്ല്യാ, നായരേ, അമ്മുക്കുട്ടിപ്പളും ഒരു മൊതലാ.'

തൂണിൽ പിടിച്ചുകൊണ്ടു പാതി കണ്ണുചിമ്മി ഒരു നനഞ്ഞ കോഴിയേപ്പോലെ, നിന്നിരുന്ന ശങ്കരൻനായർ തിരിഞ്ഞു തിണ്ണയിൽ ചുണ്ടുകൂർപ്പിച്ചു ബീഡി മൊത്തിക്കൊണ്ട് കള്ളച്ചിരിയോടെ ഇരിക്കുന്ന ബാപ്പുട്ടിയുടെ ചെകിടത്ത് ആഞ്ഞൊന്നടിച്ചു.

ആളുകളുടെ സംസാരവും ചിരിയും പെട്ടെന്നു നിലച്ചു. അടി വീണത് അത്ര പെട്ടെന്നായിരുന്നു. അന്തരീക്ഷം ഒരു നിമിഷം വെറുങ്ങലിച്ചു പോയി. സാമാനം വാങ്ങാൻ വന്നവർ അരുകിലേയ്ക്കു ഒതുങ്ങിനിന്നു.

ആളുകൾ ബാപ്പുട്ടിയുടെ നേരെ ഉത്കണ്ഠയോടെ നോക്കി. അവന്റെ കണ്ണിൽ തീയുണ്ട്. അവനെന്തും ചെയ്യാൻ മടിക്കാത്തവനാണ്. മൂന്നു ക്രിമിനൽ കേസുകളിൽ പ്രതിയായിരുന്നു. ജയിലിൽ ഒരിക്കലേ പോയിട്ടുള്ളുവെങ്കിലും 'കണ്ണൂരുജയില് ആണുങ്ങൾക്കാണെ'ന്നു വിശ്വസിക്കുന്നു.

അവൻ ചാടിയെഴുന്നേറ്റു നോക്കുമ്പോൾ അരപ്പട്ടയിൽ തിരുകിവെച്ചിരുന്ന കത്തി കൈയിലുണ്ട്.

'ചതിക്കല്ലേ വാപ്പുട്ട്യേ–'

ഈസുപ്പു നെഞ്ചിൽ കൈവെച്ചു നിലവിളിച്ചു. പക്ഷേ ശങ്കരൻനായർ കത്തി തിളങ്ങുന്ന ആ കൈ കണ്ടിട്ടും അനങ്ങാതെ നില്ക്കുകയായിരുന്നു.

കത്തിപിടിച്ച കൈ പെട്ടെന്നുയർന്നപ്പോൾ ഉരുണ്ട രോമം നിറഞ്ഞ ഒരു പരുക്കൻ കൈ വന്നു പൊടുന്നനെ തടഞ്ഞു. നോക്കുമ്പോൾ സെയ്താലിക്കുട്ടിയാണ്.

'വിടിൻ, സെയ്താലിക്കുട്ടിക്കാ.'

'മടക്ക്, വാപ്പുട്ട്യേ, കത്തി.'

'ഇന്നായരുടെ കൊടലു ഞാൻ എട്ത്തിട്ടില്ലെങ്കി ന്റെ വാപ്പ ഊക്കൻ അയ്ത്രുമാനല്ല.'

'ഞാനാ പറഞ്ഞ്, കത്തി മടക്കാൻ. അനക്ക്ന്റെ കയ്യിന്നും കൊള്ളും അല്ലെങ്കി.'

ബാപ്പുട്ടി മനമില്ലാമനസ്സോടെ കൈ പിൻവലിച്ചു. കിതച്ചു കൊണ്ടു നില്ക്കുന്ന അവന്റെ കൈയിലെ കത്തി വാങ്ങി മടക്കി അരപ്പട്ടയിൽ തിരുകിക്കൊടുത്തു സെയ്താലിക്കുട്ടി പറഞ്ഞു:

'വാപ്പുട്ട്യേ, ഇജ്ജ് കുരുത്തക്കേടു കാണിക്കല്ലേ.'

അവൻ ചുവന്ന മുഖവുമായി അനങ്ങാതെ നിന്നു.

'നായരു പൊക്കോളീ...'

വിശേഷിച്ചൊന്നും സംഭവിയ്ക്കാത്ത മട്ടിൽ ശങ്കരൻനായർ ഇറങ്ങിപ്പോന്നു.

നിരത്തിലൂടെ നടക്കുമ്പോൾ അയാളുടെ മനസ്സിൽ കടന്നൽക്കൂടുകൾ ഇളകിപ്പറക്കുകയായിരുന്നു.

'നായ്ക്കൾ... അവരെന്നെ ദുഷ്പ്പേര് കേൾപ്പിക്കും.'

ഓർത്തപ്പോൾ അയാൾക്കു താൻ തെറ്റുകാരനാണെന്നു തോന്നി. ഈ കേട്ടത് ഒരപവാദമാണ്. അതിനുത്തരവാദി താനല്ലേ? അവിടെ പോവുന്നതും സംസാരിക്കുന്നതും ആളുകൾ ശ്രദ്ധിക്കുന്നുണ്ട്. ഒന്നും വേണ്ടിയിരുന്നില്ല.

ഒരു തെറ്റും ചെയ്തിട്ടില്ല. ആരും തുണയില്ലാത്ത ഒരു കുടുംബത്തിനു ചില ചെറിയ സഹായങ്ങൾ ചെയ്തു. അത്രമാത്രം. അതിന്, അതിന് അവരുടെ മേൽ–

ശങ്കരൻനായരുടെ ചോര തിളച്ചു. അയാൾ ധൃതിയിൽ നടന്നു. അച്ചുമ്മാന്റെ പീടികയുടെ താഴെ എത്തിയപ്പോൾ മുകളിൽനിന്നു വിളിച്ചു:

'ശങ്കരാ!'

'നാശം!' അയാൾ പിറുപിറുത്തു. ഇനി അങ്ങോട്ടു കയറാതിരിക്കാൻ നിവൃത്തിയില്ല.

'ഇങ്ങോട്ടൊന്നു കേറടോ.'

അച്ചുമ്മാൻ വീണ്ടും വിളിക്കുന്നു.

ശങ്കരൻനായർ അവിടെ കയറി.

'എന്താ കാര്യസ്സൻ?'

അയാൾ ഒന്നും മിണ്ടിയില്ല.

'ന്നാ ഈ മുറുക്കാനൊന്ന് ഇടിച്ചാ.' മുറുക്കാനിടിക്കുന്ന ചെറിയ ഉരലും ഉലയ്ക്കലും നീക്കിവെച്ചു. ശങ്കരൻനായർ ലോകത്തോടു മുഴുവൻ ദേഷ്യം വെച്ചുകൊണ്ടു മുറുക്കാൻ ഇടിച്ചു.

'എടോ ഒരലു പൊളിക്കണ്ടാ.'

ശങ്കരൻനായർ അതു കേട്ടില്ലെന്നു ഭാവിച്ചു. ഇടിച്ച മുറുക്കാൻ ചുരണ്ടിയെടുത്ത് അച്ചുമ്മാന്റെ കൈയിൽ വെച്ചുകൊടുത്തു.

'എന്തൊക്ക്യാടോ നാട്ടുവർത്തമാനം?'

പല്ലില്ലാത്ത വായിൽ മുറുക്കാനിട്ടു ചവച്ചുകൊണ്ട് അച്ചുമ്മാൻ ചോദിച്ചു.

'ഒന്നുല്ല്യ.'

'മനയ്ക്കലെ സ്ഥിതി എന്തൊക്ക്യാ?'

'മോശംല്ല്യ.'

'എടോ, നെന്റെ കായ്ക്കറ്യൊക്കെ പൊട്ടിചോ?'

'പൊട്ടിക്കാറായിട്ടില്ല്യ.'

'ഹും.' അച്ചുമ്മാൻ നെഞ്ചു തടവി, പാളവിശറികൊണ്ടു വീശി കസേരയിൽ ചാഞ്ഞുകിടന്നു.

'പുത്തൻപറമ്പിലെ കാര്യൊക്കെ നീയാ അന്വേഷിക്ക്ണ്ന്നു കേട്ടല്ലോ, ശങ്കരാ. ശര്യാ?'

ശങ്കരൻനായർ നാക്കറ്റപോലെ നിന്നുപോയി.

'എന്താടോ?'

അയാൾ ഒന്നു മൂളി.

ഒരു പരിഹാസച്ചിരിയോടെ അച്ചുമ്മാൻ വീണ്ടും ചോദിച്ചു:

'ഇതെന്നു മൊതല്ക്കേ?'

അച്ചുമ്മാനായിപ്പോയി!... ശങ്കരൻനായർ അരിശമടക്കിക്കൊണ്ടു പറഞ്ഞു: 'കൊറച്ചു ദിവസമായി'

'തെറ്റില്ല്യ. അതൊക്കെ വേണ്ടതന്യാ... ആ പെണ്ണിന് ആണും തൂണുല്ല്യ.' ജനാലയുടെ അഴിക്കിടയിലൂടെ, ഒച്ചയോടെ പാറ്റിത്തുപ്പി അച്ചുമ്മാൻ തുടർന്നു: 'പക്ഷേ ചീത്തപ്പേരു കേൾപ്പിക്കരുത്. നാലാളെ വിളിച്ചു നെനക്കു മര്യാദ യ്ക്കെന്നെ ചെന്നെറങ്ങിപ്പോന്നൂടെ?'

ശങ്കരൻനായരുടെ നെറ്റിയിൽ വിയർപ്പു പൊടിഞ്ഞു. എന്താണ് അച്ചുമ്മാൻ പറയുന്നത്? 'നെനക്കു പത്തുനാല്പത്തിരണ്ടു വയസ്സായില്ലേ? ഒരു സമ്മന്ത മൊക്കെ ആയോണ്ടു തെറ്റൊന്നൂല്ല്യ.'

ശങ്കരൻനായർക്കവിടെ ഇനി നില്ക്കാൻ വയ്യെന്നു തോന്നി.

'ഇത്തിരി തേവാന്ണ്ട്- ഞാൻ പിന്നെ കണ്ടോളാം.' എന്നും പറഞ്ഞ് അയാൾ മറുപടി കാക്കാതെ വേഗം ഇറങ്ങിപ്പോന്നു.

അന്നു രാത്രിയിൽ അയാൾ ഉറങ്ങിയില്ല.

ഇല്ലത്തുവെച്ചു പാറുക്കുട്ടിയെ കാണുമ്പോൾ മുഖത്തു നോക്കാനൊരു മടി. ആളുകൾ പറയുന്നത് അവളുടെ ചെവിയിലെത്തിയിട്ടുണ്ടോ? ആളു കൾക്കു പറയാൻ അത്രയൊക്കെ മതി. അയാൾ ഇടയ്ക്കവിടെ പോകുന്നുണ്ട്; സംസാരിച്ചിരിക്കുന്നുണ്ട്. പാറുക്കുട്ടി എന്തെങ്കിലും കാര്യമുണ്ടെങ്കിൽ ആലോ ചിക്കുന്നത് അയാളോടു മാത്രമാണ്.

അപ്പുണ്ണിയെ ചേർക്കാൻ കൊണ്ടുപോയത് അയാളാണ്. വേലി കെട്ടിച്ചതും അവനു ഫീസുകൊടുക്കാൻ പണം തികയാതെ വന്നപ്പോൾ പണം ഉണ്ടാ ക്കിക്കൊടുത്തതും അയാളാണ്. അപ്പോൾ ആളുകൾക്കു പറയാം.

ആലോചിക്കുമ്പോൾ, ചോദിക്കാൻ തോന്നുകയാണ്. അതിലെന്താണ് തെറ്റ്? അവരെ സഹായിക്കാനാരുമില്ല, കഴിയുന്നതു താൻ ചെയ്യുന്നു. ദൈവ ത്തിന്റെ മുമ്പിൽ അതിലൊരു തെറ്റുമില്ല.

ആളുകൾ പറയട്ടെ, അയാൾക്കു പുല്ലാണ്! ചിലയ്ക്കുന്ന പട്ടികൾ. അയാൾ ഒരാണാണ്. ഇവരുടെ ആരുടെയും ഔദാര്യം പറ്റാതെയാണ് ഇത്രനാൾ ജീവി ച്ചത്. അവരെ അപവാദം കേൾപ്പിക്കാൻ അനുവദിക്കുകയില്ല. വേണ്ടിവന്നാൽ- അയാൾ സ്വയം പറഞ്ഞു: 'തെങ്ങുംപൊറ്റയിൽ ശങ്കരൻ നേരും നെറിയും കെട്ടവനല്ല.'

ഒരു തീരുമാനത്തിലെത്തിയശേഷമാണ് അയാൾ പുത്തൻപറമ്പിലേയ്ക്കു നടന്നത്! എല്ലാവരും കാണട്ടെ എന്ന ധീരതയോടെ അയാൾ ആ പടി കയ റി. അസ്തമിച്ചുകഴിഞ്ഞെങ്കിലും ഇരുട്ടിയിട്ടില്ല. മുറ്റത്തെത്തിയപ്പോൾ, വാതിൽ തുറന്നു പാറുക്കുട്ടിയമ്മ സന്ധ്യാദീപവുമായി ഉമ്മറത്തേയ്ക്കു വരുന്നു.

'ദീപം... ദീപം...'

ആ കൊച്ചു നിലവിളക്കിന്റെ നേർത്ത പ്രകാശം അവരുടെ മുഖത്തു വീഴു ന്നുണ്ട്. ഇല്ലത്തെ ഉരല്പുരയിലും പരിസരത്തിലും കാണുന്ന ദാസിപ്പെണ്ണാ ണതെന്നു വിശ്വസിക്കാൻ വയ്യാ. കുളിച്ച് ഈറൻമുടി പിന്നിൽ പരത്തിയിട്ടിരി ക്കുന്നു. നെറ്റിയിൽ ഭസ്മം തൊട്ടതു തെളിഞ്ഞുകാണാം. നേർത്ത പ്രകാശം വീഴുന്ന ആ മുഖത്തു വേദനിപ്പിക്കുന്ന എന്തോ ഒന്നുണ്ട്.

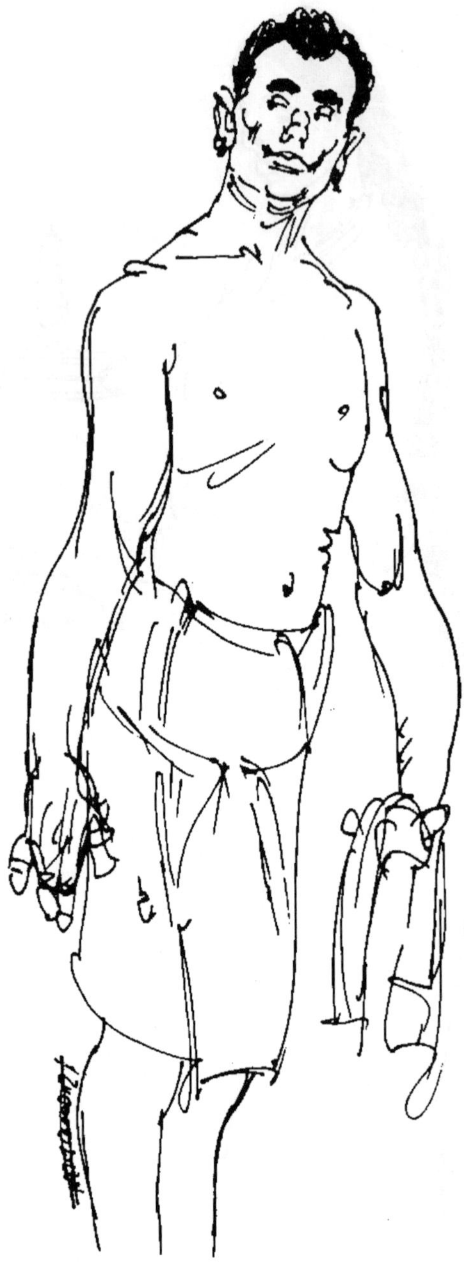

ഉമ്മറത്തേയ്ക്ക് അയാൾ കയറുമ്പോൾ വീണ്ടും ഒരപരാധബോധം അയാളെ വിഷമിപ്പിച്ചു. എങ്കിലും ധൈര്യമവലംബിച്ച് എന്തെങ്കിലുമൊന്ന് ചോദിക്കേണ്ടേ എന്നോർത്തു ചോദിച്ചു.

'വെളക്കൊളുത്തി കാട്ടണ്ട നേരൊക്ക്യായോ?'

പാറുക്കുട്ടി ഇടത്തെ കൈയിലേയ്ക്കു കൊച്ചു നിലവിളക്കു മാറ്റിപ്പിടിച്ചു വലത്തെ കൈയിന്റെ ചൂണ്ടുവിരൽകൊണ്ടു തിരി നീട്ടിക്കൊണ്ടു പറഞ്ഞു:

'ആയിച്ചിട്ട്വേ, ശങ്കരൻനായര് ഇപ്പോ പോന്നോള്ളൂ?'

'ഇല്ലത്ത്ന്ന് ഉച്ചയ്ക്കു പോന്നു. രണ്ടു കൊട്ട തേവാൻണ്ടായിരുന്നു. ത്ലാൻ ഒഴിഞ്ഞുകിട്ടണ്ടേ?'

അയാൾ തിണ്ണയിലിരുന്നുകൊണ്ടു ചോദിച്ചു:

'അപ്പുണ്ണി എവിട്യ്യേ?'

'ഓൻ കുളിക്കാൻ പോയിരിക്ക്യാ.'

അവിടെ സംഭാഷണം നിലച്ചു. നിലവിളക്കു താഴെ വെച്ചു പാറുക്കുട്ടി വാതിലിന്നടുത്തായി ചുമരും ചാരി നിന്നു.

അയാളുടെ മനസ്സിൽ, ഒരു ചുഴലിക്കാറ്റുപോലെ, വാക്കുകൾ വട്ടം ചുറ്റുകയായിരുന്നു. പറയണം... പറയണം... പടി കയറുമ്പോൾ തൊണ്ട നിറച്ചും ധീരതയുള്ള വാക്കുകൾ ഉണ്ടായിരുന്നു. എല്ലാം തടഞ്ഞുനില്ക്കുന്നതു പോലെ. വളരെ പ്രയാസപ്പെട്ട് അയാൾ മുഖമുയർത്താതെ വിളിച്ചു:

'പാറുട്ട്യമ്മേ...'

അവൾ മുഖമുയർത്തി

'ഞാനിവിടെ വര്ന്നത്ന് ആള്വോള് അതുംദും പറയ്ണ്ണ്ട്...'

വളരെ ശാന്തമായി പാറുക്കുട്ടി പറഞ്ഞു:

'ആള്വോൾക്ക് എന്താ പറയാൻ വയ്യാത്ത്?'

അയാൾക്കൊരു ധൈര്യം കിട്ടി.

'ഞാൻ കാരണം നിങ്ങൾക്കൊരു ദുഷ്പേരുണ്ടാവണംന്ന് നിയ്ക്കൊട്ടുംല്ല്യ.'

പാറുക്കുട്ടി അമ്പരപ്പോടെ അയാളെ നോക്കി. എന്നിട്ടു പറഞ്ഞു:

'നിങ്ങളേ നിയ്ക്കൊരു സഹായംള്ളു.'

ശങ്കരൻനായർക്കു കുറേക്കൂടി ആത്മവിശ്വാസം വന്നു.

'പാറുട്ട്യമ്മേ, ഒന്നു വിചാരിക്കരുത്, ഒരു സംഗതി ചോയ്ക്കാനാ ഞാൻ വന്നത്.'

'എന്താ ശങ്കരന്നായരേ?'

'നിങ്ങൾക്കു-നിങ്ങക്കു സഹായത്തിന് ആരുംല്ല്യ. ഞാൻ- ഞാനും ഒറ്റാം തടിയായി ഇശ്ശി കാലായി കഴീണു. പാറുട്ട്യമ്മയ്ക്ക് വിരോധംല്ല്യെങ്കിൽ... നിയ്ക്കിങ്ങനൊരു ബന്ധം..'

'ഇല്ല്യ, ശങ്കരന്നായരേ.'

വ്യക്തമായ സ്വരത്തിൽ പാറുക്കുട്ടി പറഞ്ഞു.

ശങ്കരൻനായർക്ക് തല ഉയർത്താൻ ധൈര്യമുണ്ടായില്ല.

'ന്റെ ആ യോഗൊക്കെ കഴിഞ്ഞു. ഇനി അങ്ങനെ ഒരു കാര്യത്തിനു ഞാൻ വിചാരിച്ചിട്ടില്ല. ഒന്നും വിചാരിക്കരുത്...'

അയാൾ നിശ്ശബ്ദം ഇരുന്നു. ആകെ മനസ്സു പുകയുകയായിരുന്നു. അപ്പോൾ ചവിട്ടുകല്ലു ശബ്ദിച്ചു. അയാൾ മുറ്റത്തേയ്ക്കു നോക്കി. അപ്പുണ്ണി. അവൻ ഇരുവശവും നോക്കാതെ നേരെ അകത്തേയ്ക്കു പോയി.

അയാൾ എഴുന്നേറ്റു.

'പാറുട്ട്യമ്മേ... ഞാൻ പറഞ്ഞത് മറന്നേയ്ക്കൂ. തെറ്റ് ഇന്റെ തന്ന്യാണ്...'

പാറുക്കുട്ടി മുഖം കുനിച്ചു നില്ക്കുകയായിരുന്നു.

'പാറുട്ട്യമ്മേ, ഒന്നും വിജാരിക്കരുത്. എപ്പളും ന്നേക്കൊണ്ട് കഴീണ സഹായം നിങ്ങക്കുണ്ടാവും. അത് മറന്നേയ്ക്കൂ.'

പാറുക്കുട്ടിയുടെ കണ്ണുകളിൽ നനവുണ്ടായിരുന്നു.

അയാൾ പതുക്കെ ഇറങ്ങിപ്പോയി.

അപ്പുണ്ണി അകത്തു ചിമ്മിനിയുടെ വെളിച്ചത്തിൽ പാഠം വായിക്കാൻ തുടങ്ങി. പുസ്തകത്തിൽ കണ്ണുകളുറപ്പിച്ചു നിലത്തു കമിഴ്ന്നു കിടക്കുന്ന അപ്പുണ്ണിയെ ഇമവെട്ടാതെ നോക്കിക്കൊണ്ടു പാറുക്കുട്ടി വാതിൽ പിടിച്ചു നിന്നു.

അവൻ വളരുകയാണ്. പതിനഞ്ചു വയസ്സായ ഒരു കുട്ടിയേക്കാളും വളർച്ച യുണ്ട് അവന്റെ ശരീരത്തിന്. പക്ഷേ അവൻ വളരുന്നതോടെ അകലുക യാണോ?

പണ്ടത്തെപ്പോലെ അധികം സംസാരിക്കാറില്ല. ചോദിച്ചതിനു മാത്രമേ ഉത്തരം പറയൂ. സ്ക്കൂൾവിട്ടു വന്നാൽ അധികസമയം വീട്ടിലിരിയ്ക്കില്ല. തൊടി യിലും ചുറ്റുപാടുമായി നടക്കും. മുത്താച്ചിയുടെ കൊട്ടിലിൽ പോയിരിക്കും. അവൻ നടക്കുന്നതു കാണുമ്പോൾ ഈ ലോകത്തിലൊന്നുമല്ല മനസ്സെന്നു തോന്നും. എളുപ്പത്തിൽ അവനു ശുണ്ഠിപിടിക്കുന്നു... അവൻ മാറുകയാണോ?

അതോർക്കുമ്പോൾ ഹൃദയം നുറുങ്ങുന്നു. മറ്റെന്തും സഹിക്കാം. അവനി ങ്ങനെ നാളുകൾ ചെല്ലുന്തോറും അകന്നകന്നു പോവുകയെന്നത്...

ഉണ്ണാൻ വിളിക്കുന്നതുവരെ വായിക്കും. ഊണു കഴിഞ്ഞാൽ പിന്നെയും വായിക്കും. ഉറക്കം വന്നാൽ വിളക്കൂതി കിടക്കും.

ഒന്നും പറയാനില്ലേ അവന്?

'എന്താ, അപ്പുണ്ണ്യേ, ആലോയ്ക്ക്ണ്?'

'ഒന്നൂല്ല്യ.'

'എന്താ വല്ലാണ്ടിരിക്ക്ണ്?'

'ഒന്നൂല്ല്യ.'

ഒന്നുമില്ലെന്ന ഉത്തരമേ കേൾക്കാറുള്ളു. അത് ആവർത്തിച്ചു കേൾക്കു ന്തോറും അവളുടെ പരിഭ്രമം വർദ്ധിക്കുകയാണ്.

ഭഗവതീ, അവനു നല്ലതു വരുത്തണേ...!

* * * * *

ഉദ്ദേശമൊന്നുമില്ലാതെ നടന്ന് നടന്ന് അപ്പുണ്ണി എത്തിയതു പുഴവക്കത്താണ്.

അവിടെ പുഴ വളഞ്ഞൊഴുകുകയാണ്. ആ തിരിവിൽ വേനല്ക്കാലത്തും ആഴമുണ്ടാവും. പുഴ ഒരു നീർച്ചാലുപോലെ ശോഷിച്ചിരിക്കുകയാണിപ്പോൾ.

തിരിവിലെ അയ്യപ്പൻ കയത്തിനു ചുറ്റുമായി മാത്രം ശാന്തമായ ജലപ്പരപ്പ് ഓളംതല്ലിക്കൊണ്ട് ഇളകുന്നു.

അപ്പുണ്ണി ഒരുയർന്ന തിണ്ടിൽ കയറിയിരുന്നു.

കയത്തിന്റെ ശാന്തത പേടിപ്പെടുത്തുന്നതായിരുന്നു. ചെറിയ ഓളങ്ങൾ ഓരോന്നായി തീരത്തേയ്ക്ക് അടുക്കുന്നു; മുട്ടിത്തകരുന്നു.

ഒഴിവുദിവസമാണ് അന്ന്. പക്ഷേ വീട്ടിലിരിക്കാൻ മനസ്സു തോന്നുന്നില്ല. കളിക്കാനാണെങ്കിൽ കൂട്ടുകാരില്ല. അപ്പോൾ വീട്ടിൽ നിന്നിറങ്ങി നടന്നു. എത്തിയതിവിടെയാണ്.

അയ്യപ്പൻകയത്തിന്റെ മുകളിൽ വെള്ളം ചുഴിയുന്നത് നോക്കിക്കൊണ്ടിരുന്നു. ആ കയത്തിൽ മുങ്ങിയവർ തിരിച്ചുവന്നിട്ടില്ല. കുട്ടിക്കാലത്തു കേട്ടിട്ടുള്ളത്, ആ കയത്തിനടിയിൽ അയ്യപ്പന്റെ മാളികയുണ്ടെന്നാണ്. വർഷക്കാലത്തു പുഴയിലൂടെ വഞ്ചികുത്തിപ്പോകുന്നവർ ആ കയത്തിൽ കാശെറിയാറുണ്ട്, ആപത്ത് പറ്റാതിരിക്കാൻ. കയത്തിനടിയിൽ മാളികയും ദൈവവുമൊന്നും ഉണ്ടാവാൻ തരമില്ല. അതൊക്കെ ചില കഥകളല്ലേ?

തലേ ദിവസംകൂടി രാമകൃഷ്ണൻമാസ്റ്റർ ക്ലാസ്സിൽ പറഞ്ഞത് ഓർമ്മവന്നു.

'കല്ലു കുത്തിയേടത്തൊക്കെ ദൈവം. അതിൽ പല ക്ലാസുകാരുമുണ്ട്. ചിലർക്കു കള്ളും ഇറച്ചിയും മതി. ചിലർക്കു പാലും പഴവുമാണ് വേണ്ടത്. നമ്മുടെ നാട്ടിലെ സ്ഥിതി അതാണല്ലോ.'

രാമകൃഷ്ണൻമാസ്റ്റർ പുതുതായി വന്ന ആളാണ്. നല്ലപോലെ സംസാരിക്കും. ക്ലാസ്സ് ഒരുതരം പ്രസംഗമാണ്. പാഠത്തെപ്പറ്റിയൊന്നുമാവില്ല ചിലപ്പോൾ പറയുക. എന്നാലും കേട്ടിരിക്കാൻ രസമുണ്ട്.

ഒഴിവുദിവസം കിട്ടുന്നത് ഒരു ശാപമാണെന്ന് അപ്പുണ്ണിക്കു തോന്നി. പഠിപ്പുള്ള ദിവസങ്ങളിൽ രാവിലെ പോയാൽ വൈകുന്നേരം തിരിച്ചുവന്നാൽ മതി.

വീട്ടിലിരിക്കാനാണ് വിഷമം.

അമ്മയെ കാണുമ്പോൾ മുത്താച്ചി പറഞ്ഞ വാക്കുകളാണ് ഓർമ്മ വരിക, അപ്പോൾ അവനു കലികയറും.

മുത്താച്ചി പറഞ്ഞതു നേരാണെന്ന് അവനു പിന്നെപ്പിന്നെ ബോധ്യമായിട്ടുണ്ട്.

കുളത്തിൽവെച്ച് ആളുകൾ അവനെ കാണുമ്പോൾ പിറുപിറുക്കുന്നില്ലേ? കാണുന്നവർ കാണുന്നവർ പരിഹാസത്തോടുകൂടിയല്ലേ നോക്കുന്നത്? അവനു മനസ്സിലാവുന്നുണ്ട്...

അയാളെന്തിനാണവിടെ വരുന്നത്? സംസാരിച്ചിരിക്കുന്നതെന്തിനാണ്?....

ആളുകൾ പറയുന്നതു കേട്ടപ്പോൾ തൊലിയുരിയുന്നതുപോലെ തോന്നി.

അയാൾ-അയാൾ അമ്മയെ കല്യാണം കഴിക്കാൻ പോകുന്നുവെന്ന്!

ഇന്നലെ സന്ധ്യയ്ക്കു കുളിക്കാൻ ഇല്ലത്തെ മേല്പുറത്തെ അമ്പലക്കുളത്തിൽ ചെന്നപ്പോൾ ആണുങ്ങളുടെ കടവിൽ നല്ല തിരക്കുണ്ടായിരുന്നു. തൊട്ടടുത്ത് ആനക്കടവാണ്. അതിൽ പടവുകളില്ലാത്തതുകൊണ്ട് ആരും കുളിക്കാറില്ല. അവിടെ ഇറങ്ങിക്കുളിക്കാൻ തുടങ്ങി.

തൊട്ടടുത്താണ് പെണ്ണുങ്ങളുടെ കടവ്. കുളിക്കുന്ന ഒരു സ്ത്രീ ചോദി

ക്കുന്നതു കേട്ടു:

'ഏതാ ആ കുട്ടി?'

'അതേയ്, ആ പാറുക്കുട്ടീടെ മകനാ.'

പിന്നെയും അവർ പറഞ്ഞുതുടങ്ങിയപ്പോൾ ഉള്ളു പിടയ്ക്കുകയായിരുന്നു. കേൾക്കണ്ടാ എന്നാഗ്രഹിച്ചു. പക്ഷേ കേൾക്കേണ്ടിവന്നു.

'തെങ്ങുംപൊറ്റേലെ ശങ്കരന്നായര് അവ്ട്ന്നു പോന്ന സമയംല്ല്യാത്രേ.'

മുങ്ങിയതും തോർത്തിയതും ബോധത്തോടുകൂടിയായിരുന്നില്ല. വീട്ടിലേയ്ക്ക് കലികൊണ്ടപോലെ നടന്നു. വീട്ടിൽ എത്തിയപ്പോൾ കാണുന്നതെന്താണ്? തിണ്ണയിൽ അയാൾ ഇരിക്കുന്നു. അയാൾതന്നെ. ശങ്കരൻനായർ! അമ്മയോടു സ്വകാര്യം പറയുന്നു...

ആട്ടിയിറക്കാനാണ് തോന്നിയത്. അതവന്റെ വീടാണ്. അവന്റെ അച്ഛന്റെ വീടാണ്. താഴത്തേതിൽ കോന്തുണ്ണിനായരുടെ വീടാണ്. അവിടെ കയറിവന്നു സ്വകാര്യം പറഞ്ഞിരിക്കുന്നു.

ആളുകൾ പറയുന്നതു സത്യമാണ്. അയാളിനിയും അവിടെ വരും, അമ്മയുടെ ഭർത്താവാവും. മുലയ്ക്കു വെള്ളമുള്ള കരിങ്കൊറയിലൂടെ ചുമലിലെടുത്തു കൊണ്ടുവന്നതാണ് അച്ഛൻ. എന്നിട്ടും മരിച്ചപ്പോൾ ശങ്കരൻനായരെ...

തീരത്തു വന്നടിക്കുന്ന ചെറിയ ഓളങ്ങൾ തകരുന്നതു നോക്കിക്കൊണ്ട് അവൻ ക്ഷീണിച്ചിരുന്നു. ചുഴിയുന്ന കയത്തിന്റെ നടുവിലേയ്ക്ക് ഒരു കല്ലു വലിച്ചെറിഞ്ഞു.

അയാൾ അമ്മയുടെ ഭർത്താവാവും. അവൻ ആ വീട്ടിൽ ആരുമല്ലാതാവും...

അവനു സ്വന്തമായി ഒരിടവുമില്ല.

എല്ലാവരും ശത്രുക്കളാണ്-ശങ്കരൻനായരും ഭാസ്കരനും വലിയമ്മാമയുമെല്ലാം. അമ്മയും അവരുടെ കൂടെ ചേർന്നു നില്ക്കുകയാണ്.

വടക്കേപ്പാട്ടെ നാലുകെട്ടിൽ വളരേണ്ടതായിരുന്നു. അവിടെ കയറിച്ചെന്നപ്പോൾ ആട്ടിയിറക്കി.

പട്ടിയെ ആട്ടുന്നതുപോലെ...

പുഴുത്ത പട്ടിയെ...

അമ്മ കാരണം തറവാടു നഷ്ടപ്പെട്ടു. ഇനി വീടും നഷ്ടപ്പെടും.

നാലുകെട്ടും നടുമുറ്റവുമുള്ള ആ പഴയ തറവാട്ടിൽ ഭാസ്കരനുള്ളപോലെ സ്ഥാനമുണ്ടാകേണ്ടതായിരുന്നു. എന്നിട്ട്...

പറയാൻ ലജ്ജ തോന്നുന്നു.

കൂട്ടുകാരുടെ മുമ്പിൽ തലയുയർത്തി നില്ക്കാൻ വയ്യാ. ഇല്ലത്തെ നെല്ലുകുത്തുകാരിയുടെ മകൻ.

തെങ്ങുംപൊറ്റയിൽ ശങ്കരൻനായരുടെ ഭാര്യയാണ് അമ്മ.

അവൻ ഒരു കല്ലുകൂടി കയത്തിലേക്കു വലിച്ചെറിഞ്ഞു. പിടഞ്ഞെഴുന്നേറ്റു പുഴവക്കിലൂടെ ഓർത്തോർത്തു നടക്കുമ്പോൾ പിന്നിൽ നിന്നൊരു വിളികേട്ടു.

'അപ്പുണ്ണ്യല്ലേ ദ്?'

ശബ്ദം അവനു മനസ്സിലായി. അയാൾ ഒപ്പമെത്തിയിരുന്നു. പകയോടെ

യാണവൻ ശങ്കരൻനായരെ നോക്കിയത്.

'എന്താ പൊഴവക്കത്ത്?'

'ഒന്നൂല്ല്യ.'

'വെറുതെ നടക്കാനെറങ്ങ്യേ?'

'ഉം.'

അവൻ മുമ്പിൽ നടന്നു. ചുമലിൽ തേക്കുകൊട്ടവച്ച് അയാൾ പിന്നിലും. വഴിക്കു വീതിയുള്ളേടത്തെത്തിയപ്പോൾ അയാൾ ചുമൽ തൊട്ടുകൊണ്ട് അടുത്തു നടന്നു.

മനസ്സു പുകയുകയായിരുന്നു.

– നിങ്ങളെന്റെ ആരുമല്ല.

ഞാൻ നിങ്ങളുടെ ആരുമല്ല.

ഞാൻ താഴത്തേതിലെ കോന്തുണ്ണിനായരുടെ മകനാണ്.

ഞാൻ നിങ്ങളെ വെറുക്കുന്നു.

അപ്പുണ്ണിയുടെ നെറ്റിയിൽ വിയർപ്പു പൊടിഞ്ഞു. അവൻ നടത്തം വേഗത്തിലാക്കി. അയാളൊപ്പമുണ്ട്. ഒന്നും മിണ്ടാതെ.

അപ്പോളാണ് എതിരേ കള്ളിത്തുണിയും വട്ടക്കഴുത്തുള്ള ബനിയനും തലയിൽക്കെട്ടുമായി ഊക്കൻബാപ്പുട്ടി വന്നത്. അടുത്ത് എത്തിയപ്പോൾ അവൻ നിന്നു. ശങ്കരൻനായരും അപ്പുണ്ണിയും നിന്നു.

ഊക്കൻ ബാപ്പുട്ടിയുടെ കണ്ണുകൾ ശങ്കരൻനായരെ 'ഓർമ്മയുണ്ട്' എന്ന മട്ടിൽ ഒന്നുഴിഞ്ഞു.

'അച്ഛനും മകനുംകൂടി എവ്ട്ക്കാ?' എന്നൊരു ചോദ്യവും വലിച്ചെറിഞ്ഞ് അവൻ കടന്നുപോയി.

അപ്പുണ്ണി മരിച്ചപോലെ നിന്നു. സംഭ്രമമടങ്ങിയപ്പോൾ കൊല്ലാനുള്ള പകയോടെ ശങ്കരൻനായരെ ഒന്നുനോക്കി. അയാൾ നിലത്തെ പൂഴിയിൽ കണ്ണുകൾ തറഞ്ഞുപോയപോലെ നില്ക്കുന്നു, അനങ്ങാതെ.

ഒരാപത്തിൽനിന്നു തല്ക്കാലം രക്ഷപ്പെട്ടപോലെ അവൻ നടന്നു.

വീട്ടിലെത്തിയപ്പോൾ ആരും കാണാതെ ഒന്നു കരയാൻ തോന്നി. അകത്തെ മുറിയിൽ മടക്കിവെച്ച കോസടിയിൽ മുഖമമർത്തിക്കൊണ്ട് അവൻ കിടന്നു.

സന്ധ്യയ്ക്ക് അമ്മ വന്നു വിളിച്ചപ്പോൾ എഴുന്നേറ്റില്ല.

ചോറു വിളമ്പിവെച്ച് പാറുക്കുട്ടി അടുത്തുചെന്നു വീണ്ടും വിളിച്ചു: 'അപ്പുണ്ണ്യേ, അപ്പുണ്ണ്യേ.'

'തല വേദനിക്ക്ണ്ണ്ടോ?'

അതിനും ഉത്തരമില്ല.

'ചോറു വെളമ്പിരിക്ക്ണു, അപ്പുണ്ണ്യേ.'

അവൻ മിണ്ടിയില്ല.

കുനിഞ്ഞു പുറത്തു കൈ വെച്ചപ്പോൾ അവൻ ചാടിയെഴുന്നേറ്റ് ഭ്രാന്തനെപ്പോലെ പറഞ്ഞു:

'എന്നെ തൊടരുത്... എന്നെ തൊടരുത്.'

പാറുക്കുട്ടി നടുങ്ങിപ്പോയി. തൊണ്ട ഇടറിക്കൊണ്ട് അവൾ ചോദിച്ചു:

'ന്റെ മോനേ, നെനക്കെന്താ?'

അപ്പോഴും അവൻ ഉരുവിട്ടുകൊണ്ടിരുന്നു: 'എന്നെ തൊടരുത്, എന്നെ തൊടരുത്.'

മകൻ ഉണ്ടില്ല.

അമ്മയും ഉണ്ടില്ല.

അടുത്തടുത്തു കിടന്നു. രണ്ടാളും സംസാരിച്ചില്ല. രാത്രിയുടെ തണുത്ത നിശ്ശബ്ദതയിൽ, പോറലുകൾപോലെ അമ്മ തേങ്ങിക്കൊണ്ടിരുന്നു...

രാവിലെ ഇരുട്ടു മായുന്നതിനുമുമ്പ് അവൻ എഴുന്നേറ്റു.

അപ്പോൾ അമ്മ പായിൽ കണ്ണടച്ചു ചെരിഞ്ഞു കിടക്കുകയായിരുന്നു, ഉറങ്ങുകയായിരുന്നില്ല. ധൃതിയിൽ ഷർട്ടെടുത്തിട്ടു. അഴക്കോലിൽ കിടക്കുന്ന ഷർട്ടും മുണ്ടും ചുരുട്ടി പുസ്തക സഞ്ചിയിൽ കുത്തിത്തിരുകി. വാതിൽ കടക്കുമ്പോൾ അമ്മ കണ്ണുതുറന്നു. ക്ഷീണത്തോടെ എഴുന്നേറ്റിരുന്ന് തളർന്ന സ്വരത്തിൽ ചോദിച്ചു:

'ഇത്ര നേർത്തേ എവടയ്ക്കാ, അപ്പുണ്ണ്യേ'

'ഞാൻ പോണൂ.'

'മോനേ.' വിളിയായിരുന്നില്ല. ഒരു നേർത്ത തേങ്ങൽ.

അവൾ എഴുന്നേറ്റുനിന്നു.

'എവടയ്ക്കാന്റെ മോനേ?'

'എവടയ്ക്കെങ്കിലും.'

'ന്റെ മോനേ, നീയല്ലാണ്ട് നിയ്ക്കാരാ.'

'അമ്മയ്ക്ക്-അമ്മയ്ക്ക് - ശങ്കരന്നായരില്ലേ?'

ഉമ്മറത്തെ വാതിൽ ഉച്ചത്തിൽ വലിച്ചുതുറന്ന് അവൻ മുറ്റത്തേക്കിറങ്ങി.

'അപ്പുണ്ണ്യേ...'

തിരിഞ്ഞുനോക്കിയില്ല.

വിറയ്ക്കുന്ന ശരീരത്തോടെ അവൻ ധൃതിയിൽ നടന്നു. പിന്നിൽ ആ വിളി നേർത്തുനേർത്തു വരികയായിരുന്നു.

* * * *

നരിവാളൻ കുന്നിന്റെ ചെരുവിൽ കണ്ണാന്തളിപ്പടർപ്പുകളുടെ നടുവിൽ തുറിച്ചുനില്ക്കുന്ന പാറക്കെട്ടിന്റെ മുകളിൽ അവൻ ഇരിക്കുകയാണ്.

രാവിലേ വന്നിരിക്കുന്നതാണ്. സ്ക്കൂളിൽ പോകുന്ന വഴിക്കാണെങ്കിൽ കൂട്ടുകാരിൽ ആരെയെങ്കിലും കാണും. കണ്ടാൽ അവർ നൂറുകൂട്ടം കാര്യങ്ങൾ ചോദിക്കും. ആരും കാണണ്ടാ, ആരും അന്വേഷിക്കുകയും വേണ്ടാ.

കുന്നിൻചെരിവു വിജനമാണ്. ദൂരേ പുല്ലാനിപ്പടർപ്പിനിടയിൽ വളഞ്ഞ കൊമ്പുള്ള ഒരു പാണ്ടിയാടു മേയുന്നുണ്ട്. അതിനുമകലെ, കറുത്ത പുള്ളികൾപോലെ, കാലിക്കൂട്ടങ്ങൾ മേഞ്ഞുനടക്കുന്നു.

വെയിലിനു നല്ല ചൂടുണ്ടായിരുന്നു. പുറത്തും മാറത്തും വിയർപ്പൊഴുകുന്നുണ്ട്. ഷർട്ട് വിയർത്ത ശരീരത്തോട് ഒട്ടിപ്പിടിച്ചിരിക്കുന്നു.

തലയിൽ ഇല്ലിക്കെട്ടുമായി ഒരു ചെറുമൻ താഴത്തെ ഒറ്റയടിപ്പാതയിലൂടെ നടന്നുവന്നു. ഏതോ ഒരു ചെറുമനാണ്. എങ്കിലും അവൻ അന്വേഷിച്ചു.

'എന്താ. ചെറ്യമ്പ്രാ, ഇബടിരിക്ക്ണ്?'

'ഒന്നൂല്ല്യ.'

ദൂരേ നിന്നു ആരെല്ലാമോ നടന്നുവരുന്നതു കണ്ടപ്പോൾ അപ്പുണ്ണി എഴുന്നേറ്റു പടിഞ്ഞാറുള്ള വഴിയിലേക്കു നടന്നു. പതുപതുത്ത പുല്ലുവളരുന്ന മേച്ചിൽസ്ഥലങ്ങളാണ്. കാലിക്കൂട്ടങ്ങളും കന്നാലിപ്പിള്ളാരുമുണ്ട്. എവിടേയ്ക്കാണു നടക്കുന്നതെന്ന് ആലോചിച്ചില്ല. ചാണകം പെറുക്കുന്ന കുമ്പാരത്തികൾ അവൻ കടന്നുപോകുമ്പോൾ കലപലെയുള്ള സംസാരം നിർത്തി നോക്കി. വഴിക്ക് ഒറ്റപ്പെട്ടു നില്ക്കുന്ന ഞാവൽമരത്തിന്റെ തണലിലെത്തിയപ്പോൾ വല്ലാത്ത തളർച്ച തോന്നി. അവിടെ ഇരിക്കാം.

ദൂരേ വളഞ്ഞു കിടക്കുന്ന വഴിയിലൂടെ കറുത്ത ഒരു ശീലക്കുട നടന്നടുക്കുന്നത് അവൻ കണ്ടില്ല. അടുത്തെത്തിയപ്പോൾ അവൻ മുഖമുയർത്തി നോക്കാനും പോയില്ല. ആരായാലെന്തുവേണം? അയാൾ അവനെ കടന്നു രണ്ടടിവെച്ചു പെട്ടെന്നു തിരിഞ്ഞു നിന്നു.

'നായരുട്ട്യല്ലേദ്?'

നോക്കിയപ്പോൾ സെയ്താലിക്കുട്ടി.

അവൻ തളർന്ന കണ്ണുകളോടെ അയാളുടെ മുഖത്ത് ഒരിക്കൽകൂടി നോക്കി. അപ്പുണ്ണി ആലോചിക്കുകയായിരുന്നു. മുമ്പു തറവാട്ടിൽനിന്ന് ഇറങ്ങിപ്പോന്നു താന്നിക്കുന്നിന്റെ ചെരുവിലിരുന്നപ്പോഴും അയാൾ വന്നു.

'എന്താ ഇബിടിരിക്ക്ണ്?'

നിറഞ്ഞു നില്ക്കുകയായിരുന്നു മനസ്സ്. കരയരുതെന്നുറപ്പിച്ചിട്ടും കണ്ണീർ പൊട്ടി.

'എന്തിനാ നായരുട്ടി കരേണ്?'

അവൻ മിണ്ടിയില്ല.

'എന്തേ ഈ ബയിയ്ക്ക്?'

'ഒന്നൂല്ല്യ.'

'ഷ്ക്കൂളിപ്പോയില്ല്യേ?'

'ഉം-ഉം.'

'ആളും മനിസനൂംല്ല്യാത്ത ഈ കുന്നിമ്പൊറത്തു വന്നിരിക്ക്ണ്-'

അതിനും മറുപടിയില്ല.

സെയ്താലിക്കുട്ടി കുട മടക്കി കക്ഷത്തെ പാളപ്പൊതി താഴെവെച്ച് അടുത്തിരുന്നു.

'എവിട്ക്കാ? പറയീ-'

'എവടയ്ക്കെങ്കിലും.'

അങ്ങനെ പോയാ പറ്റ്വോ? പോരീ, ഞാനും കടവത്തുവരെ പോരാം.'

'ഞാൻ ല്ല്യ.'

സെയ്താലിക്കുട്ടി അടവൊന്നു മാറ്റി.

'ന്നാ എവട്ക്കാ പോണ്ച്ചാൽ പറഞ്ഞോളീ. ഞാനും പോരും. അല്ലേങ്കിന്റെ കുടീലിക്ക് പൂവ്വാം.'

വിരുന്ന്...! അടഞ്ഞുകിടന്നിരുന്ന ഒരു കനത്ത വാതിൽ വെട്ടിത്തുറന്ന പോലെ തോന്നി. ഇറച്ചിയും പത്തിരിയുമുള്ള വിരുന്ന്. മാംസത്തിനു കരുകരുപ്പു തോന്നുമ്പോൾ ഇതു മുത്തിയാടിന്റെ ഇറച്ചിയായിട്ടാണ്...! വെളുത്ത പാഷാണമാണ്. വെളുത്ത പാഷാണം.

'ഞാനെങ്ങട്ടൂംല്ല്യ.'

സെയ്താലിക്കുട്ടി കുറേ നേരം മിണ്ടാതിരുന്നു.

'എപ്പ പോന്നതാ കുടീന്ന്?'

'രാവിലെ'

'സർക്കീട്ട് കയ്ഞ്ഞ് ഇന്യെപ്പളാ പോണ്?'

'ഇനി പോവില്ല്യ. അതെന്റെ വീടല്ല-'

സെയ്താലിക്കുട്ടി പലതും പറഞ്ഞുനോക്കി. അമ്മ വല്ലതും പറഞ്ഞിട്ടുണ്ടാവും; അല്ലെങ്കിൽ അടിച്ചിട്ടുണ്ടാവും. അതൊക്കെ സാധാരണയാണ്. അപ്പുണ്ണി എല്ലാം നിശ്ശബ്ദം കേട്ടു:

'പാവം ആ അമ്മക്കുട്ടിക്കു ങ്ങളന്നെ അല്ലേള്ളൂ?'

'അമ്മയ്ക്കു ഞാൻ പോയാത്തന്നെ ഒന്നൂല്ല്യ. അമ്മയ്ക്കു വേണ്ട ആളു വേറെണ്ട്.'

സെയ്താലിക്കുട്ടി അത്ഭുതത്തോടെ അവനെ നോക്കി. എന്താണ് പറയേണ്ടതെന്നറിയാതെ നിലത്തു വരച്ചും കുറിച്ചും ഇരുന്നു. അവസാനം അയാൾ എഴുന്നേറ്റു.

'ഉസറുള്ള അച്ഛന്റെ മോൻതന്ന്യാ. അദൊണ്ടൊന്നും ബേജാറാവാണ്ടിരിക്കീ. നോക്കീ, അമ്മോടു പെണങ്ങ്യാ കുന്നുംപൊറത്തു കുത്തിരിക്ക്യാ ചെയ്യണ്ട്?'

എവിടെയാണ് ഞാൻ പോകേണ്ടത് എന്ന ചോദ്യമായിരുന്നു അപ്പുണ്ണിയുടെ നോട്ടത്തിൽ.

'ഞാനൊരു കാര്യം പറയാം. രണ്ടീസം ഒരുത്തൂടില് നിക്കീ, അപ്പൊ ദേസ്യൊക്കെ മാറും. പിന്നമ്മടെ അടുത്തു പൊക്കോളീ.'

അപ്പുണ്ണിയുടെ അരിശം സെയ്താലിക്കുട്ടിയുടെ നേരെയായി.

'അതിനു ഞാനെവടെ പൂവാനാ?'

'വടക്കേപ്പാട്ടു പോയി നിക്കീ. അത്ങ്ങടെ വീടല്ലേ?'

വടക്കേപ്പാട്ട്. അവിടെനിന്നാണ് ആട്ടിയിറക്കിയത്.

'അവടെങ്ങക്കും അവകാശമുള്ളതല്ലേ? ഉസറും ചൊണീം വേണം. പുവ്വാൻ പറഞ്ഞാ പോവില്ലാന്നു പറയീ.'

'വളപ്പകത്തു കണ്ടാൽ തച്ചു കാലൊടിക്കുന്നാ.'

'അതാ ഒന്നു കാണണ്ട്. കോടതീം വക്കീലും ഈ രാജ്യത്തു പിന്നെന്തിനാ കുട്ട്യേ? സെയ്താലിക്കുട്ടി ഇത്തിരി നാടു കണ്ടോനാ.'

അപ്പുണ്ണി ഒന്നും മിണ്ടാതിരുന്നു.

'ഇബ്ടെത്തന്നെ കുത്തീര്ന്നാ പറ്റൂലല്ലോ. ഒന്നൂക്കില് ങ്ങള് കുടീപ്പോവീ. അല്ലെങ്കി ബടക്കെപ്പാട്ടയ്ക്ക് പോവീ. രണ്ടാലൊന്നായിട്ടേ സെയ്താലിക്കുട്ടി വിട്ള്ളു.'

അപ്പുണ്ണി ചുവന്നുപോയ മുഖം തുടച്ച് എഴുന്നേറ്റു നിന്നു.

'ഞാൻ പോണൂ.'

'എവടക്ക്?'

ഉറച്ച നിശ്ചയത്തോടെ അവൻ പറഞ്ഞു:

'തറവാട്ടിലേയ്ക്ക്.'

'ന്നാ നടക്കീ.'

അപ്പുണ്ണിയും സെയ്താലിക്കുട്ടിയും നടന്നു. വടക്കേപ്പാട്ടെ പടിപ്പുരയ്ക്കു നേരെ എത്തിയപ്പോൾ സെയ്താലിക്കുട്ടി പറഞ്ഞു:

'പൊയ്ക്കോളീ, നായരുട്ട്യേ. പക്കെങ്കിലു കാര്യംണ്ട്, ദേസ്യം മാറ്യാ വേഗം അമ്മടെ അട്ത്തിയ്ക്ക് പോണം. ആ അമ്മക്കുട്ടീനെ ബെസമത്തിലാക്കരുത്.'

അതിനവൻ സമാധാനം പറഞ്ഞില്ല. സെയ്താലിക്കുട്ടി നേർവരമ്പിലൂടെ നടന്നുപോയി.

അടഞ്ഞു കിടക്കുന്ന ആ പടിപ്പുരവാതിൽ അവൻ തള്ളിത്തുറന്നു.

മേലോട്ടു വെട്ടിയുണ്ടാക്കിയ നിരനിരയായ ഒതുക്കുകൾ. ഇരുവശത്തും ഉണങ്ങിയ പച്ച പൊതിഞ്ഞ് അവിടവിടെ ഇടിഞ്ഞു കിടക്കുന്ന പഴയ മതിൽക്കെട്ട്. ഉയരത്തിൽ പഴയ ആ നാലുകെട്ടും മുമ്പിൽ കൂവളത്തറയും തെക്കുവശത്തു പത്തായപ്പുരയും.

ഒരു നിമിഷം അവൻ സംശയിച്ചുനിന്നു. പിന്നെ ഒതുക്കുകൾ കയറി മുറ്റത്തെത്തി. ആരുമില്ല.

വലിയമ്മാമ പത്തായപ്പുരയുടെ മുകളിലിരുന്നു നോക്കുന്നുണ്ടാവും. നോക്കട്ടെ. അടിച്ചോടിച്ച അപ്പുണ്ണി വീണ്ടും വന്നിരിക്കുന്നു.

കോലായിലേയ്ക്കു കയറി.

ഉമ്മറത്തേയ്ക്കുള്ള വാതില്ക്കൽ ഒരു തല കണ്ടുവെന്നു തോന്നി. നോക്കുമ്പോഴേയ്ക്കും അതു മറഞ്ഞു കഴിഞ്ഞു.

അപ്പുണ്ണി ഉമ്മറത്തേയ്ക്കു കയറി. അരുകിലെ മരപ്പടിയിൽ പുസ്തകസ്സഞ്ചി വെച്ചു.

'ആരാത്?'

'ഞാനാ'

മനസ്സു മന്ത്രിക്കുകയായിരുന്നു. ചുണവേണം. ഉശിരുള്ള അച്ഛന്റെ മകനാണവൻ.

വലിയമ്മയാണ് വന്നത്. ഭാസ്കരന്റെ അമ്മ. ഒട്ടും അടുപ്പും കാണിക്കാത്ത മുഖഭാവത്തോടെ അവൻ ചോദിച്ചു:

'എന്താ?'

പെട്ടെന്നു മറുപടി പറയാൻ കഴിഞ്ഞില്ല. ഒരു നിമിഷത്തെ ആലോചനയ്ക്കുശേഷം അവൻ പറഞ്ഞു:

'എനിക്ക് അമ്മമ്മേ കാണണം.'

അപ്പോൾ മാളു വാതില്ക്കൽ വന്നു നോക്കി അകത്തേയ്ക്കുപോയി.

'അപ്പുണ്ണ്യേ...'

തെക്കിനിയിലൂടെ അമ്മമ്മ വരുന്നു. സംശയിക്കാതെ ചിത്രപ്പണികൾ ചെയ്ത വാതിലിലൂടെ അവൻ തെക്കിനിയിലേയ്ക്കു കടന്നു.

അമ്മമ്മയുടെ അടുത്തു ചെന്നു നിന്നപ്പോൾ അകം നിറഞ്ഞു വിങ്ങുക

യായിരുന്നു. അവന്റെ തലയും ചുമലും തൊട്ടു തടവിക്കൊണ്ടു അമ്മമ്മ പറഞ്ഞു:

'ഇശ്ശി ദിവസമായി നെന്നെ ഒന്നു കാണണംന്നു നിരീക്കുണു.'

അപ്പുണ്ണി അമ്മമ്മയുടെ കൂടെ അകത്തേയ്ക്കു നടന്നു. തങ്കേടത്തി വടക്കിനിയിലേയ്ക്കു കടക്കുന്നേടത്തുനിന്ന് അവനെ നോക്കി. ഇത്ര നോക്കാനെന്താ? പൂരം കാണുകയാണോ?

വലിയമ്മ മടമ്പിടിച്ചുകൊണ്ടു രണ്ടുവട്ടം നടന്നു. കേൾക്കേണ്ടവർ കേട്ടുകൊള്ളട്ടെ എന്ന ഭാവത്തിൽ പറഞ്ഞു:

'ഇന്നല്ലേ അമ്മാമ വന്നാൽ പൊടിപൂരം.'

അതിന് ആരും മറുപടി പറയുന്നില്ലെന്നു കണ്ടപ്പോൾ അവൾ അപ്പുണ്ണിയുടെ നേരെ തിരിഞ്ഞു സ്വരം മാറ്റിക്കൊണ്ടു പറഞ്ഞു:

'എടാ, ഞാൻ കണ്ടുകൂടായോണ്ട് പറയ്വൊന്വല്ല. പണ്ടത്തെ ആട്ടലും കോലാഹലവും ഇത്ര വേഗം മറന്ന്വോ?'

'ഓർമ്മയുണ്ട്.'

'എന്നിട്ടെന്തിനേ നീയ്യങ്ങട്ടു വന്ന്?'

അപ്പുണ്ണിയുടെ മുഖം കറുത്തു.

'അമ്മാമ എപ്പളാ വര്വാ നിശ്ശല്യ. നീയ് വേഗം പൊയ്ക്കോ'

'ഞാൻ പോണില്ല.'

'ഏ?'

'ഞാൻ പോണില്ല്യാന്ന്.'

മുടിയൊന്നു കുടഞ്ഞ് എന്തോ പിറുപിറുത്തുകൊണ്ടു വലിയമ്മ അവിടെ നിന്നു മാറി.

അപ്പുണ്ണി അമ്മമ്മയുടെ നേരെ തിരിഞ്ഞു. ചുളിഞ്ഞ ആ മുഖവും നരച്ച കണ്ണുകളും സ്നേഹമുള്ള നോട്ടവും കണ്ടപ്പോൾ അവന്റെ സ്വരം നേർത്തുപോയി.

'ഞാനിവിടെ, പാർക്ക്വാ, അമ്മമ്മേ.'

ചോദ്യങ്ങൾകൊണ്ടു വിഷമിപ്പിക്കുമെന്നാണവൻ കരുതിയിരുന്നത്. പക്ഷേ അവർ ഒരു വാക്കു മാത്രമേ പറഞ്ഞുള്ളൂ:

'പാർത്തോ.'

അമ്മമ്മയുടെ ചുക്കിച്ചുളിഞ്ഞ ശരീരം കെട്ടിപ്പിടിച്ച് ഒന്നു കരയാൻ തോന്നി, അപ്പോൾ.

വലിയമ്മാമ തലേ ദിവസം ഭാര്യവീട്ടിൽ പോയതാണ്. ഏതു നേരവും വന്നേയ്ക്കാം. വന്നാൽ എന്താണുണ്ടാവുകയെന്ന ഭയം ഓരോരുത്തർക്കുമുണ്ട്. ആ ഭയപ്പാട് അകം മുഴുവൻ നിറഞ്ഞുനില്ക്കുന്നുണ്ടെന്നു തോന്നി.

മാളു കൃഷ്ണൻകുട്ടിയെ ശ്രദ്ധിക്കുകയായിരുന്നു. അവനാണ് വലിയമ്മാമ വന്ന ഉടനെ പറഞ്ഞു കൊടുക്കുക. അമ്മാമയുടെ അടുത്തേയ്ക്കു അവനു പ്രവേശനമുണ്ട്. അമ്മാമയ്ക്കു അവനെ അല്പം ഇഷ്ടമാണ്. വടക്കുപുറത്ത് 'അമ്മാമ അറ്യേണ്ടാ' എന്നു പറഞ്ഞ് ഒരോമക്കായ പൊട്ടിച്ചാൽ മതി വിവരം ഉടനെ പത്തായപ്പുരയുടെ മുകളിലെത്തും. അപ്പുണ്ണിക്കു കുറെ കഴിഞ്ഞപ്പോൾ തന്നിൽ ഒരു വിശ്വാസമൊക്കെ വന്നു. എളുപ്പത്തിൽ താൻ പതറാൻ പോകു

ന്നില്ല. വരട്ടെ, വിളിയ്ക്കുകയും ശകാരിക്കുകയും ചെയ്യട്ടെ. അങ്ങനെ ആട്ടിയിറക്കിയാൽ ഇറങ്ങാൻ പോകുന്നില്ല.

വലിയമ്മാമ വരാത്തതെന്താണ്?

അവസാനം വലിയമ്മാമ വന്നു. വൈകുന്നേരം, കൂടെ അമ്മിണിയേടത്തിയുമുണ്ട്. അപ്പുണ്ണി അകത്തുള്ള വിവരം അല്പം കഴിഞ്ഞാണ് അറിഞ്ഞത്.

'ആരാടീ അവടെള്ളത്?'

മുറ്റത്തുനിന്നലർച്ചകേട്ടു.

എല്ലാവരും ഉമ്മറവാതില്ക്കലേക്കോടി-അമ്മമ്മ, വലിയമ്മ, മീനാക്ഷിയേടത്തി, തങ്കേടത്തി, മാളു.

'ഏത് ഒരുമ്പട്ടോൾക്കാടി ന്റെ വാക്കു തെറ്റി നടക്കാൻ ധൈര്യം?'

ആരും ഉത്തരം പറഞ്ഞില്ല.

'എവിടെടീ അവൻ?'

അപ്പോൾ അപ്പുണ്ണി പതുക്കെ ഉമ്മറത്തേയ്ക്കു വന്നു. ശരീരം വിറയ്ക്കുകയായിരുന്നു.

അവനെ കണ്ടപ്പോൾ മെതിയടിപ്പുറത്തുനിന്നു കാലുകൾ ഊരി അമ്മാമ കോലായിലേയ്ക്കു ചാടിക്കയറി. 'നെന്നോടു ഞാൻ'–

വലിയമ്മാമയ്ക്കും അവനും ഇടയിൽ അമ്മമ്മ നിന്നു നിലവിളിച്ചു:

'കുഞ്ഞിഷ്ണാ!'

'മാറി നിക്കീൻന്നും. ഇവന്റെ കൊടലു ഞാൻ ചവിട്ടി...'

അമ്മമ്മയെ തട്ടിനീക്കി വലിയമ്മാമ അവന്റെ മുമ്പിലെത്തിയപ്പോൾ അവൻ ധൈര്യം മുഴുവൻ ഒരുക്കൂട്ടി പറഞ്ഞു:

'എന്നെ തൊടരുത്.'

'എന്താടാ തൊട്ടാ–'

ആ കൈ അവന്റെ ചെകിട്ടത്തു വീണു. വീണ്ടും വലിയമ്മാമയുടെ കൈ ഉയർന്നപ്പോൾ തെക്കിനിയിൽനിന്നു വലിയ ഒരു ശബ്ദം പൊങ്ങി.

'ആ ചെക്കനെ തല്ലരുത്.'

വലിയമ്മാമ തിരിഞ്ഞ് അത്ഭുതവും അമർഷവും വഴിയുന്ന കണ്ണുകളോടെ നോക്കിയപ്പോൾ കണ്ടതു മരുമകനെയാണ്. കുട്ടമ്മാമ ഉമ്മറത്തേയ്ക്കു വന്നു പറഞ്ഞു:

'ആ ചെക്കനെ തൊടരുത്. ഞാനാ പറേണ്.'

വലിയമ്മാമയുടെ കൈ താണു.

'നീയാരാടാ ന്നോട് കല്പിക്കാൻ?'

'ആരെങ്കിലായ്ക്കോട്ടെ. അവനെ തല്ലരുതെന്നു ഞാനാ പറഞ്ഞത്. തച്ചാൽ -അതിനുശേഷംണ്ട്.'

വലിയമ്മാമ മരുമകന്റെ നേരെ തിരിഞ്ഞു:

'പ്ഫ. നീയെന്നാടാ ഇത്ര വല്താായ്യേ്'

അപ്പോഴും കുട്ടമ്മാമ ഉറച്ച സ്വരത്തിൽ പറഞ്ഞു:

'അമ്മാമയ്ക്കു വയസ്സായെന്നു ഞാനോർക്കില്ല.'

പടമെടുത്തുനിന്ന വലിയമ്മാമ ആകെ ചുളുങ്ങിപ്പോയി.

വലിയമ്മയും മീനാക്ഷിയേടത്തിയും തങ്കേടത്തിയും പരസ്പരം നോക്കി.

എന്തു വേണമെന്നറിയാതെ കുറച്ചിട വലിയമ്മാമ നിന്നു. എന്നിട്ടു മുറ്റത്തേയ്ക്കിറങ്ങി.

'ഈ തറവാട്ടിലു പണ്ട്ണ്ടായിട്ടില്ല്യ.'

ആരോടെന്നില്ലാതെ പിറുപിറുത്തുകൊണ്ടു വലിയമ്മാമ പത്തായപ്പുരയിലേയ്ക്കു കയറി.

സന്ധ്യയ്ക്ക് അവൻ കിഴക്കെ കോലായിൽ ചെന്നിരുന്നു. ഉമ്മറത്തെ വലിയ നിലവിളക്കിന്റെ വെളിച്ചം അങ്ങോട്ടു വീഴില്ല. തനിയെ ഇരിക്കുമ്പോൾ അന്നത്തെ പകലിലെ സംഭവങ്ങൾ ഓരോന്നായി മനസ്സിലൂടെ കടന്നുപോയി. ഒരു കൊല്ലം കഴിഞ്ഞപോലെയാണ് ഒരു പകൽ കടന്നപ്പോൾ തോന്നിയത്.

മങ്ങിയ വെളിച്ചത്തിൽ ഒരു നിഴൽ സമീപത്തേയ്ക്കു വന്നു.

'അപ്പുണ്ണീ.'

അവന് ആളെ മനസ്സിലായി. അമ്മിണിയേടത്തി. അവൻ ഇടത്തെ കവിൾത്തടമൊന്നു തടവി. വേദന അപ്പോഴുമുണ്ട്.

'അപ്പുണ്ണീ, വല്ലാതെ വേദനിച്ചോ?'

വെറുപ്പാണ് തോന്നിയത്. മകൾ അന്വേഷിക്കാനെത്തിയിരിക്കുന്നു.

'എന്താ അപ്പുണ്ണി മിണ്ടാത്തത്?'

അപ്പോൾ അകത്തുനിന്നു വലിയമ്മ വിളിക്കണതു കേട്ടു:

'അമ്മിണിക്കുട്ട്യേ?'

അമ്മിണിയേടത്തി വേഗം അകത്തേയ്ക്കു പോയി.

കുട്ടമ്മാമയ്ക്കും ഭാസ്ക്കരനും കൃഷ്ണൻകുട്ടിക്കും ചെറിയച്ഛനും ഇല വെച്ചപ്പോൾ മാളുവന്ന് അവനെ വിളിച്ചു.

നടപ്പുരയിൽ നാലു നാക്കിലകളുടെ കൂടെ ഒരു ചീന്തില വെച്ചിട്ടുണ്ട്. അതവനാണ്.

വടക്കിനിയോടു തൊട്ടു മുകളിലേയ്ക്കു കയറുന്ന കോണിയുടെ താഴത്തെ ചെറിയ മുറിയിൽ അവന് ഒരു പായ കിട്ടി.

നാലുകെട്ട് ഇരുണ്ട നിശ്ശബ്ദതയിൽ മുങ്ങി. കോണിമുറിയിൽ തനിയെ കിടക്കുമ്പോൾ ഭയം തോന്നി. മരിച്ചുപോയ കാരണവന്മാരുടെ പ്രേതങ്ങൾ ഇരുട്ടിൽ സഞ്ചരിക്കുന്നുണ്ടാവുമോ? ഭഗവതി ഇരിക്കുന്ന മച്ചിൽനിന്നു കാൽച്ചിലമ്പിന്റെയും അരമണിയുടെയും കിലുക്കം കേൾക്കുന്നുണ്ടോ?

ആലോചിച്ചാലോചിച്ചു മനസ്സും ശരീരവും തളർന്നപ്പോൾ പതുക്കെ കണ്ണുകളടച്ചു.

രാവിലെ ഭാസ്ക്കരനും കൃഷ്ണൻകുട്ടിയും കഞ്ഞി കുടിയ്ക്കാൻ ചെന്നിരുന്നപ്പോൾ അമ്മമ്മ അവനെയും വിളിച്ചു. കാലില്ലാത്ത ഒരു പലകയിട്ട് അവനും ഒരു കിണ്ണത്തിന്റെ മുമ്പിലിരുന്നു.

സ്ക്കൂളിലേയ്ക്കു അപ്പുണ്ണി നേർത്തെ പുറപ്പെട്ടു. വണ്ടിയിൽ വരുന്നവരുടെ കാര്യം അവൻ ശ്രദ്ധിക്കാറില്ല. പോകുമ്പോൾ അമ്മമ്മയുടെ മുറിയുടെ വാതില്ക്കൽ ചെന്ന് അവൻ പറഞ്ഞു:

'അമ്മമ്മേ, ഞാൻ സ്ക്കൂളിൽ പോണൂ.'

പടിപ്പുര ഇറങ്ങിയപ്പോൾ തോന്നി. കുല വെട്ടിക്കഴിഞ്ഞ നേന്ത്രവാഴത്തോട്ടത്തിലൂടെ കുറുകെ നടന്നു പൂമാൻതോടു കടന്നാൽ യജ്ഞേശ്വരത്തെ അമ്പലത്തിന്റെ മുമ്പിൽ വേഗത്തിൽ എത്താം.

ആ വഴി എളുപ്പമാണ്.

വൈകുന്നേരം സ്ക്കൂൾ വിട്ടു വരുമ്പോൾ മുറ്റത്തു വലിയമ്മാമ നടക്കുന്നുണ്ടായിരുന്നു. അവനെ കണ്ടിരിയ്ക്കുന്നു. പക്ഷേ കണ്ടില്ലെന്നു നടിച്ചു മുഖം തിരിച്ചു പടിഞ്ഞാറെ കളമുറ്റത്തേയ്ക്കു നോക്കിക്കൊണ്ടു നിന്നു.

തെക്കിനിയിലെത്തിയപ്പോൾ വലിയമ്മാമ മുറ്റത്തു നിന്നു പറയുന്നതു കേട്ടു: 'ഈ തറവാടു മുടിക്കും. അയിത്തല്ല്യ, ചുത്തല്ല്യ. മച്ചിലിരിക്കണതു ചൊവ്വായപ്പെട്ട ഒരു ഭഗവതിയാണ്.'

അന്നു മീനാക്ഷിയേടത്തി ഉപദേശിച്ചു; സ്ക്കൂൾ വിട്ടു വരുമ്പോൾ വടക്കുപുറത്തുകൂടെയേ വരാവൂ. കുളിക്കാതെ മച്ചിന്റെ മുമ്പിലൂടെ വരാൻ പാടില്ല.

രാത്രി ഭാസ്ക്കരനും കൃഷ്ണൻകുട്ടിയും മുകളിൽ അവരുടെ മുറിയിലിരുന്നാണ് വായിയ്ക്കുക. ഉണ്ണാറായാൽ മാത്രമേ ഇറങ്ങിവരുള്ളു. തെക്കിനിയുടെ വാതില്ക്കൽവെച്ച നിലവിളക്കിന്റെ മുമ്പിൽ ചെന്നു കിടന്നു പുസ്തകം നിവർത്തി. പക്ഷേ പുസ്തകത്തിൽ ശ്രദ്ധ ഉറച്ചുനിന്നില്ല. ആരെല്ലാം, എന്തെല്ലാമാണ് പറയുന്നത്?

രാവിലെ പത്തായം തുറന്നു നെല്ലളന്നിട്ടു കൊടുക്കേണ്ട ദിവസമായിരുന്നു. ആഴ്ചയിലൊരിക്കലാണ് ചെലവിനു വേണ്ട നെല്ല് അളന്നിട്ടുകൊടുക്കുക. മീനാക്ഷിയേടത്തി പതിവുപോലെ കൊട്ടയെടുത്തു പത്തായപ്പുരയിലേയ്ക്കു ചെന്നപ്പോൾ വലിയമ്മാമ പറഞ്ഞു: 'ഇവടെ കാര്യം പറയാൻ ഒര്ത്തന്ണ്ടല്ലോ. അവൻ തരട്ടേടീ നെല്ല്.'

മീനാക്ഷിയേടത്തി സംശയിച്ചു നിന്നപ്പോൾ വലിയമ്മാമ വീണ്ടും പറഞ്ഞു:

'ഒരു മണി നെല്ലു ഞാൻ തരില്ല്യ. നിങ്ങളു പഠിക്ക്വോന്ന് ഞാൻ ഒന്നു നോക്കട്ടെ.'

അകത്തു വലിയമ്മ കരച്ചിലായത്രെ.

'ഞാനും ന്റെ കുട്ട്യോളും കഷ്ടത്തിലാവൂലോ.'

കുട്ടമ്മാമ വന്നപ്പോൾ കാര്യമറിഞ്ഞു. മാളുവാണ് അച്ഛനോട് പറഞ്ഞത്. കുട്ടമ്മാമ നേരെ പത്തായപ്പുരയിലേയ്ക്കു കയറിപ്പോവാൻ ഭാവിച്ചപ്പോൾ അമ്മമ്മ വന്നു തടഞ്ഞു. അപ്പോൾ കുട്ടമ്മാമ പറഞ്ഞു:

'ഇത്രേം കാലം ഞാൻ മിണ്ടാണ്ടിരുന്നു. നിയ്ക്കും ബടെ അധികാരംണ്ടോന്നു ഞാൻ നോക്കട്ടെ.

പത്തായപ്പുരയുടെ മുകളിൽവെച്ചു ലഹളയുണ്ടായി.

'തൊറക്കില്ല ഞാൻ പത്തായം, നീയാരാ ന്നോടു കല്പിക്കാൻ?'

മാളുവും വിലയമ്മയും തങ്കേടത്തിയും ഉമ്മറക്കോലായിൽ നിന്നു ശ്രദ്ധിക്കുകയായിരുന്നു.

'ഞാനോ? ഞാൻ ഈ തറവാട്ടിലെ ഒരാണന്ന്യാ, രാവുപകലു ഞാൻ ചോര നീരാക്കി പണിതിട്ടാ നെല്ല്ണ്ടാവ്ണ്.'

തുടർന്ന് കുട്ടമ്മാമ വലിയമ്മാമയുടെ ഭാര്യവീട്ടുകാരെപ്പറ്റി പറഞ്ഞുവത്രേ.

വലിയമ്മാമ പത്തായം തുറന്നില്ല. കുട്ടമ്മാമ താഴത്തിറങ്ങി. പത്തായപ്പുര

യുടെ താഴത്തെ അറയിൽ വല്ലക്കൊട്ടയിൽ സൂക്ഷിച്ച വിത്തെടുത്ത് അളന്നിട്ടുകൊടുത്തു. മീനാക്ഷിയേടത്തി അത് കൊണ്ടുപോകാൻ സംശയിച്ചപ്പോൾ അവരെ ശകാരിച്ചു.

'എട്ത്ത് കൊണ്ടോവാനല്ലേ പറഞ്ഞ്?' എന്ന് ഉറക്കെ പറഞ്ഞപ്പോൾ മീനാക്ഷിയേടത്തി അളന്നിട്ട ചെമ്പൻവിത്ത് കൊട്ടയിലാക്കി മാളുവിനെക്കൊണ്ട് പിടിപ്പിച്ചുകൊണ്ടു പോന്നു.

വിത്തെടുത്ത് ഉണ്ണേണ്ട യോഗവും വന്നതിൽ അമ്മമ്മയ്ക്കു വലിയ സങ്കടമുണ്ട്.

കുട്ടമ്മാമ അമ്മമ്മയോടു പറഞ്ഞിരിക്കുന്നു:

'ഒന്നുകിൽ ഇതിനൊക്കെ ഒരു വേസ്ഥണ്ടാവണം. അല്ലെങ്കിൽ നിയ്ക്ക്ന്റെ ഓരി വേറെ കിട്ടണം. ഞാൻ ഒറച്ചട്ടന്യാ.'

* * * *

വടക്കേപ്പാട്ട് അമ്മാമനും മരുമകനും തമ്മിൽ തെറ്റിയിരിക്കുന്നു. മരുമകൻ അമ്മാമനെ തല്ലാൻ ചെന്നുവെന്നും ഒക്കെയാണ് നാട്ടുകാർക്കിടയിൽ സംസാരം.

വക്കീൽ കുമാൻനായർക്ക് അതു കേട്ടശേഷം ഒരിരിയ്ക്കപ്പൊറുതിയുണ്ടായിട്ടില്ല. കാരണം വടക്കേപ്പാട്ട് ഒരു ഭാഗം കിട്ടുക എന്നുവെച്ചാൽ ചെറിയ കാര്യമല്ല.

എട്ടുകെട്ടും അറുപത്തിനാലാളും ഉണ്ടായിരുന്ന കാലത്തെ ഭാഗം നടത്തിയതു ഗുരുനാഥൻ കുഞ്ഞൻനായരാണ്. അന്നു ഗുരുനാഥന്റെ കൂടെ അതിനുവേണ്ടി നടന്നിട്ടുണ്ട്. കുമാരൻനായർക്ക് ആധാരമെഴുത്തു പഠിപ്പിച്ചതു കുഞ്ഞൻനായരായിരുന്നു. കുഞ്ഞൻനായരെപ്പോലത്തെ ഒരു വ്യവഹാരക്കാരൻ അതിന്റെശേഷം ഉണ്ടായിട്ടില്ല. കുഞ്ഞൻനായർ എഴുതിയ ആധാരം രജിസ്ത്രാറുടെ മുമ്പിലെത്തിയാൽ വള്ളിപുള്ളി മാറ്റേണ്ടിവരില്ല. ആധാരമെഴുത്തിൽ മരിച്ചുപോയ ആ മഹായോഗ്യന്റെ ശിഷ്യനാണ് താനെന്നു കുമാരൻനായർക്കഭിമാനമുണ്ട്.

വക്കീൽ കുമാരൻനായരെ സംബന്ധിച്ചേടത്തോളം ഭാഗം എന്നു വെച്ചാൽ ഒരു സദ്യയാണ്. നാട്ടുകാര്യസ്ഥനാണ്. അധികാരിയുടെ ഗ്രാമക്കോടതിയിൽ ഒരു വക്കീലാണയാൾ. അങ്ങനെയാണ് വക്കീൽ എന്ന പേർ വന്നത്.

വടക്കേപ്പാട്ടെ കുട്ടൻനായരെ സൗകര്യത്തിൽ ഒന്നു കണ്ടുകിട്ടാൻ നടക്കുകയായിരുന്നു അയാൾ. എന്നിട്ടു വേണം കാര്യം എത്രത്തോളമായെന്നറിയാൻ, മാത്രമല്ല, കോരുക്കുട്ടിപ്പണിക്കരെ ഇതിൽ തൊടീക്കാതെ കഴിക്കുകയും വേണം. കോരുക്കുട്ടിപ്പണിക്കരാണ് കുമാരൻനായർക്കുള്ള എതിരാളി.

തൃത്താല രജിസ്ത്രാപ്പീസിൽനിന്ന് ഒരു ചൂണ്ടിപ്പണയത്തിന്റെ രജിസ്റ്റർ കഴിഞ്ഞു തിരിച്ചു വരുമ്പോഴാണ് തോണിക്കടവിനടുത്ത വയലിന്റെ വരമ്പത്ത് ചെറുമികൾ ചാഴി വീശുന്നതും നോക്കി കുട്ടൻനായർ ഇരിക്കുന്നതു കണ്ടത്.

അയാൾ നിരത്തിൽനിന്നു വരമ്പത്തേയ്ക്കിറങ്ങി. 'വയ്യെന്റെ ഗുരുവായൂരപ്പാ.' എന്ന മുഖവുരയോടെ കുട്ടൻനായരുടെ അടുത്തേക്കു ചെന്നു.

'എന്താ വക്കീലേ?'

'ഒന്നൂല്ല്യ. തൃത്താലവരെ പോയി. നൊമ്മടെ കണ്ണൻ സെയ്താലിയുടെ ഒരു ചൂണ്ടിപ്പണയം റേഷാക്കാൻ ഉണ്ടായിരുന്നു.'

'കഴിഞ്ഞില്ലേ?'

'കഴിഞ്ഞു. ഇപ്പഴത്തെ റേഷാളു നല്ല ആളാ. രണ്ടടി നടന്നാ കെതച്ചു. വയ്യേന്റെ ഗുരുവായൂരപ്പാ.'

'എന്നും ചെറുപ്പാവില്ല്യാലോ'

കുട്ടൻനായർ വലിയ താത്പര്യമൊന്നും കാണിക്കാതെ പറഞ്ഞു.

'എങ്ങന്യാ ചാഴീണ്ടോ?'

'കഴിഞ്ഞ കൊല്ലത്തത്രല്ല്യ.'

കൃഷിയെപ്പറ്റിയും നാട്ടുകാര്യങ്ങളെപ്പറ്റിയും കുറേ സംസാരിച്ചു കഴിഞ്ഞപ്പോൾ കുമാരൻനായർ ആരംഭിച്ചു:

'പിന്നേയ്, ഒന്നൂണ്ടായീട്ടു ചോതിക്ക്യല്ല. അമ്മാമ ത്തിരി എടംതിരിഞ്ഞു നില്ക്കാന്നു കേട്ടു. നേരാ?'

കുട്ടൻനായർ ശാന്തനായി പറഞ്ഞു:

'എടവും വലവും തിരിഞ്ഞതുകൊണ്ടായില്ല്യല്ലോ. വീട്ടിലുള്ളവർക്ക് ഭക്ഷണം കഴിക്കണ്ടേ?'

'ന്നാലും... കേട്ടോണ്ടു പറയ്യാ. അമ്മാമയ്ക്കു വയസ്സാ. കൊർച്ചൊക്കെ ക്ഷമിക്കണ്ടേ കുട്ടൻനായരേ?'

വക്കീൽ ഉദ്ദേശിച്ചപടി അതു കൊണ്ടു.

'എന്ത് ക്ഷമിക്കണംന്നാ നിങ്ങളു പറേണ്? ഞാനായതോണ്ട് ഇത്തറീം കാലം മിണ്ടാതിരുന്നു. പോത്തിനെപ്പോലെ രാവുംപകലും പണിപേവാ. ഒരു കാശ്, ഒരു മണി നെല്ല്, കയ്യോണ്ടു തൊടാൻ കിട്ടില്ല്യ.'

'അല്ല, വടക്കേപ്പാട്ട് ഒരു നെറഞ്ഞ തറവാടാ. കാരണോമ്മാരാവുമ്പോ-'

'നെറയ്ക്കലും പൊലിക്കലുമൊക്കെ പണ്ടായിരുന്നു. കുമാരൻ നായരേ. കാര്യം നോക്കിനോക്കി ഇപ്പോ സംഗത്യൊക്കെ കൊളത്തിലേറങ്ങിരിക്ക്ണു.'

അപ്പോൾ കുമാരൻനായർ ശബ്ദം താഴ്ത്തി വലിയ ഒരു രഹസ്യം പറയുന്നതുപോലെ മന്ത്രിച്ചു:

'കൊറച്ചൊക്കെ നിയ്ക്കും അറിയാം. പൊറത്തു പറയാൻ പാടോ?' അസാരം കടംണ്ട്ന്നാ കേട്ടത്?'

'ഞാൻ നയിച്ചു തിന്നോണ്ട്. ഇങ്ങനെ നേരും സമയൂം നോക്കി വായ്ക്കു പൊത്തി നിക്കാൻ ന്നേ കൊണ്ടാവില്ല്യ....'

'എങ്ങന്യാ അമ്മാമ നേരാംവഴിക്കു പോവ്വാ? ആ കോരുപ്പണിക്കരുടെ ഉപദേശമല്ലേ മുഴുവൻ?'

'ഉപദേശം. കേട്ടോട്ടെ പണയെഴുത്വേ വില്ക്വേ ഒക്കെ ചെയ്തോട്ടെ. ഞാനും ഒരൂട്ടൊക്കെ ഒറച്ചിട്ടാ.'

കുമാരൻനായർ സമാധാനിപ്പിക്കാനെന്ന മട്ടിൽ പറഞ്ഞു:

'കൊഴപ്പൊന്നും കൂടാണ്ടെ നൊമ്മക്കതു പറഞ്ഞു ശര്യാക്കാം.'

'ശര്യാക്കാനൊന്നൂല്ല്യ, എന്റെ എന്താ ഉള്ളത്ച്ചാൽ അതിങ്ങട് കിട്ട്യാൽ മതി.'

വക്കീൽ കുമാരൻനായർ അത്ഭുതപ്പെട്ടു. നെറുകയിൽ കൈവെച്ചു.

'എന്താ, ന്റെ ഗുരുവായിരപ്പാ, ഈ കേക്ക്ണ്ത്? ഭാഗിക്ക്യേ?'

'ആ, എന്താ ഭാഗിച്ചാൽ? അവനോനായി, അവനോന്റെ പാടായി. നിങ്ങളി നിപ്പോ മറിച്ചൊന്നും പറേണ്ടാ. ഞാൻ കേക്കാൻ പോണില്ല്യ. നിക്കു പത്തു മുപ്പത്തെട്ടു വയസ്സായി. ഞാനും ഒരാണാ. ആ വീട്ടിലു കുട്ട്യോൾക്കും കൂടി ന്നെ വെലല്ല്യ...'

'ആട്ടേ, കുട്ടന്നായരേ, നൊമ്മക്ക് വഴിണ്ടാക്കാം. മര്യാതപ്പെട്ട നാലാളേ ക്കൊണ്ട് അമ്മാമോടു പറേപ്പിക്കാം. പക്ഷേ–'

കുട്ടൻനായരുടെ അരിശം പെരുകിപ്പെരുകി വരികയായിരുന്നു.

'എന്താത്ര പെരുത്തു പക്ഷേ?'

'ഭാഗിക്ക്ണതു മോശാന്നാ നിക്കു തോന്ന്ണ്. നെറഞ്ഞ ഒരു തറവാടാ. തമ്മിത്തച്ചു പിരിഞ്ഞൂന്നു കേട്ടാൽ–'

കുട്ടൻനായരുടെ മുഖം രൂക്ഷമായി. 'എനിക്കറിയാം, നായരേ, നിങ്ങളെ യൊക്കെ. അമ്മാമ പറഞ്ഞാൽ വാലും തറ്റു പിന്നാലെ നടക്കും.'

കുമാരൻനായരുടെ മട്ടൊന്നു മാറി.

'കുട്ടന്നായരേ, ങ്ങളിന്റെ കഴിഞ്ഞുപോയ അനന്ത്രോനെപ്പോല്യാണ്, ഞാനെന്താ വേണ്ടത്?'

കുട്ടൻനായർ തീക്ഷ്ണമായി ആലോചിച്ചു. എന്നിട്ടു പറഞ്ഞു:

'നിങ്ങളു വേണ്ടത്ണ്ട്. ആരൊക്ക്യാച്ചാൽ എന്തൊക്ക്യാച്ചാൽ ചെയ്ത് ഇതൊന്നു രണ്ടു ദിക്കിലാക്കണണം. എന്താ സാധിക്ക്വോ?'

'സാധിക്ക്വോന്നോ? പതിനയ്യായിരം പാട്ടം പിരീണ പൊറത്തേടത്തു മന കിറുകൃത്യമായി ഭാഗിച്ചതു ഞാനൊറ്റയ്ക്കാ. അറിയ്യോ? ഞാൻ നോക്കിക്കോ ളാം, കുട്ടന്നായരേ.'

വെള്ളത്തുണി പൊതിഞ്ഞ ശീലക്കുട ചുമലൊന്നു മാറ്റിവെച്ചു രണ്ടടി വെച്ചു വക്കീൽ കുമാരൻനായർ വീണ്ടും പറഞ്ഞു: 'നിങ്ങള് ഒട്ടും പരിഭ്രമിക്ക ണ്ടാ. നിങ്ങള്ന്റെ കഴിഞ്ഞുപോയ അനന്ത്രോനേപ്പോല്യാണ്.'

സംതൃപ്തിയോടെയാണ് അയാൾ മടങ്ങിയത്.

കഥയറുക്കേണ്ട ഒരവസരം വരുമെന്ന് കുട്ടൻനായർക്കറിയാമായിരുന്നു. പക്ഷേ അതിത്ര വേഗത്തിലാവുമെന്നു കരുതിയതല്ല.

പതിനഞ്ചോ പതിനാറോ വയസ്സിൽ പാടത്തിറങ്ങാൻ തുടങ്ങിയതാണയാൾ. ഇരുപതിലേറെ കൊല്ലമായി അദ്ധ്വാനിക്കാൻ തുടങ്ങിയിട്ട്. എന്നിട്ടിപ്പോഴും നല്ല ഒരു മുണ്ടു ചുറ്റാനില്ല. പുറത്തു നിന്ന് ഒരു കോപ്പ ചായ കുടിക്കണമെ ങ്കിൽ കാശില്ല. കൊല്ലത്തിൽ നാലുമുണ്ടും രണ്ടു തോർത്തും അഞ്ചുപറ നെല്ലു മാണ് കൂലി. പടിയ്ക്കൽ പണിചെയ്യുന്ന ചെറുമക്കൾക്ക് ഓണവും വിഷുവും തിരുവാതിരയും വന്നാൽ അളവുണ്ട്.* അവരുടെ സ്ഥിതി ഭേദമാണെന്ന യാൾക്കു തോന്നി.

അമർഷത്തോടെ കുട്ടൻനായർ വരമ്പത്തു കാർക്കിച്ചുതുപ്പി.

---

* കോടിമുണ്ട്, നെല്ല്, നാളികേരം, എണ്ണ എന്നിവ കൊടുക്കുന്ന സമ്പ്രദായം. അളവെടുത്തു കഴിഞ്ഞ ഒരു ചെറുമനു മറ്റൊരിടത്തു പണിയെടുക്കാൻ അധികാരമില്ല.

വലിയ തറവാട്ടിലെയാണെന്ന പേരു ബാക്കിയുണ്ട്. എന്നിട്ടെന്തു കാര്യം?

മാളുവിന്റെ കാര്യമാലോചിക്കുമ്പോൾ അയാൾക്കു സങ്കടമുണ്ട്. രണ്ടുമൂന്നു കൊല്ലം കഴിയുമ്പോഴേക്കും അവൾ പ്രായം തികഞ്ഞ ഒരു പെണ്ണാവും. കഴുത്തിലും കാതിലും മിന്നുന്ന ഒരു കഷ്ണമില്ല. അവളെ വീട്ടിൽ ഒരു പണിക്കാരിപ്പെണ്ണായിട്ടാണ് കണക്കാക്കുന്നത്. അവൾ രാവിലേയും വൈകുന്നേരവും എടുത്താൽ പൊന്താത്ത വെള്ളംകുടം ചുമന്നു പോകുന്നത് അയാൾ കാണാറുള്ളതാണ്. അവളവിടെ പാർക്കുന്നതുതന്നെ കുഞ്ചിയോപ്പോൾക്ക് ഇഷ്ടമില്ല.

അമ്മാമയുടെ മകളും അവിടെ താമസിക്കാറുള്ളതാണല്ലോ. പത്തായപ്പുരയിൽനിന്നിറങ്ങില്ല. കുഞ്ചിയോപ്പോൾക്ക് ഒരു പൊന്നുമോളുണ്ടല്ലോ. പ്ലാവിലയെടുത്തു കുത്താനറിഞ്ഞുകൂടാ. പണിയെടുക്കാൻ ഒരു മീനാക്ഷിയുണ്ട്, മാളുവുമുണ്ട്.

കണ്ടു സഹിക്കുകയായിരുന്നു എല്ലാം. ഒടുവിൽ അത് അന്നാണു പൊട്ടിത്തെറിച്ചത്. അപ്പുണ്ണി വന്നത് അയാളറിഞ്ഞിരുന്നില്ല. അപ്പുണ്ണിയോട് അയാൾക്കു സ്നേഹമില്ല, വെറുപ്പുമില്ല. പക്ഷേ മുമ്പൊരിക്കൽ അവനെ കഴുത്തിനു പിടിച്ചു തള്ളി ആട്ടിയിറക്കിയതറിഞ്ഞപ്പോൾ അല്പം വേദന തോന്നി. ഒരു മനുഷ്യക്കുട്ടിയല്ലേ? വടക്കേപ്പാട്ടെ തറവാട്ടിലെ ആൺകുട്ടിയാണവനും. ചോദിക്കാനും പറയാനും ആരുമില്ലെന്നുവെച്ച്-

അപ്പോൾ വീണ്ടും മാളുവിന്റെ കാര്യമോർത്തു. മനുഷ്യാവസ്ഥയാണ്; ഇന്നു കണ്ണടച്ചാൽ നാളെ മാളുവിന്റെയും സ്ഥിതി ഇതാണ്. അവളെയും ആട്ടിയിറക്കും. അവൾക്കവിടെ അധികാരവുമില്ല.

ഒരു വൈകുന്നേരം വീട്ടിൽ കയറിച്ചെന്നപ്പോൾ കണ്ടത് അതായിരുന്നു. ആ ചെറുക്കനെ അപ്പോൾ പൊടിച്ചു കളയുമെന്നു തോന്നി. അപ്പോൾ അമർത്തപ്പെട്ടുകിടന്നിരുന്ന ശബ്ദം ഉയർന്നു.

കുഴപ്പം ആരംഭിക്കുന്നേയുള്ളുവെന്ന് കുട്ടൻനായർക്കു തോന്നി. നെല്ലളന്നിട്ടു കൊടുക്കുകയില്ലെന്നാണിപ്പോൾ വാശി. പത്തായം പൂട്ടി താക്കോൽ അരയിൽ തിരുകിയാണ് നടത്തം. വണ്ടിക്കാർക്കു നെല്ലു വില്ക്കാൻ പോകുന്നുണ്ടെന്നും കേട്ടു. വരട്ടെ, ഉണ്ണാനുണക്കിയിട്ട നെല്ല് വണ്ടിക്കാർക്കു വില്ക്കട്ടെ...

വടക്കേപ്പാട്ടെ തറവാട്ടിൽ ഒരാൾക്കുമാത്രമേ അവകാശമുണ്ടായിക്കൂടു എന്നില്ലല്ലോ.

അഞ്ച്

നാലഞ്ചു ദിവസമായി മഴ തുടങ്ങിയിട്ട്. ഇടിയും കാറ്റുമില്ല. തോരാത്ത മഴ തന്നെ. ഒരു കാറ് ആകാശത്തിൽ കണ്ടാൽ മതി, മഴ ഉടനെ പൊട്ടിവീഴുകയായി. അതു നിലയ്ക്കുമ്പോഴേക്കു വീണ്ടും ആകാശത്തിന്റെ മുഖം കറുക്കുന്നു.

വെള്ളം കെട്ടിനില്ക്കുന്ന മുറ്റത്തു മഴത്തുള്ളികൾ വീഴുമ്പോൾ കുമിളകൾ പൊങ്ങുന്നതും പൊട്ടുന്നതും നോക്കിക്കൊണ്ടു പാറുക്കുട്ടി ഇരുന്നു. ഇല്ലത്തു പണിയില്ല; മഴയൊന്നു തോർന്നിട്ടേ ഇനി നെല്ലെടുക്കുകയുള്ളൂ എന്നാണ് കുഞ്ഞാത്തോലു പറഞ്ഞത്.

നനഞ്ഞു നില്ക്കുന്ന പാടത്തിന്റെ മുഖം, തുടച്ചെത്തുന്ന നനുത്ത കാറ്റിൽ വെള്ളത്തുള്ളികളുണ്ട്.

ചെലന്നിക്കൂട്ടങ്ങൾ വേലിപോലെ വളർന്നു നില്ക്കുന്ന അതിരിനപ്പുറത്തെ വഴി ചളികെട്ടിക്കിടക്കുന്നു. ആ വഴിയിലൂടെ അകലേയ്ക്ക്. അകലേയ്ക്കു കണ്ണുകൾ സഞ്ചരിക്കുമ്പോൾ പാറുക്കുട്ടി ഓർക്കുകയായിരുന്നു: അപ്പുണ്ണി വന്നില്ല.

വരില്ലേ? അവൻ ഇനി ഒരിക്കലും വരില്ലേ?

ഇറങ്ങിപ്പോയപ്പോൾ പിണക്കം മാറി സ്ക്കൂൾ വിട്ടാൽ വന്നു കയറുമെന്നാണ് അന്നു കരുതിയത്. സന്ധ്യയായിട്ടും വന്നില്ല. പലരോടും ചോദിച്ചു. കണ്ടവരില്ല. കരഞ്ഞുകൊണ്ടാണ് സന്ധ്യയ്ക്കു ഓടിനടന്നത്. കുറെ ദൂരത്ത്, അടയ്ക്കവെട്ടുപുരയും പീടികകളുമുള്ള സ്ഥലത്തിനപ്പുറം. പുളിച്ചുവട്ടിലെ കാതരുമാപ്പിളയുടെ മകൻ അപ്പുണ്ണിയുടെ ക്ലാസിൽ പഠിക്കുന്നുണ്ടെന്നു കേട്ടു. അവനോടന്വേഷിച്ചാൽ അറിയാം. സന്ധ്യ കറുത്തു കഴിഞ്ഞിരുന്നു. നേരമിരുട്ടിയാൽ പിന്നെ പുറത്തിറങ്ങി നടക്കാറില്ലാത്തതാണ്. എങ്കിലും ഓടി കിതച്ചുകൊണ്ടാണ് ആ വഴി മുഴുവൻ നടന്നെത്തിയത്. കാതരുമാപ്പിളയുടെ വീട്ടിൽ ചെന്നു ചോദിച്ചപ്പോൾ അപ്പുണ്ണിയെ മുഹമ്മദ് അന്നു ക്ലാസിൽ കണ്ടിട്ടില്ല.

നെഞ്ചിൽ കൈവെച്ചു. എന്റെ മോനേ...

തിരികെ വീട്ടിൽ വന്നു വിളക്കു കത്തിച്ചുവെച്ചശേഷം പടിയ്ക്കൽ ത്തന്നെ കാത്തുനിന്നു.

ശങ്കരൻനായർ വന്നെങ്കിൽ അന്വേഷിക്കാൻ അയയ്ക്കാമായിരുന്നു. പക്ഷേ ശങ്കരൻനായർ ആ വഴി വരാറില്ല. അയാൾ പിന്നെ വീട്ടിൽ വന്നിട്ടുമില്ല. ഇനി അയാൾ വരില്ല. ഇല്ലത്തുനിന്നു അയാളെ മുഖത്തോടു മുഖം കാണാതെ കഴിക്കുകയായിരുന്നു.

ആരോടും സങ്കടം പറയാനില്ല. മുത്താച്ചി കൊട്ടിലിൽ ഇല്ലാത്ത ദിവസമാ

യിരുന്നു. ചിമ്മിനിയും കത്തിച്ചുവെച്ചു രാത്രി മുഴുവൻ ഉറങ്ങാതിരുന്നു. അവൻ വരില്ലേ?

നേരം വെളുപ്പിച്ചതെങ്ങനെയെന്നിപ്പോൾ ഓർമ്മയില്ല.

പിറ്റേന്നു മുത്താച്ചി വന്നു. മുത്താച്ചി പറഞ്ഞപ്പോഴാണ് അറിഞ്ഞത്, അപ്പുണ്ണി തറവാട്ടിലേയ്ക്കു പോയിരിക്കുന്നു. മുത്താച്ചിയോടു പറഞ്ഞതു ചക്കമ്മയാണ്; ചക്കമ്മയോടു പറഞ്ഞതു സെയ്താലിക്കുട്ടിയും.

അപ്പുണ്ണി തറവാട്ടിൽ താമസിക്കുകയോ? അവിടെനിന്നാണവനെ അപമാനിച്ചത്. അവനവിടെ പൊറുക്കാനാവില്ല.

പാറുക്കുട്ടി കാത്തിരുന്നു. എന്റെ മോൻ വരും, വരാതിരിക്കില്ല.

ഇല്ലത്തു ചെന്നപ്പോൾ ഇരിക്കണമ്മ ചോദിച്ചു: 'മകൻ വന്ന്വോ പാറുട്ട്യമ്മേ?'

'വരും' എന്നു മാത്രമാണ് മറുപടി പറഞ്ഞത്. ആളുകൾ അറിഞ്ഞിട്ടുണ്ടോ? മകൻ പിണങ്ങിപ്പോയിരിക്കുകയാണെന്ന്-

അന്തി കറുക്കുന്ന നേരമാണ് കൂടുതൽ വ്യസനം തോന്നുക. മഴ തുടങ്ങിയശേഷം ഇരുട്ടു നേരത്തെ പടർന്നു കയറും. തൊടിയിൽ നിറയെ വെള്ളം. കാരണം വ്യക്തമല്ലാത്ത ഒരു ഭീതി മനസ്സിലങ്ങനെ അരിച്ചു കയറും. രാത്രിയിൽ മുത്താച്ചി കൂട്ടിനു വന്നു കിടക്കാറുണ്ട്. പായ കണ്ട ഉടനെ മുത്താച്ചി ഉറക്കം തൂങ്ങും. വാതിലടച്ചു കിടന്നാൽ ഉറക്കം വരില്ല. ഉമ്മറത്തുനിന്ന് അനക്കം കേൾക്കുമ്പോളെല്ലാം അവൾ ചെവിടോർക്കും. രാത്രിയിൽ അപ്പുണ്ണി വരില്ല. എന്നാലും- ഓരോ അനക്കം കേൾക്കുമ്പോഴും ചെവിടോർത്തു പോവുകയാണ്.

ഈ മഴയത്തും അവൻ സ്ക്കൂളിൽ പോവുന്നുണ്ടാവുമോ? പുഴ നിറഞ്ഞു നില്ക്കുകയാണത്രേ. ആമിനുമ്മയാണ് പറഞ്ഞത്. തോണി വിങ്ങിയിട്ടു മൂന്നു ദിവസമാണ്.

'രണ്ടീസംകൂടി ഇങ്ങന്യാന്നു വെച്ചാൽ കൊങ്ങൻ* കേറുംന്നാ തോണ്ണ്.' എന്നാണ് ആമിനുമമ്മ അങ്ങാടിയിൽനിന്നു വന്നപ്പോൾ പറഞ്ഞത്. നിരത്തു പുഴവക്കിലാണ്. പുഴവെള്ളം നിരത്തിന് ഒപ്പമെത്തിയിരിക്കുന്നുവത്രെ. സൂക്ഷിച്ചു നടന്നില്ലെങ്കിൽ വക്കിടിയും. ദൈവമേ, ആ വഴിയാണ് സ്ക്കൂളിൽ പോകേണ്ടത്. അപ്പുണ്ണി സൂക്ഷിച്ചു നടക്കില്ലേ?

ഭഗവതീ. രക്ഷിക്കണേ... പാറുക്കുട്ടി ഒരു പണപ്പായസം നേർന്നു.

ഉണ്ടായിരുന്ന അരി കഴിഞ്ഞിരിക്കുന്നു. ഉച്ചയ്ക്ക് ആമിനുമ്മയുടെ കൈയിൽനിന്നാണ് നാഴിയരി വാങ്ങിയത്. അതിൽ ഒരു പിടി ബാക്കിയുണ്ട്. നാളെ രാവിലത്തെയും അതുകൊണ്ടു കഴിക്കാം. പിന്നെ?

ഈ മഴ തോരില്ല.

മഴ തുടങ്ങിയപ്പോൾ മുതല്ക്കു മുത്താച്ചി പാറുക്കുട്ടിയുടെ അകത്താണ്. കരിമ്പടം പുതച്ചു കാലുതടവിക്കൊണ്ടിരിക്കുകയാണ്. ഇടയ്ക്കിടെ മഴയെ ശപിക്കും.

---

* വെള്ളപ്പൊക്കത്തിന് 'കൊങ്ങൻ വെള്ളം' എന്നാണ് നാടൻഭാഷ

'ഇക്കുറി നാലു പറ* വർഷാ, കുറ്റാ മഴ പെയ്യ്ണ്.'

തണുപ്പുകാറ്റു കയറ്റിവന്നു. ശരീരം വിറയ്ക്കുമ്പോൾ മുത്താച്ചി പിരാകും: 'പണ്ടാരടക്കാനൊരു മഴ, ഇതു നാശത്തിനാ. കലികാലം, കലികാലത്തിലു പ്രമാണണ്ട്. ഇതൊക്കെ.'

ഒരു തൊപ്പിക്കുടയും ചൂടി പുരയുടെ പിൻവശത്തെ വേലികടന്ന് ആമിനുമ്മ ഉമ്മറത്തേയ്ക്കു വന്നു.

'ക്യേട്ട്വോന്നും, പാറുട്ട്യമ്മേ?'

മഴയുടെ ഇരമ്പംകൊണ്ടു പാറുക്കുട്ടി കേട്ടില്ല.

'പൂമാന്തോട്ടിലിയ്ക്കു വെള്ളം എത്തിരിക്ക്ണ്. ഛതിക്ക്വോ പടച്ചോനേ?'

മുത്താച്ചി ക്ഷണിച്ചു:

'ഇങ്ങട്ട് കേറിന്നോ ഉമ്മാ.'

ഉമ്മ കുട ചെരിച്ചുപിടിച്ച് ഇറവെള്ളം തട്ടാതെ ഉമ്മറത്തേയ്ക്കു കയറി നിന്നു.

'തൊണ്ണൂറ്റൊമ്പതിലെ വെള്ളപ്പൊക്കം ങ്ങക്കോർമ്മണ്ടോ.'

'ഉണ്ടല്ലോ. ഞെമ്മളൊക്കെ സെയ്താലിക്കാന്റെ പൊരേലിക്കല്ലേ ഒയ്ച്ച്? ന്റ്ങ്ങളേ. അന്നല്ലേ ഞമ്മടെ തന്തപ്ളാവു പെരേമ്മേല് വീണ്?'

മുത്താച്ചിക്ക് ആ വെള്ളപ്പൊക്കത്തെപ്പറ്റി ഒരുപാടു പറയാനുണ്ട്. അന്നു കൊട്ടിലിന്റെ അകത്തേയ്ക്കു വെള്ളം കടന്നു. മുത്താച്ചിയുടെ പശുക്കുട്ടി ഒലിച്ചുപോയി. വടക്കുമ്മുറിക്കാരി ഒരു സ്ത്രീ ഒലിച്ചു പോകാതെ പ്ളാവിന്റെ കവുളിയിൽ കയറിയിരുന്ന കഥ മുത്താച്ചി വിവരിച്ചു.

'വടക്കേപ്പാട്ടുകാരുടെ തോട്ടം മുങ്ങി. പാമ്പുംകുട്ടി വരുമ്പോല്യല്ലേ വെള്ളം കേറീര്ന്ന്. വേഗം ഒഴിം ചെയ്തൂട്ടോ.'

ആ വെള്ളപ്പൊക്കത്തെപ്പറ്റി സ്വപ്നംപോലെ നേർത്ത ഓർമ്മയേ പാറുക്കുട്ടിക്കുള്ളൂ; പല സ്ഥലത്തുനിന്നും ഒഴിച്ചുപോന്ന ആളുകൾ വന്നു ചേർന്നതു തറവാട്ടിലായിരുന്നു. പാടത്തിന്റെ വക്കിലാണെങ്കിലും വീടു വളരെ ഉയരത്തിലാണ്. അവിടേയ്ക്കു വെള്ളം കയറില്ല. കൈയാലയിലും കോലായിലും പലരും മൂന്നുദിവസം വെപ്പും ഊണുമായി പാർത്തു. പശുത്തൊഴുത്തിന്റെയും കാളത്തൊഴുത്തിന്റെയും കോലായിൽ ചെറുമക്കൾ വന്നുകൂടി, മൂന്നാംദിവസം വൈകുന്നേരമായപ്പോഴേയ്ക്കും വെള്ളം വാർന്നുതുടങ്ങി.

മുത്താച്ചി ആന ഒലിച്ചുപോയതും കരുണൂർ പാലത്തിന്റെ അടുത്തു വെച്ച് ഒരു മാപ്പിള അതിനെ കയറിട്ടു പിടിച്ചതും നേരെ കണ്ടപോലെ ആമിനുമ്മയോടു വിവരിച്ചുകൊടുക്കുകയാണ്. ഉമ്മ അത്ഭുതത്തോടെ കേട്ടിരുന്നു. ചിലർക്കു വെള്ളമൊഴിഞ്ഞപ്പോൾ ഒഴുകിവന്ന പണപ്പെട്ടികളും പാത്രങ്ങളും കിട്ടിയ കഥകൾ. വെള്ളം കയറിയ വീടുകളിലേയ്ക്കു പിന്നീടു തിരിച്ചു വന്നപ്പോൾ അടുപ്പിലും തൂണുകളിലും പാമ്പുകൾ പടം വിടർത്തിയാടിയ സംഭവങ്ങൾ.

---

* സംക്രമത്തിനു കണിയാൻ കൊടുക്കുന്ന ഓലയിൽ ജ്യോതിഷപ്രകാരം മഴയുടെ അളവു പറയുന്നതു അങ്ങനെയാണ്.

ആമിനുമ്മയ്ക്കും പറയാനുണ്ട്:

'പൊന്നാരമുത്താച്ച്യേ ങ്ങക്കു കേക്കണോ? വെള്ളം ബാർന്നിട്ടു ഞമ്മളു മോന്തിക്കു കുടീലു ബന്ന്, കൊട്ടേം ബട്ടീം ബെച്ചു ബെറ്ട്ണ ചായ്പിലിയ്ക്കു ചെന്നപ്പോ ഒരൂത്ത്. അസ്സല് ബെമ്പാലേര്ന്ന്ന്റ്ള്ളോ!'

അവസാനം ആമിനുമ്മ പ്രാർത്ഥിച്ചു:

'പടച്ചോൻ സഗായം. കൊങ്ങൻ കേറ്യാ നാടെരപ്പാവൂലോ.'

വേലിക്കപ്പുറത്തുനിന്ന് ആമിനുമ്മയുടെ മകൾ വിളിച്ചു. ഇറങ്ങിപ്പോവുമ്പോൾ അവർ പറഞ്ഞു:

'ഒയിക്കേണ്ട്യേര്ച്ചാ ഞമ്മക്കൊന്നിച്ചു കെട്ടു കെട്ടാം. പാറുട്ട്യമ്മേ, അല്ലാണ്ടെന്താ ചെയ്യ്ണ്?'

പാറുക്കുട്ടി മൂളി.

ഈശ്വരാ, ഈ മഴ തോരണേ എന്നവൾ ഭഗവതിയോടു പ്രാർത്ഥിച്ചു.

നാട്ടിൽ ആളുകൾക്കു മുഴുവൻ അമ്പരപ്പായിരിക്കുന്നു. ചിലർ പുഴവക്കത്തുതന്നെ സ്ഥലം പിടിച്ചിരിക്കയാണ്, വെള്ളം കയറുന്നുണ്ടോ എന്നറിയാൻ, പുഴ കർക്കിടകത്തിലും തുലാമാസത്തിലും നിറയാറുണ്ട്. പക്ഷെ ഇത്ര അപകടസ്ഥിതിയിലേയ്ക്ക് എത്താറില്ല. കഴിഞ്ഞ കൊല്ലം പൂമാൻതോട്ടിലേയ്ക്കു വെള്ളം കയറും എന്ന നില വന്നു. പിന്നെ മഴ നിലച്ചു. വെയിലും വെക്കാനവും ഉണ്ടായി.

പാടം മുഴുവൻ വിരിപ്പുവിള നിറവയറായി നില്ക്കുകയാണ്. റോഡു പൊട്ടിയാൽ പാടം മുഴുവൻ വെള്ളത്തിനടിയിൽ. വേഗത്തിൽ വെള്ളമൊഴിഞ്ഞാൽത്തന്നെയും ചിങ്ങത്തിൽ കൊയ്തെടുത്തു കളത്തിൽ കൊണ്ടുവന്നിട്ടാൽ നെല്ലു മുഴുവൻ പതിരായിരിക്കും. പുഴവക്കത്തുള്ള കണ്ടങ്ങളിൽ മണൽ വീഴാതിരിക്കയില്ല. ഒരു നിലം തീരെടുക്കാനുള്ള പണം ചെലവഴിച്ചാലേ പിന്നെ മണൽകോരി കണ്ടം താഴ്ത്താൻ കഴിയൂ.

നിരത്തിലും പീടികകളിലും ആളുകൾ ഭയപ്പെട്ടിരിക്കയാണ്. ഉച്ചതിരിയുമ്പോൾ മഴ നിലച്ചു. ആകാശം അല്പം വെളിച്ചം കണ്ടു. ആളുകൾക്കും തെല്ല് ആശ്വാസമായി. രണ്ടു ദിവസം മഴയില്ലാതെ വെയിലുണ്ടായാൽ മതി. രക്ഷപ്പെടും.

പക്ഷേ ആറേഴു നാഴിക രാവുചെന്നപ്പോൾ ആകാശത്തുനിന്നു കൂട്ടുകതിനപോലെ ഇടിമുഴങ്ങി. ഒരു ചാറൽമഴ ചറപറെ വീഴാൻ തുടങ്ങി. അതോടൊപ്പം ഒരു കാറ്റും.

മുത്താച്ചി കിടന്നുകൊണ്ടു സ്വയം സമാധാനിക്കാൻ പറഞ്ഞു:

'കാറ്റ്ണ്ടാവ്ണ്തു നല്ലതാ. കാറു കൊണ്ടോയ്ക്കോളും. മഴ സാരംണ്ടാവില്ല്യ.'

പക്ഷേ പാറുക്കുട്ടി അതിനെപ്പറ്റിയായിരുന്നില്ല ആലോചിച്ചിരുന്നത്. എവിടെയാവും അപ്പുണ്ണി കിടക്കുന്നത്? പുറത്തെ ഇറയത്ത്, ഇടിയും കാറ്റുമുള്ളപ്പോൾ ഇരിക്കുന്നുണ്ടെങ്കിലോ, ഈശ്വരാ!

ആകാശത്തു വീണ്ടും ഒച്ചപ്പാടുണ്ടായി. ഇപ്പോൾ കാട്ടുപൂച്ചകൾ കടിപിടി കൂടുകയാണെന്നേ തോന്നൂ. ഉരുണ്ടുരുണ്ടുപോകുന്ന ഒരു മുരളൽ. അവസാനം കണ്ണഞ്ചിക്കുന്ന ഒരു മിന്നലും. വീണ്ടും ഉച്ചത്തിൽ പൊട്ടിത്തെറിക്കുന്നപോലെ ഇടിവെട്ടി.

'നാരായണ, നാരായണ...' മുത്താച്ചി നാമം ജപിക്കാൻ തുടങ്ങി. പാറുക്കുട്ടി എഴുന്നേറ്റ് ഉയർത്തിവെച്ചിരുന്ന പരമ്പുതടുക്കു താഴ്ത്തിയിട്ടു ജനാലയടച്ചു.

കാറ്റിന്റെ ശക്തി കൂടിവരികയാണ്. വാഴത്തലപ്പുകൾ ഉലയുന്നു.

ചാറൽമഴയ്ക്കു കരുത്തു കൂടി. കാറ്റും മഴയും മത്സരിക്കുകയാണെന്നു തോന്നി. മേല്പുരയിൽ വീഴുന്ന മഴവെള്ളത്തിന്റെ കനത്ത ശബ്ദം വർദ്ധിച്ചു വന്നു.

ജനാലയ്ക്കു മുന്നിൽ തൂക്കിയ തടുക്കിന്റെ വക്കിൽ, ഒഴിഞ്ഞുകിടക്കുന്ന ഭാഗത്തൂടെ നോക്കിയാൽ എങ്ങും ഇരുട്ടിന്റെ കടലാണ്. ആകാശത്തിലെ മുരളലും മഴയുടെ ഇരമ്പലും തൊടിയിൽ അങ്ങിങ്ങായി നില്ക്കുന്ന കുറ്റിവാഴകൾക്കിടയിലൂടെ പായുന്ന കാറ്റിന്റെ ചിന്നംവിളിയും എല്ലാം കൂടി അവൾക്കു വല്ലാത്ത ഒരുൾക്കിടിലമുണ്ടാക്കി. പുറത്തെ ഇരമ്പുന്ന ഇരുട്ടിന്റെ കടലിലേയ്ക്കു ജനല്പഴുതിലൂടെ നോക്കിയിരിക്കുമ്പോഴായിരിക്കും ഒരു മിന്നൽ. കാളരാത്രിയുടെ കാവൽക്കാരെപ്പോലെ വൃക്ഷങ്ങളുടെ കറുത്ത രൂപങ്ങൾ ഒരു നിമിഷം തെളിയുന്നു. വീണ്ടും ഇരുട്ട്... കണ്ണിൽ ഇരുട്ടിന്റെ കടലിരമ്പുന്നു.

'കൊടുങ്കാറ്റാണ് എളകീരിക്കണെന്റെ കുട്ട്യേ. ഇക്കുറി വായു മണ്ഡലാ.* മുത്താച്ചി കണ്ണു തുറക്കാതെ പറഞ്ഞു.

പാറുക്കുട്ടി ചിമ്മിനി കത്തിച്ചു തലയ്ക്കടുത്ത കാറ്റിന്റെ ഗതിയിൽ നിന്ന കറ്റി വെച്ചു.

മുത്താച്ചി കണ്ണടച്ചു മലർന്നുകിടന്നു ധൃതിയിൽ നാമം ജപിക്കുകയാണ്.

തോട്ടത്തിൽ ഒരു മടൽ വീഴുന്ന ശബ്ദം കേട്ടു. അധികം താമസിക്കുന്നതിനുമുമ്പ് മുറ്റത്തെ ഓമമരം കടപുഴങ്ങി ഒരു വാഴക്കൂട്ടത്തിനിടയിലേയ്ക്കു ഇരമ്പി വീഴുന്നതും കേട്ടു.

മുത്താച്ചി കണ്ണു തുറന്നു. ഭയംകൊണ്ട് ആകെ പരവശമായിരുന്നു അവരുടെ നോട്ടം.

'പാറുട്ട്യേ, നമ്മളീ പെര അമർന്ന് ചോട്ടിലു പെടോ!'

'പേടിക്കാതിരുന്നോളൂ, മുത്താച്ചി.'

'നാരായണ, നാരായണ, നാരായണ...'

ജനാലപ്പഴുതിലൂടെ പെട്ടെന്നു തിരക്കിക്കയറിയ കാറ്റു ചിമ്മിനി ഊതിക്കെടുത്തി. മുത്താച്ചിയുടെ നാമജപം കുറേക്കൂടി ഉച്ചത്തിലായി.

പുറത്തെ ഇരമ്പലിൽനിന്നു വേറിട്ട് ഒരു ശബ്ദം കേട്ടുവോ എന്നു പാറു

---

* സംക്രാന്തി ഫലത്തിൽ വായുമണ്ഡലമാണ് ജ്യോതിഷക്കാരൻ കണ്ടതെങ്കിൽ ആ വർഷം കൊടുങ്കാറ്റുണ്ടാകുമെന്നാണു വിശ്വാസം.

ക്കുട്ടിക്കു സംശയം തോന്നി. ഉവ്വോ? അവൾ ചെവിടോർത്തു. ഉവ്വ്, ആരോ വിളിക്കുന്നുണ്ട്. അവൾ ശ്രദ്ധിച്ചു. വീണ്ടും വിളക്കു കത്തിച്ചു. മുത്താച്ചിയോടു പറഞ്ഞു:

'ആരോ പൊറത്ത്ന്ന് വിളിയ്ക്ക്ണ്ണ്ട്, മുത്താച്ച്യേ.'

മുത്താച്ചി കണ്ണു തുറന്നുവെങ്കിലും, നാമജപം നിർത്താതെ അങ്ങനെ ത്തന്നെ കിടന്നു. പുറത്തെ ഇരമ്പുന്ന കൊടുങ്കാറ്റിനെക്കാളും പാറുക്കുട്ടിക്കു ഭയം വളർത്തിയതു മുത്താച്ചിയുടെ ആ നാമജപമായിരുന്നു.

സംശയിച്ചുകൊണ്ട് ഉമ്മറവാതിൽ അല്പം തുറന്നു. അപ്പോൾ കോലായിൽ നനഞ്ഞു കുതിർന്ന് ആമിനുമ്മ തൊപ്പിക്കുടയും റാന്തലുമായി നില്ക്കുന്നു.

'പാറുട്ട്യമ്മേ, കഷ്ടത്തിലായീലോ.'

'എന്താ, ഉമ്മാ?'

ആമിനുമ്മയുടെ ദേഹത്തുനിന്നു വെള്ളം കോലായിൽ ഇറ്റുവീഴുന്നുണ്ട്. അവൻ കിതയ്ക്കുന്നുണ്ട്. കരയുന്നുമുണ്ട്.

'ഇപ്പളേ മാപ്ള കൂരോയീന്ന് ബന്നത്. നെരത്ത് പ്പോ പൊട്ടും. ബേം ഒയിച്ചു പോണം.'

'എവടയ്ക്കാ പൂവ്വാ, ഉമ്മാ?'

'എബ്ട്ക്കെങ്കിലും. കുന്നുംപൊറത്ത് ആരെടെങ്കിലും കുടീലിക്ക് പൂവ്വാം. ന്റെ കുട്ട്യോള്ണ്ട് സാമാനൊക്കെ കെട്ട്ണ്, കോയ്യോളേം ആടോളേം എന്താ ചെയ്യ്ാന്നാ വിചാരം.'

പാറുക്കുട്ടി അനങ്ങാതെ നില്ക്കുന്നതു കണ്ട് ആമിനുമ്മ തിരക്കൂട്ടി: 'വേഗം നോക്കീ, അമ്മക്കുട്ട്യേ. ഇത്തിരി കയ്ഞ്ഞാലത്തെ സ്തിതി പടച്ചോന്നേ തിരിയുള്ളൂ.'

'ഞാനെവടയ്ക്കും പോണില്ല്യ, ഉമ്മാ.'

'ങ്ങക്കു പ്രാന്താ? വേഗം നോക്കീടുന്നും. കുണ്ട്ങ്ങക്കാരു പെണ്ണുങ്ങളും കുട്ട്യോളും ഒയ്ച്ച്, ആണുങ്ങളു കന്നിനീം പയ്ക്കളീം കൊണ്ടോവ്വാ.'

വേലിക്കപ്പുറത്തെ വഴിയിലൂടെ മഴയത്തു നീങ്ങുന്ന റാന്തലുകളുടെ വെളിച്ചത്തിൽ കെട്ടുകളും ഭാണ്ഡങ്ങളുമായി ആളുകൾ പോകുന്നതു കാണാം.

'എന്താ, പാറുട്ട്യമ്മേ, നിക്ക്ണ്?'

'ഉമ്മാ, നിയ്ക്കെവടയ്ക്കും പോവാൻല്ല്യ. ഉമ്മ പൊയ്ക്കോളീൻ.'

ആമിനുമ്മ അന്തംവിട്ടു നിന്നു.

'പടച്ചോനേ, എന്താ ഈ കേക്ക്ണ്!'

'ഞാൻ ഇല്ല്യ, ഉമ്മാ. ഉമ്മ പൊയ്ക്കോളീൻ.'

വേലിക്കൽ നിന്ന് ആമിനുമ്മയുടെ മൂത്തമകൻ വിളിക്കുന്നു:

'ങ്ങട്ടു വേഗം വരീ, ഉമ്മാ.'

'പാറുട്ട്യമ്മേ.'

'ഉമ്മാ, ഉമ്മ പോയ്ക്കോളീൻ. മുത്താച്ചീം പോന്നോട്ടേ...'

മുത്താച്ചി കരിമ്പടവും പുതച്ചു കൂനിപ്പിടിച്ചു ഉമ്മറത്തേയ്ക്കെത്തിക്കഴിഞ്ഞിരുന്നു.

'ന്റെ മുറുക്കാൻവട്ടി കൊട്ടിലിലിലാ, ഉമ്മാ.'

ഉമ്മയ്ക്കു ചൊടി കയറി:

'മിണ്ടാണ്ടിരുന്നോളീ, തള്ളേ മന്സൻ പ്രാണൻകിട്ടാൻ പായുമ്പളാ മുറുക്കാൻവട്ടി.'

കാറ്റിന്റെ ഇരമ്പലിനെക്കാളും ഉച്ചത്തിൽ ആമിനുമ്മയുടെ മാപ്പിള അപ്പുറത്തുനിന്നു വിളിച്ചു.

'ഉമ്മ പൊയ്ക്കോളീൻ, ഉമ്മാ.'

'അമ്മക്കുട്ട്യേ. ങ്ങക്ക് ഇബടെ ആരാ ഒരു തൊണ?'

'ദൈവംണ്ട്, ഉമ്മാ. നിങ്ങള് പൊയ്ക്കോളീൻ.'

'പടച്ച തമ്പുരാനേ...' എന്നു മാത്രമേ ആമിനുമ്മയ്ക്കു പറയാൻ കഴിഞ്ഞുള്ളൂ. മുത്താച്ചിയും ആമിനുമ്മയും തൊപ്പിക്കുടയ്ക്കു താഴെ ചുരുങ്ങി നിന്ന് ഒതുക്കിറങ്ങി. വെള്ളം തെറിച്ചു റാന്തലിന്റെ കുപ്പി പൊട്ടി. അകത്തു വെള്ളം വീണിട്ടായിരിക്കണം, തിരിയും കെട്ടു. ആമിനുമ്മ വീണ്ടും സംശയിച്ചു നിന്നപ്പോൾ പാറുക്കുട്ടി പറഞ്ഞു:

'ഒന്നും വിചാരിക്കേണ്ടാ, ഉമ്മ. ചാവാണ്ടിരുന്നെങ്കിൽ ഇനീം തമ്മിലു കാണാം.'

ഇരുട്ടിൽ അവർ കണ്ണു തുടച്ചത് അന്യോന്യം കണ്ടിരിക്കയില്ല. ആ നിഴലുകൾ ഇരുട്ടിൽ മായുന്നതുവരെ പാറുക്കുട്ടി ഉമ്മറത്തു നിന്നു. പിന്നെ അകത്തു കടന്നു വാതിലടച്ചു.

വേദനയും ഭയവും നശിച്ചുകഴിഞ്ഞിരന്നു. എന്തു വന്നാലും ഒന്നുമില്ലെന്ന ഒരു മരവിച്ച ബോധമായിരുന്നു മനസ്സിൽ ബാക്കി.

–നാടു മുഴുവൻ വെള്ളത്തിൽ മുങ്ങി. ഒഴുകിപ്പോകുന്ന ഒരു മരത്തടിയുടെ മുകളിൽ പറ്റിപ്പിടിച്ചുകൊണ്ട് അവൾ ഇരിക്കുകയാണ്. കൈ വിട്ടാൽ കഴിഞ്ഞു.... കൈവിരലുകൾ മരവിച്ചുതുടങ്ങിയിരിക്കുന്നു... ഒരു ചുഴിയിൽപ്പെട്ടു മരത്തടിയൊന്നു തിരിഞ്ഞപ്പോൾ കൈവിട്ടുപോയി. അഗാധതയിലേയ്ക്കു താഴുകയാണ്. അയ്യോ... അവൾ ഞെട്ടിയുണർന്നു. അപ്പോഴാണ് മനസ്സിലാകുന്നത്, അതൊരു സ്വപ്നമായിരുന്നു.

പായിൽ എഴുന്നേറ്റിരുന്നപ്പോഴും ശരീരത്തിന്റെ വിറ മാറിയിരുന്നില്ല.

വാതിൽ തുറന്ന് ഉമ്മറത്തു വന്നു നോക്കിയപ്പോൾ തല ചുറ്റുന്നപോലെ തോന്നി. വെള്ളം കയറിയിരുന്നു. ചുറ്റും നോക്കിയപ്പോൾ വെള്ളമല്ലാതെ മറ്റൊന്നും കാണാനില്ല. കരകാണാക്കടലിന്റെ നടുവിൽ അലിഞ്ഞുപോകുന്ന ഒരു തുരുത്തിൽ നില്ക്കുകയാണെന്നു തോന്നിപ്പോയി. തലേന്നു പച്ച കാണാമായിരുന്ന പാടം മുഴുവൻ വെള്ളമാണ്. പറമ്പുകളും ഞാറ്റുവട്ടികളും കഴിഞ്ഞു വെള്ളം പടിവരെ എത്തിയിരിക്കുന്നു. ഇന്നലെ നിറവയറായ നെല്ലു നിന്നിരുന്ന പാടങ്ങളിലൂടെയാണ് ഇപ്പോൾ തോണികൾ നീങ്ങുന്നത്.

അയൽപക്കത്തെ വീടുകളെല്ലാം ശൂന്യമാണ്. ശബ്ദമില്ല, പുകയില്ല. ദൂരേ വെള്ളം പൊങ്ങിയ വയലിലൂടെ നീങ്ങുന്ന കൊതുമ്പുതോണികളിൽ വെളുപ്പുപുള്ളികൾ മാത്രമാണ് കാണാവുന്ന മനുഷ്യർ.

മഴ നിലച്ചിട്ടില്ല. രാത്ര ഇരമ്പിമറിഞ്ഞ കാറ്റു ക്ഷീണിച്ചുറങ്ങുകയാവണം: തൊടിയിലെ വാഴകൾ മുഴുവൻ നിലംപൊത്തിയിരിക്കുന്നു. അതിർത്തിയിലുള്ള മുളകൾ ചാഞ്ഞും ചെരിഞ്ഞും കിടക്കുന്നു. ദൂരത്തെ പറമ്പുകളിൽ നിന്നു കാറ്റ് ഒടിച്ചെടുത്തു കൊണ്ടുപോന്ന മാവിൻചില്ലകൾ മുറ്റത്തെ ചളിയിൽ ചിതറിക്കിടക്കുന്നു. മുത്താച്ചിയുടെ കൊട്ടിലിന്റെ മേല്പുരയിൽ മൂന്നോ നാലോ ഓലക്കീറുകൾ മാത്രമേ ബാക്കിയുള്ളൂ.

വെള്ളം ഇനിയും കയറിയേയ്ക്കാം....

നിലവിളിച്ചാൽ ആരും കേൾക്കില്ല. ഭയമല്ല. ശാന്തമായ ഒരു വേദനയാണ് അവൾക്കനുഭവപ്പെട്ടത്. ഇതായിരിക്കാം അവസാനം.

തലേ ദിവസം ബാക്കിയായ ഒരു പിടി അരി അകത്തെ ഓലവട്ടിയിൽ കിടപ്പുണ്ട്. പക്ഷേ അടുപ്പിൽ തീ പിടിപ്പിക്കാനും കഞ്ഞിവെയ്ക്കാനുമൊന്നും തോന്നിയില്ല. അറ്റം കാണാത്ത ജലപ്പരപ്പിലേയ്ക്കു നോക്കിക്കൊണ്ടു കുതിർന്നു പൊടിയാൻ തുടങ്ങിയ തിണ്ണയിൽ പിടിച്ചുനിന്നു.

ആമിനുമ്മയുടെ തൊടിയിലേയ്ക്കു വെള്ളം കയറിയിരിക്കുന്നു. പടിക്കലെ തിണ്ടു പൊട്ടേണ്ട താമസമേയുള്ളു, മുറ്റത്തേക്കു വെള്ളം തിരക്കിക്കയറാൻ.

ദൂരത്തെവിടെനിന്നോ ഒരാടിന്റെ കരച്ചിൽകേട്ടു. ദീനമായ സ്വരം. മരണം സമീപത്തെത്തിക്കഴിഞ്ഞത് ആ മൃഗം മനസ്സിലാക്കിയിരിക്കണം.

അകലെ കൊതുമ്പുതോണികൾ നീങ്ങുന്നു...

ഒരാട്ടിൻകുട്ടിയുടെ നേർത്ത കരച്ചിൽ...

ആട്ടിൻകുട്ടിയുടെ സ്വരംതന്നെയാണോ? മനുഷ്യകുഞ്ഞ് 'അമ്മേ' എന്നു വിളിച്ചതാണോ?

ഉച്ചയോടടുത്തപ്പോഴേയ്ക്കും കൊതുമ്പുതോണികളും കാണാതായി. അനക്കമില്ല. ആടിന്റെയും ആട്ടിൻ കുട്ടിയുടെയും കരച്ചിൽ കേൾക്കാനില്ല. ഇതു മരിച്ച വീട്ടിലെ നിശ്ശബ്ദതയല്ല, മരണം കാത്തിരിക്കുന്ന ഒരു മുറിയ്ക്കകത്തെ വെറുങ്ങലിപ്പാണ്.

അതിരിടിയുന്ന ശബ്ദമാണ് കേൾക്കുന്നത്. പടിക്കലെ തിണ്ടുപൊട്ടി. പട്ടിണി കിടന്ന പാമ്പുകളെപ്പോലെ, ചുവന്നുകലങ്ങിയ വെള്ളം പഴുതുകളിലൂടെ മുറ്റത്തേക്ക് ഇരച്ചുകയറി. നോക്കിയിരിക്കെയാണ്, തൊടിയും മുറ്റവും വെള്ളത്തിനടിയിലായത്. ഒതുക്കുകല്ലിന്റെ മുനമ്പുവരെ എത്തിക്കഴിഞ്ഞു.

അവസാനം അടുത്തെത്തിയിരിക്കയാണെന്ന് അവൾ ഉറപ്പിച്ചു.

അകത്തു കയറി ഇരുന്നു. പുറത്തേയ്ക്കു നോക്കാൻ ധൈര്യം വന്നില്ല. വെള്ളം കയറുകയാവും, ഏതാനും നിമിഷങ്ങളായിരിക്കും ഇനി ബാക്കി....

സന്ധ്യയ്ക്കു സമീപത്തുനിന്ന് ഒരു തകർച്ചയുടെ ശബ്ദം കേട്ടു. തെക്കുഭാഗത്തുനിന്നാണ്. ജനാലയുടെ പഴുതിലൂടെ ഒന്നേ നോക്കിയുള്ളൂ. കൊട്ടിൽ

വീണുകഴിഞ്ഞു.

ഇരുട്ടു വന്നതോടെ മഴ നിന്നു. കാറ്റും മഴയും ശബ്ദവും ഇല്ല. ഇരുണ്ടു നനഞ്ഞ അന്തരീക്ഷം. വെള്ളം പുറത്തെ ഭിത്തികളിൽ പതുക്കെ മുട്ടുന്ന ശബ്ദം ഇടയ്ക്കു കേൾക്കാം...

അവളുടെ മനസ്സു രാത്രിപോലെ ഇരുണ്ടു മരവിച്ചുകഴിഞ്ഞിരുന്നു.

പുറത്തെ ഭിത്തികളിൽ വെള്ളം തട്ടുന്ന ശബ്ദം കൂടുതൽ വ്യക്തമായി കേൾക്കാം, കാലടിയൊച്ചപോലെ. അടുത്തേയ്ക്ക്, അടുത്തേയ്ക്ക് വരുന്ന കാലൊച്ച.

ഒന്നും ആലോചിക്കരുതെന്നുണ്ട്. ചവിട്ടിപ്പോന്ന വഴിയിലേയ്ക്ക്, നിയന്ത്രിച്ചിട്ടും, നോക്കിപ്പോവുകയാണ്... ചില രൂപങ്ങളും ചിത്രങ്ങളും ഇടയ്ക്കു തെളിയുകയും മായുകയും ചെയ്തു. ഒരു നാലുകെട്ട്, കൂറ്റൻ തൂണുകൾ കാവൽ നില്ക്കുന്ന നടുമുറ്റം. നടുവിലൊരു മുല്ലത്തറ. മുറുക്കിച്ചുവപ്പിച്ച ചുണ്ടുകളും വിരിഞ്ഞ മാറുമുള്ള ഒരു മനുഷ്യന്റെ രൂപം. കാറുമൂടി കനത്തു നില്ക്കുന്ന ആകാശത്തിന്റെ ചുവട്ടിലൂടെ, വിയർപ്പുപൊടിയുന്ന ഒരു ചുമലിൽ വാടിക്കിടന്നുകൊണ്ടു നീങ്ങുന്ന ഒരു പെൺകിടാവ്. ചുരുണ്ട മുടിയും ഞെരമ്പുകൾ കാണുന്ന നെറ്റിത്തടവുമുള്ള ഒരു മുഖം. അത് അകന്നകന്നു പോവുകയാണ്....

നാളെ ശവം ഒഴുകിപ്പോവുകയായിരിക്കും. വെള്ളം വാർന്നു കഴിയുമ്പോൾ ഏതെങ്കിലും മുള്ളുവേലിയിലോ കൈതക്കൂട്ടത്തിലോ തങ്ങിക്കിടക്കുന്നുണ്ടാവും. തിരിച്ചറിഞ്ഞെന്നുവരില്ല. കണ്ടെടുക്കാൻ ആരും എത്തുകയില്ല.

അവനെ ഒന്നു കണ്ടിരുന്നെങ്കിൽ... വേദന സഹിക്കേണ്ടിവന്നപ്പോഴൊന്നും തളർന്നുപോയില്ല.... അവൻ വേദനയറിയാതിരിക്കട്ടെ... ഇല്ലത്തെ ഉരല്പുരയിലെ ദാസിപ്പെണ്ണിന്റെ മകനായി പിറക്കേണ്ടിയിരുന്നില്ല.

അപ്പുണ്ണി സുഖമായിരിക്കട്ടെ. അവൾ വീണ്ടും പ്രാർത്ഥിച്ചു. ഭഗവതീ അവനു നല്ലതു വരുത്തണേ...

തലയിണയിൽ മുഖമമർത്തിക്കൊണ്ടു പായിൽ കമിഴ്ന്നു കിടന്നു. ഉറങ്ങിയാൽ പിന്നെ ഒന്നും അറിയേണ്ടാ. തണുത്ത കൈകൾപോലെ വെള്ളം ദേഹത്തിൽവന്നു തട്ടുന്നതിനുമുമ്പ് ഉറങ്ങാൻ കഴിയണം. ചിലപ്പോൾ ഉറങ്ങിക്കിടക്കുമ്പോഴായിരിക്കും ചുമരുകൾ കുതിർന്നുപൊളിഞ്ഞു വീഴുന്നത്. പിന്നെ ഏതാനും നിമിഷങ്ങളേ വേണ്ടിവരുള്ളൂ.

ചെറുപ്പത്തിൽ ഉറക്കം വരാതെ കിടക്കുമ്പോൾ നമശ്ശിവായ ചൊല്ലാനാണ് അമ്മ പറയുക.

കണ്ണടച്ചു കിടന്നുകൊണ്ടു ജപിച്ചു:

'നമശ്ശിവായ, നമശ്ശിവായ....'

ഭിത്തികൾ കുതിർന്നു നില്ക്കുകയാണ്....തണുത്ത കൈകൾ പോലെ അരിച്ചരിച്ചുവരികയാണ്...

'നമശ്ശിവായ, നമശ്ശിവായ.'

ശരീരം തളരുന്നപോലെ തോന്നി. അടയുന്ന കൺപോളകൾക്കകത്തു വർണ്ണഗോളങ്ങൾ പൊട്ടിവിടരുന്നു. ആഴത്തിലേയ്ക്കു താഴുകയാണ്...

അപ്പോൾ,

'പാറുക്കുട്ട്യമ്മേ...'

ശരീരവും മനസ്സും പിടഞ്ഞു. മനുഷ്യന്റെ ശബ്ദം. കണ്ണുതുറക്കാൻ വയ്യ. ശരീരം പഴന്തുണിപോലെ കുഴഞ്ഞിരിക്കുന്നു.

'പാറുക്കുട്ട്യമ്മേ...'

പ്രയാസപ്പെട്ടു കണ്ണുകൾ തുറന്നു. പതുക്കെ എഴുന്നേറ്റു. ശരീരമാകെ കാറ്റിൽപ്പെട്ട ഓലത്തുമ്പുപോലെ വിറയ്ക്കുകയായിരുന്നു. ശബ്ദിക്കാൻ വയ്യാ... വിളക്ക് എവിടെയാണെന്നു ഓർമ്മയില്ല. ബോധമില്ലാതെ വാതില്ക്കലേക്കു നീങ്ങി. വിറയ്ക്കുന്ന കൈൾ കൊണ്ടു വാതിലിന്റെ സാക്ഷ നീക്കി. ആരോ നില്ക്കുന്നു. പുറത്തും കണ്ണുകളിലും ഇരുട്ടാണ്;

'ഹമ്മേ....'

'ഞാനാണ്, പേടിക്കണ്ടാ, ശങ്കരന്നായര്.'

കാലടികൾ പതറി. അവസാനത്തെ വേരും അറ്റു കടപുഴങ്ങുന്നതുപോലെ ചെരിഞ്ഞു.

താഴെ വീണില്ല. അതിനുമുമ്പു കരുത്തുള്ള രണ്ടു കൈകൾ താങ്ങി.

'തോണി കൊണ്ടന്നിട്ട്ണ്ട്. പോരൂ...'

സംസാരിക്കണമെന്നുണ്ട്. വയ്യാ. ആകെ കുഴഞ്ഞു പോവുകയാണ്...

'ഞാൻ താങ്ങാം.'

അയാൾ വാരിയെടുത്തു വെള്ളത്തിലേയ്ക്കിറങ്ങി.

പാറുക്കുട്ടി കണ്ണുകൾ തുറന്നപ്പോൾ, ആദ്യം നടുക്കടലിലാണെന്നു തോന്നി. ചുറ്റും കരകാണാത്ത വെള്ളം. പങ്കായം കുത്തിയെറിയുന്ന ശബ്ദം കേൾക്കാം. എവിടെയാണ് കിടക്കുന്നതെന്നു മനസ്സിലാവാൻ അല്പസമയം വേണ്ടിവന്നു. തോണിക്കകത്താണ്. ഒഴുക്കും ചുഴികളും കടക്കാൻ അയാൾ സർവ്വശക്തിയുമുപയോഗിച്ച് പങ്കായമെറിയുകയാണ്. ചൂടുള്ള വിയർപ്പുതുള്ളികൾ മുഖത്ത് അടർന്നു വീണു. അപ്പോൾ അവൾക്കു മനസ്സിലായി, അയാളുടെ മടിയിൽ തല ചായ്ച്ചാണ് കിടക്കുന്നത്. തല പൊക്കുകയും നിവർന്നിരിക്കുകയും ചെയ്യാം. പക്ഷേ തലയുയർത്താതെ, കണ്ണുകളടച്ചുകൊണ്ട് അവൾ ചോദിച്ചു:

'എവിടയ്ക്കാ പോണ്?'

'വെള്ളം കയറാത്ത സ്ഥലത്തേക്ക്.'

തോണിക്കൊമ്പ്, ഉയർന്നുനില്ക്കുന്ന ഒരു മരക്കുറ്റിയിൽ തട്ടാതിരിക്കാൻ പങ്കായം മറുവശത്തെറിഞ്ഞു തിരിക്കുന്നതിനിടയിൽ അയാൾ കിതച്ചുകൊണ്ടു പറഞ്ഞു.

ആറ്

ക്ലാസ്സിലേക്കു വയസ്സൻ പ്യൂൺ കോയാമു ഒരു മെമ്മോ കൊണ്ടുവന്നു. രാമ നാഥയ്യരുടെ ഹിസ്റ്ററിക്ലാസ്സായിരുന്നു. മാസ്റ്റർ മെമ്മോ വായിച്ചു. 'വി.അപ്പു ണ്ണി, ഹെഡ്മാഷ് വിളിക്കുന്നു.'

കുട്ടികളെല്ലാം അപ്പുണ്ണിയെ നോക്കി. അപ്പുണ്ണി പരിഭ്രമം പുറത്തു കാട്ടാ തിരിക്കാൻ പ്രയാസപ്പെട്ടു. സാധാരണ എന്തെങ്കിലും കേസുണ്ടാക്കിയ കുട്ടി കളെയാണ് ഓഫീസിലേക്കു വിളിക്കുക. എന്നിട്ടു രണ്ടു കൈയിലും മതിയാ വുന്നവരെ ചൂരൽ പ്രയോഗിക്കും. ചെറിയ കുറ്റങ്ങളാണെങ്കിൽ കുറെ ശകാ രിക്കും. എന്നിട്ടു കൂർപ്പിച്ച പെൻസിൽമുന ചേർത്തു ചെവിക്ക് ഒരു പിടുത്ത മുണ്ട്. അനുഭവിച്ചവരുടെ അഭിപ്രായത്തിൽ പന്ത്രണ്ടു ചൂരൽപ്പഴം വാങ്ങുന്ന തിലും ഭയങ്കരമാണത്രേ ആ പിടുത്തം.

എന്തിനാണാവോ? ആലോചിച്ചപ്പോൾ, ഒന്നും ചെയ്തിട്ടില്ല. ഭാസ്കരൻ എന്തങ്കിലും കള്ളത്തരം പറഞ്ഞുകൊടുത്തിട്ടുണ്ടാവും.

പോയി. ഓഫീസിലേക്കു കടക്കുമ്പോൾ കാലു വിറച്ചിരുന്നു. ഹെഡ്മാ സ്റ്റർ ചോദിച്ചു:

'എന്താണെടോ, പഠിക്കുന്നുണ്ടോ?'

'ഉണ്ട്.'

എന്നിട്ടാണ് ഹെഡ്മാസ്റ്റർ പറഞ്ഞത്: അവന് സ്കോളർഷിപ്പ് പാസായി രിക്കുന്നു. മാസത്തിൽ ആറുറുപ്പിക! അരക്കൊല്ലപ്പരീക്ഷയിൽ ഒന്നാമനായ തുകൊണ്ടു കിട്ടിയതാണ്.

അപ്പോൾ ഇനി ഫീസടയ്ക്കണ്ട!

നാലുറുപ്പിക പതിമൂന്നണയും കഴിഞ്ഞ്– ഒരുറുപ്പിക മൂന്നണ ബാക്കി! മാസത്തിൽ ഒരുറുപ്പിക മൂന്നണ സ്വന്തമായി കിട്ടുക–!

'ഇവിടെ ഒപ്പിട്ടോ.'

ഒരു റെവന്യൂസ്റ്റാമ്പിന്റെ മുകളിൽ ഒപ്പുവെച്ചു. പോരാൻ ഭാവിക്കുമ്പോൾ ഹെഡ്മാസ്റ്റർ ഒരു പിടി നോട്ടു നീട്ടി.

'കഴിഞ്ഞ എട്ടു മാസത്തെ സംഖ്യ പാസ്സായിരിക്കുന്നു.'

എണ്ണാറു നാല്പത്തെട്ട്!

വിശ്വസിക്കാൻ കഴിഞ്ഞില്ല. അതു വാങ്ങുമ്പോൾ കൈ വിറയ്ക്കുകയാ യിരുന്നു. നാല്പത്തേഴുറുപ്പിക പതിനഞ്ചണയും കൊണ്ട് ഓഫീസിൽ നിന്നു പുറത്തു കടന്നപ്പോൾ താൻ വലിയൊരു മനുഷ്യനായിരിക്കുന്നുവെന്നു തോന്നി.

നിത്യവും പ്രാർത്ഥിക്കാറുണ്ട്. തറവാട്ടിൽ വന്ന ശേഷം മച്ചിന്റെ മുമ്പിൽ നിന്നാണ്. ഭഗവതിയുടെ അനുഗ്രഹം കൊണ്ടായിരിക്കും.

ഭഗവതി ആ തറവാട്ടിലുള്ളവരുടെ അമ്മയാണത്രേ. മച്ചിൽ കുടിവെച്ചി

ട്ടുണ്ട്. 'പണ്ടു ചോറുകൊണ്ടുവന്നു തന്ന അമ്മയാണ്' എന്നാണ് ഭഗവതിയെ അമ്മമ്മ പറയാറുള്ളത്.

അതൊരു പഴയ കഥയാണ്.

വളരെ കൊല്ലങ്ങൾക്കു മുമ്പ് അന്നു തറവാട്ടിൽ ഒരു സ്ത്രീയും ആറു മക്കളും മാത്രമേയുള്ളു. ആ സ്ത്രീ പശുവിനെ കറന്നു ദിവസവും അമ്പലത്തിൽ പാൽ കൊണ്ടുപോയി കൊടുക്കും. പുഴ കടന്നിട്ടു വേണം അമ്പലത്തിലെത്താൻ. അമ്പലത്തിൽനിന്നു കിട്ടുന്ന നേദ്യച്ചോറുകൊണ്ടാണ് അവർ കഴിഞ്ഞിരുന്നത്.

ഒരു തുലാമാസത്തിൽ പുഴ നിറഞ്ഞു. തോണി കടക്കാൻ നിവൃത്തിയില്ല. പുഴവക്കത്ത് പാൽപ്പാത്രവുമായി കുറേനേരം കാത്തു നിന്നു. ഒടുവിൽ വ്യസ

നത്തോടെ തിരിച്ചുപോന്നു. കുട്ടികൾക്കന്നു രാത്രി ചോറില്ല. നിറകൊണ്ട പാതിരയ്ക്ക് ഉമ്മറവാതില്ക്കൽനിന്ന് ആരോ വിളിച്ചു. വാതിൽ തുറന്നപ്പോൾ ഒരു കൈ നീണ്ട് ഒരു ചെമ്പു ചോറ് അകത്തേക്കു നീട്ടിവെച്ചു.

'കുട്ടികളെ ഉണർത്തി ഇതു കൊടുക്കൂ.'

പട്ടിട്ടു മൂടിയ ഒരു രൂപം മച്ചിന്റെ വാതിൽ തുറന്ന് അകത്തേക്കു പോവുന്നതും കണ്ടു. കാൽച്ചിലമ്പുകളുടെ ശബ്ദം കേട്ടുവത്രേ. പിന്നെ കണ്ടില്ല.

അത് ഭഗവതിയായിരുന്നുവത്രേ. അതിൽപ്പിന്നെയാണു തറവാട്ടിൽ അഭിവൃദ്ധിയുണ്ടായത്.

അന്ന് അവന് ഭഗവതിയിലും എല്ലാ ദൈവങ്ങളിലും വിശ്വാസം തോന്നി. ഫീസിന്റെ തീയതി അടുത്തുവരുംതോറും അകം പതയ്ക്കുകയായിരുന്നു. നാലുറുപ്പിക പതിമൂന്നണ ആരു തരും?'

അന്നാണ് കുട്ടികളുടെ ഇടയിൽ യോഗ്യനായത്. കീശയിൽ നാല്പത്തേഴുറുപ്പിക പതിനഞ്ചണയുണ്ട്. അത്രയും പണം അവൻ മുമ്പു തൊട്ടിട്ടില്ല.

വീട്ടിലെത്തിയപ്പോൾ തനിക്കുമുമ്പേ ആ വാർത്ത അവിടെ എത്തിയിരിക്കുന്നു. ഭാസ്കരൻ പറഞ്ഞതാവും.

അന്നു വലിയമ്മ അല്പം സ്നേഹം കാട്ടി. ഉണ്ണാൻ ഭാസ്കരനും മറ്റും ഇരുന്നപ്പോൾ വലിയമ്മയാണവനെ വിളിച്ചത്.

നാല്പത്തേഴുറുപ്പിക പതിനഞ്ചണയ്ക്ക് ഇത്ര വിലയുണ്ടെന്ന് അവൻ മനസ്സിലാക്കിയിരുന്നില്ല.

രാത്രിയിൽ അമ്മമ്മ പറഞ്ഞു: 'ആ കാശു നന്നായിധാക്കരുത്. അമ്മമ്മ എടുത്തു വെയ്ക്കാം.'

അങ്ങനെയാണ് പുതിയ രണ്ടു കുപ്പായം ഉണ്ടായത്. അമ്മമ്മ അതിൽനിന്ന് ആട്ടിൻതല വാങ്ങാനും കുഴമ്പിനുമായി കുറച്ചു പണമെടുത്തു. ബാക്കി കുട്ടമ്മാമ അമ്മമ്മയുടെ കൈയിൽനിന്നു കടംവാങ്ങിയെന്നു പിന്നീടറിഞ്ഞു.

അതിലൊന്നും അവനു വിഷമം തോന്നിയില്ല. പെട്ടെന്നു ധനികനായ പോലെ തോന്നി. കുട്ടമ്മാമ തന്റെ കടക്കാരനാണ്! അമ്മമ്മ തന്റെ കാശനുഭവിച്ചിട്ടുണ്ട്.

സൂപ്പു കുടിക്കാനിരിക്കുമ്പോൾ അമ്മമ്മ നിത്യവും പറയാറുണ്ട്:

'വയ്യാത്ത കാലത്ത് ഓനെക്കൊണ്ടേ നിക്ക് ഗുണംണ്ടായത്.'

അതിലിടയ്ക്ക് ഭാഗക്കാര്യം പുകയുകയായിരുന്നു.

കുറെ ദിവസമായി സംസാരം തുടങ്ങിയിട്ട്. ഒരിടത്തും എത്തിയിട്ടില്ല.

ഭാഗിക്കണമെന്നു കേൾക്കാൻ തുടങ്ങിയമുതല്ക്ക് വലിയമ്മ പറയുന്നുണ്ട്: 'നിയ്ക്കും ന്റെ കുട്ട്യോൾക്കും ള്ളത് എന്താച്ചാൽ വേറെ തന്നാൽ മതി.'

മീനാക്ഷിയേടത്തിക്കും ചെറിയച്ഛനും അഭിപ്രായമൊന്നുമില്ല. സങ്കടം മുഴുവൻ അമ്മമ്മയ്ക്കാണ്.

'ഇദൂംന്റെ കണ്ണോണ്ടു കാണേണ്ടിവന്നൂലോ.'

ഉമ്മറത്തുനിന്നു നാട്ടുകാര്യസ്ഥന്മാരുടെ സംഭാഷണം തുടങ്ങിയാൽ അമ്മമ്മ പറയും. 'നിയ്ക്കീ തറവാട്ടിലു കെടന്നു കണ്ണടയ്ക്കണംന്ന്ണ്ട്.'

അപ്പുണ്ണിയെന്ന ഒരംഗം നാലുകെട്ടിന്നകത്തു ജീവിക്കുന്നുണ്ടെന്ന കാര്യം

വലിയമ്മാമ തീരെ മറന്ന പോലെയാണ്. അവനെ നേരിട്ടു കാണാതിരിക്കാൻ വലിയമ്മാമ എപ്പോഴും ശ്രദ്ധിക്കാറുണ്ട്. അവനും കാണാതെ കഴിക്കണമെന്നാണാഗ്രഹം.

വീട്ടിനകത്ത് ആളുകളുണ്ടെങ്കിലും താനൊറ്റയ്ക്കു നില്ക്കുകയാണെന്ന ബോധം അവനെ എപ്പോഴും അലട്ടിക്കൊണ്ടിരുന്നു. അവന്റെ പേർ ആരും ഉച്ചത്തിൽ വിളിക്കാറില്ല: രാവിലെ കഞ്ഞി കുടിച്ചാൽ സ്ക്കൂളിൽ പോകുന്നു. വൈകുന്നേരം തിരിച്ചുവരുന്നു. തൊടിയിലെ കുളത്തിൽത്തന്നെ കുളിക്കും. തെക്കിനിയിൽ നടുമുറ്റത്തിന്റെ വക്കിൽ തൂക്കിയിട്ട ഭസ്മക്കൊട്ടയിൽനിന്ന് ഒരു നുള്ളു ഭസ്മം എടുത്തു കുറിയിട്ടു മച്ചിന്റെ മുമ്പിൽ ചെന്നു തൊഴുതു നിലവിളക്കിന്റെ വെളിച്ചത്തിൽ വായിക്കാനിരിക്കും. ആർക്കും അവനോടു ചോദിക്കാനില്ല, പറയാനില്ല.

വലിയമ്മയുടെ വിഷമം മുഴുവൻ അവനിനി വീട്ടിലേയ്ക്കു തിരിച്ചു പോവുന്നില്ലെന്നു മനസ്സിലായപ്പോഴാണ്. അവർ തന്നോടു തന്നെ ഉറക്കെ പറയാറുണ്ട്: 'നശിക്കാനുള്ള സ്ഥലാ. അടിച്ചതും വാരീതും ഒക്കെ വന്നു കൂടട്ടെ.'

ഇടയ്ക്കു സംസാരിക്കാൻ അടുത്തുവരുന്നതു മാളുവാണ്. അവൾക്കു ചില പുന്നാരങ്ങൾ ചോദിക്കാനുണ്ട്. പാഠം വായിക്കുമ്പോൾ അവൾ അടുത്തുവന്നു ചിലപ്പോൾ നോക്കിക്കൊണ്ടു നില്ക്കും. അതവന് ഇഷ്ടമാവുന്നില്ല. പകൽ നടന്നതെല്ലാം വൈകുന്നേരം പറയുന്നത് അവളാണ്. കറുത്തു മെലിഞ്ഞ കൂർത്ത മുഖമുള്ള ആ പെണ്ണിനെ, എന്തോ, അവനിഷ്ടമല്ല. അവൾ പാവമാണെന്നറിയാം. എന്നാലും-അവൾ സ്നേഹം കാട്ടാൻ തുടങ്ങുമ്പോൾ അവനു ദേഷ്യം തോന്നും. അടുക്കളയിൽ പണിയില്ലാത്ത നേരം നോക്കി അവൾ എടുത്തു പറ്റിക്കൂടും: അപ്പുണ്ണ്യേട്ടൻ എന്താ ചെയ്യണ്? അപ്പുണ്ണ്യേട്ടൻ എന്താ വരയ്ണ്?

അവളും ഈ വീട്ടിൽ തന്നേപ്പോലെ ഒരധികപ്പറ്റാണ്.

അവൾക്ക് ഒരുപാടു പണിയുണ്ട്. എപ്പോഴും മുഷിഞ്ഞ മുണ്ടും ബ്ലൗസുമായിട്ടേ അവളെ കാണൂ.

തങ്കേടത്തിക്കും അമ്മിണിയേടത്തിക്കും പട്ടുകൊണ്ടുള്ള കുപ്പായങ്ങളുണ്ട്. അവർ അരികത്തൂടെ കടന്നുപോകുമ്പോൾ നല്ല മണമുണ്ട്-കാച്ചിയ എണ്ണയുടെ, ചന്ദനത്തിന്റെ, മട്ടിപ്പശയുടെ, കൈതപ്പൂവിന്റെ. മാളു അടുത്തൂടെ കടന്നുപോകുമ്പോൾ നനച്ചു നിവർത്താതെ ഇട്ട തുണിയുടെ മണമാണ്.

ഇടയ്ക്കു മാത്രമേ അമ്മിണിയേടത്തി സ്വന്തം വീട്ടിലേയ്ക്കു പോവുകയുള്ളു; നാലഞ്ചു ദിവസം കഴിഞ്ഞാൽ തിരിച്ചു വരികയും ചെയ്യും.

വലിയമ്മാമയ്ക്കു കൂടെ മക്കൾ ആരെങ്കിലും വേണം. മുമ്പു ദേവകിയേടത്തിയായിരുന്നു. അവരുടെ കല്യാണം കഴിഞ്ഞു ഭർത്താവിന്റെ വീട്ടിൽ പോയ ശേഷം അമ്മിണിയേടത്തി വന്നു. അമ്മായി കുറേ കാലമായി അധിക ദിവസവും ഇവിടെ വന്നു പാർക്കുക പതിവില്ല. കഴിഞ്ഞ തിരുവാതിരയ്ക്കുമുമ്പ് ഒരാഴ്ച വന്നു താമസിച്ചതാണ്.

ഒരിക്കൽ ഷർട്ടു നനച്ച് ഉണങ്ങാനിട്ടിരിയ്ക്കുകയായിരുന്നു. അകത്തിരിക്കുമ്പോൾ ഒന്നും ഇടാറില്ല. വെറുതെ ബനിയനെടുത്തിട്ടു മുറ്റത്തു നടക്കു

മ്പോൾ അമ്മിണിയേടത്തി പറയുകയാണ്:

'അപ്പുണ്ണിക്കു ബന്യേനിട്ടാലാണ് ഭംഗി.'

അവരോടു സംസാരിക്കാൻ അവനു മടിയാണ്. ചിലപ്പോഴെല്ലാം അവർ അടുത്തു വരും. ആകെ ഒരമ്പരപ്പാണ് അവനു തോന്നുക. അവരെ നോക്കുമ്പോഴെല്ലാം മുന്നിൽ കാണുന്ന ആ രൂപം മാഞ്ഞ് അവിടെ നിലവിളക്കുകളുടെ പ്രകാശത്തിൽ മാറുമറയ്ക്കാതെ ഞെറിഞ്ഞുടുത്തിരുന്ന് കൈയിൽ കവുങ്ങിൻപൂക്കുല പിടിച്ച് ആടിയുലയുന്ന ഒരു സർപ്പപ്പെണ്ണിന്റെ ചിത്രമാണ് ഓർമ്മ വരിക.

വൈകുന്നേരം വലിയമ്മാമ പടിക്കൽ നടക്കാനിറങ്ങിയാൽ പത്തായപ്പുരയുടെ പടിഞ്ഞാറെ മുറ്റത്തു മുടിയഴിച്ചിട്ടു വേർപെടുത്തിക്കൊണ്ട് അമ്മിണിയേടത്തി നില്ക്കും. അവർ കാണാതെ, അപ്പോൾ അവരെ നോക്കിയിരിക്കാനാണ് കൗതുകം തോന്നുക. അനങ്ങുമ്പോൾ പുളഞ്ഞു മിനുങ്ങുന്ന നീലപ്പട്ടിന്റെ ജാക്കറ്റ്. പിന്നുകുത്താത്ത താഴത്തെ പൊളിയിലൂടെ കൂമ്പാളയുടെ നിറമുള്ള വയർകാണാം. സർപ്പത്തുള്ളലിനു കണ്ടപ്പോഴത്തേതിലുമധികം അവർ തടിച്ചിട്ടുണ്ട്. പാതിയടഞ്ഞ കണ്ണുകൾ പോക്കുവെയിൽ തട്ടുന്ന വാഴത്തോപ്പിന്നുള്ളിൽ വെറുതെ സഞ്ചരിക്കുകയാവും. ചുവന്ന കുപ്പിവളയിട്ട കൈത്തണ്ടകളിൽ എപ്പോഴും നനവുണ്ടെന്നു തോന്നും കണ്ടാൽ. തലമുടി വേർപെടുത്തുമ്പോൾ കുപ്പിവളകൾ ഒച്ചകൂട്ടും.

അവർ മുന്നിൽ വന്നു നിന്നാൽ നേരെ മുഖത്തു നോക്കാൻ പ്രയാസം തോന്നും. നിന്ദയോടെ, പകയോടെ, നോക്കണമെന്ന് ആഗ്രഹിക്കാറുണ്ട്. വലിയമ്മാമയുടെ ഓമനമകൾ വന്നിരിക്കുന്നു! തന്നെ കഠിനമായി വെറുക്കുന്ന ആ മനുഷ്യന്റെ ഏറ്റവും ഇളയമകൾ. വലിയമ്മാമയോടുള്ള വെറുപ്പു മുഴുവൻ അവരോടു കാണിക്കണമെന്നു തോന്നാറുണ്ട്. പക്ഷേ മുന്നിലെത്തുമ്പോൾ മുഖമുയർത്താൻ വയ്യാ. അകലെനിന്നു കാണുവാൻ രസമുണ്ട്. ചുമലിലൂടെ മുന്നിലേയ്ക്കു വീണുകിടക്കുന്ന മുടിച്ചുരുളുകൾ അനങ്ങുമ്പോൾ മാറത്തു കറുത്തു മിന്നുന്ന സർപ്പങ്ങൾ പിടയുകയാണെന്നു തോന്നും. മൂക്കിനു താഴെ കുനുത്തു നിൽക്കുന്ന നീലച്ഛായയുള്ള നനുത്ത രോമങ്ങൾ. പാതിയടഞ്ഞ കണ്ണുകൾ കാണുമ്പോൾ അവർ സ്വപ്നം കണ്ടുകൊണ്ടാണ് നിൽക്കുന്നതും നടക്കുന്നതും എന്നു സംശയിക്കും.

സന്ധ്യയ്ക്കു പടിഞ്ഞാറെ മുറ്റത്തു അവർ നിൽക്കുമ്പോൾ സർപ്പക്കാവുകളിൽ നാഗങ്ങൾ ഫണം വിരിച്ച് ആടി നിൽക്കുന്നുണ്ടാവും. സർപ്പങ്ങൾക്കു സുന്ദരികളായ പെൺകിടാങ്ങളെ ഇഷ്ടമാണ്.

ഭംഗിയുള്ള ഒരു സർപ്പമാണ് അമ്മിണിയേടത്തി. അകലെ നിന്നുകൊണ്ട്, അതും പടം വിടർത്തി നിൽക്കുന്നതു കാണാൻ രസമുണ്ട്. അടുക്കാൻ താൻ ഭയപ്പെടുന്നു....

ഒരു സന്ധ്യയ്ക്ക്, വാതിലിന്റെ മേൽപ്പടിമേൽ നിന്നു കിട്ടിയ ഒരു കടലാസുകൊണ്ട് ഇംഗ്ലീഷു പുസ്തകം പൊതിയുകയായിരുന്നു. അപ്പോൾ അമ്മിണിയേടത്തി തൊട്ടു പിന്നിൽ വന്നുനിന്നു.

'അപ്പുണ്ണി എന്താ ചെയ്യ്ണ്?'

പൊതിയുന്നതിൽനിന്ന് ശ്രദ്ധ പിൻവലിക്കാതെ പറഞ്ഞു:

'ഒന്നൂല്ല്യ.'

'അപ്പുണ്ണിയുടെ പുസ്തകം നോക്കട്ടെ.'

അവർ അടുത്തു മുട്ടുകുത്തി നിന്നപ്പോൾ തലയിൽ ചൂടിയ കുടമുല്ലപ്പൂക്കളുടെ സുഖകരമായ മണം വന്നു.

പൊതിഞ്ഞുകഴിഞ്ഞ പുസ്തകം അവൻ താഴെ വെച്ചു. അവരതു കൈയിലെടുത്തു.

അമ്മിണിയേടത്തി അഞ്ചുവരെമാത്രമേ പഠിച്ചിട്ടുള്ളൂ. ഇംഗ്ലീഷു കൂട്ടിവായിക്കാനറിഞ്ഞുകൂടാ. അക്കാര്യത്തിൽ അവനഭിമാനം തോന്നി. ഇംഗ്ലീഷു വായിക്കാം. എഴുതാം.

പുസ്തകത്തിന്റെ താളുകൾ മറിച്ചുനോക്കിക്കൊണ്ട് അമ്മിണിയേടത്തി ചോദിച്ചു: 'ഇതൊക്കെ അപ്പുണ്ണി വായിക്ക്യോ?'

'ഉം'

'ഒന്നു വായിക്കൂ, കേൾക്കട്ടെ.'

അതു വയ്യാ. മറ്റൊരാൾക്കു കേൾക്കാൻവേണ്ടി വായിക്കുക. വായന കേൾക്കാൻ ഇത്ര രസമുണ്ടോ? വായിച്ചു തന്റെ അറിവ് കാണിക്കണമെന്നുണ്ടായിരുന്നു. പക്ഷേ ലജ്ജതോന്നി.

'ഇതാരടെ ചിത്രാ?

ഒരു പേജ് മറിച്ചു കാണിച്ചുകൊണ്ട് അവർ ചോദിച്ചു:

അപ്പുണ്ണി പറഞ്ഞു: 'റാണി ലക്ഷ്മീഭായ്.'

'ഏതാ ലക്ഷ്മീബായി?'

ലക്ഷ്മീബായി ആരാണെന്നറിയില്ലത്രേ! ഝാൻസിറാണിയുടെ കഥ മുഴുവനറിയാം. എന്തിനതൊക്കെ വിവരിക്കുന്നു?

'ഒരു റാണിയാണ്-പണ്ടത്തെ' എന്നു മാത്രം പറഞ്ഞു.

'ഇതോ?'

'ഇതു പറക്കുന്ന കുതിരയുടെ കഥ. രാജകുമാരനും രാജകുമാരിയും കുതിരപ്പുറത്തു പോവ്വാണ്.'

'എവടയ്ക്കാ, അപ്പുണ്ണീ, പോയത്.'

'രാജകുമാരന്റെ സ്വന്തം രാജ്യത്തിലേയ്ക്ക്.'

'എന്നിട്ടോ?'

'എന്നിട്ടു രാജകുമാരൻ രാജകുമാരിയെ കല്യാണം കഴിച്ചു.'

'എന്നിട്ടോ?'

'എന്നിട്ട്-എന്നിട്ടു സുഖമായി താമസിച്ചു.'

'എന്നിട്ടോ?'

എന്താണിനി പറയേണ്ടതെന്നറിയാതെ അവൻ പൊടുന്നനെ നിശ്ശബ്ദനായിപ്പോയി. അമ്മിണിയേടത്തി പൊട്ടിച്ചിരിച്ചു. അപ്പോൾ അവനും ചിരിച്ചുപോയി. പക്ഷേ വേഗം ചിരിയടക്കി. അവന്റെ ചുമലിൽ അമർത്തിപ്പിടിച്ചുകൊണ്ടാണ് അവരെഴുന്നേറ്റത്. വീണ്ടും കുടമുല്ലപ്പൂക്കളുടെ മണം.

'അപ്പുണ്ണിക്ക് ഈ കഥയൊക്കെ അറിയുംല്ല്യേ?'

'ഒക്കെ പഠിക്കാനുള്ളതാണ്.'

'എന്നിട്ടാ നിയ്ക്കൊന്നു പറഞ്ഞുതരാത്തത്?'

അതു ചോദിക്കുമ്പോൾ അവർ ചെറിയ കുട്ടിയാണെന്നു തല്ക്കാലം തോന്നിപ്പോയി. എങ്കിലും അതിനുത്തരമൊന്നും പറഞ്ഞില്ല.

'എന്താ അപ്പുണ്ണ്യേ ഒന്നും മിണ്ടാത്ത്?'

അതിനും അവൻ മറുപടി പറഞ്ഞില്ല.

'അപ്പുണ്ണിക്ക് എന്നോടെന്താ ദേഷ്യം?'

'എനിക്ക് ദേഷ്യംല്ല്യ.'

അവർ എന്തോ ആലോചിച്ചുകൊണ്ടു നിന്നു. പിന്നെ പതുക്കെ വടക്കിനിയിലേയ്ക്കു പോയി.

വീട്ടിൽ വലിയമ്മാമയും കുട്ടമ്മാമയും തമ്മിൽ വഴക്ക് ഒരു സാധാരണ സംഭവമായി. ഭാഗിക്കാൻ വലിയമ്മാമ തയ്യാറില്ല. കൃത്യമായി ചെലവിനു നെല്ലു കൊടുക്കാറില്ല. വലിയമ്മയുടെ ശബ്ദം കൂടുതൽ ഉച്ചത്തിൽ കേൾക്കാൻ തുടങ്ങിയിരിക്കുന്നു.

കൊല്ലപ്പരീക്ഷയുടെ ഫലം സ്ക്കൂൾ തുറക്കുന്നതിനുമുമ്പുതന്നെ അറിഞ്ഞു. അപ്പുണ്ണി പാസായിരിക്കുന്നു. മാർക്കുകളറിയില്ല. ഫസ്റ്റാവാനിടയില്ല. എങ്കിലും സെക്കന്റ് ആവുമെന്നുറപ്പുണ്ട്. കൃഷ്ണൻകുട്ടിവാരിയരായിരിക്കും ഫസ്റ്റ്.

ജയിച്ച വിവരമറിഞ്ഞു വന്നപ്പോൾ അമ്മിണിയേടത്തി ചോദിച്ചു:

'അപ്പുണ്ണി പാസായില്ല്യേ?'

'പാസായി.'

'ഹായ്. എത്രാമനാ?'

'അതറീല്ല്യ.'

'ഒന്നാമനാവും അപ്പുണ്ണി.'

ആവട്ടെ. എന്നാൽ ഒരു സമ്മാനംകൂടി കിട്ടും. കഴിഞ്ഞ ആനുവേഴ്സറിക്കു പ്രൊഫിഷ്യൻസി പ്രൈസ് കിട്ടി. നോട്ടീസ് ബോർഡിൽ പേരു കണ്ടപ്പോളാണറിഞ്ഞത്.

നിറഞ്ഞ സദസ്സ്. സമ്മാനദാനം വരുന്നതും കാത്തിരുന്നു. മൈക്കിലൂടെ അവന്റെ പേർ വിളിച്ചപ്പോൾ മതിമറന്നുപോയി. വി. അപ്പുണ്ണി. ലോകം മുഴുവൻ ആ ശബ്ദം എത്തിയെന്നു തോന്നി. ആളുകൾക്കിടയിലൂടെ നടന്നുപോയി സമ്മാനം വാങ്ങി. കട്ടിയുള്ള ചട്ടയും അതിൽ ഒരു താടിക്കാരന്റെ പടവുമുള്ള ഒരിംഗ്ലീഷുപുസ്തകം.

'അപ്പുണ്ണി കേമനാവും.'

അമ്മിണിയേടത്തി പരിഹസിക്കുകയാണോ? അല്ല, അതൊരനുഗ്രഹിക്കലാണെന്നവനു തോന്നി.

'പഠിച്ചു പാസായി വല്ല്യേ ഉദ്യോഗൊക്ക്യാവുമ്പോൾ–'

അവർ തുടർന്നില്ല. അവന്റെ മുഖത്ത് അവരുടെ കണ്ണുകൾ പതിഞ്ഞിട്ടുണ്ടെന്നു മിഴിയുയർത്താതെ തന്നെ മനസ്സിലായി.

കർക്കിടകത്തിലെ കറുത്ത ഒരു രാത്രി. എണ്ണവറ്റി തെക്കിനിയിലെ നില

വിളക്കു കെട്ടുപോയിരുന്നു. മീനാക്ഷിയേടത്തിയുടെ പണി കഴിഞ്ഞിട്ടു വേണം അവരുടെ ചിമ്മിനിവിളക്കൊന്നു വാങ്ങാൻ. ഊണു കഴിഞ്ഞ് അവനേറ്റവും പ്രിയപ്പെട്ട സ്ഥലമായ കഴിക്കേ ഇറയത്തു വന്നിരുന്നു.

വലിയമ്മാമ അന്നു സ്ഥലത്തില്ല. ഗുരുവായൂരു തൊഴാൻ പോയിരിക്കയാണ്. പിറ്റേന്നേ വരൂ. മാസത്തിലൊരിക്കൽ മുടങ്ങാതെ ഗുരുവായൂർക്ക് പോകും. പത്തായപ്പുരയിൽ വെളിച്ചമൊന്നുമില്ല.

അമ്മമ്മ സന്ധ്യയ്ക്കുതന്നെ വല്ലതും കഴിച്ചു കിടന്നുറങ്ങും. മഴക്കാലമായാൽ വാതത്തിന്റെ ഉപദ്രവം അധികമാണ്. വലിയമ്മയും മക്കളും ഊണുകഴിഞ്ഞു മുകളിൽ പോയിരിക്കുന്നു. അടുക്കളയിൽ മീനാക്ഷിയേടത്തിയും മാളുവും എന്തെങ്കിലും പണിയെടുക്കുകയാവും.

പാടത്തുനിന്നു നനവുള്ള കാറ്റ് അടിച്ചുവരികയാണ്. അപ്പുണ്ണി ഇരുട്ടിലേയ്ക്കു നോക്കിക്കൊണ്ട് എന്തെല്ലാമോ ആലോചിച്ചിരുന്നു.

അപ്പോൾ അമ്മിണിയേടത്തി അടുത്തുവന്നു.

'അപ്പുണ്ണി ഇരുന്ന് ഒറങ്ങ്വാ?'

അവൻ ഒന്നു ഞെട്ടി. ആൾ അടുത്തെത്തിയതറിഞ്ഞില്ല. ശബ്ദമേ കേട്ടുള്ളു.

'വെളക്ക് കിട്ടീല്ല്യേ?'

'ഇല്ല്യ'

'അച്ഛൻല്ല്യ. പത്തായപ്പെരേടെ മോളിലെ വെളക്ക് കത്തിച്ചേരാം.'

'വേണ്ടാ.'

ആ പത്തായപ്പുരയിൽ അവൻ കയറിയിട്ടില്ല; കയറാൻ ആഗ്രഹവുമില്ല.

'എന്താ വേണ്ടാന്ന്? വായന മത്യാക്ക്യോ?'

സൗകര്യത്തിനുവേണ്ടി അവൻ പറഞ്ഞു:

'ഉം'

'എന്നാ എന്താ ഒറങ്ങാത്ത്?'

'ഒറങ്ങാറായില്ല്യ.'

'അപ്പുണ്ണി എന്തേ പുസ്തകത്തിലെ കഥയൊക്കെ പറഞ്ഞ്തരാംന്നു പറഞ്ഞിട്ടു പറയാത്ത്?'

'അതിലു കഥയൊന്നൂല്ല്യ.'

അമ്മിണിയേടത്തി അടുത്തിരുന്നു.

'നൊണ. പറക്ക്ണ കുതിരേമ്പ്ലു പോയ രാജകുമാരന്റീം രാജകുമാരിടീം കഥല്ല്യേ?'

'ആ അതന്നേള്ളൂ'

'പറക്ക്ണ കുതിരണ്ടെങ്കിൽ നല്ല രസായിരുന്നു, ഇല്ല്യേ അപ്പുണ്ണീ? വെള്ളപ്പൊക്കംണ്ടായപ്പഴേ വേണ്ടീരുന്ന്.'

അപ്പുണ്ണിക്കു തമാശ തോന്നി. പത്തുപതിനെട്ടു വയസ്സായ പെണ്ണാണ് അമ്മിണിയേടത്തി. എന്നിട്ടും ചെറിയ കുട്ടികളെപ്പോലെയാണ് ആലോചിക്കുന്നത്.

'അതൊക്കെ കഥേലല്ലേ?'

അപ്പുണ്ണി നിസ്സാരഭാവത്തിൽ ചോദിച്ചു.

'നിയ്ക്ക് ഉണ്ണീടെ കഥയറിയാലോ. അപ്പുണ്ണിയ്ക്കറിയ്യോ?'

'ഏതുണ്ണി?'

വടക്കൻപാട്ടിലെ ഉണ്ണിയുടെ കഥ. അമ്മിണിയേടത്തിക്കറിയാം. ഉണ്ണി ഒരാണിനെ മുടിക്കുള്ളിൽ ഒളിപ്പിച്ചുനിർത്തി. അരയ്ക്കു വെള്ളത്തിൽ മുടിയഴിച്ചിട്ടു നിന്നുകൊണ്ട്, (അമ്മിണിയേടത്തിക്കും ഒരു പാടു തലമുടിയുണ്ട്. അവർക്കൊരാളെ വേണമെങ്കിൽ ഒളിപ്പിച്ചു നിർത്താം.) രാത്രി ആങ്ങളമാർ പോയപ്പോൾ ഉണ്ണിയുടെ മുറിയിൽ അയാൾ ചെന്നു. രാവിലെ പാണന്റെ വേഷത്തിൽ രക്ഷപ്പെട്ടു.

കഥ അവന് ഇഷ്ടമായി. അതിലൊരു ഭാഗം മലയാള പുസ്തകത്തിൽ ശ്ലോകത്തിലുണ്ട്.

പാടത്തുനിന്നുള്ള തണുത്ത കാറ്റു വീണ്ടും ഒരുക്കിൽ അടിച്ചു കയറിയപ്പോൾ തണുപ്പു ശരീരത്തിനകത്തേയ്ക്കു തുളച്ചുകയറി.

'എന്തു തണുപ്പാ.' അമ്മിണിയേടത്തി പറഞ്ഞു: 'കുപ്പായം ഇടാതിരിക്കുമ്പോ തണ്ക്കില്ല്യേ?'

'ഉം—ഉം'

'ആ അയ്യപ്പനെങ്ങന്യാ തൊഴുത്തിന്റെ എറേത്തുകെടക്ക്ണതു തണ്ത്തിട്ട്?'

അപ്പുണ്ണിയുടെ ചുമലിൽ അമ്മിണിയേടത്തിയുടെ ശരീരം മുട്ടിയുരസി. അവരുടെ കൈ തട്ടുമ്പോൾ ചൂടുണ്ട്.

'അപ്പുണ്ണിക്ക് നല്ല സുഖം. കോണിമുറീലു ശെകരൂം തണ്ക്കില്ല, ജനലും വാതിലും അടച്ചുകെട്ടിനാൽ.'

അപ്പോൾ അവൻ ഒരു തമാശയെന്നോണം പറഞ്ഞു:

'ന്നാൽ മോളിലെ കുട്ട്യറേലു മഴക്കാലം കഴീണവരെ കെടന്നോളൂ.'

മുകളിൽ ജനാലയൊന്നുമില്ലാതെ ഒരിരുണ്ട കുട്ടിയറയുണ്ട്. ഉടഞ്ഞ, പാത്രങ്ങൾ, ചൂലുകൾ, പൊളിഞ്ഞ പഞ്ഞി പുറത്തുചാടിയ കോസറി-ഇതെല്ലാം വെയ്ക്കുക അതിലാണ്. കൊല്ലത്തിലൊരിക്കൽ കാരണവന്മാർ ക്കുള്ള പൂജ നടത്തുന്നതും അതിലാണ്.

അമ്മിണിയേടത്തി നനുത്ത ശബ്ദത്തിൽ ചിരിച്ചു:

'നിക്കു പേട്യാവില്ല്യേ?'

'എന്താത്ര പേടിക്കാൻ?'

'പൊറേമ്മാനും നാരാണമ്മാനും ഒക്കെ വരും.'

പൊറേമ്മാൻ, നാരായണമ്മാൻ, പിന്നെ വേറെയും ചിലരുണ്ട്. എല്ലാം മരിച്ചുപോയ കൂട്ടരാണ്. അവരെപ്പറ്റി പല കഥകളുമുണ്ട്. നാരായണമ്മാനെപ്പറ്റി ഓർക്കുമ്പോൾ ഭയങ്കരവെറുപ്പും അറപ്പും തോന്നും. അയാൾ ഒരു മരുമകളെ ചവിട്ടി കൊന്നിട്ടുണ്ടത്രേ. വളരെ വളരെ പണ്ട്. ആ മരുമകളുടെ പ്രേതം -അതോർക്കുമ്പോൾ ധീരനാണെന്നു സ്വയം ധരിപ്പിക്കാറുണ്ടെങ്കിലും അപ്പുണ്ണിക്കു ഭയം തോന്നും. ഒരു ചവിട്ട്. വായിൽനിന്നും മൂക്കിൽനിന്നും ചോരയൊഴുകുക. പതിനാറു വയസ്സുള്ള ഒരു പെൺകുട്ടി.

അവൾ എന്താണ് തെറ്റു ചെയ്തതെന്നന്വേഷിച്ചിട്ടില്ല. വളരെ മുമ്പു നടന്ന

കാര്യമാണ്. കാരണം പറയുന്നത്–ഓ, അതെങ്ങനെ വിശ്വസിക്കും? ചോറിൽ തലനാരു കണ്ടതുകൊണ്ട് ആളെ ചവിട്ടിക്കൊല്ലാമോ? അതാവില്ല. അതിലും വലിയ തെറ്റു ചെയ്തിരിക്കും.

'കോണിമുറീലു കെടക്കുമ്പോ പേട്യാവില്ലേ?'

അമ്മിണിയേടത്തി ചോദിക്കുന്നു.

'എനിക്കൊരു പേടീല്ല്യ.'

'ഉശിരൻതന്നെ. രാത്രി പൊറേമ്മാന്റെ പ്രേതം വന്ന് കഴുത്തിൽ പിടിക്കട്ടെ.'

അപ്പുണ്ണി നിസ്സാരഭാവത്തിൽ പറഞ്ഞു:

'പിന്ന്യല്ലേ!'

'അത്ര ഉശിരുണ്ടോ? രാത്രി ഞാൻ പേടിപ്പെടുത്തി നെലോളിപ്പിക്ക്ണ്ണ്ട്.'

അവന്റെ കഴുത്തിലൂടെ അമ്മിണിയേടത്തി കൈയിട്ടപ്പോൾ വല്ലാതായി. അവരുടെ വസ്ത്രങ്ങൾക്ക് നല്ല സോപ്പിന്റെ മണമുണ്ട്.

കൈത്തണ്ടകൊണ്ടു കഴുത്തല്പം അമർത്തി അമ്മിണിയേടത്തി ചോദിക്കുകയാണ്: 'പേടില്ല്യ? പേടില്ല്യേ?'

അപ്പുണ്ണിയുടെ മേനി കോരിത്തരിച്ചുപോയി.

തെക്കിനിയിലേക്ക് ഒരു വെളിച്ചം വന്നു. മാളുവാണ്:

'അമ്മിണിയേടത്തീ, എടുത്തു അമ്മിണ്യേടത്തി?'

പിറകേ മീനാക്ഷിയേടത്തിയുമുണ്ട്.

അമ്മിണിയേടത്തി വേഗം കഴുത്തിൽനിന്ന് കൈയെടുത്ത് എഴുന്നേറ്റുനിന്നു പറഞ്ഞു:

'ദാ വര്ണൂ. നീയാ പത്തായപ്പെരടെ വാതിലടച്ച് അരമനീക്കിക്കാ.'

മീനാക്ഷിയേടത്തി അപ്പുണ്ണിയെ കണ്ടപ്പോൾ ചോദിച്ചു: 'ആ നീയ് കെടന്നില്ല്യേ?'

വായന ഇനി വേണ്ടെന്ന് അപ്പുണ്ണി നിശ്ചയിച്ചു.

'കെടക്ക്ായി.'

'വേഗാട്ടെ. നിയ്ക്കീ വാതിലൊക്കെ ഒന്നടച്ച് ഒരു പാത്തു ചെന്നു കെടക്കണം.'

കോണിമുറിയിലെത്തി അപ്പുണ്ണി പായ തപ്പിയെടുത്തു. അവിടെ വെളിച്ചമില്ല. വെളിച്ചമില്ലാതെയാണു നിത്യവും പായ വിരിക്കുന്നത്. വെറും പായമാത്രമേയുള്ളു. പുതയ്ക്കാനൊന്നുമില്ല.

ചെറിയ നിലവിളക്കുമായി അമ്മിണിയേടത്തി കോണി കയറാൻ വന്നു. കൂടെ മാളുവുമുണ്ട്. മാളുവാണിപ്പോൾ തുണയ്ക്കു കിടക്കാറ്.

'മോളില് ഓവില് വെള്ളണ്ടോ, മാള്വോ?'

'ആവോ.'

'ഒരു തമല വെള്ളട്ത്തോ.'

മാളു വെള്ളമെടുക്കാൻ പോയപ്പോൾ അമ്മിണിയേടത്തി അരുകിൽ സ്ഥലമുണ്ടായിട്ടും അവനെ കവച്ചുവെച്ച്, കോണിപ്പടി പിടിച്ചുനിന്നു. കൊച്ചുനിലവിളക്കിന്റെ വെളിച്ചത്തിൽ അവരുടെ മുഖംമാത്രം തെളിഞ്ഞു കാണാം. താഴെ ഇരുട്ടിൽ കിടക്കുന്ന അപ്പുണ്ണി ഉറങ്ങിയോ എന്നവർ സൂക്ഷിച്ചുനോക്കി.

അപ്പുണ്ണി പെട്ടെന്നു കണ്ണടച്ചു കിടന്നു.

'കള്ളോറക്കാണല്ലേ?'

അവൻ അനങ്ങിയില്ല.

'രാത്രി ഞാൻ പേട്യാട്ടാൻ വരും, ട്ടോ.'

മാളു വെള്ളവുമായി വന്നു. അവർ കോണി കയറിപ്പോയി.

നേരെ മുകളിലത്തെ ഒഴിഞ്ഞ മുറിയിലാണ് അവർ കിടക്കുന്നത്. അമ്മായി ഉള്ളപ്പോൾ മാത്രമേ അമ്മിണിയേടത്തി പത്തായപ്പുരയുടെ മുകളിൽ കിടക്കൂ. മുകളിൽനിന്ന് കാലൊച്ച കേൾക്കാം. ഓവറയുടെ വാതിൽ തുറക്കുന്ന ശബ്ദം കേട്ടു. കുറെ കഴിഞ്ഞ് കട്ടിലിന്റെ ശബ്ദം. തട്ടുവളരെ താഴ്ന്നതുകൊണ്ട് ഓരോ അനക്കവും താഴെ കേൾക്കും.

കട്ടിൽ വീണ്ടും ശബ്ദിച്ചു. കട്ടിലിലായിരിക്കും അമ്മിണിയേടത്തി. താഴെ മാളുവും.

അപ്പുണ്ണിക്ക് ഉറക്കം വന്നില്ല. തുറന്ന ജനാലയിലൂടെ അപ്പോഴും തണുതണുത്ത കാറ്റ് കടന്നുവരുന്നുണ്ട്. ദൂരെ എവിടെയെങ്കിലും നല്ല മഴ പെയ്യുന്നുണ്ടാവണം. ജനാലയുടെ അഴികൾക്കിടയിലൂടെ നോക്കുമ്പോൾ തൊഴുത്തും അതിനു പിറകിലെ അയിനിമരത്തിന്റെ കൊമ്പുകളും ഇരുട്ടിൽ നിഴലുകൾപോലെ കാണാം. തണുപ്പു തോന്നിയപ്പോൾ എഴുന്നേറ്റു ജനാല അമർത്തിയടച്ചു.

ആകെ ഇരുട്ട്. ഭയം തോന്നിയില്ല. തൊട്ടുമുകളിലെ മുറിയിലാണ് അമ്മിണിയേടത്തിയും മാളുവും. എതിർവശത്തെ ഇടനാഴികടന്നാലുള്ള മുറികളിൽ വലിയമ്മയും മക്കളുമുണ്ട്. താഴെ വടക്കിനിക്കടുത്ത മുറിയിൽ നിന്നു കൂർക്കം വലി കേൾക്കാം.

കണ്ണടച്ചു കിടന്നു. ഇരുട്ടും തണുപ്പുമുള്ളപ്പോൾ ഉറങ്ങാനാണ് സുഖം. പുതയ്ക്കാനൊന്നുമില്ല. മഴ ചാറിത്തുടങ്ങിയാൽ അമ്മ പുതപ്പിക്കും; വല്ലാതെ തണുപ്പുള്ളപ്പോൾ പിടിച്ചുപൂട്ടിക്കിടക്കും; അതു മുമ്പായിരുന്നു.

വളരെ വളരെ വർഷങ്ങൾക്കപ്പുറത്തു നടന്ന സംഭവങ്ങളായാണ് അതു തോന്നുന്നത്.

അമ്മയെപ്പറ്റി അറിയാതെ ആലോചിച്ചുപോയി.

ആകെ മനസ്സ് അസ്വസ്ഥമായി, കഴിഞ്ഞുപോയതിനെക്കുറിച്ചൊന്നും ആലോചിക്കരുത്.... അവൻ മുറുകെ കണ്ണുകൾ ചിമ്മിക്കിടന്നു.

ഉറക്കം കണ്ണുകളിലേയ്ക്കു നുഴഞ്ഞു കയറുകയായി.

–മേഘങ്ങളുടെ കൂട്ടത്തിനിടയിലേയ്ക്കു ഉയർന്നു നില്ക്കുന്ന മാളിക കണ്ടപ്പോൾ രാജകുമാരൻ കുതിരയുടെ ഇടത്തെ ചെവി തിരിച്ചു. മുകളിലെ മട്ടുപ്പാവിലാണ് ചെന്നിറങ്ങിയത്. പട്ടുകിടക്കയിൽ രാജകുമാരി ഇരുന്നു വീണ വായിക്കുന്നു.

ആരോ നെഞ്ചിൽ കൈവെച്ചുവെന്നു തോന്നി. പെട്ടെന്നു ഞെട്ടിയുണർന്നു. എങ്കിലും കണ്ണു തുറന്നില്ല. നെഞ്ചിൽ ഒരു കൈത്തലമിരിക്കുന്നു. നിലവിളിക്കാനാണ് തോന്നിയത്. മോതിരമിട്ട വിരലുകൾ മുഖത്തു തടഞ്ഞു.

'ഞാനാണ് അപ്പുണ്ണീ'

ഒരു നിമിഷം. ഓ മനസ്സിലായി. ഭയപ്പെടാനില്ല. കുപ്പിവളയുടെ ശബ്ദം... നെഞ്ചിൽ വെച്ച കൈത്തലത്തിനു ചൂടുണ്ട്.

വീണ്ടും കണ്ണുകൾ താനേ അടഞ്ഞു. ഉറക്കത്തിന്റെ ആഴത്തിലേയ്ക്ക് മനസ്സ് എത്തിക്കഴിഞ്ഞിട്ടില്ല. ചൂടുള്ള ശ്വാസം മുഖത്തുതട്ടി, പതുക്കെ, പതുക്കെ, ഒരു ശബ്ദം കേൾക്കുന്നു: 'പേടിീണ്ടോ?'

തണുപ്പുകൊണ്ടു കോടിയ ശരീരത്തിലേയ്ക്കു ചൂടു പകരുന്നതു പോലെ തോന്നി. ചൂടുള്ള പതുപതുത്ത കൈകൾ ശരീരത്തിൽ അവിടവിടെ സഞ്ചരിക്കുകയാണ്. വാസനസ്സോപ്പിന്റെ നേർത്ത മണം... ശരീരമാകെ പൊട്ടിത്തരിക്കുന്നതുപോലെ തോന്നി....

കണ്ണുകൾ തുറക്കണമെന്നുണ്ട്.

-പറക്കുന്ന കുതിരപ്പുറത്തു രാജകുമാരനും രാജകുമാരിയും സഞ്ചരിക്കുകയാണ്; മേഘക്കൂട്ടങ്ങൾക്കിടയിലൂടെ. മേഘങ്ങളെന്നു തോന്നിയവ പൂത്തു നിലക്കുന്ന കാട്ടുമുല്ലപ്പടർപ്പുകളാണ്. ചില്ലകളെയും വള്ളികളെയും തൊട്ടുരുമ്മിക്കൊണ്ടു വേണം പോവാൻ.

പൂവിതളുകൾ കവിളുകളിൽ മുട്ടിയുരുമ്മുന്നു. പൂവിതളുകൾക്ക് ഇളംചൂടുണ്ട്.

കാട്ടുമുല്ലപ്പടർപ്പിലൂടെ, പൂത്ത മരക്കുടിലുകളിലൂടെ, കുതിര നീങ്ങുകയാണ്. പേടിച്ചരണ്ട രാജകുമാരിയുടെ കൈകൾ രാജകുമാരനെ ചുറ്റിപ്പിടിച്ചിട്ടുണ്ട്. അവനു ശ്വാസം മുട്ടുന്നുണ്ടോ?

കുറുകുന്ന മാടപ്രാവുകൾ മാറിൽ പരന്നിരുന്നു കൊക്കുകളുരുമ്മുന്നു. അവ നിപ്പോൾ എവിടെയാണ്? പറക്കുന്ന കുതിരയുടെ പുറത്തു രാജകുമാരിയെത്തി യിരിക്കുകയാണ്. പട്ടുടുപ്പുകളും തലപ്പാവുമുള്ള രാജകുമാരൻ താൻതന്നെ യല്ലേ? വൃക്ഷക്കൂട്ടങ്ങളുടെ ഉയർന്ന ചില്ലകൾക്കിടയിലൂടെ വളഞ്ഞു പുളഞ്ഞു കൊണ്ടു നീങ്ങുകയാണിപ്പോൾ. രാജകുമാരന്റെ ചുവന്ന പട്ടുടുപ്പ് ഊർന്നു വീഴുകയാണ് കാറ്റിൽ.... മുൾപ്പടർപ്പുകൾ ശരീരത്തെ വേദനിപ്പിക്കുന്നു.

ഉയരത്തിലേയ്ക്ക് ഉയരത്തിലേയ്ക്ക് രാജകുമാരിയെയും രാജകുമാരനെയും വഹിച്ചുകൊണ്ടു മായക്കുതിര പൊങ്ങുകയാണ്....

'അപ്പുണ്ണ്യേട്ടാ, അപ്പുണ്ണ്യേട്ടാ.'

മാളുവിന്റെ ശബ്ദം കേട്ടാണുന്നർന്നത്.

'നേരെത്രായീശ്ശുണ്ടോ?'

അപ്പുണ്ണി പിടഞ്ഞെഴുന്നേറ്റിരുന്നു. കണ്ണു തിരുമ്മി. മുണ്ടു ശരിയാക്കി, അടച്ച ജനാല തുറന്നപ്പോൾ വെയിൽ അകത്തേയ്ക്ക് ഒഴുകിവന്നു. നേരം കുറെ ആയിരിക്കുന്നു. പെട്ടെന്നാണ് അവനെന്തോ ഓർമ്മ വന്നത്. രാത്രി മുഴുവൻ സ്വപ്നം കാണുകയായിരുന്നുവെന്നു തോന്നി. മഞ്ഞുമൂടിയ പുലർകാ ലത്ത് അകലെ കാണുന്ന കാഴ്ചകൾപോലെ എല്ലാം അവ്യക്തമാണ്. പായ മടക്കി മൂലയിൽ ചാരിവെയ്ക്കാൻ ഉയർത്തിയപ്പോഴാണ് എന്തോ താഴെ വീണത്.

ചുവന്ന കുപ്പിവളപ്പൊട്ടുകൾ. അകത്തു സ്വർണ്ണനൂലിട്ടപോലെ തിളങ്ങുന്ന മഞ്ഞരേഖയുള്ള ചുവന്ന വളപ്പൊട്ടുകൾ.

മാളു പോയോ എന്നാണ് ആദ്യം നോക്കിയത്. അവൾപോയിരിക്കുന്നു.

ആ വളക്കഷ്ണങ്ങൾ പെറുക്കിയെടുത്തുകൊണ്ട് അവൻ നേരെ തൊടി യിലേയ്ക്കു നടന്നു. നിറഞ്ഞു കിടക്കുയാണ് കുളം. കുളപ്പുരയുടെ തൂണിൽ കെട്ടിയിട്ട കുത്തുപാളയിൽനിന്ന് ഒരു പിടി ഉമിക്കരിവാരി, നനച്ചിടാനുള്ള ചതു രക്കല്ലിൽ ചെന്നിരുന്നു.

പൊട്ടിയ വളപ്പൊട്ടുകൾ ഓരോന്നായി അവൻ കുളത്തിന്റെ നടുവിലേയ്ക്കെ റിഞ്ഞു. ഓണത്തുമ്പികളെപ്പോലെ പറന്നുപോയി അവ കലങ്ങിയ വെള്ള ത്തിൽ ഒരു തുടിപ്പോടെ വീഴുന്നതു നോക്കിക്കൊണ്ട് അവൻ ആലോചിച്ചു...

ഇളവെയിൽ അലിയുന്ന, മഞ്ഞച്ച വെള്ളത്തിലൂടെ ചുവന്ന വളപ്പൊട്ടു കൾ താണുപോകുന്നതു കുറെ ആഴംവരെ കാണാം.

വെറുപ്പും വ്യസനവും തോന്നി. അതിന്നടിയിൽ നിഗൂഢമായ ഒരാനന്ദം, തിളങ്ങുന്ന ഒരു വർണ്ണക്കല്ലുപോലെ, അവൻ ഒളിപ്പിച്ചുവെച്ചു.

ഒറ്റയ്ക്കിരിക്കുമ്പോൾ ആരും കാണാതെ പുറത്തെടുത്ത് ഓമനിക്കാനുള്ള ഒന്നായിരുന്നു അത്.

*　　　*　　　*　　　*

മധ്യസ്ഥന്മാർ പലരും വന്നു സംസാരിച്ചു. ഇനിയും തീരുമാനങ്ങളിൽ എത്തി യിട്ടില്ല.

ഉമ്മറത്തുനിന്നു ഭാഗക്കാര്യം കേട്ടുതുടങ്ങിയാൽ അകത്ത് ഇരിക്കപ്പൊറു

തിയില്ലാതാവുന്നത് അമ്മമ്മയ്ക്കാണ്. അറുപത്തിയാറു കൊല്ലമായി അവർ പാർത്തുവരുന്ന തറവാടാണത്. അതിൽ കിടന്നു തന്നെ മരിക്കണമെന്നാണ് അവരുടെ ആഗ്രഹം. ദിവസവും ഒരു പത്തുപ്രാവശ്യം അവരത് ഉരുക്കഴിക്കാറുണ്ട്.

കുട്ടമ്മാമയെ കാണുമ്പോഴെല്ലാം അമ്മമ്മ പറഞ്ഞു:

'എടാ, ന്റെ കാലം കഴിഞ്ഞിട്ടുപോരേ ഈ ചട്ടീം കലോം പങ്കുവെയ്ക്കല്?'

കുട്ടമ്മാമ ഒന്നും മിണ്ടാറില്ല. വലിയമ്മയ്ക്കു തോണിക്കടവിനടുത്തുള്ള മൂന്നു പൂവലു വിളയുന്ന നിലം തന്റെ പങ്കിൽ കിട്ടണം. അവർക്കും ആവലാതിയുണ്ട്.

'ഞാനും ന്റെ കുട്ട്യോളും കഷ്ടത്തിലാവും. ഞങ്ങടെ കാര്യം പറയാൻ ആരാള്ളത്?'

വക്കീൽ കുമാരൻനായരും കോരുക്കുട്ടിപ്പണിക്കരും വരാത്ത ദിവസമില്ല. അത്ര എളുപ്പത്തിൽ ഭാഗിക്കാനൊന്നും കഴിയില്ല എന്നാണ് പണിക്കർ പറയുന്നത്. പറമ്പുകൾ പലേടത്തായിട്ടാണ്. അളക്കണം. വില കെട്ടണം. ചിലതിലെല്ലാം കടമുണ്ട്. താവഴികൾ തിരിക്കണം. ഇതൊക്കെ തുടങ്ങണമെങ്കിൽ ഓഹരികളുടെ കാര്യം ആദ്യം തീർച്ചപ്പെടണം.

വലിയമ്മാമയ്ക്കു രണ്ടോഹരി വേണമെന്നാണ് വാദം. വളരെ കൊല്ലമായി തറവാട്ടുഭരണം നടത്തുന്നുണ്ട്. കാരണവർക്കു രണ്ടോഹരി സ്വത്തു കൊടുക്കുന്നതു പണ്ടും പതിവാണ്. തന്നെക്കൊണ്ടാണ് തറവാട്ടിൽ പല അഭിവൃദ്ധിയും ഉണ്ടായിരിക്കുന്നത്.

അതു കുമാരൻനായർ കുട്ടമ്മാമയുടെ ശ്രദ്ധയിൽപെടുത്തിയപ്പോൾ കുട്ടമ്മാമ കാർക്കിച്ചുതുപ്പിയത്രേ.

'അഭിവൃദ്ധി! അഭിവൃദ്ധിണ്ടായത് ഈ തറവാട്ടിലല്ല. പൂന്തോട്ടത്തിലാണ്!'

വലിയമ്മാമയും കുട്ടമ്മാമയും തമ്മിൽ നേരിട്ടു കാണാറില്ല. പണിക്കരും കുമാരൻനായരുമാണ് അവർക്കിടയിൽ സംസാരിക്കുക. വലിയമ്മാമ തീർത്തു പറഞ്ഞിരിക്കുന്നു, രണ്ടോഹരി സ്വത്തുതരാൻ സമ്മതമുണ്ടെങ്കിൽ, വടക്കൻ പാടം സ്വകാര്യസ്വത്താണെന്നു സമ്മതിക്കാൻ തയ്യാറുണ്ടെങ്കിൽ, ഭാഗിക്കാം. ഇല്ലെങ്കിൽ,

'ഭാഗം വാങ്ങ്ണ വഴിയൊന്നു നിയ്ക്കു കാണണം.'

അപ്പോഴാണ് മധ്യസ്ഥം പറയാൻ അധികാരി കളത്തിൽ നമ്പ്യാർ വന്നത്.

അന്ന് അപ്പുണ്ണിക്ക് ഒഴിവുദിവസമായിരുന്നു. അവസാനത്തെകൊല്ലമാണ്. ഗവർമ്മേണ്ടുപരീക്ഷയാണ്. അധികം വായിക്കാനുണ്ട്. തീർപ്പുണ്ടാക്കുന്ന ദിവസമാണെന്നു നേർത്തെ കേട്ടിരുന്നു. അതുകൊണ്ട്, വക്കീൽ കുമാരൻനായരും കോരുപ്പണിക്കരും വന്നപ്പോൾ തെക്കിനിയിലെ ചാരുപടിക്കടുത്തു ചെന്നു നിന്നു.

അധികാരി വന്നതു പിന്നീടാണ്. കളത്തിൽ നമ്പ്യാർ നാട്ടു പ്രമാണിയാണ്. അയാൾ പടികയറുന്നതു കണ്ടപ്പോഴേയ്ക്കും പത്തായപ്പുരയുടെ മുകളിൽനിന്നു ചാരുകസേര ഉമ്മറത്തേയ്ക്കെത്തി. ചെല്ലം കൊണ്ടുവരാൻ അകത്തേയ്ക്കു കല്പന പോയി.

അധികാരിയെ ആദ്യമായി കാണുകയാണ് അപ്പുണ്ണി. ആ മനുഷ്യൻ പടി കയറുന്നത് അപ്പുണ്ണി കണ്ടു. കറുത്തു തടിച്ച് ഉയരം കുറഞ്ഞു മേലാകെ രോമം നിറഞ്ഞ ഒരു കഷണ്ടിക്കാരൻ.

'കണ്ടിട്ടു കാലം കൊറെയായി, ഇരിക്ക്യാ.' എന്നു വലിയമ്മാമ പറഞ്ഞപ്പോൾ അയാൾ ഉറക്കെ ഒരു പൊള്ളച്ചിരി ചിരിച്ചു. നാടുമുഴുവൻ മുഴങ്ങുന്നുണ്ടെന്നു തോന്നും അയാളുടെ ചിരി.

'വയസ്സുകാലല്ലേ? കയ്യെത്ത്ണോടത്തു കാലെത്തില്ല്യ.' വക്കീൽ കുമാ

രൻനായരും പണിക്കരും ബഹുമാനം കാണിച്ചുകൊണ്ടു ചുറ്റിപ്പറ്റി നിന്നു. കുട്ടമ്മാമ അവർ കാണാത്ത ഒരിടത്ത്, കിഴക്കെ കോലായിൽ കുന്തിച്ചിരുന്നു നഖംകൊണ്ടു കുറിക്കുകയും വരയ്ക്കുകയും ചെയ്യുകയാണ്.

തെക്കിനിയിലെ മെത്താരണയ്ക്കടുത്തു വലിയമ്മയും മക്കളും സ്ഥലം പിടിച്ചിട്ടുണ്ട്.

വാഴാവിൽ അമ്പലത്തിലെ തടപ്പിള്ളി വീണ്ടും പണിചെയ്യിക്കേണ്ടതിനെപ്പറ്റിയാണ് വലിയമ്മാമയും അധികാരിയും സംസാരിച്ചുതുടങ്ങിയത്. ഭാഗക്കാര്യത്തിലേയ്ക്കു കടക്കാത്തതുകൊണ്ടു വിഷമിക്കുന്നതു വക്കീൽ കുമാരൻനായരാണെന്നുതോന്നും അയാളുടെ നിൽപ്പും നടപ്പുമെല്ലാം കണ്ടാൽ.

'അപ്പോ, കുഞ്ഞിഷ്ണൻനായരേ, മരോൻ ഭാഗം കിട്ടണംന്നൊക്കെ വന്നു പറഞ്ഞു. പൊറത്തും സംസാരംണ്ട്.'

അങ്ങനെ അധികാരിതന്നെയാണ് വിഷയത്തിലേയ്ക്കു കടന്നത്.

വലിയമ്മാമ മുറ്റത്തിറങ്ങി മുറ്റത്തിന്റെ വക്കിലേയ്ക്കു നടന്നു വാഴത്തടത്തിലേയ്ക്കു ഒച്ചയോടെ തുപ്പി തിരിച്ചുവന്നു പറഞ്ഞു:

'ഭാഗിച്ചോട്ടെ.'

അധികാരി വീണ്ടും ഉച്ചത്തിൽ ചിരിച്ചു: 'അങ്ങനെ പറഞ്ഞോണ്ടായില്ല്യലോ.'

'ഭാഗിക്കണേന് നിയ്ക്കെന്താ? ഈ കീറാമാറാപ്പ് ന്റെ തലേന്നു പോയി. പക്ഷേ, അധികാരി, ഒരു കാര്യംണ്ട്.....

'എന്തൊക്ക്യാച്ചാൽ കുഞ്ഞികൃഷ്ണൻനായരും പറയ്ാ'

ഈ തറവാട്-അധികാര്യോടു പറേണ്ട ആവശ്യല്ല. അച്ചുമ്മാൻണ്ടായിരുന്ന കാലത്തു നായരുസമുദായത്തിലുണ്ടായിരുന്നില്ല്യ ഇവിട്ത്തെന്തി നെല.'

'നിയ്ക്കറിയും, നിയ്ക്കറിയും.'

'അതാ പറഞ്ഞത്. അധികാരിക്കറീം. ഇപ്ളത്തെ ചെറുവാല്യക്കാർക്ക് അറീല്ല്യ. അറ്വത്തിനാലാളാ ഭാഗിക്കുമ്പൊ. കൊത്തിപ്പിരിഞ്ഞു പോയപ്പോ ശ്രീത്വം മുക്കാലും പോയി. ന്നാലും ഒരു ഭഗോതി ഇരിക്കണ സ്തലാ. അതും അധികാരിക്ക് നിശ്ശംണ്ടലോ.'

അധികാരി അറിയാം, അറിയാം എന്നർത്ഥത്തിൽ തലയാട്ടി.

'ന്നാൽ ഇന്യൊരു കാര്യം കേൾക്കണോ അധികാരിക്ക്? പഴേ പേരും ഈ പൊളിഞ്ഞു വീഴാറായ്യേ നാലുകെട്ടും ഒക്കെത്തന്നേള്ളു. ഞാൻ പിന്നെന്താ. കാർണോമ്മാരായിട്ടുള്ളതിന്നു കട്കുമണിക്ക് വ്യത്യാസം ല്ലാതെ ഒക്കെകൊണ്ടുനടക്കണൂന്നുമാത്രം. കഴിഞ്ഞിട്ടല്ല. ന്നാലും ഒക്കെ എത്തിക്കണതു ഞാനായതോണ്ടാ. തമ്മിത്തച്ചു ചട്ടീം കലോം പകുത്താൽ....'

വലിയമ്മാമ കുറച്ചിട നിർത്തി. എന്നിട്ടു കുറേക്കൂടി ഗൗരവം കലർന്ന സ്വരത്തിൽ ആംഗ്യത്തോടെ പറഞ്ഞു: 'പെരത്തറേല് എള്ളുത്തെറ്യാൻ അധികകാലം വേണ്ടിവരില്ല്യ.'

അപ്പോൾ പതുക്കെയെങ്കിലും കനമുള്ള ഒരു ശബ്ദം കേട്ടു.

'അല്ലാണ്ടുതന്നെ അതാവും.'

അധികാരി നോക്കി. കുട്ടമ്മാമ മുന്നിലേക്കു വന്നിരിക്കുന്നു. കുട്ടമ്മാമയെ

കണ്ടുവെന്നു നടിക്കാതെ വലിയമ്മാമ തുടർന്നു:

'ന്റെ കണ്ണടേണവരെ ഒക്കെ ആ പഴേ ചിട്ടേലു തന്നെ നില്ക്കണംന്ന് നിക്കു മോഹമുണ്ട്. അതോണ്ടാ ഞാൻ പറഞ്ഞത്.'

അധികാരി രണ്ടുപേരെയും ഒന്നു നോക്കി.

'കുഞ്ഞീഷ്ണന്നായരു പറേണേല് കാര്യംണ്ട്. കുട്ടൻനായർക്കു ഭാഗം കിട്ടണംന്നുതന്ന്യാ ശാഠ്യം. അങ്ങനെ വരുമ്പോ..... എന്താ കുട്ടന്നായരേ?'

കുട്ടമ്മാമ മുറ്റത്തിറങ്ങി കൈ പിണച്ചുകെട്ടി നിന്നു.

'കുട്ടന്നായരേ, ഞാൻ ഒരു സംഗതി പറയാം. ഇബടെ നിങ്ങളു അമ്മാമേം മരുമോക്കളേം ഉള്ളു. ഒക്കെ തമ്മിലു പറഞ്ഞു ശര്യാക്കിക്കൂടെ?'

'അധികാരി പറേണതു മനസ്സിലാവ്ണില്ല്യ.'

കുട്ടമ്മാമ അധികാരിയുടെ മുഖത്തുനോക്കാതെ പറഞ്ഞുകൊണ്ടു മുറ്റത്തു രണ്ടു ചാൽ നടന്നു.

അധികാരി ഉറക്കെ ചിരിച്ചു.

'കുട്ടൻനായർക്ക് കൊല്ലത്തിലു ഇന്നത്ന്ന് ഒരു കണക്കുവെച്ച് തരാൻ വ്യവസ്ഥണ്ടായാൽ പോരേ? എന്തിനാ ഭാഗിക്ക്ണ്?'

കുട്ടമ്മാമ പെട്ടെന്നൊരു ഉത്തരം പറഞ്ഞില്ല. വക്കീൽ കുമാരൻ നായർ, ഒരു വിഡ്ഢിയെപ്പോലെ ചിരിച്ചുകൊണ്ടു നിർത്തിനിർത്തിപ്പറഞ്ഞു:

'ഇബ്ടന്നു പറഞ്ഞെന്തി കുട്ടൻനായരുടെ ആവശ്യം—'

'നിയ്ക്കറ്യാം, നിയ്ക്കറ്യാം,' അധികാരി അയാളെ മുഴുമിക്കാൻ അനുവദിച്ചില്ല: 'നിങ്ങടെ പരിഭ്രമം കണ്ടാൽ ഭാഗം കിട്ട്ണതു നിങ്ങക്കാന്നു തോന്ന്വല്ലോ.'

വക്കീൽ കുമാരൻനായർ വീണ്ടും ഒരു വിഡ്ഢിയെപ്പോലെ ചിരിച്ചു.

'എന്താ, കുട്ടൻനായരേ?'

'അതൊക്കെ കൊറെ നേർത്തെ ആവായിരുന്നൂലോ.'

കുട്ടമ്മാമ മുറ്റത്തുനിന്ന് ഉമ്മറത്തൂണിനടുത്തേക്കു വന്നു. അധികാരിയിരിക്കുന്ന കസേരയുടെ കൈ പിടിച്ചുകൊണ്ടു പറഞ്ഞു: 'അധികാരി നിക്കു പറയാനുള്ളതും കേൾക്കണം. നിക്കും വയസ്സൊക്കെ ഇത്തിര്യായി. പത്തുപതിനാലുവയസ്സുള്ള ഒരു പെണ്ണിന്റെ തന്തയാണ് ഞാൻ. കോണുടുത്തു നടക്ക്ണ കാലത്തു തൊടങ്ങീതാ ഞാൻ പണിപേറാൻ. ന്നിട്ടു നിക്കെന്തു തേങ്ങാക്കൊലയാ കിട്ടീത്? കൊല്ലത്തിലു നാലുമുണ്ടും അഞ്ചുപറനെല്ലും! അധികാരി കേൾക്കണം. വല്ലോന്റീം അട്ക്കളേലു കൊള്ള്യുന്താൻ പോയിരുന്നെങ്കിൽ ഇതിലധികം കിട്ടീര്ന്നില്ലേ?'

അധികാരി മുറുക്കാൻ ചവച്ചുകൊണ്ട് നിശ്ശബ്ദം കേട്ടു.

കുട്ടമ്മാമയ്ക്കു പറയാനുള്ളതു തീർന്നിട്ടില്ല.

'തറവാട്ടുകാര്യം നോക്ക്ണേന്റെ കഷ്ടപ്പാട് ഇവ്ടെ പറേണ കേട്ടു. മരുമൊക്കളു നന്നാവട്ടേന്നു വിചാരിച്ച് ഇവടെ വാരിവലിച്ചു കൊണ്ടന്നു കൂട്ട്വല്ലേ ചെയ്തിരുന്നത്? ഭാഗിക്ക്ണോണ്ടല്ല തറവാടു പൊളിയ്വാ.'

വലിയമ്മാമ ഇപ്പോൾ പൊട്ടിത്തെറിക്കുമെന്നാണ് കരുതിയത്. അല്ല, അനങ്ങാതിരിക്കുകയാണ് വലിയമ്മാമ. വലിയമ്മാമ ഇങ്ങനെ മിണ്ടാതിരുന്നു കേൾക്കുമെന്നോ? അപ്പുണ്ണിക്ക് അത്ഭുതം തോന്നി.

കുട്ടമ്മാമയുടെ ശബ്ദം ഉയർന്നു.

'അധികാരി ഇതുംകൂടി കേൾക്കണം. വടക്കേപ്പാട്ട് എന്തു വന്നാലും കാരണോർക്ക് പരിഭ്രമംണ്ടാവില്ല്യ. പൂന്തോട്ടത്തുകാരു നേരാവണില്ല്യേന്നു നോക്ക്യാമതി.'

വലിയമ്മാമ ഇരുന്നേടത്തുനിന്ന് കുട്ടമ്മാമയെ നോക്കി. ഞെരുങ്ങുന്ന ശബ്ദത്തിൽ വിളിച്ചു:

'എടാ!'

'ഒളിച്ചു വെച്ചിട്ടിനി കാര്യൊന്നൂല്ല്യ. മത്യായപ്പെട്ട ആളോടു തന്ന്യാ പറയണ്ടത്.'

വലിയമ്മാമ ആകെ നിന്നു വിറയ്ക്കുകയായിരുന്നു.

'നന്ദീല്ലാത്തോനേ, പറയ്. ന്നീം പറയ്. നിന്റെ തന്തടെ സമ്പാദ്യാ ഞാനവിടെ കൊടുത്തത്. നിന്റെ തന്തടെ—'

അധികാരി മയപ്പെടുത്താൻ പറഞ്ഞു:

'ക്ഷമിക്കിൻ, കുഞ്ഞിഷ്ണന്നായരേ. ചെറുപ്പക്കാരുടെ കഥല്ല്യായോണ്ട് ഓരോന്നു പറയും.'

'എനിക്കു പറയാൻ പേട്യൊന്നൂല്ല്യ. അവടെ വെച്ചടിവെച്ചടി കേറ്റാ. എങ്ങനെ? അവിട്ന്ന് ആരെങ്കിലും വന്നാൽ ന്റെ പെങ്ങമ്മാരു ചോറും കൂട്ടാനും പത്തായപ്പെരേലിക്കു കെട്ടണം: പൂന്തോട്ടത്തുകാരുടെ വെള്ളാട്ട്യോളും ദാസ്യോളും അല്ലേ ഇവ്ട്ത്തെ പെണ്ണ്ങ്ങള്! കാക്കാശിനു ഗതിയില്ലാണ്ടു കെടന്ന കൂട്ടരാ–'

തെക്കിനിയിലേക്കു ഒച്ചകേട്ടു വന്ന അമ്മമ്മ ഇടറുന്ന ശബ്ദത്തിൽ വിളിച്ചു പറഞ്ഞു:

'കുട്ടാ, മാളോരെ ഭയപ്പെടണം, ട്ട്വോ.'

'കുട്ടൻനായരേ.'

അധികാരി വിളിച്ചു. കുട്ടമ്മാമ കലികൊണ്ടപോലെ വീണ്ടും പറയുകയാണ്: 'ചെറമനെപ്പോലെ പണിട്ക്ക്വാ, ന്നിട്ട്വോ, പുഴുത്ത പട്ടിക്കുസമം. ഞാനൊറ്റയ്ക്കാണെങ്കിൽ എന്തെങ്കിലും അദ്ധ്വാനിച്ചാൽ അതു കാണ്വല്ലോ.'

'നമുക്ക് ഒക്കേറ്റിനും വഴീണ്ടാക്കാം.'

വലിയമ്മാമ മുറ്റത്തു മെതിയടി ഇട്ടുകൊണ്ട് അങ്ങോട്ടുമിങ്ങോട്ടും നടന്നു. പറയാനുള്ളതെല്ലാം പറയട്ടെ എന്നൊരു ഭാവമായിരുന്നു മുഖത്ത്. കുട്ടമ്മാമ പിന്നെ ഒന്നുംപറയുന്നില്ലെന്നു കണ്ട്, വലിയമ്മാമ അധികാരിയുടെ മുമ്പിൽ നിന്നു പറഞ്ഞു:

'അധികാരീ, എന്നോടു ചെലച്ചല്ലോ ഇപ്പോ ഒരുത്തൻ, അവനൊക്കെ-അവനൊക്കെ-' വലിയമ്മാമയ്ക്കു ശ്വാസം മുട്ടുന്നപോലെ തോന്നി: 'ഇബ്റ്റന്റെ തന്ത മരിച്ച കാലത്തു ചെരട്ടേലും പ്ലാലേലും അല്ലാത്ത പ്രായാ. ഞാനാ ഇബ്റ്റനെ രക്ഷിച്ചത്. എന്നിട്ടിപ്പോ എന്റെ മേക്കട്ടു കേറാൻ വന്നിരിക്ക്ണു. ഇബടെ മുമ്പുണ്ടായിട്ടില്ല്യ ഇത്.'

കുറെ നേരത്തേയ്ക്ക് പിന്നീടാരും സംസാരിച്ചില്ല. വലിയമ്മാമയാണ് പിന്നെ പറഞ്ഞത്:

'അധീകാരീ, ഇനീം ഇതൊക്കെ കൂട്ടിപ്പിടിച്ചു നില്ക്കാൻ കഴീല്ല്യ. ഭാഗിക്കാം. അധികാര്യന്നെ എന്തൊക്കെയാ വേണ്ടത് ച്ചാൽ ചെയ്യണം.....'

അകത്ത് അമ്മമ്മ പുതച്ച തോർത്തിന്റെ തുമ്പുകൊണ്ടു കണ്ണു തുടച്ചു.

'ഈ കീറാമാറാപ്പു പേറ്റ്യേന്റെ വക നിയ്ക്കു കിട്ടി. അതോണ്ടന്ന്യാ പറേണ്. നിയ്ക്ക്, രണ്ടോരി മൊതലു വേണം. നിയ്ക്കിവറ്റിന്റെ ഒരു കാശും അധികം വേണ്ടാ. അതോണ്ടല്ല. തറവാട്ടു കാരണോരായ്യാൽ അങ്ങന്യാ പണ്ടയ്ക്കു പണ്ടേ.'

'നടക്കില്ല.' കുട്ടമ്മാമയ്ക്കു വീണ്ടും ശബ്ദം പൊങ്ങി.

അധികാരി കുട്ടമ്മാമയെ ഉപദേശിച്ചു:

'അങ്ങനെ പറയരുത്, കുട്ടന്നായരേ. അതൊക്കെ നാട്ടുനടപ്പല്ലേ?'

'ആ കാലൊക്കെ പണ്ടേര്ന്ന്.'

അപ്പുണ്ണിക്കു പിന്നെ കേൾക്കാൻ കഴിഞ്ഞില്ല. മീനാക്ഷിയേടത്തി വന്നു വിളിച്ചു. അട്ടത്തുനിന്നു കുറച്ചു വിറകെടുത്തു കൊടുക്കാൻ. അവന്റെ സഹായം ആവശ്യപ്പെടാറുള്ള പ്രവൃത്തികളിൽ ഒന്നാണത്. മീനാക്ഷിയേടത്തി കോണി പിടിച്ചു കൊടുക്കും. അവൻ കയറി വിറകു താഴത്തേയ്ക്കിട്ടു കൊടുക്കും.

എന്തൊക്കെയാണ് ഉമ്മറത്തു നടക്കുന്നത്? എന്തൊക്കെയാണ് പറയുന്നത്?

അവനു പ്രത്യേകിച്ചു താത്പര്യമൊന്നുമില്ല. ഒരു നാടകം കാണുന്ന രസമേ തോന്നിയുള്ളു. രംഗത്തുവെച്ച് അമ്മാമന്മാർ ഏറ്റുമുട്ടുന്നതു കൊള്ളാം.

സന്ധ്യയ്ക്കാണ് അധികാരി നമ്പ്യാർ പോയത്. വക്കീൽ കുമാരൻ നായർ ആകെ നിരാശനായി അകത്തേയ്ക്കു വന്നപ്പോൾ വലിയമ്മ ചോദിച്ചു:

'എന്താ ഒരു തീർച്ചീം മൂർച്ചീം ആയോ?'

'കാരണോര് ഒറച്ചിട്ടന്ന്യാ. വടക്കുംപാടം സ്വകാര്യാണ്ന്ന്, പിന്നെ രണ്ടോരി മൊതലും....'

'കുട്ടൻ അയിനെന്താ പറേണ്?'

'അയാള്ക്കു ചൊടില്ല്യാഞ്ഞിട്ടാ. കോടതീലു കേസ് ഫയലാക്കണം. അപ്പം കാണാം കളി. ഞാനെത്ര ഭാഗം കണ്ടതാ! ഇതു പോലെ എഴഞ്ഞ ഒന്ന് എന്റെ ആയുസ്സിനിടയ്ക്ക് ണ്ടായിട്ടില്ല. ചെടിച്ചു പോവ്വാ മനുഷ്യൻ.'

വക്കീൽ കുമാരൻനായർ അകത്തും ഒരു വേണ്ടപ്പെട്ട ആളാണ്. അയാൾ യാത്ര പറയാൻ അമ്മമ്മയുടെ അടുത്തു ചെന്നപ്പോൾ അമ്മമ്മ പറഞ്ഞു:

'കുമാരാ, നീയൊരു കാര്യം ചെയ്യണം.'

'എന്താ കുഞ്ഞിക്കാള്ള്യേമ്മേ?'

'നിയ്ക്കിനി സ്വത്തും വേണ്ടാ, മൊതലും വേണ്ടാ, നിയ്ക്കിനി വേണ്ടത് ഒരു മാവാ.'

വക്കീൽ കുമാരൻനായർക്ക് എന്താണ് അമ്മമ്മപറയുന്നതെന്നു മനസ്സിലായില്ല.

'എന്താ ഞാൻ വേണ്ടത്, കുഞ്ഞിക്കാള്ള്യേമ്മേ....?'

'നിയ്ക്കേയ് ഇതിന്റുള്ളിലു കെടന്നു കണ്ണടയ്ക്ക്ണംന്നാണ്. അതിനു നിങ്ങളൊക്കീം കൂടി സമ്മതിക്കില്ല്യാന്നന്യാ തോന്ന്ണ്.'

'ഞാനെന്താ പറേണ്ട്?'

'ഒന്നും പറേണ്ടാ.'

അയാൾ തല ചൊറിഞ്ഞുകൊണ്ടു കുറച്ചിടനിന്നു. എന്നിട്ടു പതുക്കെ പുറത്തു പോയി.

കുറച്ചു ദിവസത്തേയ്ക്കു പിന്നെ സംസാരമൊന്നുമുണ്ടായില്ല, എല്ലാമൊന്നടങ്ങിയ പോലെ തോന്നി. ഓർക്കാതിരിക്കുമ്പോഴാണ് പിന്നെ ഒരു കുഴപ്പം പൊട്ടിപ്പുറപ്പെട്ടത്.

വലിയമ്മാമയ്ക്ക് റജിസ്ട്ര് നോട്ടീസ് വന്നിരിക്കുന്നു. കുട്ടമ്മാമയാണ് അന്യായക്കാരൻ. മറ്റെല്ലാവരും പ്രതികൾ.

അന്നു പകലും രാത്രി കിടക്കുന്നതുവരെയും വലിയമ്മാമ മുറ്റത്തു തന്നെയായിരുന്നു. പകൽ മുഴുവൻ അകത്തുള്ളവരെ അടച്ചു ശകാരിക്കുകതന്നെ. ഇടയ്ക്കു പത്തായപ്പുരയിലേയ്ക്കു കയറിപ്പോകും. പിന്നെ ഇറങ്ങിവരുമ്പോൾ മുഖം കുറേക്കൂടി ചുവന്നിട്ടുണ്ടാവും.

അതിലിടയ്ക്ക് അമ്മിണ്യേടത്തിയെ വിളിച്ചു:

'എവിടടീ അമ്മിണി?'

അമ്മിണിയേടത്തി പത്തായപ്പുരയിൽനിന്ന് ഇറങ്ങിവന്നു.

'നാളെ നിന്റെ വീട്ടിലേയ്ക്കു പൊറപ്പെട്ടോ. ഇതിനി നെന്റെ അച്ഛന്റെ വീടല്ല....'

അമ്മിണിയേടത്തി ഒന്നും മിണ്ടാതെ നിന്നു.

'നെനക്കൊരു വീടും ആള്വോളുമുണ്ടാവുമ്പോ ഇബടെ വന്നു കെടക്കണ്ട കാര്യല്ല്യല്ലോ.'

അമ്മിണിയേടത്തി പതുക്കെ പത്തായപ്പുരയ്ക്കുള്ളിലേയ്ക്കു തന്നെ പോയി.

അന്നുരാത്രി കോണിമുറിയിൽ അപ്പുണ്ണി കണ്ണു തുറന്നുകിടക്കുകയായിരുന്നു. എല്ലാവരും ഉറങ്ങിക്കഴിഞ്ഞു. വെളുപ്പാൻ കാലത്തെ സ്വപ്നംപോലെ ഒരു രാത്രിയെക്കുറിച്ചുള്ള ഓർമ്മ മനസ്സിൽ മങ്ങിക്കിടക്കുന്നു.

അമ്മിണിയേടത്തി പോയാൽ ഇനി വരില്ലേ? അമ്മിണിയേടത്തിയെ നേരെ കാണുമ്പോൾ പണ്ടു പരിഭ്രമമായിരുന്നു. ഇപ്പോൾ ലജ്ജയാണ് തോന്നുക. എന്നാലും അവർ മുടിയഴിച്ചിട്ടു വേർപെടുത്തിനില്ക്കുന്നതു കാണണം. കുത്ത

ഴിയിലൂടെ അവർ കാണാതെ, സന്ധ്യയ്ക്കുമുമ്പ് അവർ മങ്ങിയ വെളിച്ചത്തിൽ മുറ്റത്തു നില്ക്കുന്നത് അവൻ നോക്കിനില്ക്കും.

ഒച്ചയും അനക്കവുമില്ല. അവൻ വെറുതെ ചെവിയോർത്തു കിടന്നു. അമ്മിണിയേടത്തി ഉറങ്ങിയിരിക്കും. എന്നാലും ഒരു സംശയം. അമ്മിണിയേടത്തി വരുമോ? വെറുതെയുള്ള തോന്നലാണ്. കോണി ശബ്ദിക്കുന്നുണ്ടോ?

കോണിപ്പടി ശബ്ദിച്ചുവെന്നുതോന്നി. ഉവ്വ്, ശബ്ദിക്കുന്നുണ്ട്. ഹൃദയം വല്ലാതെ തുടിക്കുന്നുണ്ടായിരുന്നു. വസ്ത്രങ്ങളുലയുന്ന ശബ്ദം. അവന്റെ ദേഹത്തു കൈ തൊട്ടപ്പോൾ അവൻ കൈ പിടിച്ചു.

ഒന്നും മിണ്ടാതെ അവൻ പായിൽ എഴുന്നേറ്റിരുന്നു. അമ്മിണിയേടത്തി തൊട്ടടുത്തിരുന്നു. അവന്റെ കഴുത്തിലൂടെ കൈയിട്ട് അണച്ചുപിടിച്ച് അവർ വെറുതെ ഇരിക്കുകയാണ്, എത്ര നേരമാണിങ്ങനെ ഇരുന്നതെന്നറിയില്ല.

'അപ്പുണ്ണി' പതുക്കെ അവർ വിളിച്ചു. അവരുടെ വിരലുകൾ അവന്റെ പുറത്ത് ഓടിനടക്കുകയായിരുന്നു.

'നാളെ ഞാൻ പോവ്വാണ്, അപ്പുണ്ണീ.'

അപ്പുണ്ണിക്ക് അവരുടെ മുഖം കാണണമെന്നുണ്ടായിരുന്നു; ഇരുട്ടാണ്, ഒന്നും കാണാൻ വയ്യാ. ഇനിയെന്നാണ് വരുന്നതെന്ന് അവൻ ചോദിച്ചില്ല. പക്ഷേ ആ ചോദ്യം മനസ്സിൽ നിറഞ്ഞുനിന്നു. ചുമലിലൂടെ വീണുകിടക്കുന്ന കൈത്തണ്ടയിലെ കുപ്പിവളകൾ അവൻ തിരുപ്പിടിച്ചു.

'അപ്പുണ്ണി ന്റോടയ്ക്ക് വര്വോ?'

'വരില്ല. എങ്ങനെ വരാനാണ്?'

'ഞാൻ ഇങ്ങട്ടിനി വരില്ല്യ.'

സന്ധ്യയ്ക്കുമുമ്പു മങ്ങിയ വെളിച്ചത്തിൽ അവർ മുടിയഴിച്ചിട്ടു വേർപെടുത്തി നില്ക്കുന്നത് ഇനി കാണാൻ പറ്റില്ല?

'എന്താ മിണ്ടാത്ത്? ദേഷ്യം ണ്ടോ?'

'ഉം — ഉം'

'അപ്പുണ്ണി വല്യ ആളാവും. അപ്പോ അമ്മിണ്യേടത്തീനെ മറക്കരുത്. മറക്ക്വൊ?'

ഇല്ല, മറക്കാനാവില്ല, നിലവിളക്കിന്റെ പ്രഭ ഓളം വെട്ടുന്ന നഗ്നമായ മാറിടവും അഴിഞ്ഞുലയുന്ന മുടിക്കെട്ടുമായി കവുങ്ങിൻപൂക്കുല പിടിച്ചിരുന്ന് ഉറയുന്ന സർപ്പസുന്ദരിയുടെ ചിത്രം മറക്കാനാവില്ല.

'ഇല്ല്യ'

എന്നുമാത്രം അവൻ പറഞ്ഞു.

കുറെ നേരം അങ്ങനെ ഇരുന്നു. വല്ലാത്ത നെഞ്ചിടിപ്പ് അപ്പോഴും മാറിയിട്ടില്ല.

'പോയി കെടക്കട്ടെ. അപ്പുണ്ണി ഒറങ്ങിക്കോളൂ.'

എഴുന്നേല്ക്കുന്നതിനുമുമ്പ്, അവന്റെ ചെവിയ്ക്കടുത്തേയ്ക്ക് ചുണ്ടുകളടുപ്പിച്ചു ചിരിയും കരച്ചിലും കലർന്ന സ്വരത്തിൽ അമ്മിണിയേടത്തി പറഞ്ഞു:

'പേടിപ്പെട്ടത്താൻ ഇനി അമ്മിണ്യേടത്തി വരില്ല്യാട്ടോ.'

കോണിപ്പടികൾ വീണ്ടും ശബ്ദിച്ചു. തനിയെ കണ്ണുതുറന്നു കിടക്കുമ്പോൾ വല്ലാത്ത ഒരസ്വാസ്ഥ്യം തോന്നി.

പിറ്റേന്നു രാവിലെ അമ്മിണിയേടത്തി പുറപ്പെട്ടു. അമ്മാമ ഈർക്കിലക്കരയുള്ള വേഷ്ടി നിവർത്തി ചുമലിലിട്ടു കുടയെടുത്തു മുറ്റത്തിറങ്ങിനിന്നു.

അമ്മിണിയേടത്തി ഓരോരുത്തരോടായി യാത്ര പറയാൻ തുടങ്ങിയപ്പോൾ അപ്പുണ്ണി പടിഞ്ഞാറെ മുറ്റത്തു വയ്ക്കോൽമൂടയ്ക്കു പിന്നിൽ, പച്ചപിടിച്ച മതിലിൽ കരിങ്കൽകൊണ്ടു ചിത്രം വരച്ചുനിന്നു.

പോകുമ്പോൾ അപ്പുണ്ണി കണ്ടില്ല. ഉമ്മറത്തു വന്നപ്പോൾ പടിക്കൽ ദൂരേ പറമ്പിന്റെ അറ്റത്തു നീലപ്പട്ടുജാക്കറ്റു മറയുന്നു.

* * * *

പതിവിലും വൈകിയാണ് അപ്പുണ്ണി സ്ക്കൂളിലേയ്ക്കു പുറപ്പെട്ടത്. രാവിലെ കഞ്ഞി കിട്ടാൻ വൈകി. കുറച്ചു ദിവസമായി നേരത്തു ഭക്ഷണമില്ല. വിത്തു മുഴുവൻ എടുത്തു ചെലവാക്കിക്കഴിഞ്ഞു. പത്തായത്തിലെ നെല്ലു വലിയമ്മാമ വണ്ടിക്കാർക്കു വിറ്റു. നെല്ലു ചോദിക്കാൻ ചെന്നാൽ അമ്മാമ കൊടുക്കുന്നത് കേട്ടാൽ അറയ്ക്കുന്ന ചീത്ത വാക്കുകളാണ്.

ചുരുക്കം ദിവസങ്ങളിലേ വലിയമ്മാമ വീട്ടിലുണ്ടാകാറുള്ളു. പൂന്തോട്ടത്തിലേയ്ക്കു പോയാൽ തിരിച്ചുവരുന്നത് എട്ടോ പത്തോ ദിവസം കഴിഞ്ഞാണ്. അടയ്ക്കപറിയും നാളികേരമിടലും കഴിഞ്ഞാൽ പോകും. വീട്ടിലെ ചെലവു നടത്തേണ്ടതു തന്റെ ഉത്തരവാദിത്വമല്ല എന്ന ഭാവമാണ്.

വീട്ടിലെ ഭക്ഷണകാര്യത്തിൽ കുട്ടമ്മാമയ്ക്കും ശ്രദ്ധയില്ല. നേരത്തിനു വരുമ്പോൾ ഭക്ഷണമില്ലെങ്കിൽ മീനാക്ഷിയേടത്തിയെയാണ് ചീത്ത പറയുക.

അടുത്ത വീടുകളിൽനിന്നും നെല്ലും അരിയും കടം വാങ്ങാൻ പോകുന്നത് അവരാണ്. ഇടയ്ക്കിടെ അവർ പറയും: 'ഒക്കെന്റെ യോഗം.'

കുറ്റിക്കാർക്കു വലിയമ്മാമ താക്കീതു കൊടുത്തിട്ടുണ്ട്: കുട്ടമ്മാമയ്ക്കു പണം കൊടുക്കരുത്.

കുട്ടമ്മാമ മറ്റൊരു വഴിക്കാണ് തിരിഞ്ഞത്. മേലെ സർപ്പക്കാവിനടുത്തുള്ള വലിയ ഗോമാവു കുട്ടിഹസ്സനു മുറിച്ചു വിറ്റു. ഒരു ചാക്കു നെല്ലു വീട്ടിലേയ്ക്കു വാങ്ങിക്കൊടുത്തു. ബാക്കി പണത്തിന്റെ കണക്കു വലിയമ്മ പറഞ്ഞപ്പോൾ കുട്ടമ്മാമ പറഞ്ഞു:

'കുഞ്ഞ്യോപ്പോളേ, മിണ്ടാണ്ടവടെ ഇരുന്നോളിൻ.'

ആ മരം മുറിയ്ക്കാൻ കയറും മഴുവുമായി വെട്ടുകാർ വന്നതു മുറ്റത്തൂടെയായിരുന്നു. അവരിലൊരാൾ വെള്ളം വാങ്ങിക്കുടിക്കാൻ വടക്കു പുറത്തുവന്നപ്പോഴാണ് അമ്മമ്മ അതറിഞ്ഞത്.

അന്നു പകൽ മുഴുവൻ അവർ കരയുകയായിരുന്നു.

മൂന്നു മാസംകൊണ്ടു പുറത്തെ വളപ്പു വെളിമ്പറമ്പായി. കുട്ടിഹസ്സൻ ഹാജിയുടെ ഈർച്ചക്കാർ അവിടെ മുറിച്ചിട്ട മരങ്ങൾ ഈർന്ന് പലകകളാക്കുകയാണ്.

നാലുകെട്ടിനകത്ത് അവന് ഓരോ നിമിഷവും വീർപ്പുമുട്ടുകയായിരുന്നു. കരയുന്ന അമ്മമ്മ, എപ്പോഴും പിറുപിറുത്തു മടമ്പിടിച്ചു നടക്കുന്ന വലിയമ്മ, കരിമ്പടംകൊണ്ടു കാൽപൊതിഞ്ഞുവെച്ചു ചുമരുചാരിയിരുന്ന് ആരോടെന്നില്ലാതെ മനുഷ്യാവസ്ഥയെപ്പറ്റി പറയുന്ന ചെറിയച്ഛൻ, എന്തെങ്കിലും ഒരൊച്ച

പ്പാടുണ്ടാക്കി ഇടയ്ക്കു ചുഴലിക്കാറ്റുപോലെ വീട്ടിലേയ്ക്കു കയറിവരുന്ന കുട്ടമ്മാമ-ഓ, എന്തൊരു കൂട്ടം ആളുകൾ.

വെറുപ്പ്-മനസ്സിൽ തിങ്ങിനില്ക്കുന്നതു വെറുപ്പു മാത്രമാണ്. മീനാക്ഷിയേടത്തിയെ കാണുമ്പോഴാണ് ആകെ മനസ്സിലൊരു വേദനതോന്നുക. വടക്കേ വീട്ടിൽനിന്നു കൊട്ടയിൽ നെല്ലു ചുമന്നു കവുങ്ങിൻതോട്ടത്തിലൂടെ ആരും കാണാതെ വരുന്ന അവരെ കണ്ടപ്പോൾ ഒരിക്കൽ അറിയാതെ അപ്പുണ്ണിയുടെ കണ്ണുകൾ നനഞ്ഞുപോയി.

സുഖവും ദുഃഖവും ദൈവം മനുഷ്യനു വിധിച്ചതാണത്രേ. എന്നിട്ട് അവർക്കെന്തേ ദൈവം സുഖം കൊടുക്കാത്തത്?

നടക്കുമ്പോൾ അങ്ങനെ പലതും അപ്പുണ്ണി ആലോചിച്ചു. കൂട്ടുകാർ മുമ്പേ പോയിരിക്കുന്നു. ചെമ്മണ്ണുനിറഞ്ഞ പാതയിൽ കാളവണ്ടിച്ചക്രങ്ങൾ ഉരുണ്ടുപോയ പാട് അപ്പോഴും കിടപ്പുണ്ട്.

ഭാസ്കരൻ കഴിഞ്ഞ കൊല്ലം തോറ്റു. ഫിഫ്ത്തിലാണിപ്പോൾ.... വീട്ടിൽ എന്തുതന്നെ വിഷമമായാലും ഭാസ്ക്കരനും കൃഷ്ണൻകുട്ടിക്കും ബുദ്ധിമുട്ടില്ല; സ്വത്തുള്ള ഇല്ലത്തെ നമ്പൂരിയുടെ മകനായി ജനിച്ചാൽ അങ്ങനെയായിരിക്കും.

അത്താണിക്കടുത്ത് ആരോ നില്ക്കുന്നു. അപ്പുണ്ണി ശ്രദ്ധിച്ചില്ല. അടുത്തെത്തിയപ്പോൾ അവൻ ഒന്നു വെറുതെ നോക്കി. അപ്പോഴാണു മനസ്സിലായത്, ശങ്കരൻനായർ. തീക്കട്ടയിൽ ചവിട്ടിയ അനുഭവമാണ് ഉണ്ടായത്.

'അപ്പുണ്ണീ.'

അയാൾ അടുത്തേയ്ക്കു വരികയാണ്.

അവൻ മുഖം തിരിച്ചു നടന്നു.

'അപ്പുണ്ണീ.'

തിരിഞ്ഞു നോക്കിയില്ല. കാലുകൾ നീട്ടി വലിച്ചുവെച്ച് അപ്പുണ്ണി നടന്നു. കുറെ ദൂരമെത്തി ഒന്നു തിരിഞ്ഞുനോക്കി. ഇല്ല, അയാൾ കൂടെയില്ല. വഴിക്കുവെച്ചു പഞ്ചായത്തു പറഞ്ഞു ലോഗ്യം പുതുക്കാൻ വന്നിരിക്കുന്നു. എല്ലാം അവൻ എന്നേ കേട്ടതാണ്, സഹിച്ചതാണ്. വെള്ളപ്പൊക്കം കഴിഞ്ഞ ഉടനെയറിഞ്ഞതാണ്. അമ്മ അങ്ങോട്ടു താമസം മാറ്റിയിരിക്കുന്നു. വലിയമ്മ അതറിഞ്ഞപ്പോൾ പറഞ്ഞതു കേൾക്കണം. മുറ്റത്തേയ്ക്ക് ഓടിപ്പോയി. തോലുരിഞ്ഞുപോകുന്നപോലെ. തെങ്ങുംപൊറ്റയിൽ ശങ്കരൻനായരുടെ കൂടെ....

അതു കേട്ട ദിവസം തന്നെ കെട്ടിവരിഞ്ഞു നിർത്തിയിരുന്ന ഒരു ചങ്ങല പൊട്ടിച്ചെറിഞ്ഞ ആശ്വാസമാണ് തോന്നിയത്.

ലോഗ്യം പറയാൻ വന്നിരിക്കുന്നു. തെങ്ങുംപൊറ്റയിൽ ശങ്കരൻനായർ എനിക്കാരുമല്ല.....

സ്ക്കൂളിലെത്തിയപ്പോൾ ബെല്ലടിച്ചു പത്തുമിനുട്ടു കഴിഞ്ഞിരുന്നു. ശങ്കരനാരായണയ്യർ മാസ്റ്ററുടെ ക്ലാസ്സാണ്. പക്ഷേ മാസ്റ്റർ വന്നിട്ടില്ലാത്തതു കൊണ്ടു ഡ്രോയിംഗ്മാസ്റ്റർ പകരം വന്നിരിക്കുകയാണ്. കുട്ടികൾക്കയാളെ പേടിയില്ല. ക്ലാസ്സിൽ ബഹളംതന്നെ.

രണ്ടാമത്തെ പീരിയഡാണ് മെമ്മോ വായിച്ചത്.

പത്താംതീയതിക്കു മുമ്പായി ഗവർമ്മേണ്ടു പരീക്ഷയ്ക്കുള്ള ഫീസട

യ്ക്കണം, പതിനഞ്ചുറുപ്പിക.

പത്താം തീയതി, ഇനി ആറു ദിവസമേ ഉള്ളു.

പതിനഞ്ചുറുപ്പിക എവിടെനിന്നു കിട്ടാനാണ്? പെട്ടെന്നവനോർമ്മ വന്നു. അമ്മമ്മയുടെ കൈവശം അവന്റെ കാശുണ്ട്. അതിൽനിന്നു കുട്ടമ്മാമയെ ടുത്ത പണം തിരിച്ചുചോദിച്ചാൽ മതി.

വൈകുന്നേരം വീട്ടിലെത്തിയപ്പോൾ അമ്മമ്മയോടു ചെന്നു പറഞ്ഞു:

'പരീക്ഷയ്ക്കു ഫീസടയ്ക്കണം. പതിനഞ്ചുറുപ്പിക വേണം.'

'ന്റെ മോൻ കുട്ടമ്മാമയോടു ചോയ്ക്ക്. ഞാനും ഓനോടും പറയാം.'

കുട്ടമ്മാമയോടു ചോദിക്കാൻ തന്നെ തീരുമാനിച്ചു. കുട്ടമ്മാമയോടു നേരിട്ട് ഇതുവരെ സംസാരിച്ചിട്ടില്ല. എന്നാലും സംസാരിക്കാൻ ഭയമില്ല. ആ മനുഷ്യന്റെ നേരെ അവനല്പം ബഹുമാനം മനസ്സിന്റെ കോണിൽ മറഞ്ഞുകിടപ്പുണ്ട്.

വലിയമ്മാമ അടിച്ച ദിവസം ഓർമ്മയിൽ വന്നു.

അന്നു കുട്ടമ്മാമയാണ് രക്ഷിച്ചത്. ഇതുവരെ ഒന്നും സംസാരിച്ചിട്ടില്ല. എന്നാലും വലിയമ്മാമ എന്ന ഭയങ്കരനോട് ഏറ്റുമുട്ടാൻ ധൈര്യമുള്ള അയാൾ അവന്റെ കണ്ണിൽ ഒരു വീരപുരുഷനാണ്.

കുട്ടമ്മാമ വല്ലപ്പോഴുമാണ് വരിക. രാത്രി ചിലപ്പോൾ വന്നില്ലെന്നും വരും; വക്കീൽ കുമാരൻനായരുടെ കൂടെയായിരിക്കും ചിലപ്പോൾ വേറെയും പലതും കേൾക്കുന്നുണ്ട്.

അടുത്ത ദിവസം സന്ധ്യയ്ക്കു കുളിച്ചുവന്നപ്പോഴാണ് മാളു പറഞ്ഞത്: 'അച്ഛൻ വന്നിട്ടുണ്ട്.'

ഉമ്മറത്തെ ചാരുപടിയിൽ ഇരുന്നു കുട്ടമ്മാമ ബീഡി വലിയ്ക്കുകയായിരുന്നു. ആ മുഖഭാവം അവന് ഒരു വിഷമമുണ്ടാക്കി. കുറെ നാളായി അങ്ങനെയാണ് കുട്ടമ്മാമയെ കാണുന്നത്.

എങ്കിലും അടുത്തു ചെന്നു.

കണ്ട ഭാവം നടിച്ചില്ല. അവൻ ഒഴിയുന്നില്ലെന്നു കണ്ടപ്പോൾ ചോദിച്ചു:

'ഉം?'

'പതിനഞ്ചാം തീയതി ഗവർമ്മണ്ടു പരീക്ഷയ്ക്കു ഫീസടയ്ക്കണം.'

'അയിന്?'

'കുട്ടമ്മാമ–'

'കടം പിരിക്കാൻ വന്നതാടാ?'

'ഞാനെന്താ ചെയ്യണ്ട് — ഫീസടച്ചിട്ടില്ലെങ്കി —'

'നെന്റെ നാലു നൊട്ട വാങ്ങിച്ചിട്ട്ണ്ട് ച്ചിട്ടല്ലേടാ ഇത്? എന്റയ്യിലു പണൂംല്യ പന്നിക്കുട്ടീംല്ല്യ.'

കരച്ചിൽ വന്നു. എങ്കിലും കരഞ്ഞില്ല. വേദനിക്കുമ്പോൾ കരയാതിരിക്കാൻ അവൻ പഠിച്ചു കഴിഞ്ഞിരുന്നു.

അവൻ അകത്തേയ്ക്കു പോരുമ്പോൾ, കുട്ടമ്മാമ പറഞ്ഞു:

'ഇനി നീയൊക്കെ പഠിച്ചിട്ടു തുക്കിടിസ്സായ്വായിട്ടല്ലേ വര്ാ?'

ആ വാക്കുകൾ അപ്പുണ്ണി ചവച്ചിറക്കി. തെക്കിനിയിലെത്തിയപ്പോൾ മാളു ചോദിച്ചു:

'കിട്ട്യോ, അപ്പുണ്ണ്യേട്ടാ?'

ചോദിക്കാൻ വന്നിരിക്കുന്നു! പകയോടെ അവളെ നോക്കിക്കൊണ്ടു പറഞ്ഞു: 'പോട്യവ്ട്ന്ന്.'

അവളുടെ മുഖത്തുനോക്കാതെ അവൻ ഇരുട്ടിൽ മുങ്ങിക്കിടക്കുന്ന കോണി മുറിയിലേയ്ക്കു നടന്നു.

അമ്മമ്മയ്ക്കു വ്യസനമുണ്ടായിരുന്നു.

'അമ്മമ്മടെ കയ്യില് എന്തെങ്കിലുമുണ്ടായിരുന്നെങ്കി, ന്റെ കുട്ട്യേ, നിയ്യ് കൊഴങ്ങില്ലായിരുന്നു.'

ആരുടെയും കൈയിലുണ്ടാവില്ല. അവൻ മനസ്സിൽ പറഞ്ഞു: അപ്പുണ്ണിക്ക് ആരുമുണ്ടാവില്ല.

നാളെയാണ് പണം കൊടുക്കേണ്ടത്. ക്ലാസ്സിൽ പണമുള്ള കുട്ടികളുണ്ട്. വാസുദേവൻ നമ്പൂതിരി. അയാളുടെ കൈയിൽ പണമുണ്ടാവും. ഇല്ലത്തു സ്വത്തുണ്ട്. അച്ഛനു ഭ്രാന്തായതുകൊണ്ട് അയാൾതന്നെയാണ് കാര്യങ്ങൾ നടത്തുന്നത്.

സ്വർണ്ണവാച്ചും മോതിരവും സ്വർണ്ണക്കുടുക്കുകളും ഉണ്ട്. പത്തിന്റെ നോട്ടു കൾ എപ്പോഴും കീശയിലുണ്ടാവുമത്രേ.

അയാളോടു ചോദിക്കുന്നത് എങ്ങനെയാണ്? കടംവാങ്ങിയാൽ എങ്ങനെ വീട്ടും?

പക്ഷേ പരീക്ഷയ്ക്കിരിക്കേണ്ട കാര്യമാണ്. മൂന്നും മാസംകൂടി കഴി ഞ്ഞാൽ ഈ ദുരിതം അവസാനിക്കുകയാണ്. പിന്നീട്-

അവനു പ്രതീക്ഷകളുണ്ട്.

അവസാനം സംശയിച്ചു സംശയിച്ച് അവൻ ചോദിച്ചു.

നമ്പൂതിരി പറഞ്ഞു: 'പണമുണ്ട്. പക്ഷേ ഇതെനിക്ക് അടിയന്തിരമായി തൃശൂർക്കു പോകാൻ ള്ളതാ. ഒരു ഹാർമോണിയം വാങ്ങണം.'

അയാൾ ഹാർമ്മോണിയം വാങ്ങട്ടെ. അയാളും യശോധരയും കൂടി പാട്ടു പാടട്ടെ. എന്തെല്ലാം കഥകളാണ് കുട്ടികൾ പറയുന്നത്!

മുഹമ്മദിന് കാര്യം മുഴുവൻ അറിയാം. പണം അന്വേഷിക്കേണ്ട കാര്യം അവൻ ഏറ്റെടുത്തിട്ടുണ്ട്. ക്ലാസ്സിലെ കുട്ടികളിൽ പലരോടും മുഹമ്മദ് സ്വകാ ര്യമായി ചോദിച്ചു. കിട്ടിയില്ല.

'അപ്പുണ്ണ്യേ, തനിക്കൊരു കാര്യം ചെയ്തൂടേ?'

'എന്താ?'

'ഭാസ്കരന്റെ അമ്മോടു വാങ്ങിക്കൂടേ?'

'ഞാൻ ചോദിക്കില്ല്യ.'

'തന്റെ വല്ല്യമ്മയാന്നല്ലേ പറഞ്ഞ്?'

'അതേ, ഞാൻ ചോദിക്കില്ല്യ.'

'നാളെക്കു പണം വേണ്ടെടോ? അതൊക്കെ വിജാരിച്ചിരുന്നാല്—'

'എനിക്കു മാനം കെടാൻ വയ്യാ, മുഹമ്മദേ.'

മുഹമ്മദ് പിന്നെ നിർബന്ധിച്ചില്ല.

പണമുള്ളവരുണ്ടാവും. വലിയമ്മ, വലിയമ്മാമ. അതൊക്കെ ആലോചി ക്കാൻ പറ്റിയ കാര്യങ്ങളല്ല.

രാത്രി മുഴുവൻ ഉറങ്ങാതെ കിടന്നു. എത്രകാലം കഷ്ടപ്പെട്ടാണ് ഈ പടി വാതില്ക്കലെത്തിയത്? എന്നിട്ടപ്പോൾ എല്ലാം തകർന്നു വീഴുകയാണ്...

നാളെ നാലുമണിക്കു മുമ്പായി പണമടയ്ക്കണം.

മുഹമ്മദ് തന്റെ വീട്ടിന്റെ ചുറ്റുപാടുകളിൽ ഉമ്മയുടെ സഹായത്തോടെ ഒരു ശ്രമം നടത്താമെന്നേറ്റിട്ടുണ്ട്. ഉച്ചയ്ക്കുമുമ്പായി സ്ക്കൂളിലെത്തിയിട്ടില്ലെങ്കിൽ പണം കിട്ടിയില്ലെന്നു വിചാരിച്ചു കൊള്ളാനാണു പറഞ്ഞിട്ടുള്ളത്.

പരീക്ഷയ്ക്കിരുന്നാൽ പാസാവുമെന്നുറപ്പുണ്ട്. പാസായാൽ എവിടെയെങ്കിലും ജോലി കിട്ടും. എന്നിട്ടു വേണം.... അന്ന് ആരുടെയും സഹായം കൂടാതെ തലയുയർത്തി നില്ക്കാം.

എല്ലാം ഇപ്പോൾ ഒരു പ്രശ്നത്തിന്റെ മുമ്പിൽ തടഞ്ഞു നില്ക്കുകയാണ്. പതിനഞ്ചുറുപ്പിക.

പണം കിട്ടില്ല. പരീക്ഷയ്ക്കു പണമടയ്ക്കില്ല. വിചാരിച്ചപോലെ യൊന്നും സാധിക്കില്ല.

നേരം വെളുക്കുന്നതിനുമുമ്പുതന്നെ എഴുന്നേറ്റു. പല്ലുതേച്ചു കുളത്തിൽ നിന്നു വരുമ്പോൾ കിണറ്റിൻകരയിൽ മാളുവെകണ്ടു. അവളെ ശ്രദ്ധിക്കാതെ കടന്നുപോയപ്പോൾ മാളു ചോദിച്ചു:

'എന്തേ അപ്പുണ്ണ്യേട്ടൻ നേർത്തെണീറ്റ്?'

അവൻ ഒന്നും മിണ്ടാതെ പോന്നു.

എല്ലാവരും തനിക്കെതിരാണ്. താൻ നശിക്കുന്നതു കാണാൻ കാത്തിരിക്കുകയാണെല്ലാവരും. പ്രഭാതത്തിലെ നേർത്ത മൂടൽമഞ്ഞു പൊതിഞ്ഞു നില്ക്കുന്ന ആ നാലുകെട്ടിനെയും അതിനകത്തെ മനുഷ്യരെയുമെല്ലാം അവൻ വെറുക്കുന്നു....

തലേന്നഴിച്ചിട്ട ഷർട്ടെടുത്തിട്ടു. നനച്ചിട്ട മുണ്ട് ഇനിയും ഉണങ്ങിയിട്ടില്ല. മുഷിഞ്ഞ മുണ്ട് മാറ്റി അതുടുത്തു. റബ്ബർനാടകൊണ്ടു കെട്ടിയ പുസ്തകങ്ങളെടുത്തു പുറത്തു കടന്നപ്പോൾ വീണ്ടും മാളുവിനെയാണ് മുമ്പിൽ കണ്ടത്.

'എവടയ്ക്കാ ത്രെ നേർത്തെ?'

'എവടയ്ക്കെങ്കിലും....'

ഉമ്മറത്തു വീണ്ടും അവൻ സംശയിച്ചുനിന്നു. പടിപ്പുര വാതിൽ തുറന്നു പാടത്തെത്തിയപ്പോഴാണ് ആലോചിച്ചത്; എവിടേക്കാണു പോകേണ്ടത്?

അന്ന് നാലുമണിക്കകത്താണ് പണമടയ്ക്കേണ്ടത്.

ആരെയാണ് കാണേണ്ടത്? ആരോടാണ് ചോദിക്കേണ്ടത്?

വെറുതെ നടന്നു പാടത്തുനിന്ന് നിരത്തിൽ കയറി.

സ്ക്കൂളിലേക്കു പോകേണ്ടത് തെക്കോട്ടാണ്. അവൻ നേരെ വടക്കോട്ടാണു നടന്നത്. പുഴവക്കിലൂടെ പോകുന്ന നിരത്തിന്റെ വക്കത്തുള്ള ചായപ്പീടികയിൽ രാവിലത്തെ കച്ചവടത്തിന്റെ ബഹളമുണ്ട്.

നിരത്തിൽനിന്നു വീണ്ടും പാടത്തേയ്ക്കിറങ്ങി. അവിടെനിന്ന് ഇടവഴി കയറി കുറെ നടന്നപ്പോൾ കുന്നിൻചെരുവിലെത്തി. എങ്ങോട്ടാണീ നടത്തമെന്നാലോചിച്ചില്ല. അവസാനം ചെന്നെത്തിയത് നരിവാളൻകുന്നിന്റെ ചെരിവിലാണ്. അപ്പോൾ അവന് ഓർമ്മ വന്നു, വീട്ടിൽനിന്ന് ഇറങ്ങിപ്പോന്ന ആ പ്രഭാതത്തിലും വന്നിരുന്നത് ഇവിടെയാണ്. സെയ്താലിക്കുട്ടിയെ ഇവിടെ

വെച്ചു കണ്ടു.

കുന്നിൻപുറത്തു കരിഞ്ഞുണങ്ങിയ പുൽപ്പരപ്പു മാത്രം കാണാം. ഇള വെയിൽ പരക്കുന്നു.

തുറിച്ചു നില്ക്കുന്ന ആ പാറക്കെട്ട് അപ്പോഴും പഴയപടിതന്നെയുണ്ട്. അവനതിന്റെ മുകളിലിരുന്നു, ഓർമ്മയിൽ തെളിഞ്ഞു നില്ക്കുന്ന ആ പ്രഭാതത്തിൽ പാറക്കെട്ടിന്റെ മുകളിൽ വന്നിരുന്നത്. അതേ, രണ്ടു കൊല്ലം മുമ്പാണ്. അന്ന് കുന്നിൻപുറം നിറച്ചും കണ്ണാന്തളികളുണ്ടായിരുന്നു.

രണ്ടു കൊല്ലം കടന്നുപോയി. രണ്ടു കൊല്ലത്തിനിടയ്ക്ക് വളരെ വളരെ കാലം ജീവിച്ചുവെന്നാണ് തോന്നുന്നത്.

കൂർത്തുനില്ക്കുന്ന ആ പാറ വളർന്നിട്ടുണ്ടോ? ഉണ്ടായിരിക്കും. സയൻസ്മാസ്റ്റർ ക്ലാസ്സിൽ പറഞ്ഞു:

'വളർച്ച രണ്ടുവിധത്തിലാണ്. പാറകളും പടിക്കാരക്കട്ടയും വളരുന്നതു പുറമേനിന്നാണ്. ജീവികൾ ഉള്ളിൽനിന്നു വളരുന്നു.'

പാറ പുറമെ വളരുകയായിരിക്കും.

മനുഷ്യരും ജീവികളും അകത്തുനിന്നു വളരുന്നു.

രണ്ടു കൊല്ലത്തിനിടയ്ക്കു താനെത്രത്തോളം വളർന്നിട്ടുണ്ട്? കണ്ണാടി നോക്കുമ്പോഴെല്ലാം വലിയൊരാളായി കഴിഞ്ഞുവെന്നാണ് തോന്നുക. പണ്ടു ട്രൗസറും ഷർട്ടുമിട്ടു നടന്നിരുന്ന അപ്പുണ്ണി എന്ന ചെറുക്കനല്ല താനിപ്പോൾ. ആ അപ്പുണ്ണി ഇല്ലത്തെ നെല്ലുകുത്തുകാരിയുടെ മകനായിരുന്നു. ഒരുപാടു മനുഷ്യരുള്ള ലോകത്തിൽ തനിയെ നിൽക്കുന്ന ഒരാളാണ് താൻ. ആരും സ്വന്തമായില്ലെങ്കിൽ വേണ്ടാ. ആരെയും ഭയപ്പെടുന്നുമില്ല....

വെയിലിനു ചൂടു തുടങ്ങിയപ്പോഴാണ് അപ്പുണ്ണി സ്ക്കൂളിനെപ്പറ്റി ഓർത്തത്. സ്ക്കൂളിൽ പോണം. പക്ഷേ പതിനഞ്ചുറുപ്പികയുടെ കാര്യം വരുമ്പോൾ-

അന്നു രാവിലെ ഇറങ്ങുമ്പോൾ മച്ചിന്റെ മുമ്പിൽ നിന്നു തൊഴുതിട്ടില്ല. ആ പതിവു തെറ്റിക്കാറില്ല. പണ്ടു പട്ടിണികിടക്കുന്ന മക്കൾക്കു പുഴനീന്തി ചോറു കൊണ്ടുവന്നു കൊടുക്കുന്ന അമ്മ ഇരിക്കുന്ന സ്ഥലം.

ആ അമ്മ തന്റെ പ്രാർത്ഥന കേൾക്കാത്തതെന്തേ?

കരിഞ്ഞ പുൽത്തകിടിയിൽ അവന്റെ നിഴൽ പിന്നിൽ നീണ്ടു കിടന്നു. അപ്പുണ്ണി എഴുന്നേറ്റു. സ്കൂളിൽ പോവുകതന്നെ. ക്ലാസ് മാസ്റ്റർ ചോദിക്കും. അല്ലെങ്കിൽ ഹെഡ്മാസ്റ്റർ വിളിച്ചു ചോദിക്കും.

'ഫീസടയ്ക്കുന്നില്ലേ' എന്നു ചോദിച്ചാൽ പറയും:

—'ഇല്ലസാർ, ഞാനടയ്ക്കുന്നില്ല.'

— 'ഇന്നാണ് അവസാനത്തെ തീയതി. അറിയാമോ?'

—'അറിയാം. സർ. അറിയാം'.

'ഒരു കൊല്ലം വെറുതെ പോവുകയാണ്.'

—'പോവട്ടെ. സർ.'

'എന്താ പണമടയ്ക്കുന്നില്ലെന്നു വെച്ചത്?'

—'എനിക്കു പണമില്ല.'

—'വീട്ടിൽ—?'

—'എനിക്കു വീടില്ല, സർ. എനിക്കാരുമില്ല. എനിക്കാരുമില്ല.'

'അയ്യോ പാവം!'

അതുമാത്രം പറയരുത്. ആരും അതിൽ വ്യസനം കാണിക്കേണ്ട കാര്യ മില്ല. അങ്ങനെ ആ രംഗം അവസാനിക്കും.

സ്ക്കൂളിലെത്തിയപ്പോൾ ആകെ ക്ഷീണിച്ചു പോയിരുന്നു. ഇരുവശവും നോക്കാതെ ഗെയ്റ്റു കടന്നു നടന്നു. വലിയ കെട്ടിടത്തിന്റെ അറ്റത്തെ മുറി യുടെ വാതില്ക്കൽ ചെന്നുനിന്നു.

പച്ചക്കോട്ടും ഗോപിക്കുറിയുമുള്ള ജോഗ്രഫി മാസ്റ്റർ. പാഠമെടുക്കുകയാ ണെന്ന വ്യാജേന താൻ ഉത്തരേന്ത്യയിൽ സഞ്ചരിച്ചതും ഏതോ ദിവാന്റെ മകൾക്കു ട്യൂഷൻ കൊടുത്തതും പറയുകയാണ് അദ്ദേഹത്തിന്റെ പതിവ്. ഇപ്പോൾ ഹൗസ്ബോട്ടിനെപ്പറ്റിയാണ് പറയുന്നത്.

മുഖമുയർത്തി നോക്കാൻ ധൈര്യമുണ്ടായില്ല. രണ്ടാമത്തെ പീരിയഡാണ്.

ക്ലാസ്സിലെ നാല്പത്തഞ്ചു ജോഡി കണ്ണുകൾ തന്റെ ശരീരത്തിൽ പതി യുന്നുണ്ട്. മാസ്റ്റർ പറഞ്ഞു: 'ഗെറ്റിൻ, എന്താ ഇപ്പഴേ നേരം വെളുത്തുള്ളൂ.'

അപ്പുണ്ണി മിണ്ടിയില്ല. ദീനമായി ഒന്നു നോക്കുകമാത്രം ചെയ്തു. മുൻവരി യിൽ ഇടത്തേ അറ്റത്തു ചെന്നിരുന്നു. മുഹമ്മദ് വന്നിട്ടുണ്ടോ എന്നു നോക്ക ണമെന്നുണ്ടായിരുന്നു. ഈ പീരിയഡ് കഴിഞ്ഞിട്ടാവാം.

ബെല്ലടിച്ചു, മാസ്റ്റർ മേപ്പ് മടക്കിപ്പോയപ്പോൾ അവൻ തിരിഞ്ഞു പിൻബ ഞ്ചിലേയ്ക്കു നോക്കി. മുഹമ്മദ് വന്നിട്ടില്ല.

ഒരു മണിയുടെ ബെല്ലടിച്ചു പുറത്തുവന്നപ്പോൾ വിയർത്തു കുളിച്ചു ഗെയ്റ്റിൽ നിൽക്കുന്നുണ്ട് മുഹമ്മദ്. അപ്പോൾ വരുന്ന വഴിയാണ്. കിട്ടിയോ എന്നു ചോദിക്കാൻ നാക്കു പൊങ്ങിയില്ല. അവന്റെ കണ്ണിലും ചുണ്ടിലും ആ ചോദ്യം തുളുമ്പിനിന്നു.

മുഹമ്മദ് കണ്ണിറുക്കി ഒരു വിഡ്ഢിച്ചിരിചിരിച്ചു തോളിൽ കൈയിട്ടു പറഞ്ഞു:

'ന്റെടോ, കിട്ടി.'

കിട്ടി?- പോക്കറ്റിൽനിന്നു വല്ലാതെ ചുളിഞ്ഞു മുഷിഞ്ഞ പതിനഞ്ച് ഒറ്റ നോട്ടുകൾ എടുത്തു തന്നപ്പോൾ അപ്പുണ്ണിക്കു മുഹമ്മദിനെ കെട്ടിപ്പിടിക്കണ മെന്നു തോന്നി.

'എവ്ട്ന്നേ? എവ്ട്ന്നേ?'

'അതൊക്കെ അറീണതെന്തിനാ? താൻ പീസ് കെട്ട്.'

'എന്നാ തിരിച്ചു കൊടുക്കേണ്ടത്?'

'ഉള്ള കാലത്തു കൊടുത്താ മതി.'

കൂടുതൽ അന്വേഷിക്കാൻ നിന്നില്ല. വേഗം ഓഫീസിലേയ്ക്കോടി. റൈറ്റർ കുറുപ്പ് ഉണ്ണാൻ പോയിട്ടില്ല. അപ്പോൾത്തന്നെ ഫീസടച്ചു!

വൈകുന്നേരം സ്ക്കൂൾവിട്ടു പോരുമ്പോൾ മുഹമ്മദിനോടു പറഞ്ഞു:

'ഞാൻ പണം കിട്ടില്ല്യാന്നുതന്നെ ഉറപ്പിച്ചതാ.'

'ഞാൻ ശ്ല്യാളോടു ചോയ്ച്ചു. പറ്റീല്ല. ഉമ്മാനെ വിട്ടു ചോയ്പ്പിച്ചു.'

'എന്നിട്ടെവിട്ന്നേ കിട്ടീത്?'

'ഉമ്മ ഒരുപാടു സ്ഥലത്തൊക്കെ നടന്ന് എബ്ട്ന്നും കിട്ടാണ്ട് മട്ടച്ച് കുടീലു വന്നിരിക്കുമ്പോ കേട്ടു കേപ്പിച്ച് ഒരാളു പണം കൊണ്ടന്നിരിക്ക്ണു.'

'ആരാ, മൊഹമ്മദേ, ആരാ?'

'ആരെങ്കിലും ആയ്ക്കോട്ടെ.'

'ആരാന്നു പറയൂ.'

'പറഞ്ഞാ തനിക്കു പിടിക്കൂലാ....'

'പറഞ്ഞാലല്ലേ എനിക്ക് —'

അപ്പുണ്ണി എന്തോ ആലോചിച്ചു.

'ആരായാലെന്താടോ.'

'എനിക്കറിയണം. സഹായിച്ചത് ആരാന്നറിയണം.'

'കാശു കൊടുത്തയച്ചതു തന്റമ്മേണ്.'

അമ്മ–അപ്പുണ്ണി ആകെ സ്തബ്ധനായിപ്പോയി. അതു വേണ്ടിയിരുന്നില്ല. മുഹമ്മദിന്റെ ചുമലിൽ ബലമായി അമർത്തിപ്പിടിച്ച് അപ്പുണ്ണി അമർഷത്തോടെ ചോദിച്ചു.

'അതു നേർത്തെ പറയായിരുന്നില്ലെടാ?'

മുഹമ്മദ് ഒട്ടും അലോഗ്യം കാട്ടാതെ ചിരിച്ചുകൊണ്ടു ചോദിച്ചു:

'എന്താടോ അവരുടെ ഉറുപ്പിയയ്ക്കു പതിനാറണ കിട്ടൂലേ? അതോണ്ടു ഫീസ് കെട്ടാറായി. നീപ്പോ മുണ്ടാണ്ടു കുത്തിരുന്നോ.'

തനിയെ ആയപ്പോൾ മനസ്സു കനത്തു വിങ്ങുകയായിരുന്നു.

രാത്രിയിൽ ഒരു വിളക്കൊഴിഞ്ഞു കിട്ടാൻ കുറെനേരം കാത്തിരിക്കണം. ചുവന്ന മണ്ണെണ്ണ ഒഴിച്ച ഒരു ചിമ്മിനിവിളക്കാണ്. വല്ലാത്ത പുകയുണ്ട്. പോരാത്തത്, ഈ ഓട്ടു ചിമ്മിനിവിളക്കിനു ജീവനുണ്ടെന്നു തോന്നും, അതിന്റെ വികൃതി കണ്ടാൽ. എവിടെ വെച്ചാലും പുക തിരിഞ്ഞുമറിഞ്ഞു മുഖത്തേയ്ക്കു വരും.

മാളു പിന്നിൽ വന്നു നിന്നു. അവനറിഞ്ഞില്ല. അവൾ വിരൽ ഞൊടിച്ച ശബ്ദം കേട്ടപ്പോഴാണ് അവൻ തിരിഞ്ഞുനോക്കിയത്. അവൾ ചോദിച്ചു:

'ഫീസടച്ചോ; അപ്പുണ്ണ്യേട്ടാ?'

'ഉം' എന്നൊന്നു മൂളാനാണ് തോന്നിയത്.

'എവ്ട്ന്നേ?'

'എവ്ട്ന്നെങ്കിലും.'

പെണ്ണിന് എന്തെല്ലാമറിയണം! ചിമ്മിനിയുടെ മങ്ങിയ വെളിച്ചത്തിൽ തൂണിൽ കവിളമർത്തിക്കൊണ്ട്, കണ്ണുകൾ ചെരിച്ചു നോക്കിനില്ക്കുന്ന അവളെ അവൻ ഒന്നു നോക്കി. ഈറൻമുടിയുടെ മടുപ്പിക്കുന്ന മണം മൂക്കിൽ തട്ടുന്നുണ്ട്. ഒഴുക്കൻകഴുത്തിൽ ചരടിൽ കോർത്തിട്ട ഏലസ്സുപോലെ അവളുടെ കണ്ണുകളും തിളങ്ങുന്നു.

സംസാരിക്കാൻ അവൾ അടുത്തു വരുമ്പോൾ വെറുപ്പാണ് തോന്നുക; അകലെ കാണുമ്പോൾ സഹതാപവും. അവൾക്കൊന്നും ദൈവം കൊടുത്തില്ല. കണ്ടാൽ ചന്തമുള്ള ഒരു മുഖംകൂടി.

പുസ്തകത്തിലെ വരികളിലൂടെ കണ്ണുകൾ വെറുതെ സഞ്ചരിക്കുകയായിരുന്നു. ശ്രദ്ധ പുസ്തകത്തിലേയ്ക്കു തിരിച്ചു കൊണ്ടുവരാൻ ശ്രമിച്ചു.

Oh, swallow swallow if I could follow and light
Upon her lattice, I would pipe and frill

And chirp and twitter twenty million loves

ഇംഗ്ലീഷുമാസ്റ്റർ അർത്ഥം പറഞ്ഞുതന്നത് ഓർമ്മിക്കാൻ ശ്രമിച്ചു. കവി ദൂരേ തെക്കൻ രാജ്യത്തിരിക്കുന്ന ഒരു സ്ത്രീക്കു സന്ദേശമയയ്ക്കുകയാണ്. കവി ആ സ്ത്രീയെ സ്നേഹിക്കുന്നു. പക്ഷിയോടാണെല്ലാം പറയുന്നത്.

Oh, were thou that she might take me in
And lay me on her Bosom and her heart
Would rock the snowy cradle till I died

ഞാൻ നീയായിരുന്നെങ്കിൽ അവൾ എന്നെ മാറിൽ ചേർത്തണയ്ക്കുകയായിരുന്നു.....

വീണ്ടും ശ്രദ്ധ ചിതറിപ്പോയി. അക്ഷരങ്ങൾ കൺമുന്നിൽ നിന്നു മാഞ്ഞുപോയി. മിനുങ്ങുന്ന ഒരു നീലപ്പട്ടുജാക്കറ്റ്. മഷിയെഴുതിക്കറുപ്പിച്ച പാതിയടഞ്ഞ കണ്ണുകൾ. സുഖകരമായ സുഗന്ധം.

അയ്യേ. എന്തെല്ലാമാണ് ആലോചിച്ചുപോവുന്നത്?

പരീക്ഷയ്ക്കിനി മൂന്നു മാസമേയുള്ളൂ. അവൻ വീണ്ടും ശ്രദ്ധ പാഠത്തിലേയ്ക്കു വലിച്ചുകൊണ്ടുവന്നു.

why lingereth she to clothe heart her with love
Delaying as the tender Hearts
To clothe herself when all the woods are green

പൊടുന്നനെ അവൻ ആലോചിച്ചു. ഇപ്പോൾ അമ്മിണിയേടത്തി എന്തു ചെയ്യുകയാവും?

ഉറങ്ങിക്കാണും. പതുപതുപ്പുള്ള മെത്തയിൽ ചെരിഞ്ഞുകിടന്ന്, ചുവന്ന കുപ്പിവളകളിട്ട കൈത്തണ്ടകൊണ്ടു തലയിണ ചുറ്റിപ്പിടിച്ചു കിടക്കുകയാവും.

മുമ്പ് ഏതോ പാഠപുസ്തകത്തിൽ കണ്ട ഉറങ്ങുന്ന രാജകുമാരിയുടെ ചിത്രം ഓർമ്മവന്നു.

ഉറങ്ങുന്ന രാജകുമാരി.

ആ കഥ നാലാം ഫോറത്തിൽ പഠിച്ചതല്ലേ?

വർഷങ്ങളായി ഉറങ്ങുന്ന രാജകുമാരി. ആ മുറിയിലേയ്ക്കു രാജകുമാരൻ കയറിച്ചെന്നു. നേർത്ത തിരശ്ശീല നീക്കി കട്ടിലിനരികെ ചെന്നു മുട്ടുകുത്തിനിന്ന് രാജകുമാരൻ അവളുടെ കവിളത്ത് ഉമ്മവെച്ചു.

നനവുള്ള ചുണ്ടുകൾ കവിളത്ത്.....

—നാണമായിരുന്നു. ഓർക്കുമ്പോൾ നിഗൂഢമായ ഒരാനന്ദവും ലജ്ജയും തോന്നുന്നു.

'ഇനി എനിക്കൊരുമ്മ താ.'

'തരില്ലേ?'

'ഒന്ന്. ഞാനെത്രണ്ണം തന്നു?'

പതുക്കെപ്പതുക്കെ ചുണ്ടുകൾ കവിളത്തു മുട്ടിച്ചു. അതിനുപകരം....? കഴുത്തിലും കവിളത്തുമൊക്കെ തുരുതുരെ ഉമ്മതന്നു. ഉയരുകയും താഴുകയും ചെയ്യുന്ന മാറത്തു മുഖമമർത്തിക്കൊണ്ടു കിടന്നപ്പോൾ ശരീരം മുഴുവൻ ഇക്കിളിയായിരുന്നു.

അറിയാത്ത സങ്കല്പങ്ങളുടെ ഒരു ലോകത്തിലേയ്ക്കു അവനെ വിളിച്ചു

കയറ്റിയത് അമ്മിണിയേടത്തിയായിരുന്നു.

വിളക്കിന്റെ പുക പുസ്തകത്തിൽ കരിവീഴ്ത്തി. വിളക്കു കുറെക്കൂടി മാറ്റി വെച്ചു വീണ്ടും വായിച്ചു.

'Why lingereth she to'

'നിക്കിനീം കെടക്കാറായില്ലേടാ?'

എന്തോ ആവശ്യത്തിനു താഴത്തിറങ്ങിവന്ന വലിയമ്മ ചോദിക്കുന്നു.

'വായിക്കാനുണ്ട്.'

'രാത്രി മുഴോൻ വെളക്കു കത്തിക്കാൻ നീയ്ബടെ തപ്പിലല്ലേ മണ്ണെണ്ണ വാങ്ങിവെച്ചിരിക്ക്ണ്.'

അവൻ ഉടനെ വിളക്കൂതി; ഇരുട്ടിലൂടെ തപ്പിത്തടഞ്ഞു കോണി മുറിയി ലേയ്ക്കു നടന്നു.

* * * *

വലിയമ്മാമ പൂന്തോട്ടത്തിൽ പോയിട്ട് ഒരു മാസമായി.

കുട്ടമ്മാമ വില്ക്കാതിരിക്കാൻ തേങ്ങ മുഴുവൻ കൊപ്പരക്കാരൻ കുഞ്ഞാ ലുവിനു കരാറുകൊടുത്തു പണം വാങ്ങിയിരിക്കയാണ്. കുഞ്ഞാലു വന്നി ട്ടാണ് ആ വിവരം പറഞ്ഞത്. അടുക്കളമുറ്റത്തെ തെങ്ങിന്റെ തേങ്ങാമാത്രം വീട്ടിലെ ആവശ്യത്തിനു പറിച്ചെടുക്കാം. മറ്റതെല്ലാം അവന്റെ മുതലാണ്.

കുഞ്ഞാലു താക്കീതു കൊടുത്തിട്ടുണ്ട്:

'ഞാൻ ഉർപ്പിക എണ്ണിക്കൊടുത്ത മൊതലാ. ന്റാള്വോളു വര്ണേന്റെ മുമ്പു തേങ്ങടത്ത്യാ കുഞ്ഞാലൂന്റെ സുബാവം മാറും.'

എല്ലാവരും അതു കേട്ടു.

വടക്കേപ്പാട്ടെ തറവാട്ടിൽനിന്നും നാഴിയും ഉരിയും കൊണ്ടുപോയി കഴി ഞ്ഞതാണത്രേ കുഞ്ഞാലുവിന്റെ ഉമ്മ. ആ കുഞ്ഞാലുവാണിപ്പോൾ വന്നു കാര്യം പറയുന്നത്.

മകരക്കൊയ്ത്തു തുടങ്ങാറായി, വലിയമ്മാമയുടെ സമ്മതം ചോദിക്കാൻ നില്ക്കാതെയാണ് തോണിക്കടവിനടുത്ത നിലത്തു കൊയ്ത്താരംഭിച്ചത്. തെക്കേ കളമുറ്റത്തു കറ്റകൾകൂട്ടി. വീട്ടിലുള്ളവർക്ക് ആശ്വാസമായി. കുറേ നാളേയ്ക്കു നെല്ലിന്റെ ആവശ്യം നിവർത്തിക്കാമല്ലോ.

ഇക്കുറി വിള നന്ന്. വെള്ളപ്പൊക്കത്തിൽ ചേറുവീണ അപൂർവ്വം സ്ഥല ങ്ങളിൽ തോണിക്കടവുനിലവും പെടും. മിക്ക കൃഷിക്കാർക്കും കിട്ടിയതു മണ ലാണ്. പതിനഞ്ചു മേനിക്കടുത്തു വരുമെന്നാണ് ചെറുമക്കളുടെ അഭിപ്രായം. പതം* കൊടുത്തുകഴിഞ്ഞു ചേറി വെടുപ്പാക്കി പുന്നെല്ലു കൈയാലയ്ക്ക കത്തു കൂട്ടിയിട്ടു. പൂട്ടി താക്കോൽ കുട്ടമ്മാമയാണ് കൈവശം വെച്ചത്.

പിറ്റേന്നു രാവിലെ കൂലിക്കാർ വന്നപ്പോഴാണ് എല്ലാവരും അമ്പരന്നു പോയത്. നെല്ലു വില്ക്കാൻ പോകുന്നു.

വലിയമ്മ ഉമ്മറത്തു വന്നു വിളിച്ചു:

'കുട്ടാ, ഈ പച്ചനെല്ലു വില്ക്കോ?'

---

* കൊയ്ത്തുകാർക്കു കൊടുക്കുന്ന കൂലിയാണ് 'പതം'. മെതിച്ചു കിട്ടുന്ന നെല്ലിന്റെ പത്തി ലൊന്ന് സാധാരണയായി പതം.

'ഇവടെ കുട്ട്യോൾക്ക് ഭക്ഷണോന്നും കഴിക്കണ്ടേ?'

'അതിനു കൊറച്ചിവിടെ ഇട്ടിട്ടുണ്ട്. ഇനീം കൊയ്യാൻണ്ടല്ലോ.'

'നീ തോന്ന്യോണം നടക്കാൻ തൊടങ്ങ്യാൽ ഇത്തിരി വെഷമാട്ടോ, കുട്ടാ.'

'കുഞ്ഞ്യോപ്പോളേ, ഞാനാ കൃഷി നടത്തുന്നത്. പുല്ലു പറിപ്പിക്കാനും ചാഴി വീശാനും നിങ്ങടെ കാശു ചെലവായ്യ്യോ? നിയ്ക്കും അറിയാം.

വലിയമ്മ ക്ഷോഭിച്ചു.

'നീയ് തോന്ന്യോണം നടക്കാൻ നെന്റെ സ്വകാര്യ സ്വത്താവണം

'വടക്കേപാടം കൊയ്യിച്ചു വടക്കുമ്മുറീട്ടു മെതിച്ചു നെല്ലു പൂന്തോട്ടത്തിലേയ്ക്കു കേറ്റ്യപ്പോ എന്തേ മിണ്ടാത്ത്? നാവെറങ്ങീരുന്വോ?'

വലിയമ്മ മടമ്പിടിച്ചുകൊണ്ട് അകത്തുമുഴുവൻ നടന്നു. അമ്മമ്മ എന്തോ ചോദിച്ചപ്പോൾ അവരുടെ നേരെ ചാടിക്കയറി. തിന്നുമുടിക്കാൻ മാത്രം വന്നു കൂടിയ അപ്പുണ്ണിയെയും മാളുവിനെയും കുറെ ശകാരിച്ചു. കൂട്ടത്തിൽ ചെറിയച്ഛന്റെ അവകാശത്തീറിന്റെ കാര്യവും പറഞ്ഞു.

ചുമട്ടുകാർ ചാക്കുകളേറ്റി പടിയിറങ്ങി.

വടക്കേപ്പാടം കൊയ്തുകൊണ്ടുപോയെന്നു കേട്ട ദിവസം വലിയമ്മ ഭാസ്കരനെ അയച്ചു കാര്യസ്ഥൻ കുത്തൻനായരെ വരുത്തിയിരുന്നു. കുറെ ആവലാതികൾ പറഞ്ഞു.

വടക്കേപ്പാടം വലിയമ്മാമയുടെ സ്വകാര്യസ്വത്താണത്രേ.

കേസു നടത്താനാണത്രേ, കുട്ടമ്മാമ അകത്തെ വളപ്പിലെ മരങ്ങളും മുറിച്ചുവില്ക്കാൻ തുടങ്ങിയിരിക്കുന്നു.

വലിയമ്മ എപ്പോഴും പറയുന്നുണ്ട്: 'ഈ തറവാടു കൊളംകോരും. ഞാനുംന്റെ കുട്ട്യോളും കഷ്ടത്തിലാവും.'

കുറെ തവണ കേട്ടപ്പോൾ അമ്മമ്മ പറഞ്ഞു:

'കൊളംകോര്യാലും നെനക്കൊന്നും പേടിക്കാൻല്യല്ലോ. നെനക്കൊരു സ്ഥലും മൊതലും ഒക്കെണ്ടല്ലോ.'

വലിയമ്മയ്ക്ക് അതു രസിച്ചില്ല.

'അത്ച്ച്ട്ടു ഞങ്ങളങ്ങട്ടു പോവ്വൊന്നൂല്ല്യ. കിട്ടാനുള്ളതൊക്കെ വാങ്ങീട്ടെന്നേ പോവ്ള്ളൂ.'

അമ്മമ്മ ശാന്തസ്വരത്തിൽ പറഞ്ഞു:

'ന്റെ കുഞ്ചുകുട്ട്യേ, അതല്ല ഞാൻ പറഞ്ഞത്. ബുദ്ധിമുട്ടണ്ടോരു ഞങ്ങളീച്ചെലരൊക്ക്യാ.'

വീട്ടിനകത്ത് ആർ എന്തു പറഞ്ഞു തുടങ്ങിയാലും അതൊരു വഴക്കിന്റെ തുടക്കമായിരിക്കും. ആർക്കും ആരെയും വിശ്വാസമില്ല.

എല്ലാ വഴക്കിൽനിന്നും ഒഴിഞ്ഞുനിന്നു അപ്പുണ്ണി. ഒരിക്കലും താനൊരു സംഭാഷണവിഷയമാകരുതെന്ന് അവനാഗ്രഹിച്ചു. ഒരാഗ്രഹമേയുള്ളു: ഈ പുകയുന്ന നെരിപ്പോടിൽനിന്നു പുറത്തുചാടണം.

സ്ക്കൂൾ വിട്ടുവന്ന ഉടനെ വായിക്കാനിരിക്കും. സന്ധ്യ മയങ്ങി ഇരുട്ടിൽ അക്ഷരങ്ങൾ കാണാതാവുന്നതുവരെ വായിക്കും. പിന്നെ എവിടെയെങ്കിലും ഒരിടത്തു വെളിച്ചം വീഴാത്ത ഒരു മൂലയിൽ ചെന്നിരിക്കും, ഉണ്ണാറാവുന്നതു

വരെ. ഉണ്ടു കഴിഞ്ഞാൽ പിന്നെ വിളക്കു കിട്ടുന്നതുവരെയുള്ള കാത്തിരിപ്പാണ്. അധികം വൈകുന്നതുവരെ വിളക്കു കത്തിക്കാനും പാടില്ല. മണ്ണെണ്ണയ്ക്കു വലിയ വിലയാണ്.

ഒരു വറ്റ് ഇലയിൽനിന്നു തെറിച്ചുപോയാൽ, വെള്ളം നിലത്തു തട്ടി മറിഞ്ഞാൽ, എല്ലാം ലഹളയാരംഭിക്കുകയായി.

രാവിലെ നേർത്തെ എഴുന്നേല്ക്കും. മിക്കപ്പോഴും കിണറ്റിൻ കരയിലെ 'തുടി' ശബ്ദിക്കുന്നതു കേട്ടാവും ഉണരുക. കാക്ക കരയുന്നതിനുമുമ്പു മീനാക്ഷിയേടത്തി എഴുന്നേല്ക്കുമല്ലൊ. മഞ്ഞും തണുപ്പുമുള്ള പ്രഭാതത്തിൽ കോലായിൽ കിട്ടുന്ന നേർത്ത വെളിച്ചത്തിൽ വായിക്കാനിരിക്കും.

കാത്തുകാത്തിരുന്നു മാർച്ച് പതിനഞ്ചു വന്നെത്തി.

പരീക്ഷയാരംഭിക്കുന്നത് അന്നാണ്.

മനസ്സു നിറയെ പ്രാർത്ഥനയായിരുന്നു. ഒന്നും പിഴയ്ക്കല്ലേ.... ഓരോ പെയ്പ്പർ എഴുതിക്കഴിഞ്ഞപ്പോഴേക്കും ആശ്വാസം തോന്നി. വെള്ളിയാഴ്ച അവസാനത്തെ പരീക്ഷയും കഴിഞ്ഞു. തിരിച്ചുപോരുമ്പോൾ വലിയൊരു ചുമടിറക്കിവെച്ച സന്തോഷമുണ്ടായിരുന്നു.

പക്ഷേ വീട്ടിലെത്തിയപ്പോൾ ഉത്സാഹം മുഴുവൻ നശിച്ചു. അവിടെ കുട്ടമ്മാമയും വലിയമ്മയും തമ്മിൽ ഏറ്റുമുട്ടിയിരിക്കുകയാണ്.

ആരും ചോദിച്ചില്ല. പരീക്ഷ കഴിഞ്ഞോ എന്ന്; നന്നായി എഴുതിയോ എന്ന്.

അവൻ ജയിച്ചാലും തോറ്റാലും ആർക്കും ഒന്നുമില്ല. അമ്മമ്മ ചിലപ്പോൾ ഒന്നനുഗ്രഹിക്കും:

'ഓന് ഒരു ചോറാവട്ടെ.'

ഒഴിവുകാലം അസഹ്യമാണെപ്പോഴും. പക്ഷെ ഇനി ഒഴിവുകാലമേയുള്ളു. പരീക്ഷയുടെ ഫലമറിയുന്നതുവരെയെങ്കിലും. പിന്നെ—? പിന്നെ വരുമ്പോലെ വരട്ടെ.

ഏഴ്

അപ്രതീക്ഷിതമായി രാമകൃഷ്ണൻമാസ്റ്ററെ പടിക്കൽവച്ചു കണ്ടു. വെറുതെ പടിക്കൽ വരമ്പത്തു നില്ക്കുമ്പോഴുണ്ട് മാസ്റ്റർ ആ വഴി വരുന്നു. അപ്പുണ്ണി അടുത്തേക്കു ചെന്നു.

'എന്താ അപ്പുണ്ണി?'

'ഒന്നൂല്ല്യ, സർ'

'ഇവടെ അട്ത്താണോ വീട്?'

'അതേ, ഇദ്തന്നെയാണ്, സർ'

അവൻ വടക്കേപ്പാട്ടെ വീടു ചൂണ്ടിക്കാണിച്ചു.

'റിസൾട്ട് വരാൻ ഇനിയും കഴിയണം അല്ലേ? ഇപ്പളെന്തു ചെയ്യുന്നു?'

'ഒന്നും ചെയ്യാനില്ല്യ. സർ. വല്ലതും വായിക്കാൻ ഇവിടങ്ങളിൽ ഒന്നും കിട്ടില്ല്യ.'

എന്റെ വീട്ടിൽ വന്നോളൂ. പുസ്തകം കിട്ടാഞ്ഞു വായിക്കാതിരിക്കണ്ട.'

അപ്പുണ്ണിക്കതു സന്തോഷമായി.

സ്ക്കൂളിന്റെ കുറച്ചിപ്പുറമാണ് രാമകൃഷ്ണൻമാസ്റ്ററുടെ വീട്. മാസ്റ്റർ ധാരാളം പുസ്തകങ്ങൾ വായിക്കും, കവിതയെഴുതാറുണ്ട് എന്നൊക്കെ കേട്ടിട്ടുണ്ട്.

വൈകുന്നേരം അതൊരു പതിവാക്കി. മാസ്റ്ററുടെ വീടുവരെ ഒന്നു നടക്കും. മൂന്നു നാഴികയുണ്ട് അവിടേക്ക്. തപ്പാലാപ്പീസിന്റെ അടുത്താണ് മാസ്റ്ററുടെ വീട്. പത്രമൊന്നു മറിച്ചു നോക്കും. മാസ്റ്റർ എന്തെങ്കിലുമൊരു പുസ്തകമെടുത്തു കൊടുക്കും. മാസ്റ്റർ ധാരാളം സംസാരിക്കുന്ന പ്രകൃതമാണ്. മാസ്റ്റർ പറയുന്നതു കേട്ടിരിക്കാനും അപ്പുണ്ണിക്ക് ഇഷ്ടമാണ്.

ഒരു ദിവസം വൈകുന്നേരം വന്നപ്പോൾ വീട്ടിൽ വലിയമ്മാമയുടെ രണ്ടാമത്തെ മകൻ ഗോപിയുണ്ട്. ഗോപി എന്നല്ല അപ്പുണ്ണി പറയേണ്ടത്, ഗോപിയേട്ടനെന്നാണ്. അയാളെ മുമ്പു കണ്ടിട്ടില്ല. അമ്മമ്മയും വലിയമ്മയുമായി സംസാരിക്കുന്നു.

തന്റെ ബാധ്യത തീർക്കാൻ ഒന്നു ചിരിച്ചുകൊണ്ട് അവൻ കടന്നു പോയി.

'നന്നായി. ഓൾക്കു നല്ലൊരു കഞ്ഞ്യാവട്ടെ. പെങ്കുട്ട്യോളക്ക് വീട്ടിലെന്തു കനകംണ്ടായ്യാലും മറ്റേലെന്തിവരോ!'

അമ്മമ്മ പറയുന്നു.

വലിയമ്മ ചോദിക്കുന്നു:

'മാധവന്നായര് ഇനി കൊളമ്പിലേക്കു പോണില്ല്യേ?'

'പോണില്ല്യാന്നാ പറേണ്.'

'സമ്പാദ്യം എന്ത്ണ്ട്ത്രേ കൈയില്?'

'അതെനിക്കറീല്ല്യ.'

'പത്തിരുപതുകൊല്ലം അന്യനാട്ടില് കെടന്നതല്ലേ, ണ്ടാവും.'
അമ്മമ്മ പറഞ്ഞു.
'ഒന്നും കാണാണ്ടൊന്നും നെന്റച്ഛൻ ഇദിനെറങ്ങില്ല്യാ.'
'നിക്കു പോണം, അപ്പോ എല്ലാവരും നേർത്തെ വര്ാ.'
'ന്നാലും നെന്റച്ഛൻ ഇങ്ങനൊരു ആലോചനണ്ട്ന്നോ ന്തെങ്കിലും പറയണ്ടേ? ഒക്കെ ഓന്റെ ഇഷ്ടം. നിക്ക്, ന്റെ കുട്ട്യോളേ, നിങ്ങളൊക്കെ നന്നാവണേലു സന്തോഷേയുള്ളു.'
എന്താണ് നന്നായത്?
ഗോപിയേട്ടൻ പോയിക്കഴിഞ്ഞപ്പോൾ അപ്പുണ്ണി അങ്ങോട്ടു ചെന്നു.
അമ്മമ്മ ചോദിച്ചു:
'എല്ലാവരീം ക്ഷണിച്ചിട്ടുണ്ട്, അപ്പുണ്ണീ പോണ്വോ?'
'എവിടേയ്ക്ക്?'
'പൂന്തോട്ടത്തിലിയ്ക്ക്. ഇരുപത്തൊന്നാംതി പൊടിപാറ്യേ കല്യാണല്ലേ?'
'ആരടെ?'
'അമ്മിണീടെ'
'ഉം'
തുടർന്നൊന്നും ചോദിച്ചില്ല. എങ്കിലും അമ്മമ്മ പറഞ്ഞുകൊണ്ടിരുന്നു: 'വരൻ തെക്കൻകണ്ടത്തെ മാധവൻനായരാണ്. പഴയ തറവാട്ടുകാരാണ് തെക്കൻകണ്ടത്തുകാർ. മാധവൻനായർ കുറെ കൊല്ലംമുമ്പ് ചാടിപ്പോയതാണ്. സിലോണിലായിരുന്നു. ഈയിടെ നാട്ടിൽ വന്നിട്ടേ ഉള്ളൂ. കൈയിൽ നല്ല വക കാണും.'
'ഓൾക്കു നന്നായി.'
നന്നാവട്ടെ. അപ്പുണ്ണിയും മനസ്സിൽ പറഞ്ഞു. അമ്മിണിയേടത്തി സുഖമായിരിക്കട്ടെ.
എന്നാലും അവ്യക്തമായ ഒരു വേദന തോന്നി. അമ്മിണിയേടത്തിയെ ഇനി വല്ലപ്പോഴും കാണേണ്ടിവന്നാൽ-മാധവൻനായരുടെ ഭാര്യയായിട്ടായിരിക്കും. കാണില്ല കണ്ടാൽത്തന്നെയും—
കോണിമുറിയിലെ തണുത്തിരുണ്ട ചില രാത്രികൾ ഓർമ്മയിൽ വന്നു. താൻ പിറന്നതു വൈകിയിട്ടായിരുന്നു. അഞ്ചാറുകൊല്ലങ്ങൾക്കു മുമ്പു ജനിച്ചിരുന്നെങ്കിൽ ഇപ്പോൾ വലിയ ആളായിരിക്കും. എന്നാൽ—
മനസ്സ് അസ്വസ്ഥമായി.
നാട്ടിലെവിടെയെങ്കിലും ഒരു കല്ല്യാണമുണ്ടെന്നു കേട്ടാൽ അമ്മമ്മയ്ക്കു പിന്നെ അതുമാത്രമേ സംസാരിക്കാനുള്ളു.
ഓരോ ദിവസവും പുലർന്നാലും അമ്മമ്മ വിരലിൽ കണക്കുകൂട്ടിപ്പറയും: ഇന്നയ്ക്കു പതിനഞ്ചായി.
ഇന്നയ്ക്കു പത്തായി—
പന്തലൊക്കെ ഇടേണ്ട ദിവസമായി.
തങ്കേടത്തിയെ കാണുമ്പോൾ അമ്മമ്മ പറയും:
'ഇനി ന്റെ തങ്കക്കുട്ടിക്ക് ഒരാള്ണ്ടാവണതുംകൂടി അമ്മമ്മയ്ക്കു കാണണം. അതിനു യോഗം ണ്ടാവ്വ, ആവോ!'

തങ്കേടത്തി തലതാഴ്ത്തി അല്പം നാണമഭിനയിച്ചു നില്ക്കും.

വലിയമ്മ പറഞ്ഞു:

'അമ്മ ഇനീം ഇരിക്കും പത്തു കൊല്ലം. ആ പേട്യോന്നും വേണ്ട.'

തങ്കേടത്തിക്ക് അപ്പുണ്ണിയെക്കാൾ ഒരു വയസ്സു മൂപ്പുണ്ട്. അപ്പോൾ പത്തൊമ്പതായി. വലിയമ്മ അറ ഒരുക്കിവെച്ചിട്ടു വർഷങ്ങളായി.

ഇരുപത്തൊന്നാം തീയതി ഉണർന്നപ്പോൾ ആദ്യം ഓർത്തത് അതാണ്: ഇന്നാണ് അമ്മിണിയേടത്തിയുടെ കല്ല്യാണം.

വലിയമ്മയും മക്കളും തലേ ദിവസം തന്നെ പോയിരിക്കുന്നു. മാളുവും അവരുടെ കൂടെ പോയിട്ടുണ്ട്.

മീനാക്ഷിയേടത്തിക്കു പോകണമെന്നുണ്ടായിരുന്നു. പക്ഷേ അമ്മമ്മ പറഞ്ഞു: 'എല്ലാവരും പോയ്യാ പിന്നെ ഞാൻ ബടെ വായു ഭക്ഷണായിട്ടിരിക്ക്യേ?'

'നിയ്ക്കെന്നും ഈ അടുക്കളേലു കഴ്യാനാ വിധി.' എന്നു പിറുപിറുത്തു മീനാക്ഷിയേടത്തി പോവുന്നില്ലെന്നു നിശ്ചയിച്ചു.

അപ്പുണ്ണി മാസ്റ്ററുടെ വീട്ടിൽനിന്നെടുത്തുകൊണ്ടുവന്ന ഒരു പുസ്തകവുമായി കൈയാലയുടെ തെക്കുപുറത്തുള്ള തറയിൽ ചെന്നിരുന്നു. പുസ്തകത്തിലെ കഥയിൽ ഒരു രസവും തോന്നിയില്ല. അകത്തിരുന്നാൽ അമ്മമ്മയുടെ ദ്രോഹമാണ്. ഓരോ മിനുട്ടിലും കല്യാണവീട്ടിൽ എന്തു നടക്കുകയാവും എന്നാണ് അമ്മമ്മയുടെ ചിന്ത.

രാത്രിയിൽ ഉണ്ണാനിരിക്കുമ്പോൾ അമ്മമ്മ വാതില്ക്കൽ വന്നിരുന്നു.

'നേരെട്ടായേ്യാ, അപ്പുണ്ണി?'

'എട്ടൊമ്പതായിട്ട്ണ്ടാവും'

'കൂട്ടരുടെ സദ്യയ്ക്കു എലട്ട്ട്ണ്ടാവും.'

പിന്നെ അവനോട് ഒരുപദേശവും: 'പൂവായിരുന്നില്ല്യേടാ. പൊടി പാറ്യേ ഒരു സദ്യ കിട്ടീരുന്നില്ല്യേ?'

ഒന്നും മറുപടി പറയാതെ അവൻ ചോറു വാരിത്തിന്നു. ചിരങ്ങകൊണ്ടു മുളകും പുളിയുമൊന്നും ഇടാത്ത ഒരു കൂട്ടാനാണുള്ളത്. രണ്ടാമതൊന്നുമില്ല. ഒരു രുചിയും തോന്നിയില്ല.

ഉറങ്ങാൻ കിടക്കുമ്പോഴും അമ്മമ്മ പറയുന്നതു കേട്ടു: 'കൂട്ടരുടെ സദ്യ കഴിഞ്ഞിട്ടുണ്ടാവും.'

അമ്മമ്മയുടെ മനസ്സു മുഴുവൻ കല്യാണവീട്ടിലാണ്. എങ്കിൽ അങ്ങോട്ടു പോകാമായിരുന്നില്ലേ, മിനുട്ടിനു മിനുട്ടിന് അവിടെ എന്തു നടക്കുന്നുവെന്ന് ഊഹിച്ചുപറയാൻ നില്ക്കാതെ?

കോണിച്ചുവട്ടിൽ കിടന്നപ്പോൾ പതുക്കെപ്പതുക്കെ അവന്റെ മനസ്സും താനൊരിക്കലും കണ്ടിട്ടില്ലാത്ത ആ വീട്ടിലേയ്ക്കു കടന്നുപോയി.

..... പന്തലിൽ നിറച്ചും ആളുകളായിരിക്കും. അകം നിറയെ സ്ത്രീകളും കുട്ടികളുമുണ്ടാവും. തിരക്കും ബഹളവുമായിരിക്കും.

..... ഇപ്പോൾ ആളുകൾ കിടക്കാൻ തുടങ്ങിയിരിക്കും. അമ്മിണിയേടത്തിയും കിടന്നുകാണും. തനിച്ചല്ല, കൂടെ ആ മനുഷ്യനുണ്ടാവും. ഇരുപതു കൊല്ലം സിലോണിൽ കഴിഞ്ഞ ആ മനുഷ്യൻ.

.... ഇരുപതു കൊല്ലത്തിനുശേഷം അയാളെന്തിനു നാട്ടിൽ വന്നു?

കുറ്റിച്ചൂലുപോലെ തുറിച്ചുനില്ക്കുന്ന മീശയും പച്ചകുത്തിയ കൈകളും എല്ലുന്തിയ മുഖവുമൊക്കെയുള്ള ഒരു മനുഷ്യന്റെ കറുത്ത ചിത്രം അവൻ മനസ്സിൽ വരച്ചുനോക്കി. ആരാണയാൾ? ആരായാലും അപ്പുണ്ണി ആ മനുഷ്യനെ വെറുക്കുന്നു. ഒന്നുമുണ്ടായിട്ടല്ല. എങ്കിലും വെറുപ്പോടെയല്ലാതെ ആ ചിത്രം സങ്കല്പിക്കുക വയ്യാ.

.... പതുപതുപ്പുള്ള ആ കിടക്കയിൽ ആ കറുത്ത മനുഷ്യന്റെ കൂടെ അമ്മിണിയേടത്തി കിടക്കുകയാണ്— വെളുത്ത്, ചുരുൾ നിവരുന്ന വാഴക്കൂമ്പുപോലെ സുന്ദരിയായ അമ്മിണിയേടത്തി.

എന്തിനതൊക്കെ ആലോചിക്കുന്നു?.....

അപ്പുണ്ണി എഴുന്നേറ്റു ജനൽ മുഴുക്കെ തുറന്നു.... പുറത്തു നിലാവുണ്ട്. എങ്കിലും വല്ലാത്ത ഉഷ്ണം.

തൊഴുത്തിനു പിന്നിലെ വാഴക്കൂട്ടങ്ങളിൽ നിലാവു വീഴുന്നു. വല്ലാത്ത വെളിച്ചമുണ്ട് നിലാവിന്. ഉണങ്ങിയ അയിനിമരത്തിന്റെ നിഴൽ, അഞ്ചു തലയുള്ള ഏതോ പിശാചിനെപ്പോലെ, അനങ്ങാതെ നില്ക്കുന്നു. വെണ്മയും നിഴലും കെട്ടുപിണയുന്ന പുറത്തെ പ്രകൃതിക്കു പേടിപ്പെടുത്തുന്ന ഒരു സൗന്ദര്യമാണുള്ളത്.

നിലാവു വിളറുന്നതുവരെ അങ്ങനെ കണ്ണുതുറന്നു കിടന്നു. പ്രഭാതത്തിന്റെ കുളിർമ്മ ജനൽപ്പഴുതുകളിലൂടെ കടന്നുവന്നപ്പോഴാണ് ഉറക്കം കൺപോളകളെ മുത്താൻ തുടങ്ങിയത്.

* * * *

റിസൾട്ടു വന്നു. അപ്പുണ്ണി പാസായിരിക്കുന്നു. ജൂണിലേ വരുള്ളുവെന്നു കരുതിയിരിക്കുകയായിരുന്നു. അതുകൊണ്ട് ഒട്ടും പരിഭ്രമിക്കാതെയാണറിഞ്ഞത്. ഒരു ദിവസം മാസ്റ്ററുടെ വീട്ടിൽ ചെന്നപ്പോൾ പത്രം മുമ്പിലേയ്ക്കിട്ടു മാസ്റ്റർ പറഞ്ഞു:

'ചായ വരട്ടെ, അപ്പുണ്ണി.'

'എന്താ, സർ?'

'അപ്പുണ്ണി പാസായി. നമ്പറുണ്ട് ഇതിൽ.'

നമ്പറുകളുടെ ഒരു സമുദ്രമാണ്. അതിൽനിന്നു തന്റെ വിജയം കുറിക്കുന്ന നമ്പർ തിരഞ്ഞുപിടിക്കാൻ പ്രയാസമുണ്ടായില്ല. മാസ്റ്റർ അടയാളം വരച്ചിരുന്നു.

നോക്കിയിട്ടും നോക്കിയിട്ടും മതി വന്നില്ല. ആദ്യത്തെ ആവേശമൊന്നടങ്ങിയപ്പോൾ മുഹമ്മദിന്റെ നമ്പർ നോക്കി. ഇല്ല, മുഹമ്മദ് പാസായിട്ടില്ല. മറ്റാരുടെയും നമ്പർ അവനറിഞ്ഞുകൂടാ.

തിരിച്ച്, ഇരുവശത്തും കുന്തമുനകൾ പിടിച്ചു നില്ക്കുന്ന കാവല്ക്കാരെപോലെ, കൈതക്കൂട്ടങ്ങൾ വളരുന്ന ചെമ്മണ്ണുപാതയിലൂടെ നടക്കുമ്പോൾ, ലോകത്തോടു മുഴുവൻ പറയാൻ തോന്നി, 'അപ്പുണ്ണി പാസായിരിക്കുന്നു.' ശിരസ്സുയർത്തിപ്പിടിച്ചാണ് നടന്നത്.

വീട്ടിലെത്തിയ ഉടനെ കേൾക്കാനാഗ്രഹമില്ലെങ്കിലും അവിടെയുള്ള വരോ

ടെല്ലാം ഒന്നു പറയണമെന്നുറപ്പിച്ചാണ് പടിപ്പുര കടന്നത്. ഒതുക്കു കയറുമ്പോൾത്തന്നെ വലിയമ്മാമയുടെ ശബ്ദം കേട്ടു. വളരെ ദിവസങ്ങൾക്കുശേഷം വന്നിരിക്കയാണ്.

ആവേശമെല്ലാം തണുത്തുപോയി.

ഒന്നും സംഭവിക്കാത്തപോലെ അവൻ അകത്തേയ്ക്കു കയറിപ്പോയി.

ഷർട്ടഴിച്ചിട്ട്, തിരുമ്മിത്തിരുമ്മി കറുത്ത നിറമായ തോർത്തെടുത്തു ചുമലിലിട്ടു പുറത്തിറങ്ങി. ഒന്നു കുളിക്കാം. കുറേ നേരം ഈ ബഹളത്തിൽ നിന്ന് അകന്ന് ഇരിക്കുകയായിരുന്നു അതിലും വലിയ ആവശ്യം. തല ചകിരിപോലെ വരണ്ടിരിക്കുന്നു. എണ്ണ തേച്ചിട്ടു മാസങ്ങളായി.

പുഴയിൽ പാലത്തിന്റെ ചുവട്ടിൽ ചെന്നാൽ ധാരാളം വെള്ളമുണ്ട്. സുഖമാണ്.

കുരുതിപ്പറമ്പിൽ നിന്നു പുഴയിലേയ്ക്കിറങ്ങി. പുഴ വരണ്ടു കിടക്കുകയാണ്. നോക്കെത്താതെ കിടക്കുന്ന മണല്പരപ്പിന്റെ ഒരരുകിലൂടെ ശോഷിച്ച് ഒരു നീർച്ചാലായി പുഴ ഒഴുകുന്നു. മുമ്പു നാടുമുഴുവൻ വെള്ളത്തിലാഴ്ത്തിയത് ഇതാണെന്ന് ആലോചിച്ചപ്പോൾ രസം തോന്നി. അവിടവിടെ കുഴികളുണ്ടാക്കിയാണ് ആളുകൾ കുളിക്കുന്നത്. മുഷിഞ്ഞ വസ്ത്രങ്ങളും കറുത്ത ശരീരവുമുള്ള ആളുകൾ. അല്പം അകലെ വർണ്ണങ്ങളും വെളുപ്പും കാണാം. അത് അധികാരിയുടെ വീട്ടിലെ പെൺകിടാങ്ങളാണ്. ഞെറിവെച്ച വെള്ള ഉടുപ്പിട്ട ഒരു കൊച്ചുപെൺകുട്ടി, ദേവദൂതന്മാരുടെ ചിത്രത്തെ ഓർമ്മിപ്പിച്ചുകൊണ്ട്, മണലിൽ ഓടിക്കളിക്കുന്നു.

മണൽത്തട്ടിലൂടെ അവൻ നടന്നു. പാലത്തിന്റെ ചുവട്ടിലേയ്ക്ക് നാലഞ്ചു ഫർലോംഗ് നടക്കണം.

പാലത്തിന്റെ അല്പം മേൽപുറത്തുവെച്ചാണ് ഭാരതപ്പുഴയ്ക്കു ഒരു കൂട്ടുകാരിയെ കിട്ടുന്നത്. അതുകൊണ്ട് പാലത്തിന്റെ ചുവട്ടിൽ വേനല് ക്കാലത്തും നല്ല വെള്ളം കാണും. മുകളിൽ വലിയ തീവണ്ടിപ്പാലം. കുറെ താഴത്ത് രണ്ടു കുമ്പാരത്തികൾ കുളിക്കുന്നുണ്ട്.

കരയ്ക്കു ചെറിയ പാറക്കെട്ടുകളുണ്ട്. വെള്ളത്തിലിറങ്ങാതെ കുറെ സമയം ഒരു പാറമേലിരുന്നു. തലയ്ക്കുമുകളിലൂടെ ഒരു പാസഞ്ചർ വണ്ടി ഇരമ്പിക്കൊണ്ടു കടന്നുപോയി. പാലവും ഭൂമിയും കിടുകിടെ വിറയ്ക്കുന്നപോലെ. വാതില്ക്കലും ജനാലയിലും നിറയെ ആളുകളെ കാണാം. അറിയാത്ത ആളുകൾ. പല തരക്കാരുണ്ടാവും. എവിടെയൊക്കെയോ നിന്നു വരുന്നു; എങ്ങോട്ടോ പോകുന്നു.

ഈ വണ്ടി മദിരാശിക്കായിരിക്കും; അല്ലെങ്കിൽ കോയമ്പത്തൂർക്ക്. അപ്പുണ്ണി വിചാരിച്ചു:

തീവണ്ടിയിൽ കയറിയിട്ടില്ല. ഗ്രാമത്തിന്റെ ചുറ്റുപാടും ഹൈസ്ക്കൂളും ഒഴികെ മറ്റൊന്നും അവൻ കണ്ടിട്ടില്ല. വലിയ നഗരങ്ങൾ എങ്ങനെയായിരിക്കുമെന്ന് സങ്കല്പിക്കാൻ വയ്യാ.

കറുത്ത ഇരുമ്പുപാലത്തിന്റെ കൂറ്റൻ കാലുകളൊന്നിൽ അവൻ ഒരു കല്ലെറിഞ്ഞു കൊള്ളിച്ചു. ലോഹത്തിന്റെ മുഴങ്ങുന്ന ശബ്ദം. ആ ഇരുമ്പുകാലു

കൾ കണ്ടാൽ ഭയം തോന്നും. ഏതോ ഒരു കാലിനകത്ത് ഒരു മനുഷ്യൻ മരിച്ചുകിടപ്പുണ്ട്. നാട്ടിൽ പറഞ്ഞുകേൾക്കുന്ന കഥയാണ്.

പാലം കെട്ടിയ കാലത്തു കാലുകൾ ഉറയ്ക്കുന്നില്ല. വെള്ളക്കാരനായ എഞ്ചിനീയർ എല്ലാ സൂത്രവും നോക്കി. പറ്റിയില്ല. അവസാനം കാലുകളുറയ്ക്കാൻ ആളെ കുരുതികൊടുക്കണമെന്നു കോൺട്രാക്ടർ പ്രശ്നം വെപ്പിച്ചറിഞ്ഞുവത്രേ. മണൽ നിറച്ച കൊട്ട ചുമന്നിറങ്ങിയ ഒരു കൂലിക്കാരന്റെ മേൽ കരിങ്കൽകഷ്ണങ്ങൾ ചൊരിഞ്ഞു.... അവൻ പുറത്തു വന്നില്ല. പാലം ഉറച്ചു. ആ കഥ സത്യമാണെങ്കിൽ, അയാൾ വീർപ്പുമുട്ടി മരിച്ചുകാണും. ആ ലോഹത്തൂണിനകത്ത് ഒരു മനുഷ്യന്റെ ആത്മാവു തടവിൽ കിടക്കുന്നു.....

മുകളിൽ ഇളംനീലനിറത്തിൽ തെളിഞ്ഞ ആകാശം. അസ്തമിച്ചുകഴിഞ്ഞിരിക്കുന്നു. പടിഞ്ഞാറു ചുവപ്പും കറുപ്പും കലർന്ന കുറെ മേഘമാലകൾ പാറിനില്പുണ്ട്. നേർത്തു ചുവന്ന രശ്മികൾ വെള്ളത്തിൽനിന്ന് ഇനിയും കയറിപ്പോയിട്ടില്ല.

അവൻ കുളിക്കാനിറങ്ങി.

നല്ലപോലെ ഇരുട്ടിക്കഴിഞ്ഞിട്ടേ വെള്ളത്തിൽനിന്നു കയറിയുള്ളൂ. ഇരുമ്പുപാലം, നിരനിരയായി കാലുകളുള്ള ഒരു ഭയങ്കരജന്തുവെപ്പോലെ, നില്ക്കുന്നു. ഇരുമ്പുകാലുകൾക്കു ചുറ്റും വെള്ളം ചുഴിയുന്ന ശബ്ദം മാത്രമേ കേൾക്കാനുള്ളു. അകലെ റെയിൽവെസിഗ്നലിന്റെ വെളിച്ചം, ഇരുട്ടിന്റെ ചാരക്കണ്ണുപോലെ, കാണാം. ഏകാന്തമായ ആ പരിസരം വിട്ടു പോരാൻ അപ്പുണ്ണിക്കു മടി തോന്നി.

ഇരുട്ടു പിളർന്നുകൊണ്ടു അപ്പുണ്ണി നടന്നു.

അടുത്തദിവസം നേരത്തെ രാമകൃഷ്ണൻമാസ്റ്ററുടെ വീട്ടിലെത്തി, മാസ്റ്റർ ഉമ്മറത്തു കടലാസ്സിലെന്തോ കുറിച്ചുകൊണ്ടു മൂളിപ്പാട്ടുമായി ഇരിക്കുകയാണ്.

അപ്പുണ്ണി വന്നുകയറിയപ്പോൾ മാസ്റ്റർ കടലാസും പേനയും മാറ്റി വെച്ചു.

'എന്താ, അപ്പുണ്ണീ?' മാസ്റ്റർ പതിവുപോലെ ചോദിച്ചു. അവൻ പതിവുപോലെ ഉത്തരവും പറഞ്ഞു: 'ഒന്നൂല്ല്യ, സർ.'

'എന്തൊക്കെയാണ് പ്ലാൻ? ഹയർ സ്റ്റഡീസിനു പോണില്ല്യേ?'

'ഇല്ല്യ.'

അപ്പുണ്ണിയുടെ നില മാസ്റ്റർക്ക് ഏറെക്കുറെ അറിയാം. എങ്കിലും ചോദിച്ചുവെന്നേയുള്ളൂ.

'പിന്നെ എന്താ ഭാവം?'

'എനിക്കൊരു ജോലി കിട്ടണം, സാർ.'

'ഉം, ശ്രമിക്കാം. പെട്ടെന്നായീന്നു വരില്ല്യ.'

'ജോലി കിട്ടീട്ടില്ലെങ്കിൽ —'

അപ്പുണ്ണി എന്തോ ആലോചിച്ചുകൊണ്ടു നിർത്തി.

'എന്താ?'

'മരിക്കുകയാണ്, സർ, ഭേദം. ഇങ്ങനെ കഴിയുന്നതിലും—'

അവനു തുടരാൻ കഴിഞ്ഞില്ല. തൂണിന്റെ മറുപുറത്തേയ്ക്കു മുഖം തിരിച്ചുകൊണ്ടാണവൻ പറഞ്ഞത്.

'ഇംഗ്ലീഷ് പേപ്പറ് ഇവിടെ വര്ണ്ണ്ടു. കാണ്ണ പരസ്യത്തിനൊക്കെ അപ്ളൈ ചെയ്യു.'

'അയയ്ക്കണം.'

'പുറത്തെവടെങ്കിലും വല്ലവരുംണ്ടോ?'

'ആരുംല്ല്യ, സാർ.'

അതു മതിയായില്ലെന്ന മട്ടിൽ അപ്പുണ്ണി ആവർത്തിച്ചു: 'എനിക്കാരുംല്ല്യ, സർ.'

'സർട്ടിഫിക്കറ്റ് വരട്ടെ. ന്നിട്ടുനോക്കാം.'

ഒരാഴ്ചയ്ക്കുള്ളിൽ സർട്ടിഫിക്കറ്റ് വന്നു. നീലച്ചട്ടയുള്ള ഒരു പുസ്തകം. ഗവർമ്മേണ്ടു പരീക്ഷയുടെ മാർക്കുകൾ ചുവന്ന മഷികൊണ്ട് എഴുതിവെച്ചിരിക്കുന്നു. ആറു വിഷയത്തിലും കൂടി നാനൂറ്റിരുപതു മാർക്ക്.

അതു കണ്ടപ്പോൾ രാമകൃഷ്ണൻമാസ്റ്ററും അത്ഭുതപ്പെട്ടു:

'ഇംഗ്ലീഷിൽ എഴുപത്തൊന്ന്. മേത്ത്സിൽ തൊണ്ണൂറ്റേഴ്. അപ്പുണ്ണി ഇനിയും പഠിക്കേണ്ടതായിരുന്നു.'

അപ്പുണ്ണി വേദനയോടെ ചിരിച്ചുകൊണ്ട് ഒന്നു മൂളി.

ഇംഗ്ലീഷുപത്രത്തിലെ പരസ്യങ്ങൾ നോക്കാൻ നിത്യവും മാസ്റ്ററുടെ വീട്ടിലേയ്ക്കു നടന്നു.

ഹരജി അയയ്ക്കാൻ പറ്റിയ ഒരു പരസ്യം കണ്ടത് ഒരു മാസത്തിനുശേഷമാണ്. റെയിൽവേയിലേയ്ക്കു ക്ലാർക്കുമാരെ എടുക്കുന്നു. മാസ്റ്റർ നിർദ്ദേശിച്ചു:

'അപ്പുണ്ണി അപ്ലൈചെയ്തോളൂ. നല്ല മാർക്കുള്ളതല്ലേ? കിട്ടും.'

ഒരുറുപ്പിക വേണം ഫോറം വാങ്ങാൻ. രജിസ്റ്റർ ചെയ്തയയ്ക്കാൻ എട്ടണ വേറെയും. ഒന്നരറുപ്പിക എവിടെനിന്നുണ്ടാവും?

പതിനഞ്ചാം തിയ്യതിവരെ സമയമുണ്ട്. ഇരുപതു ദിവസം. പക്ഷേ ദിവസമുണ്ടെന്നത് ഒരു സമാധാനമായി അപ്പുണ്ണിക്കു തോന്നിയില്ല. രണ്ടു മൂന്നു ദിവസമായി ഒന്നര ഉറുപ്പികയെപ്പറ്റി ആലോചിക്കാൻ തുടങ്ങിയിട്ട്. ഈശ്വരാ, ഒന്നര ഉറുപ്പിക എത്ര വലിയ സംഖ്യയാണ്?

പാലത്തിന്റെ ചുവട്ടിൽനിന്നു കുളി കഴിഞ്ഞു വെൺമണലിൽ കണ്ണുകൾ നട്ടു നടന്നുവന്ന്, റോഡിൽ കയറിയപ്പോൾ ഒരു ചെക്കൻ പിന്നാലെ ഓടി വന്നു പറഞ്ഞു:

'ങ്ങളെ ബിളിക്ക്ണൂ.'

'ആര്?'

'സെയ്താലിക്കുട്ടിക്കാ, ആ കുതിരപ്പറമ്പിലെ അത്താണിന്റടുത്തു നിക്ക്ണ്ണ്ട്.'

അപ്പുണ്ണി നെറ്റിയിലേയ്ക്ക് വീണുകിടക്കുന്ന മുടി തട്ടിമേല്പോട്ടിട്ട് അത്താണിയുടെ അടുത്തേയ്ക്കു നടന്നു. അവിടെ സെയ്താലിക്കുട്ടി ബീഡി വലിച്ചുകൊണ്ടു ചോരച്ച കണ്ണുകളിൽ ഒരു ചിരിയുമായി നില്ക്കുന്നു. അടുത്തെത്തിയപ്പോൾ സെയ്താലിക്കുട്ടി പറഞ്ഞു:

'നായരുട്ടി എടുത്തുവെച്ചന്തി ബല്താായീലോ.'

അപ്പുണ്ണി ചിരിച്ചു.

'തറവാട്ടില്ത്തെ ചോറിനു നല്ല നൂറ്ണ്ട്ന്നാ തോണ്ണ്.'

അതു ശ്രദ്ധിക്കാതെ അപ്പുണ്ണി ചോദിച്ചു:

'സെയ്താലിക്കുട്ടി എന്നേ വന്നു?'

'ഇന്നലെ മോന്തിക്ക്.'

'ഇപ്പോ-ഏതു രാജ്യത്താ?'

'ബയനാട്ടിലെന്നെ. അല്ലാണ്ടെവടെ പൂവാനാ? എന്തൊക്ക്യാ നായരുട്ടീടെ വർത്താനം?'

'ഇങ്ങനെ കഴിയുന്നു.'

'ഇപ്പ ഏതു ക്ലാസ്സിലാ?'

'പഠിപ്പു കഴിഞ്ഞു. പാസായി.'

'പത്തു പാസായേ്യാ'

'പാസായി.'

'ഇന്യോ?'

'ഇനി....ഇനി ഒരു ജോലി കിട്ടണം. ഇനീം ഇവിടെക്കെടന്ന് പൊറ്ക്ക്ണ തിലും ഭേദം....'

'വല്ലതും നോക്ക്ണ്ണ്ടോ?'

'നോക്കണം. അതിന്—'

ഒന്നര ഉറുപ്പികയുടെ പ്രശ്നം പൊങ്ങിവന്നു. പറഞ്ഞാലോ? അഭിമാനം സമ്മതിച്ചില്ല.

'ഇങ്ങളു ബേജാറാവാണ്ട് ഇരിക്കീ. ഉദ്യോഗൊക്കെ കിട്ടുംന്ന്....'

'ഉദ്യോഗം കിട്ടണെങ്കിൽ ശ്രമിക്കാൻ ആളു വേണം. പണം ചെലവാക്കാനും വേണം. എനിക്ക് ഇതു രണ്ടും ഇല്ല്യ.... ഞാൻ ആർക്കും വേണ്ടാത്തവനാണ്.'

സെയ്താലിക്കുട്ടി ബീഡി ശക്തിയിൽ മൊത്തിക്കൊണ്ടു നിശ്ശബ്ദം കേട്ടു. അയാൾ എന്തോ ആലോചിക്കുകയായിരുന്നു. വിഷയം മാറ്റാൻ അയാൾ ചോദിച്ചു: 'തറവാട്ടിലു കേസും കൂട്ടൊക്കെ എവിടെത്തി?'

അപ്പുണ്ണി അസുഖത്തോടെ പറഞ്ഞു:

'അതൊന്നും പറയാൻ കൊള്ളില്ല്യ. വേറെവിടെയും പോവാനില്ലാത്തതു കൊണ്ട് അവിടെ താമസിക്കുന്നൂന്നുമാത്രം.'

'പടച്ചോനു പൊറ്ക്കാത്തതു പറയരുത്, കുട്ട്യേ. ങ്ങളു പോയത്തം വിജാ രിക്കാണ്ടിരിക്കീ. ഒക്കേറ്റിനും പടച്ചോൻ ഒരു വഴി കണ്ടിട്ട്ണ്ടാവും....'

അപ്പുണ്ണി അർത്ഥമില്ലാതെ ഒന്നു മൂളി.

'ങ്ങളു നടക്കീ, രണ്ടീസം കഴിഞ്ഞാ ഞമ്മളു പോവും. തരം ണ്ടെങ്കീ കാണണ്ട്.'

അപ്പുണ്ണി നനഞ്ഞ തോർത്തുകൊണ്ടു കഴുത്തും മുഖവും തുടച്ചു പോകാൻ ഭാവിച്ചു. രണ്ടടി നടന്നപ്പോൾ സെയ്താലിക്കുട്ടി വീണ്ടും പറഞ്ഞു:

'നോക്കീ, വേവോളം നിന്നാ ആറ്വോളം നിക്കണം. ഒക്കേറ്റിനും പടച്ചോൻ ഒരു വഴി കണ്ട്ട്ട്ണ്ടാവും.'

റോഡിൽ നിന്നു വരമ്പത്തേയ്ക്കിറങ്ങുമ്പോൾ അപ്പുണ്ണി പരിഹാസ

ത്തോടെ ചിന്തിച്ചു. പടച്ചോൻ വഴി കണ്ടുവെച്ചിരിക്കുന്നു! എങ്കിൽ ഒന്നര ഉറുപ്പികക്കുവേണ്ടി മനസ്സു പുണ്ണാക്കേണ്ടിവരുമായിരുന്നില്ല.

* * * *

പടച്ചോന്റെ വഴികൾ വിചിത്രങ്ങളാണെന്ന് അപ്പുണ്ണിക്കു തോന്നി. ആരും അവനൊരു കത്തെഴുതാനില്ല, പെൻസിൽകൊണ്ടു മലയാളത്തിൽ വിലാസമെഴുതിയ ആ കത്തു സംശയത്തോടെയാണ് തുറന്നത്. മുകളിൽ വടിവില്ലാത്ത അക്ഷരത്തിൽ 'ബി' എന്നെഴുതിവെച്ചിരിക്കുന്നു. താഴെ.

'എത്രയും വേണ്ടപ്പെട്ട അപ്പുണ്ണിനായര് വായിച്ചറിയാൻ—'

(അപ്പുണ്ണിനായർ? അപ്പുണ്ണി അപ്പുണ്ണിനായരായിരിക്കുന്നു!)

'എത്രയും വേണ്ടപ്പെട്ട അപ്പുണ്ണിനായരു വായിച്ചറിയാൻ സ്വന്തം സെയ്താലിക്കുട്ടി എഴുത്ത്.'

എന്തെന്നാൽ നിങ്ങളുടെ കാര്യം എസ്റ്റേറ്റിലെ മേനോനോടു പറഞ്ഞിട്ടുണ്ട്. നിവൃത്തി ഉണ്ടാക്കാമെന്നാണ് പറഞ്ഞിരിക്കുന്നത്. ഒട്ടും താമസിയാതെ നിങ്ങൾ ഇവിടെ വരേണ്ടത് അവഷ്യമാണ്. സർട്ടിഫിക്കറ്റും ഒക്കെ യും തയ്യാർ ചെയ്തു വേണം വരാൻ. കോഴിക്കോട്ടുനിന്നു മാനന്തവാടി ബസ്സിനു വന്ന്.... യിൽ ഇറങ്ങണം. അങ്ങാടിയിൽ അന്വേഷിച്ചാൽ എന്റെ പീടിക കാണിച്ചുതരുന്നതാണ്.

വർണ ദിവസം കാണിച്ച് ഒരു കാർഡ് എഴുതിയിട്ടാൽ ബസ്സിന്റെ അടുത്തു ഞാനോ ചെക്കനോ കാത്തുനില്ക്കാം. പടച്ചോൻ സഹായം എന്നു സ്വന്തം സെയ്താലിക്കുട്ടി.'

പടച്ചോൻ സെയ്താലിക്കുട്ടിയാണെന്നാണ് ആദ്യം തോന്നിയത്.

ഇരുട്ടുനിറഞ്ഞ ആ കോണിമുറിയിൽനിന്നു രക്ഷപ്പെടാമെന്നുള്ള സന്തോഷമാണാദ്യം തോന്നിയത്. സെയ്താലിക്കുട്ടി എഴുതിയതും ശരിയാവുമോ?

ആരും സഹായിക്കാനില്ലെന്നു കരുതിയിരിക്കുമ്പോൾ ഒരിക്കലും സഹായം പ്രതീക്ഷിക്കാത്ത ആളുകളാണു കൈ നീട്ടുന്നത്.

മറ്റെല്ലാം തല്ക്കാലം മറക്കുക. വേഗം വയനാട്ടിലെത്തിച്ചേരണം. അതിനു കുറച്ചു പണം വേണം. പള്ളിപ്പുറത്തുനിന്നു കോഴിക്കോട്ടേയ്ക്കു വണ്ടിക്കൂലി വേണം. അവിടെനിന്നു ബസ്സുകൂലി. വഴിക്കു ഭക്ഷണം വല്ലതും കഴിക്കാനും കാശുവേണം. ആരോടാണ് ചോദിക്കേണ്ടത്?

നേരെ മാസ്റ്ററുടെ വീട്ടിലേയ്ക്കാണ് നടന്നത്. മാസ്റ്റർ തോട്ടത്തിൽ പണിയെടുപ്പിച്ചുകൊണ്ടു നില്ക്കുകയാണ്. എന്തിലും വിശ്വാസം തോന്നുന്ന സമയമായിരുന്നു അത്. സംശയിക്കാതെ, ലജ്ജിക്കാതെ, മാസ്റ്ററോടു കാര്യം പറഞ്ഞു.

'അതിനെന്താ വെഷമം?'

മാസ്റ്റർക്കു സന്തോഷമേ ഉള്ളൂ.

'അപ്പുണ്ണി ഇരിക്കൂ. ഞാനിതാ വരുന്നു.'

മാസ്റ്റർ ഷർട്ടെടുത്തിട്ടു പുറത്തു പോയി. കുറച്ചുനേരം കഴിഞ്ഞു, തിരിച്ചു വരാൻ. തിരിച്ചു വന്നപ്പോൾ മാസ്റ്റർ ചിരിച്ചുകൊണ്ടു പറഞ്ഞു: 'അപ്പുണ്ണിക്കു ഭാഗ്യംണ്ട്, ദാ,' പത്തുറുപ്പികയുടെ ഒരു നോട്ട്!

കൃതജ്ഞതകൊണ്ടു കണ്ണു നിറഞ്ഞു. വാക്കുകളെല്ലാം തൊണ്ടയിൽ പറ്റിപ്പോയി.

വളരെ പ്രയാസപ്പെടേണ്ടി വന്നു പറയാൻ:

'വരട്ടേ, സർ'

'പൊയ്ക്കോളൂ. വിഷ് യൂ ഗുഡ് ലക്ക്....'

താൻ അലിഞ്ഞലിഞ്ഞു ചുറ്റുപാടുകളിൽ ലയിക്കുന്നതുപോലെയാണ് അപ്പുണ്ണിക്കു തോന്നിയത്.

ഒരു ചുഴലിക്കാറ്റിന്റെ വേഗത്തിൽ അവൻ നടന്നു.

വിഷ് യൂ ഗുഡ് ലക്ക്....

നിനക്കു ഭാഗ്യം നേരുന്നു....

നാളെ വെള്ളിയാഴ്ചയാണ്. മുഹമ്മദിനെ കണ്ടു യാത്ര പറയണം. മറ്റന്നാൾ രാവിലെ പോകാം. ഇനി നാട്ടിലേയ്ക്കു തിരിച്ചു വരാതിരിക്കട്ടെ.

ഇനിയൊരിക്കലും ആ കോണിമുറിയിൽ കിടക്കാൻ ഇടവരാതിരിക്കട്ടെ. മുഹമ്മദിനോടു യാത്ര പറയാം. മുഹമ്മദിനോടു മാത്രമേ പറയാനുള്ളൂ? വേണ്ടാ. അതെല്ലാം മാഞ്ഞുകഴിഞ്ഞതാണ്. ഓർമ്മകൾ മാത്രമാണ്....

രാത്രിയിൽ ആരോടും പറഞ്ഞില്ല. ആരും ഇപ്പോൾ അറിയണ്ടാ.

രാവിലെ മുഹമ്മദിന്റെ വീട്ടിലേയ്ക്കു നടന്നു. അവന്റെ ഉമ്മമാത്രമേ വീട്ടിലുള്ളൂ. മുഹമ്മദും അനിയനും പൊന്നാനിക്കടുത്തു പെങ്ങളെ കെട്ടിക്കൊണ്ടുപോയ സ്ഥലത്തും പോയിരിക്കയാണ്.

'ഉമ്മാ, മുഹമ്മദ് വന്നാൽ ഞാൻ വന്നു ചോദിച്ചിരുന്നുവെന്നു പറയണം.'

'ങളേതാ?'

'മുഹമ്മദിന്റെ ക്ലാസിൽ പഠിച്ചിരുന്ന ഒരു കുട്ടി വന്നിരുന്നൂന്നു പറഞ്ഞാൽ മതി. അപ്പുണ്ണി.'

'പാറുട്ട്യേമ്മയുടെ മകൻ അപ്പുണ്ണ്യാര്.'

'ബന്നു കാണാൻ ഓനോടു പറഞ്ഞോളാം.'

'ഞാൻ നാളെ പുവ്വാണ്.'

'എങ്ങട്ടാ, കുട്ട്യേ.'

'നാട്ട്ന്നു പുവ്വാണ്. ഒരു ജോലിക്കു ശ്രമിക്കാനാ. മുഹമ്മദിനോടു പറയണം.'

'പറഞ്ഞോളാം, കുട്ട്യേ.'

അവൻ തിരിഞ്ഞു നടന്നപ്പോൾ ഉമ്മ പറഞ്ഞു:

'ആ അമ്മക്കുട്ടിക്ക് അയിനെ ആയുസ്സ്ട്ടു കൊടുക്കട്ടെ.'

ഒരുങ്ങാൻ അധികമൊന്നുമുണ്ടായിരുന്നില്ല. യാത്രയിലിടാനുള്ള ഷർട്ടും മുണ്ടും മാറ്റിവെച്ചു. മറ്റു രണ്ടു ഷർട്ടും മുണ്ടും സഞ്ചിയിൽ ഒതുക്കിവെച്ചു. മുഷിഞ്ഞ തോർത്തും സർട്ടിഫിക്കറ്റ് പുസ്തകവും ഹെഡ്മാസ്റ്റർ എഴുതിക്കൊടുത്ത കോൺഡക്ട് സർട്ടിഫിക്കറ്റും അതിനകത്തുണ്ട്. രാവിലെ ഒമ്പതരയ്ക്കാണത്രേ പള്ളിപ്പുറത്തുനിന്നു വണ്ടി.

സഞ്ചിയുമെടുത്ത് അമ്മമ്മയുടെ മുറിയിൽ ചെന്നു.

'എന്താടാ, അപ്പുണ്ണ്യേ?'

'ഞാൻ പോവ്വാണ്, അമ്മമ്മാ.'

'എവടയ്ക്ക്!'

'എനിയ്ക്കൊരുദ്യോഗം കിട്ടാമെന്നു വെച്ചിട്ടുണ്ട്.'

'അത്യോ! ന്റെ കുട്ട്യേ, നെനക്ക് നന്നായി വരട്ടെ....'

അമ്മമ്മ എഴുന്നേറ്റിരുന്നു.

'എവടയാ?'

'വയനാട്ടില്— ന്നാ സ്ഥലത്തിനു പേര്.'

'ഓന്റെ കഷ്ടകാലം കഴിഞ്ഞു.'

ഒരിക്കൽക്കൂടി കോണിമുറിയിൽ ചെന്നുനിന്നു.

വല്ലതും മറന്നിട്ടുണ്ടോ? മറക്കാൻ ഒന്നുമില്ല. എന്നാലും ഒരു സംശയം. ഉമ്മറത്ത് എത്തിയപ്പോൾ വലിയമ്മ തെക്കിനിയിൽ, പിറകിൽ വന്നു വിളിച്ചു:

'അപ്പുണ്ണി നിക്ക്.'

'ഒന്നും മിണ്ടാണ്ടെ പുവ്വാ?'

വലിയമ്മയുടെ വാക്കുകളിൽ സ്നേഹമുണ്ട്. 'കഞ്ഞി കാലായിരിക്ക്ണു. കുടിച്ചിട്ടു പൊയ്ക്കോ.'

അവൻ തണുത്ത സ്വരത്തിൽ പറഞ്ഞു:

'വേണ്ടാ'

'വഴിച്ചെലവിനു വേണെങ്കിൽ....'

ആ ഔദാര്യം കണ്ടപ്പോൾ അവനത്ഭുതം തോന്നിയില്ല. ഇതൊരു തുടക്കമാണ്.... തിരിഞ്ഞുനോക്കാതെ മുറ്റത്തിറങ്ങുന്നതിനിടയിൽ അവൻ പറഞ്ഞു:

'വേണ്ടാ.'

മുറ്റത്തുനിന്നു പടിക്കലേയ്ക്കിറങ്ങുമ്പോൾ പൂമുഖത്തേയ്ക്ക് ഒന്നു തിരിഞ്ഞുനോക്കി. ഉമ്മറവാതില്ക്കൽ ഒരു കറുത്ത മുഖം കണ്ടു. മാളുവാണ്.

അവളോട് ഒന്നു പറയാമായിരുന്നു.

അടച്ചിട്ട പടിപ്പുരവാതിൽ തുറന്നു പുറത്തു കടന്നപ്പോൾ എതിരെ കുട്ടമ്മാമ വരുന്നു. മുഖത്തു നോക്കാതെ ഒരു വശത്തേയ്ക്കു മാറി നിന്നു.

പാടത്തിന്റെ നട്ടെല്ലുപോലെ ഉയർന്ന നടുവരമ്പിലൂടെ അപ്പുണ്ണി ധൃതിയിൽ നടന്നു.

എട്ട്

ബസ്സു ചുരം കയറുകയായിരുന്നു. ഒരുവശത്തു ചെങ്കുത്തായ മലനിരകൾ, മറുഭാഗത്തു കാടുപിടിച്ചു കിടക്കുന്ന താഴ്‌വരകൾ. മുടിപ്പിൻവളവുകൾ ഓരോന്നായി കയറി ബസ്സു ഞെരുങ്ങി നീങ്ങുമ്പോൾ അപ്പുണ്ണി പുറത്തേക്കു നോക്കി. ഉച്ചവെയിലിൽ വെട്ടിത്തിളങ്ങുന്ന ഇലപ്പടർപ്പുകൾ നിറഞ്ഞ വിദൂരസ്ഥലമായ വനാന്തരങ്ങൾ. കാട്ടുവാഴകൾ പറ്റിപ്പിടിച്ചു നില്ക്കുന്ന സമീപത്തെ പാറക്കെട്ടുകൾ.

പള്ളിപ്പുറത്തുനിന്നു കയറിയ മുതല്ക്കു താനാകെ മാറിയിരിക്കുന്നുവെന്ന് അപ്പുണ്ണിക്കു തോന്നി. പഴയ അപ്പുണ്ണിയല്ല ഇപ്പോൾ. പുതിയ മുതിർന്നൊരു മനുഷ്യനാണ്.

ബസ്സിൽ സാമാന്യം തിരക്കുണ്ട്. ഉച്ചവെയിലാണെങ്കിലും കഴുത്തിൽ വുളൻമഫ്ളർ ചുറ്റിക്കെട്ടിയ, കാതിൽ വലിയ വള്ളിക്കടുക്കനിട്ട ഒരു കാരണവരാണു തൊട്ടടുത്ത്. മുന്നിലെ രണ്ടു സീറ്റുകളിൽ സ്ത്രീകളും കുട്ടികളും, അതിലൊരുത്തി നിരന്തരമായി പുറത്തേക്കു തലയിട്ടു ഛർദ്ദിക്കുന്നുണ്ട്. ചുരം കയറി മുകളിലെത്തിയപ്പോൾ അപ്പുണ്ണി പുറത്തേക്കു തലയിട്ട്, താഴോട്ടു നോക്കി. മലയുടെ ശരീരം ചുറ്റിവരിയുന്ന കറുത്ത പാതയുടെ രേഖകൾ വളഞ്ഞുപുളഞ്ഞു കാണാം. താഴെനിന്നു വരുന്ന ഒഴിഞ്ഞ ലോറികൾ, കാട്ടുറുമ്പുകളെപ്പോലെ, അരിച്ചു കയറുന്നു. കയറിക്കഴിഞ്ഞ ഉയരം താഴത്തെ അഗാധത നോക്കുമ്പോഴാണ് മനസ്സിലാവുന്നത്. ഇപ്പോൾ വലതു വശം മുൾപ്പടർപ്പും കരിയിലകളും നിലംമൂടിക്കിടക്കുന്ന കുറ്റിക്കാടുകളാണ്. മേലെ വെട്ടിത്തെളിയിച്ച വെളിസ്ഥലങ്ങൾ. കരിഞ്ഞ മരക്കുറ്റികൾ അവിടവിടെ കാണാം. ചെമ്മണ്ണിന്റെ നിറം കാണുന്ന ആ വിശാലമായ ഭൂഭാഗം കണ്ടപ്പോൾ വള്ളിക്കടുക്കനിട്ട കാരണവർ അപ്പുറത്തിരിക്കുന്ന ചുവന്ന താടിക്കാരനെ ഒന്നു തോണ്ടി, എന്തോ ചോദിച്ചു.

'റബ്ബറുതോട്ടം വെയ്ക്കാനാ. ഞമ്മടെ കോയക്കുട്ട്യാജിടെ മക്കളാ ഈ സ്ഥലം മുയ്യോൻ എട്ത്തിരിക്ക്ണ്.'

വഴിയിൽ ഒരരുകിലായി മരംകയറ്റിയ ഒരു ലോറി കേടുവന്നു കിടക്കുന്നു. ഡ്രൈവർ ബസ്സു നിർത്തി ഇറങ്ങി 'ട്രബിളെന്താ'ണെന്നു അന്വേഷിച്ചു. ബോണറ്റിൽ കയറി ഹതാശനായിരിക്കുന്ന കറുത്ത തലയിൽക്കെട്ടുകാരൻ തമിഴിൽ എന്തോ പറഞ്ഞു. ഡ്രൈവർ വീണ്ടും ബസ്സു വിട്ടു.

വെയിൽ ആറിയതോടെ സുഖകരമായ ഇളംതണുപ്പുള്ള ഒരു കാറ്റ് ബസ്സിനുള്ളിലൂടെ ചൂളംവിളിച്ചു പായാൻ തുടങ്ങി. അപ്പുണ്ണിയുടെ അടുത്തിരിക്കുന്ന കാരണവർ കഴുത്തിൽനിന്ന് മഫ്ളർ അഴിച്ചു ചെവിടടച്ച് ഒന്നു കെട്ടി. ആരും അത്ഭുതപ്പെടണ്ടാ എന്നു കരുതിയാവണം, ആരോടെന്നില്ലാതെ പറഞ്ഞു: 'നിയ്ക്കേയ് ഏക്കത്തിന്റെ ഉപദ്രവാ.'

ഇറങ്ങേണ്ട സ്ഥലം അപ്പുണ്ണി നേരത്തെ കണ്ടക്ടറോടു പറഞ്ഞിരുന്നു.

ഒരുവരി പീടികകളുള്ള ഒരിടത്തെത്തിയപ്പോൾ കണ്ടക്ടർ സ്റ്റോപ്പ് പറഞ്ഞു. ബസ്സു നിന്നു.

'ഇതാണു സ്ഥലം.'

'ആയോ?'

അപ്പുണ്ണി ഒന്നുകൂടി എടുത്തുചോദിച്ചു. കണ്ടക്ടർ മൂളി. അവൻ സഞ്ചിയും തൂക്കി ഇറങ്ങി.

ഒഴിഞ്ഞ ചരൽക്കുന്നുകൾക്കിടയിൽ ഒരുപറ്റം ഓലമേഞ്ഞ പീടികകൾ. ഓടിട്ട പീടികകൾ രണ്ടെണ്ണമേ ഉള്ളൂ. വിജനമായ ഈ മലയോരത്തിൽ മനുഷ്യർ ഒരങ്ങാടി നിർമ്മിച്ചിരിക്കുന്നു. സെയ്താലിക്കുട്ടിക്കു നേർത്തെ എഴുതിയിട്ടില്ല. ബസ്സു തന്നെ കടന്നുപോയപ്പോൾ അപ്പുണ്ണിക്ക് അജ്ഞാതമായ ഒരു ഭയം തോന്നി. ആദ്യം കണ്ട ഒരു പീടികയിൽ കയറി ചോദിച്ചു:

'സെയ്താലിക്കുട്ടിയുടെ പീടിക ഏതാണ്?'

അവിടെ സാധനങ്ങൾ എടുത്തുകൊടുക്കുന്ന ചെറുക്കന് അറിഞ്ഞു കൂടാ. അപ്പുണ്ണി അവിടെനിന്നിറങ്ങി മറ്റൊരു പീടികയിൽ കയറി. നരച്ച കൊമ്പൻമീശയും മാറത്തു വലിയൊരു ഇരുമ്പുകുരിശുമുള്ള ഒരാളാണ് കച്ചവടക്കാരൻ.

അയാൾ കാണിച്ചുകൊടുത്തു. 'അതാ, ആ ഓടിട്ട പീടികേന്റെ അപ്പുറത്തന്നെ.'

അപ്പുണ്ണിക്ക് അപ്പഴേ ശ്വാസം നേരെ വീണുള്ളു.

ഓല ഇറക്കിക്കെട്ടിയ ഒരു ചായ്പ്പാണ് പീടിക. പിന്നിൽ കൽചുമരുകളുള്ള ഒരു കൊച്ചുവീടാണ്. പീടികയിൽ സാമാനം വാങ്ങാൻ വന്നവരാരുമില്ല.

ഒമ്പതോ പത്തോ പ്രായം വരുന്ന ഒരു ചെറുക്കൻ പെട്ടിയുടെ മുമ്പിലിരിക്കുന്നുണ്ട്. ഇതുതന്നെയല്ലേ? അപ്പുണ്ണി പരുങ്ങിനില്ക്കുന്നതു കണ്ടപ്പോൾ 'എന്താ ഞാൻ പോരെ?' എന്ന മട്ടിൽ ഗൗരവത്തിൽ ഒന്നു നോക്കി.

'സെയ്താലിക്കുട്ടീടെ പീടിക ഏതാ?'

'ഇദന്നെ. എന്താ മേണ്ട്യേ?'

'സെയ്താലിക്കുട്ടി ല്ല്യേ?'

ചെറുക്കനു തന്നെ അയാൾ അംഗീകരിക്കാത്തതുകൊണ്ട് അല്പം അസുഖം തോന്നിയ മട്ടുണ്ട്.

'എന്താ മേണ്ടച്ചാ പറഞ്ഞോളീ.'

'സെയ്താലിക്കുട്ടിയെ കാണണം.'

ചെറുക്കൻ തലതിരിക്കാതെ വിളിച്ചു: 'വാപ്പാ ദാ വിളിക്ക്ണ്.'

'ആരാടാ?'

ഹാവൂ. സെയ്താലിക്കുട്ടിയുടെ ശബ്ദമാണ്.

'ആരാണാവോ?'

പീടികയുടെ പിൻവശത്തു വാതില്ക്കൽ തൂക്കിയ ചാക്കുവിരി പൊക്കി, സെയ്താലിക്കുട്ടി പുറത്തേക്കുവന്നു. അയാൾ ഒക്കത്തു കൈവെച്ച് അത്ഭുതത്തോടെ ഒന്നു നോക്കിയിട്ടു പറഞ്ഞു:

'അള്ളാ, നായരുട്ട്യല്ലേദ്?'

അപ്പുണ്ണി ചിരിച്ചു.

'ഇങ്ങട്ടു കേറിരിക്കീ. എടാ, ആ പടിങ്ങട്ട് എട്ത്തിട്ടാ.'

അപ്പുണ്ണി നെറ്റിയിലെ വിയർപ്പ് വടിച്ചുകുടഞ്ഞു മുറ്റത്തു നിന്നു പീടികയിലേക്കു കയറി.

'നല്ല ആള്: ഒരു കാർഡിട്ടാ എന്തേര്ന്നു ശേതം?'

'വേഗം പുറപ്പെട്ടു.'

'അതു നന്നായി. ബയിക്കു തകരാറൊന്നും ണ്ടായില്ല്യലോ.'

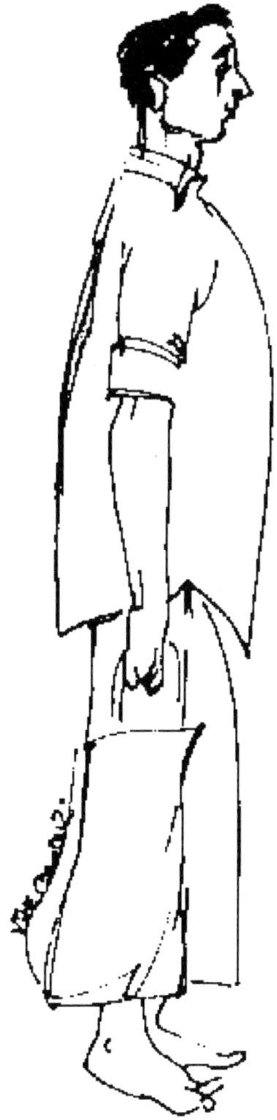

'ഒന്നൂംല്ല്യ.'

'അല്ലാ, ആദ്യായിട്ടു ദൂരത്തിക്കു പോണതല്ലേ'

അതിലിടയ്ക്കു സെയ്താലിക്കുട്ടി അകത്തേക്കു കടന്നുപോയി. വേഗം തിരിച്ചു വരികയും ചെയ്തു.

സെയ്താലിക്കുട്ടി ആ സ്ഥലത്തെപ്പറ്റി വിവരിച്ചു. തിരുവിതാംകൂറിൽ നിന്നു വന്ന കുറെ ക്രിസ്ത്യാനികൾ അവിടെ കുടിയേറിപ്പാർത്തിട്ടുണ്ട്. ഒഴിഞ്ഞു കാണുന്ന സ്ഥലങ്ങളെല്ലാം പണ്ടു കാടുകളായിരുന്നു. ഉള്ളോട്ടു കടന്നാൽ സായ്പന്മാരുടെ ചായത്തോട്ടങ്ങൾ ഉണ്ട്. അങ്ങാടിയിൽ കച്ചവടക്കാർ അധികവും ക്രിസ്ത്യാനികളാണ്. ഒരു നായരുടെ ചായക്കച്ചവടമുണ്ട്. അയ്ത്യമാൻകാക്കയുടെ ഒരുണക്കമത്സ്യപ്പീടികയുമുണ്ട് പുറമെ.

ഈ മലയോരത്തു കച്ചവടം ചെയ്താൽ വാങ്ങാനാളുണ്ടാവുമോ എന്നായിരുന്നു അപ്പുണ്ണിയുടെ സംശയം.

അഞ്ഞൂറോളം ആളുകൾ ചുറ്റുപാടുമായി താമസമുണ്ട്. അവരുടെ കോള് ഈ അങ്ങാടിയിൽ നിന്നുതന്നെ വേണം. തോട്ടത്തിൽ സ്റ്റോർ വരുന്നതിനു മുമ്പു നല്ല കച്ചവടമായിരുന്നു; ഇപ്പോൾ,

'തട്ടിമുട്ടി അങ്ങട്ടു പോവും.'

പലചരക്കാണ് സെയ്താലിക്കുട്ടിയുടെ കച്ചവടം. വേറെയും ഒരു പലചരക്കുപീടികയുണ്ട്. അതുകൊണ്ടാണ് സെയ്താലിക്കുട്ടിക്ക് ഉപദ്രവം.

പതിമൂന്നു കൊല്ലമായത്രേ സെയ്താലിക്കുട്ടി ഇവിടെ വന്നിട്ട്. ആദ്യം തോട്ടത്തിലായിരുന്നു. പിന്നെ ഉണക്കമീൻ വിറ്റു. ആളുകൾ വന്നു കൂടിയപ്പോൾ ഒരു പലചരക്കുകടയിട്ടു. കഴിഞ്ഞുകൂടിയാൽ മതിയെന്നേ പ്രാർത്ഥനയുള്ളൂ. വീടും പീടികയും സ്വന്തമല്ല. എട്ടുറുപ്പിക വാടക കൊടുക്കണം. കുറച്ചു കാശുണ്ടായാൽ അതു സ്വന്തമായി വാങ്ങാമെന്ന മോഹം ഉണ്ട്. പക്ഷേ അതുണ്ടാവുമെന്നു തോന്നുന്നില്ല.

സംസാരിച്ചതു മുഴുവൻ സെയ്താലിക്കുട്ടിയാണ്. അപ്പുണ്ണി എല്ലാം കേട്ടിരുന്നു.

അപ്പോൾ അകത്തെ ചാക്കുവിരിക്കു പിന്നിൽനിന്ന് ഒരു ശബ്ദം കേട്ടു: 'ദ് നോക്കീ.'

സെയ്താലിക്കുട്ടി എഴുന്നേറ്റു പറഞ്ഞു: 'ഞമ്മക്ക് ഒരു തുള്ളി വെള്ളം കുടിക്കാ.'

സെയ്താലിക്കുട്ടി അകത്തേക്കു കടന്നു. അപ്പുണ്ണി സംശയിച്ചു നില്ക്കുന്നതു കണ്ടപ്പോൾ സെയ്താലിക്കുട്ടി പറഞ്ഞു.

'ങ്ങട്ടു വരീംന്നും. ബടെ ഞമ്മടാള്വോളന്നേള്ളൂ.'

വൈമനസ്യത്തോടെയാണ് അകത്തു കടന്നത്.

വാതിൽ കടന്നാൽ ഒരു തളമാണ്. അവിടെ രണ്ടു ഗ്ലാസിൽ ചായയുണ്ട്. ഒന്നിനടുത്ത് ഇലച്ചീന്തിൽ വറുത്ത വാഴയ്ക്കയും മൈസൂർപഴവും ഇരിക്കുന്നു.

'ഇരിക്കീ....' മുട്ടിപ്പലക ചൂണ്ടിക്കാണിച്ചു സെയ്താലിക്കുട്ടി പറഞ്ഞു: 'ബണ്ടീലും ബസ്സിലും ഇരുന്നതല്ലേ? ക്ഷീണംണ്ടാവും. കുടിക്കീ.'

അപ്പുണ്ണി ഇരുന്നു. ഗ്ലാസ് ചുണ്ടോടമർത്തി ഒന്നു മോന്തി.

അകത്തേയ്ക്കുള്ള വാതില്ക്കൽ കറുത്ത കാച്ചിയുടുത്ത ഒരുമ്മ വന്നു നിന്നു.

'പാത്ത്മോ, ദാരാ നിശ്ശംണ്ടോ?'

'ആരാ?'

ഞമ്മടെ നാട്ട്ാരൻ കുട്ട്യന്നാണ്.'

'നേരാ? ഇക്കു തിരിഞ്ഞില്ല്യല്ലോ.'

'ഞമ്മടെ കോന്തുണ്ണ്യാര്ണ്ടായിര്ന്നില്ല്യേ?'

'കോന്തുണ്ണ്യാരടെ മോനാ.'

അപ്പുണ്ണി മുഖമുയർത്തി ചിരിച്ചുകൊണ്ടു സെയ്താലിക്കുട്ടിയുടെ ഉമ്മയെ നോക്കി.

'എന്താ, ന്റെ പടച്ചോനേ, ഈ കേക്ക്ണ്? ഈ കുട്ടീനെ ഞാൻ കണ്ട കാലത്ത്, ദാ ഇത്തരണ്ട്?'

ഉമ്മ, ഒരു കോഴിക്കുഞ്ഞിന്റെ വലിപ്പം കാട്ടുന്നപോലെ, കൈപ്പത്തി കമഴ്ത്തിക്കാട്ടി, സെയ്താലിക്കുട്ടി ചിരിച്ചു.

'അതു പണ്ടല്ലേ, പാത്ത്മ്വോ? അന്ന് ജ്ജിത്ര തള്ള്യായിട്ടില്ല്യാലോ.'

അതിലിടയ്ക്കു മകൻ അകത്തെ വർത്തമാനത്തിൽ പങ്കു പറ്റാൻ വന്നു. സെയ്താലിക്കുട്ടി:

'അവടെ പോയി കുത്തിരിക്കെടാ. ആള്വോളുമ്പരാൻ തൊടങ്ങ്ണ നേരാ.'

അവൻ പീടികയിലേയ്ക്കുതന്നെ പോയപ്പോൾ സെയ്താലിക്കുട്ടി പറഞ്ഞു:

'ഓനേ കച്ചോടം പഠിപ്പിക്ക്യാ.'

പീടികയിൽ വിളക്കു കത്തിച്ചു. ജനാലയിലൂടെ പുറത്തു സന്ധ്യയുടെ മങ്ങിയ വെളിച്ചം പിൻവാങ്ങുന്നതു കാണാമായിരുന്നു. ഒഴിഞ്ഞ മലയോരത്തിൽ തങ്ങിയിരുന്ന നീലച്ച പുക മാഞ്ഞു. മൂടൽമഞ്ഞു പുരണ്ട ഇരുളിൻകീറുകൾ താണുപറ്റാൻ തുടങ്ങുന്നു.

സെയ്താലിക്കുട്ടി ഗ്ലാസ് ചുമരിന്നരികിലേയ്ക്കു കാൽകൊണ്ടു നീക്കിവെച്ചു പറഞ്ഞു: 'രണ്ടുമൂന്നാളു വര്ണ നേരാ? ഇരിക്കീ. ഞാൻ ബര്ണ്.'

സെയ്താലിക്കുട്ടി പീടികയിലേയ്ക്കു പോയി.

പാത്തുമ്മ നാട്ടിലെ വർത്തമാനങ്ങൾ ചോദിച്ചു. രണ്ടു കൊല്ലമായിട്ടേയുള്ളൂ അവരും കുട്ടികളും നാട്ടിൽനിന്നു പോന്നിട്ട്. അവിടെയുണ്ടായിരുന്ന പുര കടത്തിലായിരുന്നു. അതു വിറ്റിട്ടാണ് കടം വീട്ടിയത്. നാട്ടിൽ സ്വന്തം വീടും പറമ്പും ഉണ്ടാവുന്ന കാലത്തേ ഇനി തിരിച്ചു പോകേണ്ടു എന്നാണവർ മാപ്പിളയോടു പറഞ്ഞിരിക്കുന്നത്.

'ആള്മ്മിണി വല്താായീട്ടോ. അയമുട്ടി വൈശ്യരടോടയ്ക്കു പോവുമ്പളാങ്ങളോടെ ഒന്നു കേറീത്. ഇശ്ശി മുമ്പാ. അന്ന് മൊലകുടിക്ക്ണ പ്രായാങ്ങള്.'

അപ്പുണ്ണി ചുമർ ചാരിയിരുന്നുകൊണ്ട് ആലോചിച്ചു. വളർന്നിരിക്കുന്നു; ഇനിയും വളരുകയാണ്.

'പാറുക്കുട്ട്യമ്മയ്ക്കു വയ്യായൊന്നൂല്ല്യലോ.'

അപ്പുണ്ണി മുഖം താഴ്ത്തിപ്പറഞ്ഞു:

'ഇല്ല്യ.'

'എങ്ങന്യാപ്പോ ഒരു പൊത്ത്യേരത്തൊക്കണ്ടോ?'

'ഉം'

ഇനിയൊന്നും ചോദിക്കരുതേ എന്നായിരുന്നു പ്രാർത്ഥന.

ഉമ്മയുടെ പിറകിൽനിന്നു രണ്ടു കറുത്ത കണ്ണുകൾ നീണ്ടുവരുന്നത് അപ്പോഴാണ് അപ്പുണ്ണി കണ്ടത്. ഉമ്മ തിരിഞ്ഞപ്പോഴാണ് അവളെ ശരിക്കും കാണാൻ കഴിഞ്ഞത്. വെളുത്ത കാച്ചിയും കുപ്പായവും ചൊട്ടിയുള്ള തട്ടവും ധരിച്ച ഒരു വെളുത്തുമെലിഞ്ഞ പെൺകുട്ടി. അവളുടെ മുഖത്ത് അത്ഭുതം നിറഞ്ഞ ഒരു ചിരിയുണ്ടായിരുന്നു.

'എന്താണെടി നോക്ക്ണ്? കൂടല്ലൂക്കാരനാ.'

ആ പെൺകുട്ടി ലജ്ജിച്ചു മുഖം വലിച്ചു കളഞ്ഞു. ഉമ്മ പറഞ്ഞു: 'നബീസ്വാ മൂത്തത്. ഓള്ക്കു പറേണ് നാടുതന്ന്യാ നല്ലത്ന്നാ.'

അപ്പുണ്ണി വീടിന്റെ അകമെല്ലാം ഒന്നു കണ്ണോടിച്ചു. തട്ടില്ല. മുകളിൽ പുല്ലു മേഞ്ഞിരിക്കയാണ്. ചെത്തിത്തേക്കാത്ത കൽച്ചുമരുകൾ. അകത്തു രണ്ടു മുറികളിലേയ്ക്കുള്ള വാതിൽ കാണാം. അതിനപ്പുറത്ത് അരയ്ക്കുയരത്തിൽ ഒരു തിണ്ണയുണ്ട്. അതിൻമേൽ ഒരു ചിമ്മിനി കത്തുന്നു. അതിനു താഴത്തൂടെ നബീസ അടുക്കളയിലേയ്ക്കു പോകുന്നതും തിരിച്ചു വരുന്നതും അപ്പുണ്ണി കണ്ടു. വെളിച്ചത്തിലൂടെ നീങ്ങുമ്പോൾ അവളുടെ ചങ്കേലസ്സുകൾ പ്രകാശിയ്ക്കുന്നുണ്ട്. ഇരുട്ടിക്കഴിഞ്ഞിട്ടില്ലാത്ത സന്ധ്യകളിൽ പാലത്തിന്റെ ചുവട്ടിലെ പാറക്കെട്ടിലിരുന്നു മാനത്തേയ്ക്കു നോക്കുമ്പോൾ മേഘക്കീറുകൾക്കിടയിൽ പാതിമറഞ്ഞു കാണാറുള്ള ചന്ദ്രക്കലയുടെ രൂപം മനസ്സിലുയർന്നു.

സെയ്താലിക്കുട്ടി വരുന്നതുവരെ പാത്തുമ്മ വാതില് പടിയിലിരുന്നു സംസാരിച്ചു. പന്തീരാണ്ടു കാലത്തെ പരിചയം വന്നപോലെയാണ് അവർ സംസാരിച്ചിരുന്നത്.

സെയ്താലിക്കുട്ടി പറഞ്ഞു:

'ഇവിടെ സൗഗര്യാക്കെച്ചിരി കഷ്ട്യാവും. ന്നാലും മ്മക്കങ്ങട്ടു കൂടാം, അല്ലേ. നായരുട്ട്യേ?'

അപ്പുണ്ണി ചിരിക്കുകമാത്രം ചെയ്തു. ഇവിടെ താമസിക്കുവാനല്ലല്ലോ വന്നത്....

'കുളിക്കണ്ടേ?'

അപ്പുണ്ണി സംശയിച്ചു.

'ബെസമല്ല്യ. ഇച്ചര പോയാ ചോലണ്ട്. പഷ്ട് വെള്ളാ.'

'കുളിക്കണം.'

'തണുത്ത വെള്ളത്തിലൊന്നു കുളിച്ചാ ഷീണം മാറും. സർട്ടൂരി.'

അപ്പുണ്ണി ഷർട്ടൂരി. സഞ്ചിയിൽ നിന്നു തോർത്തെടുത്തു ചുമലിലിട്ടു. 'പാത്തുമ്മോ, നല്ലെണ്ണെണ്ടെങ്കീ കൊട്. ഇക്കും ബേണം ഒരു തുള്ളി.'

പാത്തുമ്മ അപ്പുണ്ണിയുടെ കൈക്കുടന്നിലേയ്ക്കു എണ്ണയൊഴിച്ചുകൊടുത്തു. ചകിരിപോലെ പരുപരുത്ത തലമുടിയിൽ അപ്പുണ്ണി എണ്ണ തിരുമ്മിത്തേച്ചു.

'നബീസ്വോ, വാപ്പാന്റെ പോക്കറ്റ് ലാമ്പ്.' അടുക്കളയിലായിരുന്ന നബീസ അതിനു തൊട്ടടുത്ത മുറിയിലേയ്ക്കു കയറിപ്പോയി. മുറിയിൽ നിന്നു പുറത്തു കടന്നു ടോർച്ചൊന്നു കൗതുകത്തോടെ മുഖത്തേയ്ക്കു ഞെക്കി. പൊടുന്നനെ വെളിച്ചം വീണപ്പോൾ അവൾ വെളുത്തു കുറിയ പല്ലുകൾ മുഴുവൻ കാണിച്ചൊന്നു ചിരിച്ചു. ധൃതിയിൽ വാതില്ക്കൽ വന്നു വാപ്പായുടെ നേരെ ടോർച്ചു നീട്ടി.

സെയ്താലിക്കുട്ടി മുന്നിലും അപ്പുണ്ണി പിന്നിലുമായി നടന്നു. റോഡിൽനിന്നു ചരൽനിറഞ്ഞ വെളിസ്ഥലത്തേയ്ക്കു കടന്നു കുറെ ദൂരം ചെന്നു കുത്തനെ താഴോട്ടിറങ്ങിയപ്പോൾ പാറക്കെട്ടുകളിലൂടെ ഉരുണ്ടുപോകുന്ന വെള്ളത്തിന്റെ ശബ്ദം കേട്ടു.

മുകളിൽ നരച്ച ആകാശപ്പരപ്പ്, ദൂരേ കട്ടപിടിച്ച ഇരുട്ടുപോലെ വൃക്ഷക്കൂട്ടങ്ങൾ. അപ്പുറത്തെ ഇരുണ്ട കൊല്ലിയിൽ ഇലച്ചാർത്തിനിടയ്ക്ക് ഒരായിരം മിന്നാമിനുങ്ങുകൾ തെളിയുകയും പൊലിയുകയും ചെയ്യുന്നത് അത്ഭുതകരമായ ഒരു കാഴ്ചയായിരുന്നു. കാട്ടുചോലയുടെ വക്കിൽ നിന്നു അപ്പുണ്ണി ഇരുട്ടും മൂകതയും പൂണ്ടു കിടക്കുന്ന ആ മലയോരത്തിന്റെ ഗാംഭീര്യം ഒന്നാകെ നോക്കി.

നല്ല തണുപ്പുണ്ട്. പെട്ടെന്നു വെള്ളത്തിലിറങ്ങാൻ തോന്നിയില്ല. ഒരു പാറയുടെ മുകളിൽ കയറിയിരുന്നു. താഴെ മണലും വെള്ളാരങ്കല്ലുകളും ചേർന്നു കിടക്കുന്ന ചോലക്കരയിൽ സെയ്താലിക്കുട്ടിയും ഇരുന്നു. അപ്പുണ്ണി ജോലിക്കാര്യത്തെപ്പറ്റി ആലോചിക്കുകയായിരുന്നു.

'ഞമ്മക്ക് നാളെ മേന്നെ പോയി കാണാം.'

'ഏതു മേനോൻ?'

'എഷ്ടേറ്റിലെ മേനേജറ്. സായ്പ്പ് ഇംഗ്ലണ്ടിലു പോയിരിക്ക്യാ. ഇപ്പ മൂപ്പരാ ഒക്കേറ്റിനും ആള്.'

'ശരിയാവോ?'

'ആവ്ല്ലെങ്കി ങ്ങക്കു ഞാനെയ്തൂലാ, നായരുട്ട്യേ, ങ്ങളെ ബെസമം നിക്കറിയാം.' സെയ്താലിക്കുട്ടി താഴത്തുനിന്നു കയറി അവന്റെ മുമ്പിൽ മറ്റൊരു പാറപ്പുറത്ത് ഇരുന്നു. അരയിൽനിന്നു ബീഡിയെടുത്തു കത്തിച്ചു പറഞ്ഞു:

'പറഞ്ഞാ അയാളു കേക്കും. അയാളു നമ്മടെ നാട്ടിന്റെ ഒക്കെ അട്ത്തന്ന്യാ.'

സെയ്താലിക്കുട്ടി ശങ്കരമേനോനെപ്പറ്റി പറഞ്ഞു. കൂടലൂരിൽനിന്നു അയാളുടെ വീട്ടിലേയ്ക്ക് അഞ്ചാറു നാഴികയേ ഉള്ളൂ. നാട്ടിൽവെച്ചുതന്നെ സെയ്താലിക്കുട്ടി അയാളെ അറിയും. അയാൾക്ക് ഏറ്റുകാലത്തു നരിമീൻ കൊണ്ടുപോയി കാഴ്ചവെച്ചിട്ടുണ്ട്. അയാൾക്കുവേണ്ടി പലതും ചെയ്തിട്ടുണ്ട്.

എങ്കിലും അപ്പുണ്ണി സംശയിച്ചു. വലിയ ആളുകൾ അതൊക്കെ കാര്യമായെടുക്കുമോ?

അതു മനസ്സിലാക്കിയിട്ടെന്നോണം സെയ്താലിക്കുട്ടി പറഞ്ഞു:

'അയാക്കു സെയ്താലിക്കുട്ടീനെ മറക്കാനാവൂലാ.'

സെയ്താലിക്കുട്ടിയുടെ സ്വരത്തിനു പതിവിലുമധികം കനമുണ്ടായി രുന്നു. അതെന്താണെന്ന് എടുത്തുചോദിക്കേണ്ടിവന്നില്ല. സെയ്താലിക്കുട്ടി പറഞ്ഞു.

അതൊരു കഥയായിരുന്നു.

നാട്ടിൽനിന്ന് ആദ്യമായി വയനാട്ടിൽ വന്ന് ഉഴന്നു നടന്ന കാലത്താണ് ശങ്കരമേനോൻ ആനമലയിലൊരു ചായത്തോട്ടത്തിൽ നിന്ന് ഇങ്ങോട്ടു മാറ്റമായി വന്നത്.

സെയ്താലിക്കുട്ടി ചെന്നു കണ്ടു. അഞ്ചുറുപ്പിക കൊടുത്തു. അഞ്ചുറുപ്പികയായിരുന്നില്ല ആവശ്യം. ജോലിയായിരുന്നു. നാട്ടിൽ നിന്നു നരിമീനും വാളയും കൊടുത്തതൊന്നും അയാൾ അന്നത്ര ഓർത്തിരുന്നില്ല.

'വല്ല്യേ സിതീലെത്ത്യാൽ മന്സമ്മാരക്ക് ഓർമ്മച്ചിരി കൊറവാവും.' എന്നൊരു സാമാന്യതത്ത്വം സെയ്താലിക്കുട്ടി കണ്ടെത്തി.

സെയ്താലിക്കുട്ടി നിരന്തരമായി അലട്ടിയപ്പോൾ അയാൾ തോട്ടത്തിൽ കൂലിപ്പണി കൊടുത്തു. ദിവസം ഒരുറുപ്പിക കൂലി. മേനോൻ അന്ന് അസിസ്റ്റന്റ് മാനേജരാണ്. താമസിക്കാൻ എസ്റ്റേയിറ്റുവക വലിയ ബംഗ്ലാവുണ്ട്. ബംഗ്ലാവിലെ 'കുശിനി' യുടെ കോലായിലായിരുന്നു സെയ്താലിക്കുട്ടിയുടെ കിടപ്പ്.

അന്നു മേനോൻ വിവാഹം കഴിച്ചിട്ടില്ല. എങ്കിലും കൂലിപ്പണിക്കാർക്കിടയിൽ പലതും സംസാരമുണ്ടായിരുന്നു. മേസ്തിരി കുഞ്ഞിക്കണ്ണനു ചില ആനുകൂല്യങ്ങൾ കിട്ടിയതിന്റെ പിന്നിലും കഥയുണ്ടായിരുന്നു. അതൊക്കെ സെയ്താലിക്കുട്ടി കാര്യമാക്കിയില്ല. പക്ഷേ എവിടെനിന്നോ ഒരു പണിക്കാരി വന്നുചേർന്ന മുതല്ക്കു സെയ്താലിക്കുട്ടിയുടെയും അഭിപ്രായം മാറി. വെയ്ക്കാൻ ഗോപാലനുണ്ട്. വിളിച്ചതും പറഞ്ഞതും കേൾക്കാൻ എസ്റ്റേയിറ്റുവക ആളുകളുണ്ട്. മേനോനാണെങ്കിൽ തനിച്ചും.

'ചെറുപ്പം പെണ്ണ്. നായര് ജാത്യല്ലാന്നായിരുന്ന്റെ നോട്ടം.'

അവൾ പണിക്കാരിയായിട്ടാണ് വന്നതെങ്കിലും പണിയൊന്നുമുണ്ടായിരുന്നില്ല. മേനോനു ഭക്ഷണം മേശപ്പുറത്തു കൊണ്ടുവെയ്ക്കാറുണ്ട്.

മുകളിൽ ഒറ്റ മുറിയേ ഉള്ളൂ. ഉച്ചയ്ക്കും വൈകുന്നേരവുമൊക്കെ അവൾ മുകളിൽത്തന്നെയാണ്.

പണിക്കാർ അതു കണ്ടില്ലെന്നു നടിച്ചു. ഗോപാലൻ മുറുമുറുക്കാൻ തുടങ്ങിയത് അവൾ അധികാരം കാട്ടാൻ തുടങ്ങിയപ്പോഴാണ്.

അതിലിടയ്ക്ക് സെയ്താലിക്കുട്ടി 'പാടി' യിലേയ്ക്ക് താമസം മാറ്റി.

കുറെ കഴിഞ്ഞപ്പോൾ പണിക്കാരി തീരെ മുകളിൽനിന്നിറങ്ങാതായി.

മാസങ്ങൾക്കുശേഷം ഒരു രാത്രിയിൽ ബട്ളർ ഗോപാലൻ വന്നു സെയ്താലിക്കുട്ടിയെ വിളിച്ചു.

എന്തിനാണ്? അന്വേഷിച്ചപ്പോൾ ഗോപാലനറിയില്ല. നേരം രാത്രി പത്തുമണിയായിരിക്കുന്നു. അയാളുടെ കൂടെത്തന്നെ പോയി. മേനോൻ സിഗരറ്റും വലിച്ച് അങ്ങോട്ടുമിങ്ങോട്ടും നടക്കുകയായിരുന്നു. ഗോപാലനോടു വാതിലടച്ചു കിടന്നോളാൻ പറഞ്ഞു. അവർ തനിച്ചായപ്പോൾ മേനോൻ സെയ്താലിക്കുട്ടിയെ അകത്തെ മുറിയിലേയ്ക്കു വിളിച്ചു.

'സെയ്താലിക്കുട്ടി'

പതിവുപോലെ സ്വരം പരുഷമായിരുന്നില്ല.

'സെയ്താലിക്കുട്ടിയെക്കൊണ്ട് എനിക്കൊരാവശ്യമുണ്ട്.'

'എന്താണാവോ?'

'കുറച്ചു കഴിഞ്ഞു പറയാം. ഇവിടെ ഇരുന്നോളൂ.'

സെയ്താലിക്കുട്ടി ആ മുറിക്കകത്ത് അടുപ്പിന്നടുത്തായി തീ കാത്തുകൊണ്ട് ഇരുന്നു. അത്ഭുതവും നേരിയ ഭയവും ഒക്കെ തോന്നി. ഗോപാലനും ഉറങ്ങിക്കാണും. വായനമുറിക്കകത്താണ് സെയ്താലിക്കുട്ടി. ചുവരിലെ, പുസ്തകങ്ങളടുക്കിവെച്ച ചില്ലലമാരകളിലേയ്ക്കും എരിയുന്ന അടുപ്പിലേയ്ക്കും മാറിമാറി നോക്കിക്കൊണ്ട് ഇരുന്നു.

എത്ര സമയമാണ് കടന്നുപോയതെന്നു സെയ്താലിക്കുട്ടിക്കറിഞ്ഞുകൂടാ.

വീണ്ടും മേനോന്റെ ശബ്ദം കേട്ടപ്പോഴാണ് സെയ്താലിക്കുട്ടി എഴുന്നേറ്റത്.

'വാ' എന്നു മാത്രം പറഞ്ഞു. അയാൾ മുകളിലേയ്ക്കുള്ള കോണി കയറി പേടിച്ചുപേടിച്ചു സെയ്താലിക്കുട്ടിയും പിന്തുടർന്നു.

മുകളിലെ മുറിയിലെ താഴ്ത്തിവെച്ച വലിയ മേശവിളക്കിന്റെ തിരിയല്പം പൊക്കി. മങ്ങിയ വെളിച്ചം പരന്നു. കട്ടിലിൽ കണ്ണടച്ച്, വെള്ളപ്പുതപ്പിനടിയിൽ കിടക്കുന്നു, പണിക്കാരത്തി. അവൾ പതുക്കെ ഞെരങ്ങുന്നുണ്ട്. അപ്പോഴാണ് സെയ്താലിക്കുട്ടി മറ്റൊന്നു കണ്ടത്. നിലത്തും കുളിമുറിയുടെ വാതില്ക്കലും ചോരയുണ്ട്. 'പടച്ചോനെ!' സെയ്താലിക്കുട്ടി പരവശനായി.

മേനോൻ മറുവശത്തെ കട്ടിലിലെ ഒരു വെളുത്ത തണിക്കെട്ടു ചൂണ്ടിക്കാണിച്ചുകൊണ്ടു താണ സ്വരത്തിൽ പറഞ്ഞു: അതെടുത്തുകൊണ്ടു പോയി കുഴിച്ചിട്.'

അയാൾ അപ്പോഴും അമ്പരക്കുകയായിരുന്നു.

'താഴ്ത്തി കുഴിച്ചിടണം; കുറച്ചുവിട്ട് എവിടെയെങ്കിലും മൂന്നാമതൊരാൾ അറിയരുത്.'

സെയ്താലിക്കുട്ടി ആ തുണിക്കെട്ടു തൊട്ടു. കൈ മരവിച്ചു പോയി. മൃദുവായ, തണുത്ത എന്തോ ഒന്ന്. തുണി മാറ്റിയപ്പോൾ ഒരു ചോരക്കുഞ്ഞാണ്. അനക്കമില്ല.

'വിറകുപുരയുടെ മുന്നിൽ മൺവെട്ടിയുണ്ടാവും. വേഗം.'

തുണിയിൽ പൊതിഞ്ഞ ആ സാധനം സെയ്താലിക്കുട്ടി പൊക്കിയെടുത്തു.

.... അവിടെയിപ്പോൾ ഒരു പൂമരമാണ് നില്ക്കുന്നത്.

'മൂപ്പരോടേയ്ക്കു പൂവ്മ്പോ കാണിച്ചേരണ്ട്'

'മൂന്നാമതൊരു ജീവി അറീണത് ഇപ്പളാ.'

ഐസ്പോലെ തണുത്തിരുന്നു ചോലവെള്ളം. കുളിയ്ക്കേണ്ടെന്നു തോന്നി സെയ്താലിക്കുട്ടി കുളിക്കാൻ തുടങ്ങിയപ്പോൾ ഒന്നു മുങ്ങിയെന്നു വരുത്തി.

തിരിച്ചുപോരുമ്പോൾ വയനാടും ഉദ്യോഗക്കാര്യവും സെയ്താലിക്കുട്ടിയും എല്ലാം മനസ്സിൽനിന്നു തല്ക്കാലത്തേയ്ക്കു മറഞ്ഞപോലെ തോന്നി. അവശേഷിച്ചിരുന്നത് ഒന്നുമാത്രമാണ്:

അവിടെ ഒരു പൂമരം വളരുന്നു!

ഒരന്യഗൃഹത്തിൽനിന്ന് ആദ്യമായി ഊണു കഴിക്കുകയാണ്, മാപ്പിള തൊട്ട വെള്ളം കുടിക്കാൻ പാടില്ലെന്നായിരുന്നു പണ്ടൊക്കെ വിചാരം. ഇപ്പോൾ, സെയ്താലിക്കുട്ടി ഒരു വശത്തിരിക്കുന്നു. അപ്പുറം മുഹമ്മദ്കുട്ടി, മുന്നിൽ മഞ്ഞനിറമുള്ള ചാക്കരിയുടെ ചൂടുപറക്കുന്ന ചോറും ചുവന്ന കറിയും. വിളമ്പുന്നതു പാത്തുമ്മ.

..... വടക്കേപ്പാട്ടെ നാലുകെട്ടിലേയ്ക്കു പുറത്തുനിന്നു കയറണമെങ്കിൽ കുളിക്കണം. ചെറുമക്കൾക്കു കിണറ്റിന്നരികത്തുകൂടി പോകാൻ പാടില്ല.

പാത്തുമ്മ വെച്ച ചോറും കറിയും കഴിക്കുമ്പോൾ അപ്പുണ്ണിക്കു വിഷമം തോന്നിയില്ല. വെറുത്തിരുന്ന എന്തെല്ലാമോ പൊളിച്ചിടുന്ന ഒരു രസമാണ് അവനനുഭവപ്പെട്ടത്.

ഉറങ്ങാറായപ്പോൾ തളത്തിൽ അപ്പുണ്ണിക്കു മെത്തപ്പായ വിരിച്ചു. പിഞ്ഞിപ്പോയ പഴയൊരു തട്ടം അലക്കിയതാണ് തലയിണയിൽ വിരിച്ചിരിക്കുന്നത്, അതിൽനിന്ന് അത്തറിന്റെ നേരിയ പരിമളം പൊങ്ങുന്നുണ്ടായിരുന്നു.

'എപ്പളാ ബേണ്ട്ച്ചാൽ ബിളിച്ചോളീ.' സെയ്താലിക്കുട്ടി പറഞ്ഞു: 'പോക്കറ്റ്ലാമ്പ് തലയ്ക്കലിരുന്നോട്ടേ. പൊറത്തുപോണം തോന്ന്യാ ബിളിച്ചോളി.'

'ഓ.'

'പേടില്ല്യലോ.'

'ഉം ഉം.'

'പേടീണ്ടായാ പറ്റില്ല്യാലോ. ങ്ങളിപ്പോ കുട്ട്യോന്നല്ല. ഒരാണാ.'

സെയ്താലിക്കുട്ടി ഒന്നു ചിരിച്ചു.

നല്ല ക്ഷീണം തോന്നി. വായുവിനു നല്ല തണുപ്പുണ്ട്. തലയിണയിൽ മുഖമമർത്തിക്കിടന്നുകൊണ്ട് അപ്പുണ്ണി ആലോചിച്ചു. ഞാനേറ്റവും വെറുത്തിരുന്ന ഒരു മനുഷ്യന്റെ വിരുന്നുകാരനാണിന്ന്!

ഒമ്പത്

ജൂനിയർ എക്കൌണ്ടന്റ് ചന്ദ്രശേഖരക്കുറുപ്പു ലീവിൽ പോവുകയാണ്. ഓഫീസിൽനിന്നു വന്ന ഉടനെ അയാൾ യാത്രയ്ക്കുള്ള സാധനങ്ങൾ ഒരുക്കിവെയ്ക്കാൻ തുടങ്ങി. കൂട്ടുകാരൻ എബ്രഹാം ജോസഫ് മടങ്ങിയെത്തിയിട്ടില്ല. അയാൾക്ക് ഓഫീസ്‌വർക്ക് കഴിഞ്ഞാൽ സ്റ്റാഫ് ക്ലബ്ബിൽ പോയി നാലു ബോർഡ് കേരംസ് കളിക്കണം.

ചന്ദ്രശേഖരക്കുറുപ്പ് ഇടയ്ക്കിടയ്ക്കു വാലിയക്കാരന് ഓരോ കല്പന കൊടുക്കും. വലിയ തോൽപ്പെട്ടിയിൽ അടുക്കിവെച്ച സാധനങ്ങൾ വലിച്ചു പുറത്തിടും. വീണ്ടും കുത്തിനിറയ്ക്കും. ആകെ പരിഭ്രമമാണ്.

എബ്രഹാം ജോസഫ് ക്ലബ്ബിൽനിന്നു തിരിച്ചു വന്നപ്പോൾ കൂടെ ഒരു ചെറുപ്പക്കാരനായ കഷണ്ടിക്കാരനുണ്ട്.

ജോസഫ് വന്നപാടേ പറഞ്ഞു:

'ഇദ്ദേഹമാണ് രാധാകൃഷ്ണൻ. കൊച്ചിൻ ഓഫീസിൽനിന്നു മാറ്റം വരുന്നുണ്ടെന്നു കേട്ട പുള്ളിക്കാരൻ.'

ചന്ദ്രശേഖരക്കുറുപ്പു പാക്കിംഗ് നിർത്തി. എഴുന്നേറ്റു രാധാകൃഷ്ണനു കൈ കൊടുത്തു.

ജോസഫ് പരിചയപ്പെടുത്തലിന്റെ മറുവശം കഴിച്ചു: 'ദിസീസ് മി. ചന്ദ്രശേഖരക്കുറുപ്പ്. ജൂനിയർ എക്കൌണ്ടന്റ്. ഏഴെട്ടു കൊല്ലമായി ഞങ്ങളീ ക്വാർട്ടേഴ്സിൽ പാർത്തു. വലിയ ചംസാണ്. പക്ഷേ മി. രാധാകൃഷ്ണൻ, ഇയാൾ എന്നെ ഈയിടെ വഞ്ചിച്ചുകളഞ്ഞു.'

കുറുപ്പ് അല്പമൊന്നമ്പരന്നു.

കളിയായോ കാര്യമായോ ആ പ്രസ്താവന സ്വീകരിക്കേണ്ടതെന്നറിയാതെ നില്ക്കുന്ന രാധാകൃഷ്ണനോടു തിരിഞ്ഞു ജോസഫ് പറഞ്ഞു:

'ഇയാൾ വിവാഹം കഴിക്കാൻ പോകുന്നു. ആ ബഹളമാണീ കാണുന്നത്.'

മുറിയിൽ സാധനങ്ങൾ ചിന്നിച്ചിതറിക്കിടക്കുകയാണ്.

'ഈ മനുഷ്യൻ കല്യാണം കഴിക്കില്ലെന്ന് ആണയിട്ട ആളാണ്. അങ്ങനൊരു ടൈപ്പ്. വേറെയും ചില സ്പെസിമെൻസുണ്ട്. വി. എ. നായരെ പരിചയപ്പെട്ടോ?'

'ഇല്ല.'

'ആ, രസികൻ ക്യാരക്ടറാണ്. അതാ, അതുതന്നെയാണ് ക്വാർട്ടേഴ്സ്, നില്ക്കട്ടെ—'

ജോസഫ് വാതില്ക്കലേയ്ക്കു നീങ്ങിക്കൊണ്ടു പറഞ്ഞു: 'പുള്ളിക്കാരൻ ഇതാ വരുന്നു. ഞാൻ വിളിക്കാം. ഹേയ് നായർ. ഒന്നു കേറിയേച്ചു പോ.'

ജോസഫ് കൈ കൊട്ടി.

വെള്ള ഷർട്ടും കാക്കി പാന്റും ധരിച്ച്, നീണ്ടു മെലിഞ്ഞു ചുരുളൻമുടിയുള്ള ഒരു ചെറുപ്പക്കാരൻ കയറിവന്നു.

'ഇദ്ദേഹമാണ് മി. അപ്പുണ്ണിനായർ. ഫീൽഡ് റൈറ്റർ. ഇതു രാധാകൃഷ്ണൻ. കൊച്ചിൻ ഓഫീസിൽനിന്ന് മലയിലേയ്ക്കു നാടുകടത്തിയിരിക്കയാണ്.'

അപ്പുണ്ണി മേശ ചാരി നിന്നുകൊണ്ടു പുതിയ കൂട്ടുകാരനെ നോക്കി ചിരിച്ചു.

കുറുപ്പു വീണ്ടും ഒതുക്കലും നിറയ്ക്കലും തുടങ്ങിയിരിക്കയാണ്.

'എപ്പോഴാണ് യാത്ര?—'

അപ്പുണ്ണി കുറുപ്പിനോടു ചോദിച്ചു,

'നാളെ. ഇന്നുതന്നെ ചെല്ലണമെന്നാണ് അമ്മയുടെ കത്ത്. നാളെ വൈകുന്നേരത്തിനേ എത്തൂ.'

പെട്ടിയിൽ ഒരു പച്ചബ്ളാങ്കറ്റ് മടക്കി വെയ്ക്കുന്നതിനിടയിൽ കുറുപ്പു പറഞ്ഞു: 'അമ്മയ്ക്ക് ബ്ളാങ്കറ്റ് വേണമെന്നെഴുതിയിട്ടു കുറെ ദിവസമായി.'

രാധാകൃഷ്ണൻ ഓഫീസ്കാര്യങ്ങൾ പറയാൻ തുടങ്ങി. മേലുദ്യോഗസ്ഥന്മാരുടെ കൊള്ളരുതായ്മകൾ, കാക്കപിടുത്തക്കാരെക്കൊണ്ടുള്ള ശല്യം, മാനേജരുടെ കർശനമായ നിയമങ്ങൾ.

അപ്പുണ്ണി ഒന്നും സംസാരിക്കാതിരുന്നു. അയാൾ രാധാകൃഷ്ണന്റെ തലസ്ഥാനവാർത്തകളെക്കാളുമധികം ശ്രദ്ധിച്ചിരുന്നത് കുറുപ്പിന്റെ ചലനങ്ങളാണ്.

വാച്ചിൽ നോക്കി. നേരം ആറു പത്ത്. അയാൾ എഴുന്നേറ്റ് എല്ലാവരോടുമായി പറഞ്ഞു: 'ഞാൻ പോണു.'

'എന്താണ് ഹേ ഇത്ര ധൃതി?' ജോസഫ് ചോദിച്ചു.

'ഞാൻ ഡ്യൂട്ടി കഴിഞ്ഞു വരുന്ന വഴിയാ.'

കുറുപ്പിന്റെ അടുത്തേക്കു നീങ്ങി അപ്പുണ്ണി അന്വേഷിച്ചു: 'രാവിലെ നേർത്തെ പോകുമോ കുറുപ്പ്?'

'ആ, സെവൻ തർട്ടി. ഡെയ്റ്റ് ഓർമ്മയുണ്ടല്ലോ.'

'ഞാൻ ശ്രമിക്കാം. ഉറപ്പ് പറയില്ല.'

'വരണം ജോസഫുണ്ടാവും കുമാരൻനായരും രാമൻകുട്ടിയും ഒക്കെ വരും.'

അപ്പുണ്ണി ക്ഷമാപണസ്വരത്തിൽ വീണ്ടും പറഞ്ഞു: 'ഒരു പക്ഷേ അപ്പോൾ പോണേന്റെമുമ്പ് ഇനി കണ്ടൂന്നു വരില്ല. ബെസ്റ്റ് വിഷസ്!'

'താംക്യൂ. താംക് യൂ.'

വിവാഹിതനാകാൻ പോകുന്ന ആ മുപ്പത്തഞ്ചുകാരന് അപ്പുണ്ണി കൈ കൊടുത്തു. രാധാകൃഷ്ണനോടു 'കാണാം' എന്നു പറഞ്ഞ് ഇറങ്ങി.

ചായപ്പൊന്തകളുടെ നടുവിലൂടെ വെട്ടിയുണ്ടാക്കിയ വഴിയിലൂടെ നടന്നു. ആ വഴി ഫാക്ടറിയെയും ഓഫീസിനെയും ബന്ധിക്കുന്ന റോഡിൽ എത്തുന്നു. റോഡിൽ എതിർവശത്തേക്കുള്ള ഇരുവശത്തും ഇരുമ്പു വേലിയുള്ള, വഴി എത്തുന്നത് അപ്പുണ്ണിയുടെ ക്വാർട്ടേഴ്സിലാണ്.

അപ്പുണ്ണിയും മറ്റൊരാളുംകൂടിയുണ്ട്-ഭാസ്കരൻനമ്പ്യാർ. അയാൾ ഒരാഴ്ചയായി സുഖമില്ലാതെ ഹോസ്പിറ്റലിലാണ്.

പോർട്ടിക്കോവിൽ വലിയ 'ഡോ' മുള്ള മേശവിളക്കു കത്തിച്ചു വെച്ചിട്ടുണ്ട്. ഇരുട്ടായിട്ടില്ല. നേർത്തെ വിളക്കു കത്തിച്ചുവെയ്ക്കുന്നതു പരിചാരകൻ കൃഷ്ണൻകുട്ടിയുടെ സ്വഭാവമാണ്. ഭാസ്കരൻനമ്പ്യാർ നാട്ടിൽ നിന്നു കൊണ്ടുവന്നതാണവനെ. ചെവിടല്പം പതുക്കെയാണെങ്കിലും ചെറുക്കൻ നന്ന്.

ഉടുപ്പ് മാറ്റാതെ നേരെ ചാരുകസേരയിലിരുന്നു. സ്റ്റൂളിൽ കാലുകൾ കയറ്റിവെച്ച് ചാഞ്ഞുകിടന്നപ്പോൾ സുഖംതോന്നി. എന്തു ക്ഷീണമാണ്.

ഭാസ്കരൻനമ്പ്യാർ ഹോസ്പിറ്റലിൽനിന്നു വേഗം വരാൻ പ്രാർത്ഥിച്ചു. അയാളുണ്ടാവുമ്പോൾ നിരന്തരമായി സംസാരിച്ചുകൊണ്ടിരിക്കും. സംസാരിക്കുന്ന കാര്യത്തിൽ എബ്രഹാം ജോസഫ് അയാളോടു തോറ്റിട്ടേയുള്ളു.

ഇരുപത്തേഴാംതീയതിയാണ് കുറുപ്പിന്റെ വിവാഹം. ഇരുപത്തേഴാം തീയതി തിരുവോണമാണ്. തിരുവോണത്തിന്റെ അന്നു തന്നെ വേണമെന്നുള്ളത് അയാളുടെ അമ്മയുടെ ആഗ്രഹമാണ്. കുറുപ്പ് വിവാഹം കഴിക്കാൻ പോകുന്നവളെ കണ്ടിട്ടില്ല. അമ്മ കണ്ടു നിശ്ചയിച്ചതാണ്. അമ്മ നിശ്ചയിച്ചാൽ അയാൾക്കു സമ്മതമാണ്. അമ്മയാണ് അയാൾക്കെല്ലാം. ആറുമാസത്തിലൊരിക്കലെങ്കിലും അയാൾക്കു നാട്ടിൽ പോണം.

അഞ്ചുകൊല്ലമായി താനിവിടെ വന്നിട്ട്, അപ്പുണ്ണി ഓർത്തു. എങ്ങും പോയിട്ടില്ല. താമസസ്ഥലം വിട്ടാൽ ജോലി, ജോലി കഴിഞ്ഞാൽ താമസസ്ഥലം-അങ്ങനെ അഞ്ചുവർഷം കടന്നുപോയി.

മൂന്നു മാസത്തെ ലീവ് റദ്ദായിപ്പോയി. ഇപ്പോഴും മൂന്നുമാസം ലീവുണ്ട്.

തിരുവോണത്തിന് അഞ്ചു ദിവസമേയുള്ളു. ഓണക്കാലത്തു കണ്ണാന്തളിപ്പടർപ്പുകൾകൊണ്ടു കോരിത്തരിച്ചു നില്ക്കുന്ന നാട്ടിലെ കുന്നിൻ പുറങ്ങൾ ഓർത്തുപോയി.

നാട്ടിൽനിന്നു പോന്നിട്ട് അഞ്ചല്ല, അമ്പതുകൊല്ലം കഴിഞ്ഞുവെന്നാണു തോന്നുക. പുഴയും കരുണൂർപാലവും വയലും കൈതക്കാടുകളും കുന്നിൻപുറങ്ങളും വളരെ വിദൂരതയിൽ നില്ക്കുന്ന ചില ഓർമ്മകളാണ്. എല്ലാം മറക്കാൻ ശ്രമിക്കുകയായിരുന്നു.

പകലും ഇരുട്ടു പതിയിരിക്കുന്ന ഒരിടുങ്ങിയ കോണിമുറി മനസ്സിൽ മായാതെ നില്പുണ്ട്. അതിന്റെ ഒരു മൂലയിൽ ഒരു കൈതോലപ്പായ ചുരുട്ടിവെച്ചിരിക്കുന്നു.

അഞ്ചു വർഷങ്ങളുടെ മറുകരയിൽനിന്ന് ഇപ്പോൾ തിരിഞ്ഞു നോക്കാൻ തോന്നുകയാണ്. ജീവിതത്തിന്റെ കയ്പു മുഴുവൻ അന്നു കുടിച്ചു തീർത്തു. ഭാസ്കരൻനമ്പ്യാർക്കും കുറുപ്പിനും ജോസഫിനുമെല്ലാം കുട്ടിക്കാലത്തെക്കുറിച്ച് ഒരുപാടു കാര്യങ്ങൾ പറയാനുണ്ട്. പഠിച്ചിരുന്ന കാലത്തെ വിശേഷങ്ങൾ. അവർ പറയുന്നതു കേട്ടുകൊണ്ടു നിശ്ശബ്ദം ഇരിക്കുകയാണ് പതിവ്. അയാൾക്കൊന്നും പറയാനില്ല.

ഇവിടെ വന്ന കാലത്ത്- ഒരു ചാക്കുസഞ്ചിയും രണ്ടു സെറ്റ് ഉടുപ്പുകളും

ഒരു തോർത്തും മാത്രമായിരുന്നു കൈയിൽ.

അപ്പോൾ സെയ്താലിക്കുട്ടിയുടെ കാര്യം ആലോചിച്ചു പോയി.

എല്ലാം സെയ്താലിക്കുട്ടിയാണു ചെയ്തത്. ഒരു സന്ധ്യയ്ക്ക് എസ്റ്റേയ്റ്റു മാനേജരുടെ ബംഗ്ലാവിലെത്തി വാഗ്ദാനം നേടിയിട്ടേ സെയ്താലിക്കുട്ടി മടങ്ങിയുള്ളൂ.

ഒരാഴ്ചയോളമേ കാത്തിരിക്കേണ്ടിവന്നുള്ളൂ. ഫീൽഡ് റൈറ്ററായി നിയമിച്ചിരിക്കുന്നു എന്നു പറഞ്ഞുകേട്ടശേഷമാണ് ഹരജി എഴുതിക്കൊടുത്തത്.

നൂറ്റിനാല്പത്തഞ്ചുറുപ്പിക! താമസിക്കാൻ സ്ഥലം വെറുതെ.

ഭാസ്കരൻനമ്പ്യാരുമായിട്ടാണ് ആദ്യം പരിചയപ്പെട്ടത്. അയാളുടെ കൂടെയിരുന്ന ക്ലാർക്ക് വിവാഹം കഴിച്ചതുകാരണം ഇവിടെ തനിച്ചായിരുന്നു. അവിവാഹിതന്മാർക്കുള്ളതാണ് ഈ ക്വാർട്ടേഴ്സ്. അപ്പുണ്ണിക്ക് ഇവിടെ ഇടം കിട്ടി.

'മാസത്തിൽ നൂറ്റിനാല്പത്തഞ്ചുറുപ്പിക! ജീവിതത്തിൽ ഒരു നൂറിന്റെ നോട്ടു കണ്ടിട്ടില്ല.

ഭാസ്കരൻ നമ്പ്യാർ പറഞ്ഞു:

തരക്കേടില്ല, കൊല്ലത്തിൽ അഞ്ചാറു മാസം ബോണസ്സും കിട്ടും. അതൊരു കാര്യമാണ്.'

എന്താണു ബോണസ്സ്? ഒരു കൊല്ലം ജോലി ചെയ്താൽ അഞ്ചോ ആറോ

മാസത്തെ ശമ്പളം വേറെയും കിട്ടുന്നു.

പിന്നീടാണ് എബ്രഹാം ജോസഫുമായി പരിചയപ്പെട്ടത്, പരിചയപ്പെടൽ എപ്പോഴും വേദനിപ്പിക്കുന്ന അനുഭവങ്ങളായിരുന്നു.

എവിടെയാണ് നാട്?

നാടു പറഞ്ഞു.

വീട്ടിലാരൊക്കെയുണ്ട്?

അതൊരു വിഷമം പിടിച്ച ചോദ്യമാണ്.

വിശേഷിച്ചാരുമില്ല.

അച്ഛൻ?

മരിച്ചുപോയി.

അമ്മ?

'ഇല്ല' എന്നാണ് ആദ്യം നാക്കിൻതുമ്പത്തു നിന്നു വീണത്. സ്വയം വഞ്ചിക്കുകയായിരുന്നു.... ആ വഞ്ചന ഹൃദയത്തിന് ഒരു ഭാരമായിരുന്നു. പിന്നെ അതു തിരുത്താൻ വയ്യാ.

'ബ്രദേഴ്സും സിസ്റ്റേഴ്സും ഇല്ലേ?'

'ഇല്ല.'

'ഭാഗ്യവാൻ. യഥാർത്ഥ ഭാഗ്യവാൻ.' ഭാസ്കരൻനമ്പ്യാർ പറഞ്ഞു: 'എനിക്ക് സർവ്വപണ്ടാരവുമുണ്ട്. എല്ലാവർക്കും കാശും കൊടുക്കണം. പോരേ ദുരിതം?'

ഒരു മാസമേ പരിഭ്രമമുണ്ടായുള്ളു. ജോലി പരിചയമായി. നൂറ്റിനാല്പത്തഞ്ചുറുപ്പിക എണ്ണിവാങ്ങിയപ്പോൾ, അത്രയും പണം സ്വന്തമാണെന്നു വന്നപ്പോൾ, എന്താണ് ചെയ്യേണ്ടതെന്നറിഞ്ഞില്ല. ക്വാർട്ടേഴ്സിൽ ചെലവു നാല്പത്തിമൂന്നുറുപ്പികയേ വന്നിട്ടുള്ളൂ.

പുതിയ ജീവിതവുമായി ഇണങ്ങിച്ചേരുകയായിരുന്നു.

കൃഷ്ണൻകുട്ടി വന്നു ചോദിച്ചു:

'വെള്ളം ചൂടായിരിക്കുന്നു. കുളിക്കാറായ്യോ.'

'വരട്ടെ.'

'ഓ?'

'വരട്ടേന്ന്.'

അവൻ പോയി.

പുറത്തെ ഇരുമ്പുവേലിക്കപ്പുറത്തു ചായപ്പൊന്തകൾ ഇരുട്ടിൽ നിഴലുകളായി മാഞ്ഞുകഴിഞ്ഞു. ഉടുപ്പു മാറ്റണം, കുളിക്കണം, ഊണുകഴിക്കണം. പക്ഷേ ആ ചാരുകസേരയിൽ അങ്ങനെ കിടന്ന് ആലോചിക്കാനൊരു രസമുണ്ട്.

ആദ്യത്തെ ശമ്പളം വാങ്ങിയതിന്റെ പിറ്റേദിവസം സെയ്താലിക്കുട്ടിയെ കാണാൻ പോയി. അന്ന്, ഇപ്പോഴും വ്യക്തമായി ഓർമ്മയുണ്ട്, ഒഴിവുദിവസമാണ്.

സെയ്താലിക്കുട്ടിയുടെ നേരെ ഒരുപിടി നോട്ടു നീട്ടിയപ്പോൾ അയാൾ പറഞ്ഞു:

'ഇദൊന്നും വേണ്ട, കുട്ട്യേ. ഇങ്ങളു കായി നാനായിതാക്കരുത്. നാളയ്ക്കു

നാലു കായി സമ്പാദിക്കണം.'

പണമുണ്ടാക്കണം— അതായിരുന്നു ആദ്യംമുതല്ക്കേ തീരുമാനം, ആവശ്യത്തിനുമാത്രം ചെലവഴിച്ചു.

നാട്ടിലെ വിവരമൊന്നുമില്ല. ജോലി കിട്ടിയ ദിവസംതന്നെ രാമകൃഷ്ണൻ മാസ്റ്റർക്ക് ഒരു കത്തെഴുതി. മറുപടി വന്നു. രണ്ടാമത്തെ കത്തിനു മറുപടി കിട്ടിയില്ല. വീണ്ടും എഴുതിനോക്കി. മാസ്റ്റർ സ്ഥലം മാറിപ്പോയിരിക്കാം.

വളരെ ദിവസങ്ങളായി വിചാരിക്കാൻ തുടങ്ങിയിട്ട്, ഒന്നു നാട്ടിൽപ്പോകണം. ഉദ്ദേശമൊന്നുമുണ്ടായിട്ടല്ല. വെറുതെ. ആ ഗ്രാമത്തിനോടു കൂറുണ്ടായിട്ടല്ല. അവിടെ പ്രിയപ്പെട്ടവരായി ആരെങ്കിലും കാത്തിരിക്കുന്നുണ്ടെന്നു തോന്നിയിട്ടല്ല. പക്ഷേ ഒരിക്കലവിടെ പോണം. വടക്കേപ്പാട്ടേയ്ക്കു കയറിച്ചെല്ലണം. കാണട്ടേ, ആർക്കും വേണ്ടാതെ കിടന്നിരുന്ന അപ്പുണ്ണി വളർന്നിരിക്കുന്നു. ആർക്കും വേണ്ടാതിരുന്ന അപ്പുണ്ണിക്ക് ഇന്ന് ആരുടെയും സഹായം കൂടാതെ ജീവിക്കാം.

ലീവെടുക്കാൻ പോകുന്നുണ്ടെന്ന കാര്യം കൂട്ടുകാരിൽ ആരോടും പറഞ്ഞിട്ടില്ല. പറഞ്ഞാൽ അതൊരത്ഭുതമായിരിക്കും. ലീവെടുക്കാത്ത ആളെന്ന് അറിയപ്പെടുന്നു. ആരും സ്വന്തക്കാരായിട്ടില്ലെന്നാണവരുടെ വിശ്വാസം.

പാടത്തിന്റെ നടുവിലൂടെ, ഉയർന്ന വരമ്പിലൂടെ തലയുയർത്തിപ്പിടിച്ച് ഒന്നു നടക്കണം. ഇതാ അപ്പുണ്ണി വന്നിരിക്കുന്നു!

പോകുന്നതിനുമുമ്പു സെയ്താലിക്കുട്ടിയെ ഒന്നു കാണണം. കണ്ടിട്ടു മാസങ്ങൾ എട്ടോ ഒമ്പതോ ആയിട്ടുണ്ടാവും. ആദ്യമാദ്യം സെയ്താലിക്കുട്ടിയുടെ പീടികയിലേയ്ക്കു പോകാറുണ്ടായിരുന്നു, ആഴ്ചയിലൊരിക്കലെങ്കിലും. ഇടയ്ക്ക് അയാൾ ഇങ്ങോട്ടു വന്നുവെന്നും വരും.

കഴിഞ്ഞ കാലത്തെ ഓർത്തുപോവുക സെയ്താലിക്കുട്ടിയെ കാണുമ്പോഴാണ്.

പരിചാരകൻ വീണ്ടും വന്നു പറഞ്ഞു:

'വെള്ളം തണിയ്ന്ന്.'

അയാൾ എഴുന്നേറ്റ് അകത്തേയ്ക്കു പോയി. അപ്പോഴും ആലോചിക്കുകയായിരുന്നു.

* * * *

എസ്റ്റെയ്റ്റുറോഡു കയറിപ്പോകുന്നതു ബസ്സുറൂട്ടിലേയ്ക്കാണ്. തിരിവിൽ കൈചൂണ്ടിക്കൊണ്ട് എസ്റ്റേയ്റ്റിന്റെ പേരെഴുതിയ ഒരു ബോർഡ് വെച്ചിട്ടുണ്ട്. റോഡിലൂടെ അപ്പുണ്ണി നടന്നുപോകുമ്പോൾ എതിരെ സൂപ്രവൈസർ ഫിലിപ്പ് വരുന്നതു കണ്ടു. ഒന്നു ചിരിച്ചു കടന്നുപോകാൻ ഭാവിക്കുമ്പോൾ അയാൾ ചോദിച്ചു:

'എങ്ങോട്ടാ?'

'വെറുതെ നടക്കാൻ'

അങ്ങാടിയിൽ സെയ്താലിക്കുട്ടിയുടെ പീടികയുടെ മുന്നിലെത്തിയപ്പോൾ പുറത്ത് ആരുമില്ല. ഒരുനിമിഷം നിന്നു. അപ്പോൾ മുഹമ്മദുകുട്ടി പുറത്തു വന്നു.

പീടികയിലേയ്ക്കു കയറി അന്വേഷിച്ചു:

'വാപ്പല്ലേ്യ, മൊഹമ്മദുട്ടീ?'

'കെടക്ക്ാ. അകത്തേയ്ക്കു വരീ.'

'കെടക്കേ–എന്താ വാപ്പായ്ക്ക്?'

'സുഗംല്ല്യ.'

പുറത്തുനിന്നു ശബ്ദം കേട്ടതുകൊണ്ടാവണം, സെയ്താലിക്കുട്ടി വിളിച്ചു ചോദിച്ചു:

'ആരാടാ അദ്?'

'അപ്പുണ്ണ്യാരാ.'

'ഇങ്ങടു പോരാമ്പറ.'

അപ്പുണ്ണി ചാക്കുവിരി മാറ്റി അകത്തേയ്ക്കു കടന്നു. തളത്തിൽ ഒരു മെത്തപ്പായിൽ സെയ്താലിക്കുട്ടി കിടക്കുന്നു. പഴയ സെയ്താലിക്കുട്ടിയാണെന്നു പറയാൻ ഞെരുങ്ങും. ശരീരം വല്ലാതെ മെലിഞ്ഞിരിക്കുന്നു. മുഖത്തെ എല്ലുകൾ ഉന്തിനില്ക്കുന്നതു കാണാം. അയാളെ കണ്ടപ്പോൾ സെയ്താലിക്കുട്ടി പതുക്കെ ഒന്നു ചിരിച്ചു. എന്നിട്ടു പറഞ്ഞു:

'വയ്യാണ്ടായി, കുട്ട്യേ.'

'എന്താ സെയ്താലിക്കുട്ടി?'

'വാതം. ണീയ്ക്കാൻ വയ്യാ. വലത്ത്വോറം കയ്യും കാലൊക്കെ ജീവല്ല്യാണ്ടായിരിക്ക്യാണ്.'

പാത്തുമ്മ സമീപത്തു വന്നുനിന്നു കണ്ണു തുടച്ചുകൊണ്ടു പറഞ്ഞു:

'മൂന്നുമാസമായി ഈ കെടപ്പ്. പക്ഷവാതാന്നാ വൈശ്യരു പറേണ്.'

'ഒരു പലകെട്ടുകൊട്ക്കടീ.'

'വേണ്ട.' അപ്പുണ്ണി സെയ്താലിക്കുട്ടിയുടെ പായിൽത്തന്നെ ഇരുന്നു. ഒരപരാധബോധത്തോടെ പറഞ്ഞു: 'ഞാനറിഞ്ഞില്ല.'

പാത്തുമ്മ കണ്ണു തുടച്ചുകൊണ്ടു പറഞ്ഞു:

'പടച്ചോൻ ഇങ്ങന്യാ വെച്ചത്. മയമ്മുട്ടീനോട് ഒന്നു വിവരം പറഞ്ഞയയ്ക്കണം– ശ്ശീസായി ബിജാരിക്ക്ണ്.'

പാത്തുമ്മയുടെ മുഖത്തു പഴയ പ്രസരിപ്പില്ല. വാതില്ക്കൽ നബീസ വന്നുനിന്നു. വിഷാദത്തിന്റെ നിഴൽപ്പാടുകൾ അവളുടെ കണ്ണുകളിലും കാണാം. അയാൾ കരിതേച്ച നിലത്തു കണ്ണുകളുറപ്പിച്ചു തെല്ലിട മിണ്ടാതെ നിന്നു.

'ണീയ്ക്കാൻ കഴീണ കാര്യം ഇനി ബെസമാ, എന്തിനാ പറേണ്, ഈ കുട്ട്യോളു കസ്റ്റത്തിലായി.'

സെയ്താലിക്കുട്ടിയുടെ സ്വരം ഇടറിയിരുന്നു.

പാത്തുമ്മ കുറെശ്ശെയായി സംഗതികൾ പറഞ്ഞു. കച്ചവടം ഇപ്പോൾ വളരെ മോശമാണ്. അഞ്ചു മാസമായി പീടികയുടെ വാടക കൊടുത്തിട്ടില്ല. എന്നാണ് ഒഴിയേണ്ടിവരിക എന്നു നിശ്ചയമില്ല.

'എന്തൊക്ക്യാ പടച്ചോൻ ബർത്ത്വാന്നറിയൂലാ.' ആരും സംസാരിച്ചില്ല. അപ്പുണ്ണി സെയ്താലിക്കുട്ടിയുടെ പായ്ക്കരികിൽ ഇരുന്നു. നബീസ ചിമ്മിനി

കത്തിച്ചു തലയ്ക്കൽ ഒരു തകരത്താമ്പാളത്തിന്റെ മുകളിൽവെച്ചു.

'പാത്തുമ്മോ, ഇത്തിരി ബെള്ളംണ്ടാക്കാൻ വല്ലിച്ചും ഇരിക്ക്ണ്ണ്ടോ?'

അപ്പുണ്ണി ധൃതിയിൽ പറഞ്ഞു: 'എനിയ്ക്ക് ഒന്നും വേണ്ടാ.'

പാത്തുമ്മ അകത്തേയ്ക്കു പോയി. തളത്തിൽ സെയ്താലിക്കുട്ടിയും അപ്പുണ്ണിയും മാത്രം ബാക്കിയായി.

'കുട്ട്യേ, ഇദൊക്കെ പടച്ചോന്റെ കള്യാ, ചീത പാവത്തിനൊക്കെ ഞെമ്മക്കു കിട്ടി.'

അപ്പുണ്ണിക്കു സെയ്താലിക്കുട്ടിയുടെ മുഖത്തു നോക്കാൻ വയ്യാ.

'ങ്ങളൊരു വയിക്കായിലോ.... അതു നന്നായി' പിന്നെയും നിശ്ശബ്ദത തങ്ങിനിന്നു.

'കതേല്ല്യായോണ്ടു സെയ്താലിക്കുട്ടി പടച്ചോന് പൊറുക്കാത്ത ഒരു പണി ചെയ്തു....'

എന്താണ് സെയ്താലിക്കുട്ടിയോടു പറയേണ്ടതെന്നറിയാതെ അപ്പുണ്ണി വിഷമിച്ചു.

'ങ്ങടെ അച്ഛനും ഞാനും ഒരു കിണ്ണത്തീന്നു ചോറു ബയിച്ചിരുന്നോരാ.'

അപ്പുണ്ണിയുടെ മുഖത്തു ചോര തുടിച്ചു. കണ്ണുകൾ തിരുമ്മിക്കൊണ്ട് അയാൾ പറഞ്ഞു:

'അതൊക്കെ ഇനി പറഞ്ഞിട്ടെന്തു കാര്യം?'

'ങ്ങക്കറിയൂലാ കുട്ട്യേ. അറിഞ്ഞാ...'

'ഞാൻ കേട്ടിട്ടുണ്ട്. ഞാനതു മറന്നിരിക്കുന്നു.'

അപ്പോൾ നബീസ സെയ്താലിക്കുട്ടിയുടെ പായ്ത്തലയ്ക്കൽ നിന്നു തീപ്പെട്ടിയെടുക്കാൻ വന്നു. എന്തോ പറയാൻ ഭാവിച്ചിരുന്ന സെയ്താലിക്കുട്ടി അടക്കി.

'പടച്ചോൻ മറക്കൂലാ. എന്റെ കണ്ണടഞ്ഞാ—ഒന്നിമ്പോക്കണം പോന്ന ഒരു പെണ്ണ്, ചെരട്ടേലും പ്ലാലേലല്ലാത്ത ഒരു ചെക്കൻ. ഒക്കെ പടച്ചോന്റെ കളി.'

വളരെ പ്രയാസപ്പെട്ട് അപ്പുണ്ണി പറഞ്ഞു:

'സെയ്താലിക്കുട്ടി വിഷമിക്കരുത്.'

പാത്തുമ്മ വിളറിയ നിറത്തിലുള്ള ഒരു ഗ്ലാസ്സ് ചായ കൊണ്ടുവന്നു വെച്ചു. അയാൾ അതു പതുക്കെപ്പതുക്കെ മോന്തി. ഇടയ്ക്കയാൾ പറഞ്ഞു:

'ഞാൻ നാളെ നാട്ടിൽ പോവുന്നു.'

സെയ്താലിക്കുട്ടിയുടെ മുഖത്ത് അത്ഭുതം വിടർന്നു.

'നന്നായി, പോയി വരീ.'

കുറച്ചുനേരംകൂടി വെറുതെ ഇരുന്നശേഷം അയാൾ എഴുന്നേറ്റ്, അകത്തെ വാതില്ക്കലേയ്ക്കു ചെന്നു.

പാത്തുമ്മ ചുമർ ചാരി നില്ക്കുകയാണ്. പിന്നിൽ ഒരു നിഴൽ പോലെ നബീസയും.

'സെയ്താലിക്കുട്ടിക്കു വേണ്ടതൊക്കെ ചെയ്യണം.... വാടക നാളെത്തന്നെ തീർക്കാം. മുഹമ്മദുകുട്ടിയെ രാവിലെ നേർത്തെ ഒന്നങ്ങോട്ടയയ്ക്കൂ....'

മങ്ങിയ വെളിച്ചത്തിൽ പാത്തുമ്മയുടെ കണ്ണിൽ നീർക്കണങ്ങൾ തിളങ്ങു

ന്നത് അയാൾ കണ്ടു. അപ്പുണ്ണി കുറേക്കൂടി ആത്മവിശ്വാസത്തോടെ പറഞ്ഞു: ‘ഒന്നും വിഷമിക്കണ്ടാ. നിങ്ങൾക്കൊരു ബുദ്ധിമുട്ടും വരില്ല.’

പാത്തുമ്മയുടെ പിന്നിൽനിന്ന് ഒരു തേങ്ങൽ കേട്ടു, അയാൾ പതുക്കെ തിരിച്ചു പോന്നു. സെയ്താലിക്കുട്ടിയുടെ പായ്ക്കരികെനിന്ന് ഒരിക്കൽക്കൂടി യാത്രപറഞ്ഞു. ‘നാട്ടിൽനിന്നു വന്ന ഉടനെ കണ്ടു കൊള്ളാം’

‘കുട്ട്യേ,’ അയാൾ പോകാൻ തുടങ്ങുമ്പോൾ സെയ്താലിക്കുട്ടി വിളിച്ചു. അപ്പുണ്ണി നിന്നു.

‘ഇശ്ശി കാലായി പറേണം പറേണംന്നു തോന്നീട്ട്.’

‘എന്താണ്?’

‘തള്ളേ ങ്ങള് മറക്കരുത്. അയിനു ങ്ങളല്ലാണ്ട് ആരാ?’

അപ്പുണ്ണിയുടെ നെറ്റിയിൽ വിയർപ്പു പൊടിഞ്ഞു.

‘കാണാം, സെയ്താലിക്കുട്ടീ.’

അയാൾ ധൃതിയിൽ പുറത്തിറങ്ങി. ഇരുവശത്തും മുനിഞ്ഞു കത്തുന്ന വിളക്കുകൾ. അങ്ങാടിയിൽ സന്ധ്യയുടെ തിരക്കു തുടങ്ങുകയാണ്. അങ്ങാടിക്കു അഞ്ചു വർഷംകൊണ്ടു വലിയ മാറ്റമൊന്നും വന്നിട്ടില്ല. അതാ, അവിടെയാണ് ആദ്യം വന്നു ബസ്സിറങ്ങിയത്. പഴയ ഷർട്ടും മുണ്ടും വെച്ച ഒരു ചാക്കുസഞ്ചിയും കൈയിൽ തൂക്കി അമ്പരപ്പോടെ ഇറങ്ങി....

—പിറ്റേന്നു വെയിൽ മങ്ങുന്ന നേരത്ത് അയാൾ പള്ളിപ്പുറം സ്റ്റേഷനിൽ വണ്ടിയിറങ്ങി.

കൂലിക്കാരന്റെ തലയിൽ വലിയ തോല്പെട്ടിയും ഹോൾഡാളും വെച്ചു കൊടുത്തു നേരെ നടന്നു. പരിചയമുള്ള മുഖങ്ങൾ സ്റ്റേഷൻ പരിസരത്തിലെങ്ങാനും ഉണ്ടോ എന്നു നോക്കണമെന്നുണ്ടായിരുന്നു. എന്താണതിന്റെ ആവശ്യം? ടിക്കറ്റ് പോർട്ടറുടെ കൈയിൽ കൊടുത്ത്, റെയിൽപ്പാളത്തിലൂടെ നടന്നു. മുക്കാൽ നാഴിക നടന്നാൽ കരുണൂർപ്പാലമായി.

പാലത്തിന്റെ ചുവട്ടിൽ എത്തിയപ്പോൾ ഒന്നു നോക്കി. കറുത്ത കൂറ്റൻ തൂണുകൾ പകുതിയലധികം വെള്ളത്തിന്നടിയിലാണ്. പുഴ കലങ്ങിമറിഞ്ഞൊഴുകുന്നു. പുഴവക്കിലൂടെ നടന്നു കുലവെട്ടിക്കഴിഞ്ഞ നേന്ത്രവാഴത്തോപ്പുകൾ കടന്നു കൂട്ടക്കടവിന്നരികെ എത്തി. ഒഴിഞ്ഞ കൊട്ടകളുമായി അവിടെ മൂന്നുനാലുപേർ ഇരിക്കുന്നുണ്ട്. അവർ ജിജ്ഞാസയോടെ അയാളെ നോക്കി. അതു കണ്ടില്ലെന്നു നടിച്ച് അയാൾ പുഴയിലേയ്ക്കിറങ്ങി.

തോണി മറുകരയിലാണ്. വെള്ളത്തിന്നടുത്തുവരെ നടന്നു. ഇനി കുറെ സമയം കാത്തുനില്ക്കണം. മണൽത്തട്ടിൽ നുരയും പതയും പിടിച്ചു നില്ക്കുന്നു. ചുവന്ന പാവാടത്തുമ്പുകൾ ഇഴയുന്നപോലെ, കലങ്ങിയ പുഴവെള്ളം മണൽത്തിട്ടിനെ തൊട്ടുരുമ്മിക്കൊണ്ട് ഒഴുകുന്നു.

തോണി അടുത്തെത്തി. പുല്ലുകറ്റയും കുണ്ടൻകുടയുമുള്ള ചെറുമികളാണ് നിറയെ. മുണ്ടുകച്ചവടക്കാരൻ റാവുത്തരും അയാളുടെ തുണിക്കെട്ടുമുണ്ട്.

അയാൾ ചെരിപ്പഴിച്ചു മുണ്ടു തെറുത്തുകയറ്റി തോണിയിൽ ചെന്നു കയറി. തോണിക്കാരൻ ഒന്നു കൂക്കി. ദൂരേനിന്നു മണൽത്തിട്ടിലൂടെ രണ്ടുപേർ ഓടിവരുന്നുണ്ട്. അവർ ഓട്ടത്തിനു വേഗം കൂട്ടി.

കൂലിക്കാരൻ തോല്പെട്ടിയും ഹോൾഡാളും ഇറക്കി തോണിയുടെ ഒരരുകിൽ വെള്ളത്തിലേയ്ക്ക് തുടർച്ചയായി തുപ്പിക്കൊണ്ടു നിന്നു.

പണ്ടത്തെ തോണിക്കാരനല്ല. നീണ്ടുമെലിഞ്ഞു മുഖത്തു പൊള്ളലേറ്റ പാടുകളുള്ള ഒരു ചെറുപ്പക്കാരനായിരുന്നു അന്ന്. ഇപ്പോൾ ഒരു താടിക്കാരൻ വൃദ്ധനാണ്.

തോണിക്കാരന്റെ ശ്രദ്ധ മുഴുവൻ പെട്ടിയിലും ഹോൾഡാളിലും പുഴവെള്ളത്തിലേയ്ക്ക് നോക്കിക്കൊണ്ട് സിഗരറ്റ് പുകച്ചു പടിമേലിരിക്കുന്ന അപ്പുണ്ണിയിലുമാണ്. മറ്റു രണ്ടുയാത്രക്കാർകൂടി വന്നു കൂടിയപ്പോൾ തോണിക്കാരൻ ഇറങ്ങി തോണിക്കൊമ്പ് ഉന്തി, മണലിൽ നിന്നു നീക്കി. അടിതൊടാതായപ്പോൾ കൊമ്പത്തേയ്ക്കു ചാടിക്കയറി അയാൾ കഴുക്കോലെടുത്തു.

എതിർവശത്തിരിക്കുന്ന രണ്ടുപേരുടെയും ശ്രദ്ധമുഴുവൻ തന്നിലാണെന്ന് അപ്പുണ്ണിക്കു മനസ്സിലായി. അയാൾ നദീജലത്തിൽ നിന്നു കണ്ണുകളെടുത്തില്ല. ഒരാൾ അപ്പുണ്ണിയുടെ കൂലിക്കാരനോടു ചോദിച്ചു:

'എവിടെയ്ക്കാ?'

'അക്കരയ്ക്ക്'

കുറെക്കൂടി സ്വരം താഴ്ത്തി അയാൾ വീണ്ടും ചോദിക്കുന്നു:

'ഏതാ മൂപ്പര്?'

'അറിയൂലാ, വണ്ടിക്കു വന്നതാ'

മറ്റേ യാത്രക്കാരൻ അതേ താണ സ്വരത്തിൽ മന്ത്രിച്ചു: 'കളത്തില്ക്കാവും.'

മറുകരയിലെത്തിയപ്പോൾ അയാൾ ആദ്യം ഇറങ്ങി. മറ്റു രണ്ടുപേരും ഒതുങ്ങിനിന്നു.

തോണിക്കാരൻ മാപ്പിളയ്ക്ക് എട്ടണ നാണ്യം കൊടുത്തു.

'ചില്ലറ ല്ല്യലോ'

'അതു വെച്ചോ.'

ആ വയസ്സന്റെ നരച്ച കണ്ണുകൾ തിളങ്ങി.

മറ്റു രണ്ടുപേരും അത്ഭുതവും ബഹുമാനവും നിറഞ്ഞ നോട്ടം കൈമാറി. അയാൾ നിരത്തിലേയ്ക്കു കയറി.

കടവിനും പരിസരത്തിനും മാറ്റമൊന്നുമില്ല. അല്പം മേല്പുറത്തായി ചെങ്കല്ലുകൊണ്ടു ചുമരുകൾ നിർമ്മിച്ച ഒരു നിസ്ക്കാരപ്പള്ളിയുണ്ട് പുതുതായി. ഇരുവശവും നോക്കാതെ അപ്പുണ്ണി തലയുയർത്തിപ്പിടിച്ചു കൊണ്ടു നടന്നു.

പാടം കൊയ്ത്തു കഴിഞ്ഞു കിടക്കുകയാണ്. വലിയ വരമ്പിലേയ്ക്ക് കയറിയപ്പോൾ അയാൾ പുതിയൊരു സിഗരറ്റിനു തീ കൊളുത്തി. എതിരേ വന്ന ഒരു വയസ്സൻ പാണൻ 'തിരുവായുസ്സു' നേർന്നു കണ്ടത്തിലേയ്ക്കിറങ്ങി മാറി നിന്നു.

അടഞ്ഞു കിടക്കുന്ന പടിപ്പുരവാതിൽ ദൂരത്തുനിന്നു കാണാമായിരുന്നു. നടത്തത്തിന് അല്പം വേഗം കൂട്ടി. പടിപ്പുരവാതിൽ ഒച്ചയോടെ തള്ളിത്തുറന്ന് ഒതുക്കുകൾ കയറി മുറ്റത്തെത്തിയപ്പോൾ ആരേയും പുറത്തു കണ്ടില്ല. സംശയിച്ചു തെല്ലിട നിന്നു. വടക്കേ മുറ്റത്ത് ആരുമില്ല. കോലായിലേയ്ക്ക് കയറി ചോദിച്ചു:

'ഇവിടെ ആരുമില്ല്യേ?'

ഉത്തരമില്ല. ഉമ്മറത്തേയ്ക്ക് കയറിയപ്പോഴാണ് കണ്ടത്, വാതിൽ അടച്ചു പൂട്ടിയിരിക്കുന്നു.

വീണ്ടും മുറ്റത്തിറങ്ങി. അപ്പോഴാണ് കാണുന്നത്, പത്തായപ്പുരയ്ക്കും നാലുകെട്ടിനും ഇടയ്ക്കുള്ള മുറ്റത്തിന്റെ നടുവിലൂടെ ഒരു മുള്ളുവേലിയുണ്ട്.

കൂലിക്കാരൻ പെട്ടിയും ഹോൾഡാളും ചുമന്ന് അക്ഷമ പ്രകടിപ്പിച്ചു നില്ക്കുകയാണ്.

അയാൾ പടിഞ്ഞാറേ മുറ്റത്തേക്കു നടന്നു. അപ്പോൾ രണ്ടാമത്തെ മുള്ളുവേലി കണ്ടു. പത്തായപ്പുരയ്ക്കും കൈയാലയ്ക്കുമിടയിലാണത്. കൈയാലയുടെ മുറ്റത്തിരുന്ന് ഒരു സ്ത്രീ ജോലിചെയ്യുന്നു. എതിർവശത്തേക്കു തിരിഞ്ഞാണിരിക്കുന്നത്. വെള്ള റൗക്കയിട്ട് കറുത്തു ചടച്ച ഒരു സ്ത്രീ.

അപ്പുണ്ണി ചുമച്ചു. ആ സ്ത്രീ തിരിഞ്ഞുനോക്കി. മീനാക്ഷിയേടത്തി!

അവർ മുറം താഴെയിട്ട് എഴുന്നേറ്റു. അമ്പരപ്പാണവരുടെ മുഖത്ത്. ആളെ തിരിച്ചറിയാൻ അവർ വിഷമിക്കയാണെന്നു തോന്നി.

'എന്നെ മനസ്സിലായില്ല്യേ, മീനാക്ഷിയേടത്തി?'

'അപ്പുണ്ണി.'

അവരുടെ വരണ്ടു കരിവാളിച്ച മുഖത്ത് അത്ഭുതം വിടർന്നു, വേലിക്കടുത്തേക്ക് അവൻ വന്നു.

'മീനാക്ഷിയേടത്തിക്ക് മനസ്സിലായല്ലോ.'

'ആള് വല്താായല്ലോ.'

അയാൾ നാലുകെട്ട് ചൂണ്ടിക്കാണിച്ചുകൊണ്ട് ചോദിച്ചു: 'ഇവിടെ ആരുംല്ല്യേ?'

'നാലുകെട്ട് അമ്മാമ്മയ്ക്കല്ലേ? എടയ്ക്കേ വരുള്ളു.'

'ഇവട്ട്യോ?'

'കുട്ടേട്ടനും മാളൂം ഭാഗം കഴിഞ്ഞ് ഒരു കൊല്ലംണ്ടായി. പിന്നെ ശിങ്കപ്പൂർന്നു വന്ന രാഘവൻനായർക്കു വിറ്റു. ആരും താമസംല്ല്യ.'

നാലുകെട്ട് വലിയമ്മാമയ്ക്ക്. പത്തായപ്പുര കുട്ടമ്മാമയ്ക്ക്. മീനാക്ഷിയേടത്തിക്കു കൈയാലയും.

'വല്ല്യമ്മ?'

'ഏടത്തീം കുട്ട്യോളും അവരടെ വീട്ടിലാ.'

കൈയാല ചൂണ്ടിക്കാണിച്ചുകൊണ്ട് മീനാക്ഷിയേടത്തി പറഞ്ഞു: 'ന്റെ വീട്പ്പോ ഇതാ'

അയാൾക്കു മനസ്സിലായതാണ്.

അയാൾ കഴ കടന്നു കൈയാലയുടെ മുന്നിലേയ്ക്ക് നടന്നു. കൂലിക്കാരന്റെ തലയിൽനിന്നു പെട്ടി ഇറക്കി കൈയാലയുടെ ഒതുക്കിൽവെച്ചു. കൂലി കൊടുത്ത് അവനെ അയച്ചു.

മീനാക്ഷിയേടത്തി ഒതുക്കുകൾ കയറി, അപ്പുണ്ണി പിറകേയും.

നെടുനീളത്തിൽ നിർമ്മിച്ച ഒരോലപ്പുരയാണ് കൈയാല. പണ്ടു മഴക്കാലത്തു കറ്റകൾ കൂട്ടാനും മെതിക്കാനും ഉപയോഗിച്ചിരുന്നതാണ്. അകത്തു

മൺചുമരുകൾ ഉണ്ടാക്കി മൂന്നായി തിരിച്ചിട്ടുണ്ട്.

'ആരാടീ അത്?'

നേർത്ത അശക്തമായ ഒരു ശബ്ദം.

'ആരാ?' അപ്പുണ്ണി ചോദിച്ചു.

'അമ്മമ്മ.'

അയാൾ മൺചുമരിന്റെ നടുവിലെ വിടവിലൂടെ അപ്പുറത്തേക്കു കടന്നു. അവിടെ ഒരരുകിൽ ചുവന്ന രോമപ്പുതപ്പിനടിയിൽ അവർ കിടക്കുന്നു.

'ആരാടീ, മീനാക്ഷ്യേ?'

അയാൾ പായയ്ക്കരുകിൽ മുട്ടുകുത്തി നിന്നുകൊണ്ട് പറഞ്ഞു;

'ഞാനാണ്, അമ്മമ്മേ, അപ്പുണ്ണി.'

അമ്മമ്മ പ്രയാസപ്പെട്ട് എഴുന്നേറ്റിരുന്നു. ഉണങ്ങിയ പുകയിലച്ചുരുളു പോലെ ശുഷ്കമായ കൈത്തണ്ടയിലും ചുളിഞ്ഞ മുഖത്തും അപ്പുണ്ണി നോക്കി. പറ്റെ മുടി വെട്ടിയിരിക്കുന്നു. അവന്റെ ശരീരത്തിൽ തൊട്ടുതടവി ക്കൊണ്ട് അവർ പറഞ്ഞു:

'ന്റെ കുട്ട്യേ, ഒന്നു വന്നുവല്ലോ നീയ്.'

അപ്പുണ്ണി ഒന്നും പറയാതിരുന്നു.

'അമ്മമ്മയ്ക്കു കണ്ണും കട്പ്പും തീരെല്ല്യാണ്ടായി. ഇനി ഒരീസെങ്കി ഒരീസം നേർത്തെ അങ്ങട്ടു കൊണ്ടോയ്യാമത്യായിര്ന്നു.'

ആ കണ്ണുകൾ അയാൾ ശ്രദ്ധിച്ചത് അപ്പോളാണ്. മഞ്ഞനിറത്തിൽ, കഫ ക്കട്ടകൾപോലെ.

തലയും കഴുത്തുമെല്ലാം ഒരിക്കൽക്കൂടി തടവിനോക്കി അമ്മമ്മ പറഞ്ഞു:

'ന്റെ കുട്ട്യേ, യ്യ് ആളിശ്ശി പോന്നു.'

'നാലഞ്ചുകൊല്ലം കഴിഞ്ഞില്ലേ?'

അവിടെയിരുന്നാൽ അടുക്കള കാണാം. നാലഞ്ചു കരിപിടിച്ച മൺകല ങ്ങൾ, രണ്ട് ഓട്ടുകിണ്ണങ്ങൾ, മരക്കാലിൽ ഉറപ്പിച്ച ഒരു ചിമ്മിനിവിളക്ക്.

അപ്പുണ്ണി എഴുന്നേറ്റു പുറത്തെ മുറിയിലേക്കു വന്നു. അവിടെ മീനാക്ഷി യേടത്തി അഴിക്കൂടു പിടിച്ചുകൊണ്ടു പുറത്തേക്കു നോക്കി നില്ക്കുകയാണ്.

'ഒക്കെ യോഗാണ്. അന്തിത്തൊണയ്ക്ക് ഒരാള്ണ്ടായിരുന്നതും പോയി...' കുറച്ചുനേരം കഴിഞ്ഞു. സ്വയം സമാധാനിക്കുന്ന സ്വരത്തിൽ അവർ പറഞ്ഞു: 'പോയോര്ക്ക് കഷ്ടപ്പെടാണ്ടെ കഴിഞ്ഞു'.

'കുട്ടമ്മാമയും മാളുവും എവിടെയാണ്?'

'വടക്കുമ്മുറ്യാ....'

അപ്പുണ്ണിയുടെ കണ്ണുകൾ പൊട്ടിയ ചുമരുകളിലും പൊടിഞ്ഞു പൊന്തിയ നിലത്തും അഴയിലെ കീറത്തുണികളിലും സഞ്ചരിക്കുകയായിരുന്നു.

അയാൾ അഴിക്കൂട്ടിലൂടെ പുറത്തേക്കു നോക്കി.

വടക്കേപ്പാട്ടെ നാലുകെട്ട് അടഞ്ഞുകിടക്കുന്നു.

മീനാക്ഷിയേടത്തി ചോദിച്ചു:

'അപ്പുണ്ണി കല്പനേലു വന്നതാ?'

'അതേ.'

'ഇവിടെ ഒന്നിരിക്കാൻ കൂടീല്ല്യാ.... ഏട്ത്തിടോടയ്ക്കൊറ്റെ പോണ്വോ?'

'ഞാനിവിടെ താമസിച്ചോളാം. എന്നെക്കൊണ്ടു ബുദ്ധിമുട്ടു വരില്ല്യ.'

മീനാക്ഷിയേടത്തി യാതൊരു ഭാവഭേദവും കൂടാതെ പറഞ്ഞു:

'നിക്കൊരു ബുദ്ധിമുട്ടുംണ്ടായിട്ടല്ല.'

ഷർട്ടഴിച്ചു ചുമരിൽ ഓലത്തടുക്കു തൂക്കിയിട്ട ആണിയിൽ കൊളുത്തി. പെട്ടി ഒരരുകിലേക്കു നീക്കിവെച്ചു. ഹോൾഡാളിന്റെ കെട്ടഴിച്ച് ഒരറ്റം നിവർത്തിയിരുന്ന് അയാൾ പെട്ടി തുറന്ന് ഒരു പത്തുറുപ്പികയുടെ നോട്ട് മീനാക്ഷിയേടത്തിയുടെ കയ്യിൽവെച്ചു കൊടുത്തു പറഞ്ഞു: 'അത്യാവശ്യം വേണ്ടതൊക്കെ വാങ്ങിച്ചോളൂ.'

രാത്രി നിലാവുണ്ടായിരുന്നു. കന്നിമാസത്തിലെ നിലാവാണ്. കൈയാലയുടെ മുറ്റത്ത് അപ്പുണ്ണി ഊണു കഴിഞ്ഞു നടന്നു.

കൈയാലയുടെ പിറകിലായിട്ടാണ് സർപ്പക്കാവ്. അതിന്റെ നടുവിലെ പടുകൂറ്റനുങ്ങുമരം, വാൾത്തലപ്പുപോലെ, തിളങ്ങുന്ന നിലാവിൽ, ഒരു ഭീകരരൂപം നിർമ്മിച്ചു.

നിലാവിൽ സർപ്പങ്ങൾ പടം വിടർത്തി നില്ക്കുമെന്നു ചെറുപ്പത്തിൽ കേട്ട കഥ ഓർമ്മവന്നു. അനക്കമില്ലാത്ത ശാന്തതയുടെ ഒരു സമുദ്രമാണ് ചുറ്റും. അറിയാതെ, അവ്യക്തമായ ഒരു ഗാനംപോലെ, ഒരു വിഷാദധാര അയാളുടെ ഹൃദയത്തിലേയ്ക്ക് ഒഴുകിവന്നു.

യാത്ര പുറപ്പെടുമ്പോൾ തോന്നിയ ആവേശമെല്ലാം കെട്ടാറുകയാണെന്നു തോന്നിപ്പോയി.

അഞ്ചു വർഷങ്ങൾക്കുശേഷം അപ്പുണ്ണി നാട്ടിൽ തിരിച്ചെത്തിയ വിവരം പിറ്റേന്നുതന്നെ ഗ്രാമത്തിൽ പരന്നു.

പഴയ അപ്പുണ്ണിയല്ല വന്നിരിക്കുന്നത്. ചായത്തോട്ടത്തിൽ ഉദ്യോഗസ്ഥനാണ് കൈയിൽ പണമുണ്ട്. നിത്യവും പത്തിന്റെ നോട്ടുകളാണ് മീനാക്ഷിയമ്മ ചെറുമച്ചെക്കന്റെ കൈയിൽ പീടികയിലേയ്ക്ക് കൊടുത്തയക്കുന്നതെന്നാണ് സംസാരം. മീനാക്ഷിയമ്മയുടെ നല്ലകാലത്തെപ്പറ്റി പറയാൻ ആളുകളുണ്ടായി.

മൂന്നാം ദിവസം രാവിലെയാണ്. ആരോ കാണാൻ വന്നിരിക്കുന്നു. ഒരു പ്രായമായ സ്ത്രീ.

'ആരാ?'

അപ്പുണ്ണി അന്വേഷിച്ചു. മീനാക്ഷിയേടത്തി പറഞ്ഞു: 'വകേല്ള്ളതാ.'

'ഓഹോ.'

അപ്പുണ്ണിയുടെ സമീപത്തു വന്ന് അവർ നിന്നു. ചിരിച്ചു സംസാരിക്കാൻ ഭാവിച്ചപ്പോൾ ശാന്തനായി ചോദിച്ചു:

'എന്താ?'

'ആരാ ഇദ്? ആളുതന്നെ മാറീലോ.'

അപ്പുണ്ണി അതിനൊന്നും പറഞ്ഞില്ല.

'നിങ്ങക്കൊന്നും ഓർമ്മണ്ടാവില്ല്യ. നിങ്ങളൊക്കെ—'

'ഞാനൊന്നും മറന്നിട്ടില്ല്യ.'

'വന്ന്ട്ട്ണ്ടെന്നു കേട്ടിട്ടു പോരവ ഞാൻ.'

'എന്തിന്?'

വളരെ അകന്ന നിലയിൽ നിന്നുതന്നെ അപ്പുണ്ണി ചോദിച്ചു:

'വയ്യാത്ത കാലായി. നിങ്ങളൊക്കെത്തന്നേ ഇനി ആശ്രയംള്ളൂ. മുറുക്കാൻ വാങ്ങാൻകൂടി ഗതീല്ല്യാണ്ടിരിക്കാ. എന്തെങ്കിലൊക്കെ തരണം.'

സ്നേഹം കലർത്തിയ ഒരധികാരത്തോടെ അവർ ചിരിച്ചുകൊണ്ടു ചോദിച്ചു.

'നിങ്ങളെന്നെ കുട്ടിക്കാലത്തു കണ്ടിട്ടുണ്ടോ?'

'എന്താ ഇങ്ങന്യൊക്കെ ചോദിക്കണേ?'

'നിങ്ങളെന്നെ കണ്ടിട്ടുണ്ടോന്ന്— എന്നോടു സംസാരിച്ചിട്ടുണ്ടോന്ന്. നിങ്ങളും ഞാനും തമ്മിൽ എന്തു ബന്ധാണുള്ളത്?'

അവരുടെ ചിരി നിന്നു.

'നമ്മളൊക്കെ ഒറ്റ മൊരടാ. ചോരബന്ധം പോവ്വോ?'

'ഈ ബന്ധം ഇന്നലെ തോന്നീതല്ലേ? പോയ്ക്കോളൂ. എന്റെ കൈയിൽ നിന്ന് ഒന്നും കിട്ടില്ല്യ'

അവർ പിന്നെ സംസാരിക്കാൻ നിന്നില്ല. മീനാക്ഷിയേടത്തിയോടും അമ്മയോടും യാത്ര പറയുകകൂടി ചെയ്യാതെ ഇറങ്ങിപ്പോയപ്പോൾ അപ്പുണ്ണി പറഞ്ഞു:

'ചോരബന്ധത്തിന്റെ അവകാശം!'

* * * *

അന്നുതന്നെയാണ് കൃഷ്ണൻകുട്ടിയും വന്നത്. ചുവന്ന വള്ളി ട്രൗസറിട്ടു നടന്നിരുന്ന കൃഷ്ണൻകുട്ടി വലുതായിരിക്കുന്നു.

'എന്താ കൃഷ്ണൻകുട്ടി?'

'ഒന്നൂംല്ല്യ.'

'സുഖംതന്നെയല്ലെ?'

'അതേ.'

അവിടെ സംഭാഷണം അവസാനിച്ചു. കൃഷ്ണൻകുട്ടി കുറച്ചു സമയം വെറുതെ വിരലുകൾ ഞൊടിച്ചു കൊണ്ടുനിന്നു. അകത്തു പോയി അമ്മമ്മയെ കണ്ടു രണ്ടുമിനിറ്റിനകം അവൻ വീണ്ടും വന്നു. അടുത്തുവന്ന് ലജ്ജയോടെ പറഞ്ഞു:

'അപ്പുണ്ണ്യേട്ടനോട് അമ്മ വരാൻ പറഞ്ഞിരിക്ക്ണൂ.'

'എന്താ വിശേഷം?'

'ഒന്നൂംല്ല്യ. ഇവിടെ ബുദ്ധിമുട്ടാച്ചാൽ അവിടെ താമസിക്കാംന്നു പറഞ്ഞു.'

'എനിക്കിവിടെ പരമസുഖമാണ്.'

കൃഷ്ണൻകുട്ടി പരുങ്ങി: 'അമ്മയ്ക്ക് ഒന്നു കാൺണംന്നു പറഞ്ഞു.'

അപ്പുണ്ണി സിഗരറ്റുകുറ്റി നിലത്തിട്ടു ചവിട്ടി തേയ്ക്കുന്നതിനിടയിൽ പറഞ്ഞു: 'അമ്മയോടു പറയൂ, കാണാൻ വലിയ തിടുക്കമുണ്ടെങ്കിൽ ഇങ്ങോട്ടു വന്നോളാൻ.'

വാടിയ മുഖത്തു, വല്ലാത്തൊരു ചിരിയുമായി അവൻ നിന്നു വിയർത്തു.

'ഞാൻ കുറെ കണ്ടതല്ലേ?'

രണ്ടു ദിവസത്തേയ്ക്കു പിന്നെ സന്ദർശകന്മാരുണ്ടായില്ല. പുഴവക്കത്തെ അബൂബക്കർ ഒരു നരിമീനും കൊണ്ടുവന്നു കാണാൻ. അതിനു വില കൊടുക്കാൻ മീനാക്ഷിയേടത്തിയോടു പറഞ്ഞു.

പകൽ മുഴുവൻ കൈയാലയ്ക്കകത്തിരുന്ന് എന്തെങ്കിലും വായിക്കും. വൈകുന്നേരം മുറ്റത്തിറങ്ങി കുറേ നേരം നടക്കും.

മീനാക്ഷിയേടത്തി പഴയപോലെതന്നെ. ചോദിച്ചാൽമാത്രം എന്തെങ്കിലും പറയും, പകൽ സമയംനീക്കാനായിരുന്നു പ്രയാസം.

രാത്രി ഊണുകഴിഞ്ഞാൽ വളരെ സമയം പിന്നെയും മുറ്റത്തു നടക്കും. മുറ്റത്തിന്റെ അതിർത്തിയിൽ മുറിച്ചുകളഞ്ഞ ഒരു പ്ലാവിന്റെ കുറ്റി നില്പുണ്ട്. അതിലിരുന്നുകൊണ്ടു നിലാവകറ്റിയ ഇരുട്ടിനു മുഴുവൻ അഭയം നല്കിയ താഴത്തെ സർപ്പക്കാവിലേയ്ക്കു നോക്കിയിരിക്കും.

അവിടെ പാമ്പുകൾ പടം വിടർത്തിയാടുന്നുണ്ടാവുമോ?

അപ്പോഴെല്ലാം ദീപപ്രഭയിൽ ആടിയുലയുന്ന ഒരർദ്ധനഗ്നയായ പെൺകിടാവിന്റെ ചിത്രം മനസ്സിലുയരും.... അവരെപ്പറ്റി അറിയണമെന്നുണ്ടായിരുന്നു. ചോദിച്ചാലറിയാം. പക്ഷേ ചോദിച്ചില്ല.

ഒരു ദിവസം പിന്നിലെ ഇടവഴി കയറി കുന്നിന്റെ മുകളിൽ പോയി. മീനാക്ഷിയേടത്തിയോടു ചോദിച്ചു മനസ്സിലാക്കിയിരുന്നു. അവിടെ വരുച്ചാൽ മുതല്ക്കു ചാത്തപ്പന്റെ ചാളവരെയുള്ള വിശാലമായ ചെരുവു ഭാഗത്തിൽ അയാൾക്കു നീക്കിവെച്ചിട്ടുള്ളതാണ്.

ചരല്ക്കല്ലുകളും ഇടയ്ക്ക് ഒറ്റപ്പെട്ട ചില പുല്ലാനിപ്പൊന്തകളും. ശൂന്യതയുടെ സാമ്രാജ്യംപോലെ ആ സ്ഥലം കിടക്കുന്നു. ആ മണ്ണു തന്റെ സ്വന്തമാണത്രേ!

ഭാഗത്തിന്റെ കാര്യം അപ്പപ്പോഴായി മീനാക്ഷിയേടത്തി പറഞ്ഞതിൽ നിന്നാണ് ഏകദേശം മനസ്സിലായത്. വടക്കേപ്പാടം മുഴുവൻ വലിയമ്മാമയുടെ സ്വകാര്യസ്വത്തായി നിശ്ചയിക്കപ്പെട്ടു. വലിയമ്മയ്ക്കും മക്കൾക്കും നലോഹരി മുതലുണ്ടായിരുന്നു. തോണിക്കടവുനിലവും പുഞ്ചപ്പാടത്തിന്റെ ഒരു നല്ല ഭാഗവും അവർക്കായിരുന്നു. അവർ നിലമെല്ലാം പാട്ടത്തിനു കൊടുത്തിരിക്കയാണ്. പത്തായപ്പുര കുട്ടമ്മാമയെടുത്തു.

വാദിക്കാൻ ആരുമില്ലാത്തവർക്ക് ആർക്കും വേണ്ടാത്ത ഭാഗം നീക്കിവെച്ചു.

ചരലും പാറയും പുല്ലാനിപ്പൊന്തയും മാത്രമുള്ള കുന്നിൻചെരുവ് അപ്പുണ്ണിക്ക്. അവിടെ ചോരനിറമുള്ള മണ്ണു നൂറ്റാണ്ടുകളായി ഉറങ്ങിക്കിടക്കുന്നു. അതിന്റെ മധ്യത്തിൽ നില്ക്കുമ്പോൾ ആ മണ്ണിൽ വിളകൾ കിളരുന്നത് അയാളുടെ ഭാവനയിൽ തെളിഞ്ഞു വന്നു.

ദൂരേ നദീതടത്തിനകലെ കാണുന്ന ചക്രവാളപ്പരപ്പിലേയ്ക്കു കണ്ണോടിച്ചുകൊണ്ട് അയാൾ നിന്നു.

കുന്നിന്റെ താഴത്തുനിന്നു തൊപ്പിക്കുട ചൂടിയ ഒരാൾ കയറി വന്നു. അടുത്തെത്തിയപ്പോഴാണ് മനസ്സിലായത്, കുട്ടമ്മാമയാണ്. മുഖത്തു പഴയ മുരുടിച്ച ഭാവമില്ല. ആകെ ചിരി പരത്തിക്കൊണ്ടാണ് അടുത്തെത്തിയത്. അടു

ത്തെത്തി തൊപ്പിക്കുട തലയിൽ നിന്നു മാറ്റി ചോദിച്ചു:

'അപ്പുണ്ണി എന്നേ വന്ന്?'

'നാലു ദിവസമായി.'

'മീനാക്ഷി പറയേ്, നീയ് കുന്ന്മ്പൊറത്തിയ്ക്ക് വന്നിട്ട്ണ്ട്ന്ന്. അവടെയാവുമ്പോ ഒന്നും സംസാരിക്കാനും വയ്യാ.'

അപ്പോൾ, ചിലതു സംസാരിക്കാനാണല്ലോ തയ്യാറെടുത്തു വന്നിരിക്കുന്നത്.... അപ്പുണ്ണി വിചാരിച്ചു.

'എന്താ?'

'ഒന്നു കാണാംന്നു വിചാരിച്ചു.'

കണ്ടു കഴിഞ്ഞില്ലേ, ഇനി പോകാം എന്നാണ് ആദ്യം പറയാൻ തോന്നിയത്. അപ്പുണ്ണി സ്വയം നിയന്ത്രിച്ചു.

'ഭാഗിച്ചുകഴിഞ്ഞപ്പോ സ്തിത്യൊക്കെ മോശാ.'

'ആരുടെയും സ്ഥിതി നന്നായിട്ടില്ല്യാ.'

'ഞാനും മാളൂം വടക്കുമ്മുറി ആ കുട്ടാപ്പൂന്റെ പറമ്പിലെ പെരേലാ താമസം.'

'അറിഞ്ഞു.'

'നിയ്ക്കു പണ്ടത്തന്തി അധ്വാനിക്കാൻ വയ്യ. ആ പെണ്ണിന്റെ സ്തിത്യാലോചിക്കുമ്പൊഴാ എനിക്കു വ്യസനം.'

അതിന് അപ്പുണ്ണി ഒന്നു മൂളി.

'അവളക്കാച്ചാൽ നിന്നെ പ്രാണനാ.....'

കുട്ടമ്മാമ പിന്നെയും എന്തോ പറയാനുള്ളപോലെ പരുങ്ങി.

'ഞാനെന്തു വേണം?'

'ഓൾക്കു നീയെന്നേ ഒരാശ്രയംള്ളൂ.'

അപ്പുണ്ണിയുടെ മനസ്സിൽ പഴയ ഓർമ്മകളുടെ ചുഴലിക്കാറ്റ് അടിച്ചു കയറുകയായിരുന്നു. തണുത്ത സ്വരത്തിൽ അയാൾ പറഞ്ഞു:

'ഞാൻ തുക്കിടിസായ്വൊന്നും ആയിട്ടില്ല്യല്ലോ.'

കുട്ടമ്മാമയുടെ മുഖം വിളറി.

'എന്താ അങ്ങനെ പറേണ്; അപ്പുണ്ണി?'

'എന്നെക്കൊണ്ടിനിയും പറയിക്കരുത്....'

അയാൾ തൊപ്പിക്കുട തലയിൽ വെച്ചു പതുക്കെ കുന്നിറങ്ങിപ്പോകുമ്പോൾ അപ്പുണ്ണിക്കു ക്രൂരമായ ഒരാനന്ദം തോന്നി.

ദൂരെ കാണുന്ന നദീതടത്തിലേയ്ക്കു നോക്കിക്കൊണ്ടു വീണ്ടും കുറെ സമയം ഇരുന്നു.

മാളുവിനെപ്പറ്റി ഓർത്തപ്പോൾ വ്യസനം തോന്നി. അവൾ പാവമാണ്. പക്ഷേ.

ആലോചിച്ചിരിക്കുമ്പോൾ അയാൾക്കാകെ ഒരു വെറുപ്പാണ് തോന്നിയത്. പകപോക്കുന്നതിൽ ആനന്ദം കണ്ടെത്തുന്ന തന്നെപ്പറ്റി കൂടി വെറുപ്പ്.

മാളു ഇപ്പോൾ മുതിർന്നുകാണും. കൊല്ലങ്ങൾക്കു മുമ്പു തറവാട്ടിൽ ആദ്യം ചെന്ന ദിവസം കിഴക്കെ ഇറയത്തിരിക്കുമ്പോൾ അടുത്തുവന്നു സംസാരിച്ച

ആ കറുത്തുമെലിഞ്ഞ കൂർത്ത മുഖമുള്ള പെണ്ണിന്റെ ചിത്രമാണ് മനസ്സിലുള്ളത്. അവളോടു സഹതാപമുണ്ട്. അതിൽ കൂടുതലായി അവൾക്കൊന്നും നല്കാൻ സാധിക്കുകയില്ല.

വെൺമേഘക്കീറുകൾക്കിടയിൽ ചന്ദ്രക്കല തെളിയാൻ തുടങ്ങിയപ്പോഴാണ് അയാൾ വീട്ടിലേയ്ക്കു മടങ്ങിയത്.

രാത്രിയിൽ ഉറങ്ങാൻ കിടന്നപ്പോൾ അയാളുടെ മനസ്സിൽ ചില മുഖങ്ങൾ തെളിഞ്ഞുവന്നു. പാതിയടഞ്ഞു മഷിയെഴുതിയ കണ്ണുകളും കറുത്ത സർപ്പങ്ങൾ ഇഴയുന്നപോലെ മിനുങ്ങുന്ന സമൃദ്ധമായ മുടിക്കെട്ടുമുള്ള ഒരു പെൺകിടാവ്. അത്ഭുതവും വേദനയും തെളിയുന്ന കണ്ണുകളോടെ കറുത്തുമെലിഞ്ഞ ഒരു മുഖം. അന്തി കറുക്കുന്ന നേരത്തു പടിഞ്ഞാറൻ മാനത്തു മേഘത്തിനു പിറകിൽ പാതി മറഞ്ഞു കാണാറുള്ള ചന്ദ്രക്കലയെ അനുസ്മരിപ്പിക്കുന്ന മറ്റൊരു മുഖം. മായുകയും തെളിയുകയും ചെയ്യുന്ന ആ മുഖങ്ങൾ കണ്ടുകൊണ്ടാണ് അയാൾ കണ്ണടച്ചത്.

* * * *

വീട്ടിലെത്തിയതിന്റെ ഏഴാം ദിവസം രാവിലെയാണ് വലിയമ്മാമയെ കണ്ടത്. മുറ്റത്തു സിഗരറ്റും പുകച്ചു നടക്കുമ്പോൾ നാലുകെട്ടിന്റെ മുൻഭാഗത്തുനിന്നു മെതിയടിയുടെ ശബ്ദം കേട്ടു. കൈയാലയുടെ മുൻഭാഗത്തു തന്നെ നടത്തം തുടർന്നു.

'അപ്പുണ്ണീ.'

ആദ്യമായി അയാളുടെ പേർ വലിയമ്മാമയുടെ നാക്കിൽ തടയുകയാവണം. കുത്തേറ്റതുപോലെ അപ്പുണ്ണി പുളഞ്ഞു.

'അപ്പുണ്ണീ. ഒന്നിങ്ങോട്ടു വരൂ.'

'എന്താ?'

'ഇബ്ടെ ഉമ്മറത്തേക്കു പോരൂ.' വളരെ ശാന്തമായ ക്ഷണം. ഇടിവെട്ടുന്ന സ്വരത്തിൽമാത്രം സംസാരിക്കാറുള്ള വലിയമ്മാമ തന്നെയാണോ ഇത്?

'ഇവിടെ നിന്നാൽ മതി.'

വേലിക്കപ്പുറത്തും ഇപ്പുറത്തുമായി അവർ നിന്നു. അപ്പുണ്ണി ആകെ പുകയുകയായിരുന്നു. അസ്വസ്ഥത മറയ്ക്കാൻ വിരലുകൾ തിരുമ്മിക്കൊണ്ടു നിന്നു.

വലിയമ്മാമയുടെ മുഖത്തു പഴയ പ്രതാപമില്ല. ശരീരവും മനസ്സും ക്ഷീണിച്ചിട്ടുണ്ടെന്ന് ഒറ്റനോട്ടത്തിൽ മനസ്സിലാവും. അപ്പുണ്ണിയുടെ കണ്ണുകളെ നേരിടാൻ വലിയമ്മാമ പ്രയാസപ്പെടുന്നുണ്ടെന്നു തോന്നി.

'വരണംന്നു മൂന്നാലു ദിവസമായി വിചാരിയ്ക്ക്ണു.'

'ഉം.'

വലിയമ്മാമയുടെ വാർദ്ധക്യം ബാധിച്ച മുഖത്തുനോക്കുമ്പോൾ അപ്പുണ്ണിയുടെ മനസ്സിൽ പഴയ ചിത്രമാണ് ഓർമ്മവന്നത്.

അന്ന് ആട്ടിയിറക്കി... പുഴുത്ത പട്ടിയെപ്പോലെ.

വളപ്പകത്തേയ്ക്ക് കടന്നാൽ കാലു തല്ലിയൊടിക്കുമെന്നു പറഞ്ഞ മനു

ഷ്യനാണ് തന്റെ മുമ്പിൽ ശാന്തനായി നില്ക്കുന്നത്.

'ഞാൻ വന്നത് ഒരു കാര്യത്തിനേ.'

'പറയാം.'

'ഭാഗത്തില് ഈ പെര എടുത്തതു ഞാനേ. തറവാടല്ലേ, ഭഗോതി ഇരിക്കണ സ്ഥലമല്ലേ, അന്യാധീനപ്പെടണ്ടലോന്നു വിചാരിച്ചു.'

'അതു നന്നായി.'

അത്മ്പല് അഞ്ഞൂറുറുപ്പിക കടംണ്ട്. അതു വിധ്യായിരിക്ക്ണു.'

അപ്പുണ്ണി മിണ്ടാതെ സശ്രദ്ധം കേട്ടിരുന്നു. കുറെ നിമിഷങ്ങൾ സംശയിച്ചു

നിന്നശേഷം വലിയമ്മാമ തുടർന്നു:

'പത്താന്തിക്കുള്ളിൽ കെട്ടീല്ലെങ്കി വസ്തു നടത്തിട്ക്കാനാ വിധി. എത്ര്യാ യാലും നമ്മടെ തറവാടല്ലേ?'

അപ്പുണ്ണി വീണ്ടും മൂളി.

'വാങ്ങാൻ മാപ്ലാര്ണ്ട്. എങ്ങന്യാ ഭഗോതിരിക്കണ സ്ഥലം മാപ്ലയ്ക്ക് കൊടുക്കാ?'

അസ്വാസ്ഥ്യം മൂർദ്ധന്യത്തിലെത്തിയിരുന്നു: അപ്പുണ്ണി ശബ്ദമുയർത്തി ചോദിച്ചു:

'അതിനു ഞാനെന്തു വേണം?'

'നെന്റെ കയ്യിലു പണംണ്ടെന്നു കേട്ടു. അഞ്ഞൂറുറുപ്പിക കടായിട്ടു തന്നാ മതി. രേഖെന്താച്ചാൽ എഴ്താം—'

വേലിത്തുമ്പിൽ തിരുപ്പിടിച്ചു നില്ക്കുന്ന ആ വൃദ്ധന്റെ രൂപം വീണ്ടും മറയുകയാണ്. കോലായിലേയ്ക്ക് കുതിച്ചുചാടി കൈയുയർത്തിക്കൊണ്ടു പാഞ്ഞടുക്കുന്ന വലിയൊരു മനുഷ്യന്റെ ചിത്രമാണ് മുന്നിൽ.

'ഈ നാലുകെട്ടു നെലനില്ക്കണമെന്ന് എനിക്കാഗ്രഹമില്ല.'

അപ്പുണ്ണി ക്ഷോഭമടക്കിക്കൊണ്ടു പറഞ്ഞു.

'എന്താ അപ്പുണ്ണി പറേണ്?'

'ഒരിക്കൽക്കൂടി പറയാം. ഈ നാലുകെട്ടു നിലനിന്നു കാണാൻ എനിക്കാഗ്രഹമില്ലെന്ന്. ഇവിടെനിന്ന് എന്നെ ആട്ടിയിറക്കിയതു നിങ്ങൾ മറന്നിട്ടുണ്ടാവും. എനിക്കതു മറക്കാൻ വയ്യാ.'

തണുത്തുറഞ്ഞ നിശ്ശബ്ദത അവർക്കിടയിൽ തങ്ങിനിന്നു. ഇടറുന്ന സ്വരത്തിൽ വലിയമ്മാമ പറഞ്ഞു:

'അങ്ങന്യൊക്കെ പറ്റി. ഇപ്പതിനു ഞാൻ ദുഃഖിയ്ക്ക്ണ്ണ്ട്. കഴിഞ്ഞതൊക്കെ മറക്ക്, അപ്പുണ്ണ്യേ.'

'അതത്ര എളുപ്പമല്ല.'

'ഒരു വഴീം കാണാണ്ട് ഇരിക്കുമ്പഴാ നീ വന്നൂന്നുകേട്ടത്. പുരാതനകാലത്തുണ്ടായ തറവാടാ.'

'എന്റെ കൈയിൽ പണമുണ്ട്. പക്ഷെ തത്ക്കാലം തരാൻ വിചാരിക്കുന്നില്ല.'

വേലിത്തറിയുടെ ഉരുണ്ട തുമ്പു തടവിക്കൊണ്ടു വലിയമ്മാമ മുഖം കുനിച്ചു നിന്നു. അപ്പുണ്ണി നിലത്തു മിഴികളൂന്നി നില്ക്കുകയായിരുന്നു....

പതുക്കെപ്പതുക്കെ വലിയമ്മാമ നടന്നപ്പോൾ അപ്പുണ്ണി വിളിച്ചു:

'നില്ക്കു.'

വലിയമ്മാമ തിരിഞ്ഞു നിന്നു.

'മാപ്പിളമാർക്കു വില്ക്കാനല്ലേ വിരോധം? ഞാൻ വാങ്ങാമെങ്കിലോ?'

വലിയമ്മാമ അമ്പരന്നു. തെല്ലിട പകച്ചു നിന്നശേഷം പറഞ്ഞു:

'ആലോചിക്കാം.'

'ആലോചിച്ചതുകൊണ്ടായില്ല്യ. ഇപ്പോൾ ഈ നിമിഷത്തിൽ തീരുമാനിക്കാം. ഞാൻ വാങ്ങാമോ എന്നു നോക്കട്ടെ. വീടിനും പറമ്പിനുംകൂടി എന്തു

വില കിട്ടണം?'

വലിയമ്മാമ പരുങ്ങി.

'പറഞ്ഞോളൂ. ഇതു കച്ചവടമാണ്. നിരക്കുമെന്നു തോന്നിയാൽ ഞാനെടുക്കും.'

വലിയമ്മാമ വീണ്ടും സംശയിച്ചു നില്ക്കുന്നതു കണ്ടപ്പോൾ അപ്പുണ്ണിക്കു വല്ലാത്ത അമർഷമാണ് തോന്നിയത്.

'എന്താ അപ്പുണ്ണിയുടെ കാശിനു വിലയില്ലെന്നുണ്ടോ?'

'അതോണ്ടല്ല.'

'എന്നാൽ പറയൂ. പൊളിഞ്ഞു വീഴാറായ നാലുകെട്ടിനാണ് വില പറയുന്നതെന്ന് ഓർക്കണം.'

'നാലായിരത്തിനു പോക്കരുഹാജി ചോദിച്ചു....'

അപ്പുണ്ണി ആലോചിച്ചു.

'കാറ്റും വെളിച്ചവും കടക്കാത്ത ഈ സാധനം മനുഷ്യർക്കു താമസിക്കാൻ പറ്റില്ല്യ. എങ്കിലും ഞാൻ നാലായിരം തരാം. സമ്മതമാണെങ്കിൽ ആധാരമെഴുതാൻ ഏർപ്പാടു ചെയ്തോളൂ.'

വലിയമ്മാമയുടെ ശിരസ്സു കുറേകൂടി കുനിഞ്ഞു.

'എന്താ തീർച്ചയാക്കിയത്?'

വളരെ പ്രയാസപ്പെട്ടു വലിയമ്മാമ പറഞ്ഞു:

'ആവാം.'

'ആധാരമെഴുതാൻ ഏർപ്പാടു ചെയ്തോളൂ.'

പതുക്കെപ്പതുക്കെ ആ മെതിയടിയുടെ ശബ്ദം അകലുന്നതു ശ്രദ്ധിച്ചുകൊണ്ട് അവിടെത്തന്നെ നിന്നു.

കൈയാലയ്ക്കകത്തുവന്നു കിടന്നപ്പോൾ മീനാക്ഷിയേടത്തി ചോദിച്ചു:

'പോയോ?'

'പോയി.'

'അമ്മാമയ്ക്ക് എല്ലാംകൊണ്ടും കഷ്ടകാലാണ്.'

ആ സഹതാപപ്രകടനം അപ്പുണ്ണിക്ക് അത്ര രസിച്ചില്ല.

'പൂന്തോട്ടത്തിലു സ്വത്തില്ലേ?'

'അതോണ്ടല്ല. നല്ലൊരു തയ്യായിരുന്നു. ഓളു പോയി.'

'ആര്?'

'അപ്പുണ്ണി അറിഞ്ഞിട്ടില്ലേ? ആദ്യത്തെ പേറേര്ന്ന്. പാവം....'

'എന്തേ മീനാക്ഷിയേടത്തി?'

'കഴിഞ്ഞ എടവത്തിലല്ലേ അമ്മിണിക്കുട്ടി മരിച്ചത്.'

അയാൾ പിന്നെയൊന്നും മിണ്ടിയില്ല. പതുക്കെ കൈകുത്തിയെഴുന്നേറ്റു കൈയാലയുടെ വാതില്ക്കൽ വന്നു വിറയ്ക്കുന്ന വിരലുകൾ കൊണ്ടു മേല്പടി പിടിച്ചു കണ്ണടച്ചു നില്ക്കുമ്പോൾ മീനാക്ഷിയേടത്തി ആരോടെന്നില്ലാതെ പറയുകയായിരുന്നു.

'പാവം സ്നേഹംള്ള കുട്ട്യേര്ന്ന്.'

അടച്ചിട്ട പൂമുഖവാതിൽ അപ്പുണ്ണി തുറന്നു. തെക്കിനി ഇരുട്ടു മൂടി കിടക്കുകയാണ്. കൂത്തഴികൾ വലിച്ചു തുറന്നപ്പോൾ വെളിച്ചത്തിന്റെ കീറുകൾ

അകത്തേയ്ക്കു വീണു. അവിടെ വായുവിനു നനവുള്ള അസുഖകരമായ ഒരു മണമുണ്ട്. അടച്ച വാതിലുകൾ തുറന്നിട്ടും മുക്കിലും മൂലയിലും ഇരുട്ടു പതിയിരിക്കുന്നു. നടുവിൽ കരിങ്കൽ പതിച്ച നടുമുറ്റത്തു കരടുകൾ കൂടിക്കിടക്കുന്നു. തൂണുകളിൽ ചിതൽപ്പുറ്റുകളുണ്ട്.

വടക്കിനിയിൽ നിന്നു വടക്കേ തളത്തിലേയ്ക്കു കടന്നപ്പോൾ അയാൾ നിന്നു. അതാണ് കോണിമുറി.

ആ മുറിക്കകത്താണ് മൂന്നു വർഷങ്ങൾ കഴിച്ചത്. ആ നിലത്തിപ്പോഴും കണ്ണീരിന്റെ നനവുണ്ടാവുമോ?

അവിടെ നില്ക്കുമ്പോൾ, മങ്ങിയ ആ ഇരുട്ടിൽനിന്നു കുപ്പിവളകൾ കിലുങ്ങുന്നുണ്ടെന്നു തോന്നിപ്പോയി. മുല്ലപ്പൂവിന്റെയും മട്ടിപ്പശയുടെയും മണം വായുവിൽ തങ്ങിനില്ക്കുന്നുണ്ടോ?

വേദനയായിരുന്നില്ല, മനസ്സിലാകെ ഒരു ശൂന്യതയായിരുന്നു.

കോണി കയറി മുകളിലെത്തി. അടഞ്ഞു കിടന്നിരുന്ന ഒരു മുറിമാത്രം അയാൾ തുറന്നില്ല.

തങ്കേടത്തിയുടെ വരാൻ പോകുന്ന ഭർത്താവിനുവേണ്ടി ഒരുക്കിവെച്ച മുറിക്കകത്ത് എലികൾ സഞ്ചരിക്കുന്നു.

തങ്കേടത്തിക്കു ഭർത്താവു വന്നുവെന്ന് അറിഞ്ഞു. മീനാക്ഷിയേടത്തി പറഞ്ഞു. പിന്നീടയാൾ ഉപേക്ഷിച്ചുപോയത്രേ. ആ വീട്ടിൽ ഒരുക്കിവെച്ച ഒരു മുറി ഇപ്പോഴുമുണ്ടായിരിക്കും.

പൊട്ടിയ ഭിത്തികളും നനവു കിളരുന്ന നിലവുമുള്ള ആ നാലു കെട്ടിനകത്തു സഞ്ചരിക്കുമ്പോൾ പകലാണെങ്കിലും ഭയം തോന്നി. തലമുറകൾ ആ ഇരുണ്ട മാളങ്ങളിലൂടെ ഇഴഞ്ഞുപോയി. പൊറേമ്മാന്റെയും നാരായണമ്മാന്റെയും ആത്മാവുകൾ അവിടെ ചുറ്റിപ്പറ്റി നില്ക്കുന്നുണ്ടായിരിക്കും. കാരണവർ ചവിട്ടിക്കൊന്ന ആ പെൺകിടാവിന്റെ കഥയും ഓർത്തു.

ഇപ്പോൾ, പഴയ ഓർമ്മകളുമായി നില്ക്കുന്ന ഈ നാലുകെട്ടു തന്റെ സ്വന്തമാണ്. അഞ്ചുവർഷം കഷ്ടപ്പെട്ടുണ്ടാക്കിയ പണം മുഴുവൻ അതിനായി ചെലവഴിച്ചു. എങ്കിലും വല്ലാത്ത ഒരാത്മസംതൃപ്തിയുണ്ട്. ഇവിടെ നിന്നാണ് ഒരു കാലത്ത് ജീവൻ കൈയിൽ പിടിച്ചുകൊണ്ട് ഓടിപ്പോയത്. എല്ലാം അന്നു നിഷേധിക്കപ്പെട്ടു. കാരണം? ഇവിടത്തെ ഒരു സ്ത്രീ ഇഷ്ടപ്പെട്ട ഒരാളെ വിവാഹം കഴിച്ചു!

അവിടെയെത്തിയപ്പോൾ ചിന്തകൾ വട്ടംകറങ്ങുന്നപോലെ തോന്നി. ആ സ്ത്രീ എങ്ങനെ ജീവിക്കുന്നുണ്ടാവുമോ, എന്തോ?

സമ്മതമില്ലാതെ ഒരിക്കൽ അവരവിടെ നിന്നു പുറത്തിറങ്ങി. അതുകൊണ്ടു ജീവിതകാലം മുഴുവൻ ക്ലേശിക്കേണ്ടി വന്നു. ആരും തിരിഞ്ഞു നോക്കിയില്ല. പുലകുളിച്ച് അകത്തുള്ളവർ ശുദ്ധിവരുത്തി. ഒരു കളങ്കം കഴുകിക്കളഞ്ഞുവെന്ന ആശ്വാസം അവർക്കുണ്ടായിരിക്കും.

ആ സ്ത്രീയുടെ മകനാണിപ്പോൾ ഈ നാലുകെട്ടിന്റെ ഉടമസ്ഥൻ.

വേദനയോടെ ഓർത്തു: ആ സ്ത്രീ തന്റെ അമ്മയാണ്.

അവരെ മറന്നു കഴിക്കുകയായിരുന്നു.

അച്ഛൻ മരിച്ചപ്പോൾ വളർത്തി. ഇല്ലത്തെ ഉരല്പുരയിൽ ഉലയ്ക്ക വലിച്ചു ഭക്ഷണം തന്നു....

അതെല്ലാം പിന്നെ മറക്കുകയാണ് ചെയ്തത്. ആരും തുണയില്ലാതെ കഴിയുമ്പോൾ ഒരു മനുഷ്യൻ സഹായിക്കാനെത്തി; ആ സഹായം വേണ്ടെന്നു പറഞ്ഞില്ല. തളർന്നു വീഴുമ്പോൾ ആ കൈപിടിച്ചുകാണും. അതൊരു തെറ്റാണോ എന്നയാൾ സ്വയം ചോദിച്ചു.

കുറ്റം ആരുടെയാണ്?

ഈ നാലുകെട്ടിൽനിന്നു പുറംതള്ളിയത് അവരുടെ തെറ്റാണോ? എങ്കിൽ — അയാൾക്കു ശ്വാസം മുട്ടുന്നപോലെ തോന്നി.....

വിയർത്തുകുളിച്ച ശരീരവുമായി അയാൾ പൂമുഖത്തേയ്ക്കു വന്നു. ഉച്ചവെയിൽ പുറത്തു കത്തിയെരിയുന്നു. കാറ്റില്ല. ഇലയനങ്ങുന്നില്ല.

ഇത്ര നാളും സ്വയം തെറ്റിദ്ധരിപ്പിക്കുകയായിരുന്നു തനിക്കാരുമില്ലെന്ന്. ഈ ലോകത്തിൽ തനിച്ചാണെന്നു പറയുന്നതിൽ ഒരു തരം വില കുറഞ്ഞ അഭിമാനം തോന്നുകയായിരുന്നു. പലരും ഉണ്ടെന്നായിരുന്നു സത്യം. അതൊരു വഞ്ചനയായിരുന്നു.

കടപ്പാടുകളുടെ ശൃംഖലകൾ ഇപ്പോഴും തന്നെ ബന്ധിച്ചു നിർത്തുന്നു. ദൂരെ വയനാടൻ കുന്നുകളുടെ താഴ്വരയിൽ ഒരു കൊച്ചുപുരയ്ക്കകത്തേയ്ക്കു മനസ്സു സഞ്ചരിച്ചു. ഏതോ ഒരു കച്ചവടസ്ഥലത്തു കാൽപ്പെട്ടി തുറന്നുവെച്ചു ചില്ലറയെണ്ണുന്ന ഒരു മുസ്ലീം യുവാവിനെ അയാൾ സങ്കല്പിച്ചു. ഏതോ ക്ലാസ്സുമുറിയിൽ കുട്ടികളോടു സംസാരിച്ചു നില്ക്കുന്ന ഒരദ്ധ്യാപകന്റെ ചിത്രം മനസ്സിൽ കണ്ടു.

ആകെ തളർന്ന് അയാൾ, ചിതൽ അകം കാർന്നു തിന്ന കോലായിലെ മരത്തൂണിനടുത്തിരുന്നു.....

നേട്ടങ്ങളുടെയും തോൽവികളുടെയും ഒരു കണക്കെടുക്കാൻ മനസ്സു വൃഥാ പാടുപെടുകയായിരുന്നു.....

പത്ത്

മുറ്റത്തെ ഒതുക്കുകല്ലിന്റെ മുമ്പിലെത്തിയപ്പോൾ ആ ചെറുപ്പക്കാരൻ നിന്നു. പിറകെ നടന്ന സ്ത്രീയോടു പറഞ്ഞു:

'അമ്മ കയറിക്കോളൂ'

അവർ സംശയിച്ചു നില്ക്കുന്നതുകണ്ട് അയാൾ പറഞ്ഞു: 'ധൈര്യമായി കയറാം.'

തലയിൽ നാലഞ്ചു വെള്ളിവരകൾ വീണ ആ മെലിഞ്ഞ സ്ത്രീ കോലായിലേയ്ക്കു കയറി.

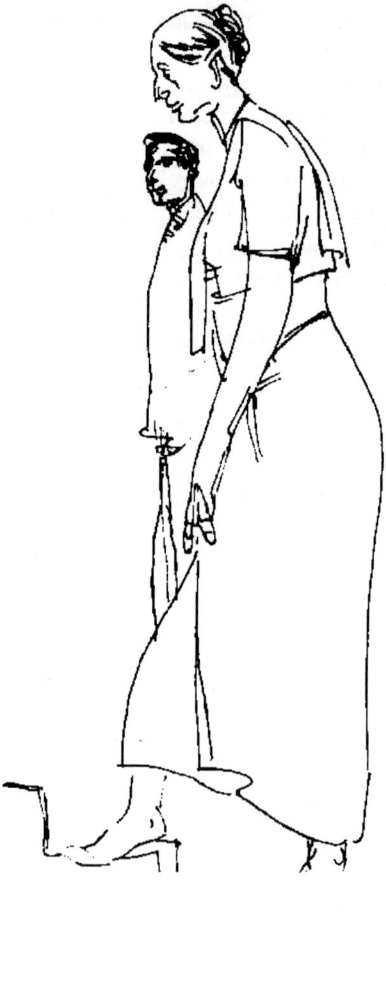

അപ്പോഴും പ്രായംചെന്ന ആ മനുഷ്യൻ മുറ്റത്തു സംശയിച്ചു നില്ക്കുകയായിരുന്നു. ചെറുപ്പക്കാരൻ പറഞ്ഞു: 'വരൂ.'

അയാൾ അമ്മയുടെ പിറകെ പ്രവേശിക്കാനർഹതയില്ലാത്ത ഒരിടത്തേയ്ക്ക് കയറുന്ന വൈഷമ്യത്തോടെ ഒതുക്കു കയറി.

അകത്തു കടന്നപ്പോൾ സ്ത്രീ പറഞ്ഞു:

'എന്തൊരിരുട്ടാ ഇതിനകത്ത്, അപ്പുണ്ണ്യേ.'

'പകലും ഇതിനകത്ത് ഇരുട്ടാണ് ഇവിടെ കാരണോന്മാരുടെ പ്രേതങ്ങളുണ്ടാവും പകലും.'

അമ്മ സംഭ്രമത്തോടെ അയാളുടെ മുഖത്തു നോക്കി.

'അമ്മ പേടിയ്ക്കണ്ടാ. ഈ നാലുകെട്ടു പൊളിക്കാൻ ഏർപ്പാടു ചെയ്യണം. ഇവിടെ കാറ്റും വെളിച്ചവും കടക്കുന്ന ഒരു ചെറിയ വീടു മതി.'

'പൊളിക്കേ? ഭഗോതിരിക്കണ സ്ഥലംല്ലേ?'

അയാൾ ഉറക്കെ ചിരിച്ചു. ആ ചിരിയുടെ ശബ്ദം പൊട്ടിയ ഭിത്തികളിൽ, നുരുമ്പിച്ച തൂണുകളിൽ, ഇരുണ്ട മൂലകളിൽ, തട്ടി തിരിച്ചു വന്നു.

പ്രായംചെന്ന ആ മനുഷ്യൻ അപ്പോഴും സംഭ്രമത്തോടെ മുഖം കുനിച്ചു നില്ക്കുകയായിരുന്നു.

❑

OOKS THRISSUR
TD:1952
കറന്റ് ബുക്സ്
CURRENT BOOKS THRISSUR
ESTD:1952